பொறுப்புமிக்க மனிதர்கள்

பொறுப்புமிக்க மனிதர்கள்

மனு ஜோசப்

தமிழில்: க. பூரணச்சந்திரன்

எதிர் வெளியீடு

பொறுப்புமிக்க மனிதர்கள்
மனு ஜோசப்
தமிழில்: க. பூரணச்சந்திரன்

முதல் பதிப்பு: டிசம்பர் 2011
இரண்டாம் பதிப்பு: மார்ச் 2017

எதிர் வெளியீடு
96, நியூ ஸ்கீம் ரோடு, பொள்ளாச்சி - 642 002
தொலைபேசி: 04259 - 226012, 99425 11302

விலை: ரூ. 499

Series Men
Manu Joseph
Translated by G. Poornachandran

Tamil Edtion Copyright © Ethir Veliyeedu
First Edition: December 2011
Second Edition: March 2017

Published by
Ethir Veliyeedu,
96, New Scheme Road, Pollachi - 642 002
Phone: 04259 - 226012, 99425 11302
Email: ethirveliyedu@gmail.com
www.ethirveliyeedu.com

ISBN: 978-93-84646-75-2
Cover Design: Vijayan
Printed at Jothy Enterprises, Chennai.

Original Version Published by Fourth Estate, New Delhi, Harper Collins India

All rights reserved. No part of this book may be reprinted or reproduced or utilised in any form or by any electronic, mechanical or other means, now known or hereafter invented, including photocopying and recording, or in any information storage or retrieval system, without permission in writing from the Publisher.

மனு ஜோசப்

இந்தியப் பத்திரிகையாளரும் எழுத்தாளரும் ஆன மனு ஜோசப், 1974 ஜூலை 22 அன்று கோட்டயத்தில் பிறந்தவர். சென்னையில் வளர்ந்தவர். சென்னை லயோலா கல்லூரியில் படித்துப் பட்டம் பெற்ற பின்னர், சென்னை கிறித்துவக் கல்லூரியில் சேர்ந்தார். ஆனால் *சொசைட்டி* என்னும் பத்திரிகையின் ஆசிரியக்குழுவில் எழுத்தாளராவதற்காகப் படிப்பைப் பாதியில் கைவிட்டார். பிறகு *ஓபன் (Open)* என்ற பத்திரிகையின் ஆசிரியரானார். அதேசமயத்தில் *தி இண்டர்நேஷனல் நியூயார்க் டைம்ஸ், இந்துஸ்தான் டைம்ஸ்* ஆகிய பத்திரிகைகளில் பத்தி எழுத்தாளராகவும் இருந்தார். 2007இல் *செவனிங்* ஆய்வாளரானார் *(Chevening Scholar)*. 2010இல் தில்லியில் வசித்து வந்தபோது, பொறுப்புமிக்க மனிதர்கள் (சீரியஸ் மென்) நாவலை எழுதினார். அதற்கு இந்து இலக்கியப் பரிசும், பிஇஎன்/ஓபன் புத்தகப் பரிசும் கிடைத்தன. பிஇஎன் நடுவர்கள், அவர் "வாசகர்களை ஆற்றலோடு இயக்குகின்ற அதே சமயத்தில் அவர்களுக்கு வரையற்ற மகிழ்ச்சியும் அளிக்கவல்ல பறவை" என்று வருணித்தனர்.

அவரது இரண்டாவது நாவல், *தி இல்லிசிட் ஹேப்பினஸ் ஆஃப் அதர் பீப்பிள்* (அடுத்த மக்களின் கள்ள மகிழ்ச்சி) என்பதாகும். சுயவரலாற்றுப் போக்குக் கொண்ட இந்த நாவலை, "இழப்பினை ஆழமாகத் தொடுகின்ற ஒரு கதைக்குள் இருண்ட, பரிதாபத்திற்குரிய சிரிப்பை ஊட்டுகின்ற படைப்பு" என்று *தி வால் ஸ்ட்ரீட் ஜேர்னல்* வருணித்துள்ளது.

2010 – பொறுப்புமிக்க மனிதர்கள் நாவலுக்கு ஐந்து லட்ச ரூபாய் இந்து இலக்கியப் பரிசு.

2010 – அதே நாவலுக்கு மான் (புக்கர்) ஆசிய இலக்கியப் பரிசு.

2010 – 2010இன் சிறந்த பத்து நாவல்களில் ஒன்றாக *ஹஃபிங்டன் போஸ்ட்* மதிப்பீடு.

2011 – *போலிங்கர் எவெரிமன் வுட்ஹவுஸ்* பரிசுப்பட்டியலில் சீரியஸ் மென் நாவல் இடம்பெற்றது.

2011 – இந்த நாவலுக்கு பிஇஎன்/ஓபன் புக் விருது.

2013 – *இல்லிசிட் ஹேப்பினஸ்* நாவல் இந்து இலக்கியப் பரிசுப்பட்டியலில் இடம்பெற்றது.

ஜனவரி 2014இல் *ஓபன்* பத்திரிகையின் ஆசிரியர் பொறுப்பிலிருந்து ராஜினாமா செய்தார்.

2015 – காவ்யா என்பவரைத் திருமணம் செய்துகொண்டார்.

2017 –ப்ளூடார்ட் எக்ஸ்பிரஸ் லிமிடெட் என்ற நிறுவனத்தின் துணை மேலாளராகப் பொறுப்பு வகிக்கிறார். வாஷிங்டன் பெல்ஸ்வியூ பகுதியில் வசிக்கிறார்.

பொறுப்புமிக்க மனிதர்கள் நாவலை இங்கிலாந்தில் வெளியிட்ட ஜான் மரே நிறுவனத்தின் நிர்வாக இயக்குநர் ரோலண்ட் ஃபிலிப்ஸ், இந்த நாவலின் குரலின் புத்துணர்ச்சியையும் கதைசொல்லலையும், இதன் தந்திரமான நகைச்சுவையையும் பாராட்டுகிறார்.

இந்துவின் இலக்கியப் பரிசு பெறும்போது, "ஆங்கிலத்தில் எழுதும் இந்திய எழுத்தாளர்கள் ஏழைமக்கள் மீது மிகவும் பரிவுணர்ச்சியும் கருணையும் கூடிய பார்வையை வழக்கமாகக் கொண்டுள்ளனர். அதைப் போலியானதாகவும், மட்டுமீறி இரக்கம் கொண்ட ஒன்றாகவும் காண்கிறேன்" என்று *பொறுப்புமிக்க மனிதர்கள்* நாவலின் அய்யன் மணி பாத்திரப் படைப்பு பற்றி ஜோசப் கூறியிருக்கிறார். ஒழுக்க உட்குறிப்புள்ள இந்தப் பாத்திரத்தை சில வாசகர்கள் புண்படுத்தும் விதமாக இருப்பதாகவும் கூறியிருக்கிறார்கள்.

"இது ஒரு வர்க்க நிலைப்பாடு என்கிறார் ஜோசப். ஆங்கில இலக்கியப் புதினங்களைப் படிக்கும் இந்திய வாசகர்கள் ஒரு குறிப்பிட்ட வர்க்கத்தைச் சேர்ந்தவர்கள். ஏழைகளுக்குக் கருணைகாட்டும் மனப்பாங்கு அவர்களின் பொழுதுபோக்கு. இந்தியாவின் ஏழைமக்கள் மேன்மேலும் அதிகாரம் பெற்று வருகிறார்கள். அவர்களை நாவல்கள் இன்னும் யதார்த்தமான வழியில் சித்திரிக்கும் காலம் வந்துவிட்டதென்று நினைக்கிறேன். அய்யன் இன்னும் ஒடுக்கப்பட்டவன்தான், ஆனால் அது அவன் சூழலால் ஏற்பட்டதே அன்றி, புத்திக்கூர்மையினாலோ ஆசைகளாலோ ஏற்பட்டதல்ல" என்று சொல்லியிருக்கிறார்.

இந்து நடுவர்களில் ஒருவராக இருந்த சசி தேஷ்பாண்டே, "இந்த நாவல் ஒரு குறிப்பிட்ட எல்லையைத் தாண்டியிருக்கிறது" என்றும், "ஆங்கிலத்தில் இந்திய எழுத்தினை இவர் அணுகிய விதத்தில் நாம் இன்னும் அணுகவில்லை" என்றும், "இவர் சாதியைப் பற்றிப் பேசுகிறார். நாம் யதார்த்தத்தைப் புறக்கணிக்கிறோம், ஆனால் இவர் ஒரு தலித்தின் மனத்திற்குள் புகுந்து நல்லநடையிலும் ஒப்பனையுடனும் செய்திருக்கிறார். ஒரு எளிய தலித்தை ஆங்கிலத்தில் பேசவைத்து நம்பவும் வைப்பது மிகக் கடினம். அதை ஜோசப் எளிதாகவும், நகைப்புக்கிடமின்றியும் செய்திருக்கிறார்" என்றும் கூறியிருக்கிறார்.

உள்ளடக்கம்:

1.	இராட்சஸக் காதுப் பிரச்சினை	09
2.	பெருவெடிப்பின் பழைய எதிரி	85
3.	அடித்தள 'அயிட்டம்'	165
4.	முதல் ஆயிரம் பகாஎண்கள்	239
5.	அந்நியர்கள் அந்நியர்களைக்கொண்டு தயிர் உண்டாக்கினார்கள்	283
6.	கடைசி அடி	347
7.	கலகம்	391

1

இராட்சஸக் காதுப் பிரச்சினை

அய்யன் மணியின் அடர்த்தியான கருத்த முடி பக்கவாட்டில் வாரி, தங்களுக்கு எதிரியான இரண்டு அண்டைநாட்டினருக்கிடையில் பிரிட்டிஷ்காரர்கள் வரைந்த எல்லைக் கோட்டைப்போல, ஒரு கவனமற்ற உடைந்த வகிட்டினால் பிரிக்கப்பட்டிருந்தது. அவனுடைய கண்கள் கூர்மையாகவும், புரிந்துகொள்ளும் திறனோடும் இருந்தன. ஆரோக்கியமான மீசை ஒரு நிரந்தரமான புன்முறுவலுக்கு இடம் தந்திருந்தது. கருத்த, நேர்த்தியான மனிதன் அவன். ஆனால் அவ்வளவாக கவனிப்புப் பெறக்கூடியவனல்ல.

அந்திநேர நடைபயில்வோரை நோக்கினான். அரபிக் கடலின் பக்கத்தில் இருந்த நீண்ட கான்கிரீட் பாதையில் நூற்றுக்கணக் கானவர்கள் நடைபயின்றனர். தங்கள் அம்மாக்களைப் போன்ற தோற்றம் வந்துவிடக்கூடாதே என்று பயந்து தப்பிக்க ஓடுவதுபோல, நல்ல ஷூக்கள் அணிந்திருந்த தனித்த இளம்பெண்கள் விரைவாக நடந்துசென்றார்கள். அவர்களின் பெருமிதமான மார்புகள் குலுங்கின. மிருதுவான தொடைகள் ஒவ்வொரு அடியெடுத்து வைப்பிலும் நடுங்கின. அவர்களுடைய சோர்ந்த உயர்ந்த ஜாதி முகங்கள், வியர்வையில் மிகவும் அழகாகவும் பளபளப்பாகவும் இருந்தன. உடற்பயிற்சியின் களைப்பு அவற்றில் தென்பட்டது. அவனோடு படுக்கப் போகிறார்கள் என்ற ஆனந்தத்தில் அவர்கள் இருக்கிறார்கள் என்று கற்பனை செய்துகொண்டான்.

இதற்குமுன்னர் உடற்பயிற்சி செய்ய வராத புதிய பெண்களும் அவர்களில் சிலர் இருந்தார்கள் என்பதை அவனால் சொல்ல முடியும். தகுதியானதொரு பையனுடன் திடீரெனத் திருமண நிச்சயமான பிறகு வந்தவர்கள் அவர்கள். நீரின் எல்லையை அளப்பதைப்போல நீண்ட காலடிகள் வைத்து நடந்தார்கள். மண இரவுக்கு முன்னால், ஒரு புதியவனுடன் பூப்படுக்கையின் மகரந்தத்துக்குத் தங்களை விட்டுக் கொடுப்பதற்கு முன்னால் தேவையற்ற தங்கள் சதையை அவர்கள் நீக்கிவிட வேண்டும்.

எவரையும் நோக்காத அமைதியான வயதானவர்கள் தங்களைப் போன்ற கிழவர்களுடன் தேசத்தின் நிலையை விவாதித்தபடி நடந்துசென்றார்கள். அவர்கள் எல்லோரிடமும் பிரச்சினைகளுக்கான தீர்வுகள் இருந்தன. அதனால் அவர்களின் மனைவிமார்கள் தங்கள் குழுக்களுடன், அரைமைல் தொலைவில் பின்னால், மூட்டு வலி பற்றியோ அங்கில்லாத பிற பெண்களைப் பற்றியோ பேசிக்கொண்டு வந்தார்கள். கள்ளக் காதலர்கள் வரத்தொடங்கியிருந்தார்கள். கட்டைச்சுவரின் மீது உட்கார்ந்து கடலைப் பார்த்தார்கள். அவர்களிடையே உள்ள உறவு எந்த நிலையில் இருக்கிறது என்பதைப் பொறுத்து அவர்கள் கைகள் அலைந்துகொண்டோ கண்கள் நிரம்பியோ இருந்தன. அவர்களுடைய புதிய ஜீன்ஸ் காற்சட்டைகள் மிகக் கீழிறங்கியிருந்தன. அவர்களுடைய சிறிய பிருஷ்டங்கள் கமாக்குறிகளைப்போல வெளியில் எட்டிப்பார்த்தன.

கலாச்சார ரீதியாக ஓர் அசிரத்தையை வெளிப்படுத்துவது எப்படி என்று புரியாத கண்களோடு அய்யன் பார்த்தான். “பொறுப்பான மனுசங்களை நீ ரொம்ப நேரம் பாத்தா அவங்க கோமாளிங்க போலக் காட்சியளிப்பாங்க” என்று ஓஜாவுக்கு அவ்வப்போது அவன் சொல்வது வழக்கம். ஆகவே அவன் பார்த்தான். பின்னாலிருந்து எகிறும் குதிரைவாலோடும் காதுகளிலிருந்து தொங்கும் ‘ஐ—பாட்’ மாலையுடனும் ஒருத்தி அவனைத் தாண்டிப் போனாள். ஈரமான டீ—ஷர்ட்டிலிருந்து அவளுடைய உறுதியான இளம் முதுகைக் காணமுடிந்தது. தனது நடையைத் துரிதப்படுத்தி, அவளை முந்திச் சென்றான். அவள் ஒருவேளை அழகாக இருக்கமாட்டாள் என்ற எதிர்பார்ப்பில் அவளது முகத்தைப் பார்க்க முயற்சி செய்தான். அழகான பெண்கள் அவனுக்குத் தாழ்வு மனப்பான்மை உண்டாக்கினார்கள். மெர்சிடிஸ் கார்கள், பிளாக்பெரி போன்கள், கடற்கரைக் குடில்கள் போல.

அந்தப் பெண் அவனை நேராக ஒரு கணம் பார்த்தாள், பிறகு எவ்வித உணர்ச்சியுமற்று அப்பால் நோக்கினாள். அவள் முகத்தில் இறுமாப்பு தெரிந்தது, காதலினாலோ, கவிதையினாலோ, அல்லது தோல் பெல்ட்டினாலோ. எதை அவள் விரும்புகிறாளோ அதனால் அந்த இறுமாப்பை அடக்குவது ஒருவேளை மிகவும் மகிழ்ச்சிதருவதாக இருக்கலாம். அவள் முகம் எதையும் வெளிப்படுத்தவில்லை, ஆனால் மேலும் உணர்ச்சியற்றதாக மாறியது. தன்னைப் பிறர் கவனிக்கிறார்கள் என்பது அவளுக்குத் தெரியும். சுறுசுறுப்பான ஒரு புதிய ஆடவன் மட்டும் அல்ல, டெங்கு காய்ச்சலைப் பரப்புகின்ற, அவள் காரைக் கீறுகின்ற, சுற்றியிருக்கும் எல்லையற்ற இழிந்த மனிதக் கும்பல்களும் அவளை கவனித்தவாறு இருந்தார்கள். எப்போதுமே அவள் உலகத்தின் விளிம்புகளில் இருப்பவர்கள் அவர்கள். நல்ல கழுத்துப்பட்டையை அருவருப்போடு பார்க்கின்ற தெருநாய்கள் போல.

அய்யன் வேகத்தைக் குறைத்து, அவளை முன்னால் போக விட்டான். சில அடிகள் தள்ளி, ஒரு மனிதன் அவளை முறைத்துப் பார்த்தவண்ணம் அசையாமல் நின்றான். அவள் அவனைக் கடந்து சென்றபோது இடத்திலிருந்து வலமாக அவன் கழுத்து அசைந்தது. குள்ளமான மனிதன் அவன். முதுகு அவ்வளவாக நீண்டு இல்லாததால் அவன் நிமிர்ந்திருப்பதுபோல் தோன்றியது. அவனுடைய சட்டையின் விறைப்பிலிருந்து பிடிமானத்திற்காக நேராக அவன் உள்ளாடைக்குள் அது செருகப்பட்டிருப்பதை யூகிக்க முடிந்தது. (அதுதான் மோஸ்தருக்காகப் பலபேர் கையாளும் ரகசிய உத்தி என்பது அவனுக்குத் தெரியும்.) அகலம்குறைந்த பழுப்புநிற பெல்ட் அவனுடைய மெலிந்த இடுப்பினை ஏறத்தாழ இருமுறை சுற்றியிருந்தது. அவனுடைய சட்டைப்பாக்கெட்டில் பல்வேறு பொருட்கள் இருந்ததால் தொங்கியது. அவன் கால் சட்டையின் பின்புறமிருந்து ஒரு சிவப்பு சீப்பு எட்டிப்பார்த்தது.

“அந்தப் பொண்ணை முறைச்சிப் பார்க்கிறதை நிறுத்தப்பா” என்றான் அய்யன். அந்தச் சிறிய மனிதனுக்குத் தூக்கிவாரிப்போட்டது. நேசமான அமைதியான சிரிப்பில் தன் வாயைத் திறந்தான். வாயின் மேற்புறத்திலிருந்து கீழ்ப்புறத்திற்கு எச்சில் இழைகள் இடம்மாறின.

ரோட்டரி கிளப்பின் இறந்துபோன உறுப்பினர் ஒருவரின் நினைவாக எழுப்பப்பட்ட இளஞ்சிவப்புநிற கான்கிரீட் பெஞ்சுகள் ஒன்றில் சென்று அமர்ந்தார்கள்.

“வேல ரொம்ப கஷ்டமான நாள்” அந்த மனிதன் தொடைகளைத் தட்டியவாறே கூறினான். “பிரயாணம் பண்ணிக்கிட்டே இருக்கிறன். அதனால உனக்குத் தொல்லை தர வேண்டி ஆயிடுச்சி, மணி. இத உடனே முடிச்சிடணுமேன்னு வந்தேன்.”

“அதெல்லாம் சரிதான்” என்றான் அய்யன். “எப்படியோ பாத்துட்டல்ல, அதுதான் முக்கியமான விஷயம்.” அச்சடித்த ஒரு காகிதத்தை எடுத்து அவனிடம் கொடுத்தான். “எல்லா விவரமும் இதில் இருக்கு” என்றான்.

அவன் விரும்பியதைவிட கவனமாகவே அந்த மனிதன் தாளை நோக்கினான். பணம்நிரம்பிய கவர் ஒன்று அவன் மார்பிற்குள் திணிக்கப்பட்டபோது அலட்சியமாக இருப்பதுபோலத் தோன்றினான்.

வேலையாக இருப்பதை வலியுறுத்துகின்ற வகையில், வேகமும் பரபரப்பும் நிறைந்த நடையில் அந்தச் சிறிய மனிதன் போனபிறகு, அய்யன் அந்த பெஞ்ச்சிலேயே தொடர்ந்து உட்கார்ந்து பார்த்துக் கொண்டிருந்தான். அந்த விளையாட்டு மேலும் முன்னேற வேண்டும் என்று தனக்குள் சொல்லிக் கொண்டான். அடுத்த தளத்திற்கு அது நகரவேண்டும். ஒரு வகையில், அவன் இப்போது செய்ததுகூடச் சரியில்லை தான். ஒருவேளை அது குற்றமாகக்கூட இருக்கலாம். ஆனால் ஒரு மனிதன் என்ன செய்யமுடியும்? அச்சுறுத்துகின்ற உலகத்தில் எறியப்பட்ட ஒரு சாதாரண எழுத்தன், வாழ்க்கையில் கிளர்ச்சியைச் சந்திக்க விரும்பினால், தன் மனைவியைச் சோகை பிடித்த மஞ்சள் சுவர்களின் மயக்கத்திலிருந்து வெளிக்கொண்டுவர விரும்பினால், வேறு என்னதான் செய்யமுடியும்?

வோர்லி கடல்முகத்தில் கும்பல் கூடிக்கொண்டிருந்தது. இப்போது அது ஒரு அசுரத்தனமான, நிறமற்ற பெருந்திரளாகத் தெரிந்தது. கண்களில் தோல்வி தெரிந்த வெளுத்த பையன்கள் நீண்ட வரிசைகளில் கும்பலாக நடந்தார்கள். தங்களுக்குக் கிட்டாத பெண்களின் ஏரோபிக்ஸ் பயிற்சியைப் பார்த்து ஏளனமாகச் சிரித்தார்கள். வேகமாகப்போகும் பெணகளுக்கு வழிகொடுக்க மறுத்தார்கள். இந்த நகரத்தின் கசகசத்த கும்பல்களை அய்யன் விரும்பினான். கஞ்சத்தனமான லிஃப்டுகளிலும், திணிக்கப்பட்ட ரயில்களிலும், வேண்டுமென்றே எப்போதும் நசுக்குவது, ஏழைகளின் மௌனமான பழிவாங்குதல் முறை. மாலைநேரத்தில் குசுக்களின் ஆசுவாசம். புதிய முகங்களின் உரிந்த தோல்கள், அசைவற்ற

கண்களின் நரம்புகள். பெண்களின் இரகசிய அரும்பு மீசைகள். புதிதாக அவர்கள் மங்கலசூத்திரம் அணிந்திருந்தால் அவர்களிடம் தோன்றும் மட்டுமீறிய பசுமையான புத்துணர்ச்சி. தொந்திகளின் பளுவையும் தள்ளுதலையும் முட்டுதலும். பம்பாயின் நெருக்கி இறுக்கும் தன்மை எவரது மனஉறுதியையும் குலைக்கவல்லது. அதை நேசித்தான். ஏனென்றால், மனித உடல்களுடைய நம்பிக்கையற்ற கலப்பினால் அவன் பிறந்த நெருக்கடியில், ஒரு வகையில் பணக்காரர்களின் தலைவிதியும் இணைந்திருந்தது. தெருக்களில், ரயில்களில், அற்பத்தனமான பூங்காக்களில், கடற்கரைகளில் எல்லோருமே ஏழைகளாக இருந்தார்கள். அது சரியாகத்தான் இருந்தது.

துணிகரமான காதல்ஜோடிகள் இன்னும் வந்துகொண்டுதான் இருந்தார்கள், கட்டைச்சுவரில் இணைந்துநெருக்கி உட்கார்ந்திருந்த மற்ற ஜோடிகளுக்கு மத்தியில் காணப்பட்ட இடைவெளிகளில் அவர்கள் புகுந்துகொண்டார்கள். பின்னால் தங்களைக் கடந்துசென்ற கும்பல்களுக்கு முதுகைக் காட்டியவாறு அவர்களும் கடலை நோக்கித்தான் உட்கார்ந்திருந்தார்கள். உடல்களை எப்படியோ ஒருவிதமாகச் சரிசெய்து கொண்டார்கள், காதலர்களுக்கென ஏற்பட்ட விஷமங்களைச் செய்தார்கள். திடீரென இங்கே ஒரு கனத்த அமைதி ஏற்பட்டால், நீங்கள் ஒரு ஆயிரம் 'பிரா' பட்டைகள் தெறிக்கும் சத்தத்தைக் கேட்கலாம். இந்தக் காதலர்களில் வெளிப்படையாகத் திருமணமானவர்களும் இருந்தார்கள். பிறர்அறியாமல் திருமணம் செய்துகொண்டவர்களும் இருந்தார்கள். இரவு ஆனதும் தங்கள் ஒற்றை அறைகொண்ட வீடுகளுக்குத் திரும்பிச் சென்றார்கள். ஒரு மெர்சிடிஸ் அளவுக்குப் பெரிய அறைகள். தங்கள் குழந்தைகளை, பெரியவர்களை, உடன்பிறந்தோரை, அத்தை மகன்களை, மாமன் மகள்களைச் சேர்ந்து கொண்டார்கள். பிடிடி *(BDD)* 'சாள்' (சாள் என்பது மும்பையில் ஒரே கூரைக்கீழ் வரிசையாகப் பிரிக்கப்பட்டிருக்கும் ஒட்டிய வீடுகளின் தொகுப்பு) போல ஒரேகூரைக்கீழ் இருந்த கொதிக்கும் வசிப்பிடங்களில் பெரிய குவியல்களாக எல்லாரும் குவிந்து கிடந்தார்கள். பிடிடி (பிரிட்டிஷ் டெவலப்மெண்ட் டிபார்ட்மெண்ட்—பிரிட்டிஷ் வளர்ச்சித்துறை) என்றால் என்ன என்று அறிந்த மக்கள் வசிக்கக்கூடிய இடம் அல்ல அது. அய்யனும் முப்பத்தொன்பது வருடங்களுக்கு முன்னால் அங்கே ஒரு குளிர்ச்சியான தரையில் பிறந்தவன்தான் ஆனாலும் அவனுக்கு இவை எல்லாம் தெரியும்.

பிடிடி சாள், பத்தாயிரத்து ஒரு ஓரறை வீடுகளைக் கொண்டது. ஒரே மாதிரியான நூற்றி இருபது மூன்றுமாடிக் கட்டடங்கள். சாம்பல்நிறப் பாழ்மனைகள் போல. இருட்டான சிறிய ஜன்னல்களின் கம்பிகளிலிருந்து லட்சக்கணக்கான துணிகள் தொங்கின. வெளிச்சுவர்களின் பகுதிகள், ஏன், சில சமயங்களில், குறிப்பாக ஆகஸ்டு மாதத்தின் மோசமான மழைக்காலங்களில், கூரைகள்கூடப் பெயர்ந்து விழுந்துகொண்டிருந்தன. திடீரென 'வீடற்றவர்களுக்கு வீடு தரவேண்டும்' என்று ஆங்கிலேயர்களின் மனசாட்சி உறுத்தியதால் இந்தச் சாள்கள் எண்பது ஆண்டுகளுக்கு முன்னால் அவர்களால் கட்டப்பட்டன. ஆனால் அந்த வாழிடங்கள் மிக மோசமாகக் கட்டப்பட்டிருந்ததாகத் தெரிந்ததால், நடைபாதையின் முழு உலகத்தையும் நீலவானக் கூரையையும் விட்டுவிட்டு, இருட்டான எல்லையற்ற நீண்ட தாழ்வாரத்தில் இருந்த ஒரு சிறிய இருட்டறைக்குள் செல்வதில் அர்த்தமில்லை என்று தெரிந்துகொண்டதால், சாலைகளில் வசித்தவர்கள்கூட அவற்றிற்குப் போக மறுத்துவிட்டார்கள்.

எனவே அந்தக் கட்டடங்கள், சுதந்திரப் போராட்டக்காரர்களைப் பிடித்து உள்ளே தள்ளும் ஜெயில்களாக மாற்றப்பட்டன. எவரும் வசிக்க விரும்பாத ஓரறை வீடுகள், தப்பிக்க முடியாத சிறையறைகள் ஆயின. எண்பது ஆண்டுகளுக்கு முன்னால் வீடற்றவர்கள் கூட வெறுத்து ஒதுக்கிய, சிறைப்பகுதியாக இருந்த இந்த இடத்தில், இப்போது எண்பதாயிரம் பேருக்குமேல் வசித்துக்கொண்டிருந்தார்கள். புதிய மணச்சேர்க்கைகளின் சுமையினாலும், மரணத்தின் ஆறுதலினாலும் மார்பு ஏறி இறங்கப் பெருமூச்சு வாங்கினார்கள்,

தடித்த கட்டடங்களின் மத்தியில் உடைந்திருந்த, உருண்டைக் கற்களால் தளம் இட்டிருந்த வழிகளில் ஒன்றில் அய்யன் வீடுநோக்கிச் சென்றான். நூற்றுக்கணக்கான ஆண்களும் பெண்களும் ஏதோ நடக்கக்கூடாத ஒன்று நடந்துவிட்டதுபோல வெளியில் நின்றார்கள். தட்டையான மார்புகள் கொண்ட மெலிந்த பெண்கள் தங்களுக்குள் அரட்டை அடித்துக் கொண்டிருந்தார்கள். சுத்தமாகவும் கவனத்தோடும் இருந்தார்கள். அவர்களின் கண்களில் நம்பிக்கை ஒளிவிட்டது. சிலபேர் தங்களுக்குள் பயிற்சிக்காக ஆங்கிலத்திலும் பேசிக்கொண்டார்கள். ஒரு குடிகாரன் போவதற்கு வழிவிட்டார்கள். இறுக்கமான போலி ஜீன்ஸ்கள் அணிந்த பையன்கள்—அவர்களின் பிருஷ்டங்கள் மாம்பழங்கள்போல் இருந்தன—கைகளோடு கைகள் பின்ன, கால்கள் அடுத்தவனை வாரிவிடுவதற்குத் தயாராக, ஜாலியாக மல்யுத்தம் செய்தார்கள்.

அவர்களில் ஒரு பையனுடைய முகபாவம் மாறத்தொடங்கியது. யாரோ அவன் விரலை வளைத்துக் கொண்டிருந்தார்கள். இதுவரை ஒருவித அசட்டுக் களிப்பில் இருந்த அவன் முகம், இப்போது நோவுக்கு மாறியது. ஒரு சண்டை வெடித்தது.

ஆனால் அய்யனுக்கு வீட்டுக்குப் போவதில்தான் ஆசை. பிளாக் நம்பர் 41இன் செங்குத்தான காலனியக்கால மாடிப்படிகளில், மேலேஏறிச் செல்வதற்கு ஒரு நல்ல திருமணம்தான் காரணமாக இருந்தது. கீழே குடிப்பதற்காக இறங்கி எதிரில் செல்லும் ஆட்களிடம் 'என்ன விஷயம்' என்று கேட்டுக்கொண்டே படிகளில் ஏறினான். பிடிடியின் பெண்கள் தங்கள் ஆண்களிடமிருந்து அதிகமாக எதிர்பார்ப்பதில்லை. முப்பது வயதாவதற்குள் பிள்ளைகளைப் பறிகொடுத்துவிட்ட வயதான தாய்மார்களுக்கும் மூச்சுநிற்கும் நேரம்வரை சிரிப்பதற்கான திராணி இருந்தது. இங்கே ஆண்களின் பலவீனங்கள் எல்லா நேரங்களிலும் தெள்ளத்தெளிவாக வெளிப்பட்டன. புதிதாக வந்தவர்களின் சோர்வான முகங்களில். குடிகாரர்களின் வெற்றுக்கண்களில். வேலையற்ற பையன்களின் பொறுமையான அமைதியில். அவர்கள் பல மணிநேரம் உட்கார்ந்து தங்களைச் சுற்றி உலகம் நடப்பதைப் பார்த்துக்கொண்டிருந்தார்கள். ஒரு வழியில், ஒரு மனிதனாக இருப்பதற்கு மிக எளிய இடம் இதுதான். இங்கே உயிரோடு இருப்பதே போதுமானது. நிதானமாகவும் ஒரு வேலையிலும் இருந்தால் மிக அற்புதமாக கௌரவத்துடன் இருக்கலாம். அய்யன் மணி அங்கே ஒரு ஹீரோ.

தங்களுக்குள் பொதுவானதொரு குழந்தைப் பருவம் இருந்ததால் இங்குள்ள மனிதர்கள் அய்யன் மணியை நேசித்தார்கள். என்றாலும், இவன் நீண்டகாலத்திற்கு முன்பே அவர்களிடமிருந்து வெட்டிக்கொண்டுவிட்டான். அவர்களோடு சேர்ந்து சிரித்தவன்தான். பணத்தைக் கடன் கொடுத்தவன்தான். புழுக்கமான இரவுகளில் கருத்த தார் பூசிய மொட்டைமாடியில், யார் உலகில் மிகச்சிறந்த கிரிக்கெட் ஆட்டக்காரன் என்பது பற்றி, அல்லது சாள்—ஐ வாங்க விருப்பம் தெரிவித்து ஆர்வம் காட்டிய கட்டடக்காரர்கள் பற்றி, அல்லது ஐஸ்வர்யா ராயை நெருக்கத்தில் பார்த்தால் அவள் எப்படி அழகாக இல்லை என்பது பற்றி, அரட்டை அடித்தவன்தான். ஆனால் அவன் மனம் இந்த மனிதர்களை ஏற்றுக்கொள்ளவில்லை. தான் வளர்ந்த உலகத்தை அவன் அழிக்கவேண்டியிருந்தது. அதிலிருந்து தப்பிக்கப் புதிய வழிகளைக் கண்டுபிடிக்க வேண்டியிருந்தது.

தங்களைப் பின்னால் விட்டுவிட்டு அவன் மிகவும் முன்னேறிப் போய் விட்டான் என்று பொறாமைப்பட்ட தனது பழைய நண்பர்களின் முகத்தில் சிலசமயங்களில் கசப்புணர்ச்சியைப் பார்த்தான். அந்தக் கசப்புணர்ச்சி அவனுக்கு உறுதியைஅளித்தது. அவர்களுடைய கீழ்நோக்கிய பார்வையில் இருந்த இரகசியமான கோபம், அவர்கள், உண்மையில், பிற மனிதர்களில் நட்பினை நாடவில்லை என்ற உண்மையை உணர்த்தியது. பிற எல்லாவற்றையும்விட அந்த உண்மை அவனுக்கு நெருக்கமாக இருந்தது. ஆடவர்களின் நட்பில் மகிழ்ச்சியான வேடிக்கைப் பேச்சுகள் இருந்தாலும், ஊதிப் பெரிதாக்கப்பட்ட குறும்புகளின் பழைய ஞாபகங்கள் இருந்தாலும், கீழ்த்தரமான ஆசைகளைப் பகிர்ந்துகொள்ளும் பொதுநலம் இருந்தாலும், உண்மையில் அது ஒரு மேம்போக்கான இணக்கம்தான். எப்போதுமே ஒருவன் தன் நண்பர்களைவிட உயரத்தில் இருக்கவே ஆசைப்பட்டான்.

படிகளில் இறங்கி ஒரு இளம் ஜோடி வருவதை அய்யன் பார்த்தான். "எல்லாம் சரிதானா?" என்று கேட்டான். அந்தப் பையன் வெட்கத்தோடு சிரித்தான். அவன் ஒரு பயணப் பையை வைத்திருந்தான். அந்தப்பையில் ஒன்றுமில்லை என்பது அய்யனுக்குத் தெரியும். அது காதலுறவுக்கு ஒரு அடையாளம். இங்கே சில அறைகளில் ஒரு டஜன் பேருக்குமேல் வசித்தார்கள். ஆகவே புதிதாகத் திருமணமானவர்கள், சட்டத்துக்குப் புறம்பாகக் கட்டிய மரப் பரண்களில் படுத்துக்கொண்டார்கள். கீழேயிருக்கும் மீதிக் குடும்பத்தினர் அவர்களை மேலே பார்க்க மாட்டார்கள் என்ற மௌனமான உறுதிப்பாடு. இந்த உறவில் திருப்திப்படாத ஜோடிகள், அவ்வப்போது பரேலில் அல்லது வோர்லியில் இருந்த மலிவான லாட்ஜுகளுக்குச் சென்றார்கள். காலியான பைகளை வைத்துக்கொண்டு, உல்லாசப்பயணிகள்(டூரிஸ்டுகள்) என்று ஏமாற்றுவார்கள். போலீஸ்காரர்கள் ரெய்டு நடத்தினால் என்ன செய்வது என்று சிலபேர் தங்கள் திருமண ஆல்பத்தையும் கொண்டுசெல்வார்கள். அவர்களுக்கே சொந்தமான ஒரு முழுப்படுக்கையில் நாள் முழுவதும் செலவிடுவார்கள். பிறகு அறையின் சேவை, அங்கு புரிந்த காதல் இவற்றின் நேசமிக்க ஞாபகங்களோடு திரும்பினார்கள்.

அய்யனுக்கு இப்படிச் செய்யவேண்டிய அவசியமில்லை. அவனை விட்டு எல்லோரும் பிரிந்த பிறகு ஓஜா அவன் வாழ்க்கையில் வந்தாள். பதினெட்டு மாதங்களுக்குள் அவனுடைய சகோதரர்கள் அனைவரும் ஈரலில் இரத்தப்போக்கு ஏற்பட்டு இறந்தார்கள்.

ஒரு வருடத்தில் அவனுடைய தந்தையும் காசநோயினால் இறந்தார். அவன் தாய் வழக்கம்போலவே அவர் பின்னால் போய்விட்டாள். அப்போது அவனுக்கு இருபத்தேழு வயது. ஓஜாவுக்குப் பதினேழு. இருந்தாலும் வயதானபிறகு அவன் முழு ஆண்மையுடன் இல்லாமல் போனாலும் அவள் இளமையோடே இருப்பாள் என்று கணித்து அவளை ஏற்றுக்கொண்டான்.

கடைசி மாடியான மூன்றாம் மாடியின் வெளிச்சமற்ற தாழ்வாரத்தில் நடந்தான். அதைச் சுற்றி வயதாகிக் கொண்டிருந்த மங்கிய மஞ்சள்நிறச் சுவர்கள். அவற்றில் பெரிய வெடிப்புகள் காணப்பட்டன. அவை இருண்ட நீர்த் தொட்டிகள் போலத் தோன்றின. அந்த நீண்ட நடையில் ஏறத்தாழ நாற்பது கதவுகள் திறந்தே இருந்தன. வாசற்படிகளில் இயக்கமற்ற நிழல்கள் அமர்ந் திருந்தன. கொட்டாவி விட்டன. வயதான விதவைகள் தங்கள் கூந்தலை அமைதியாக வாரிக்கொண்டிருந்தார்கள். நடையின் பழைய சாம்பல்நிறக் கற்கள் மீது குழந்தைகள் மகிழ்ச்சியாக ஓடினார்கள்.

தாழ்வாரத்தில் மூடியிருந்த ஒரே கதவை அவன் தட்டினான். அது திறப்பதற்குக் காத்திருந்தபோதே திறந்திருந்த கதவுகளின் குழப்பத்தையும், சுற்றிவரும் நிழல்களையும் உணர்ந்தான். அவனுக்குள் புகைமூட்டம்போல ஒரு பரிச்சயமான சோகம் எழுந்தது. ஓஜா அவனோடு இங்கே பிணைக்கப்பட்டிருந்தாள். ஒருகாலத்தில் அவளுடைய இளம் வார்த்தைகள் ஒரு சிரிப்புப்போல வெளிவரும். காலையில் தனக்குத்தானே பாடிக் கொள்வாள். காலப்போக்கில் சாள், அவளுக்குள் ஊறிவிட்டது. இருள் வளர்ந்தது. அவளுடைய கரிய பெரிய கண்கள் மூலமாக அது அவனைப் பார்த்தது.

கொஞ்சம் மெதுவாகவே கதவு திறந்தது. பல ஆண்டுகளுக்கு முன்னால் இருந்த எதிர்பார்ப்பு இப்போது இல்லை. ஓஜா மணி வெளித்தோன்றினாள். அவளுடைய வளமான கருத்த கூந்தல் அப்போதுதான் குளித்ததால் இன்னும் ஈரமாக இருந்தது. எப்போதும்போல் ஒல்லியாக. அவள் அப்படிச் செய்யமாட்டாள் என்ற நம்பிக்கையில், யாரேனும், “குனிந்து உன் கால்கட்டைவிரலைத் தொடுபார்ப்போம்” என்றால் தொட்டுவிடுவாள். ஆனால் வோர்லி கடல்முகத்திலிருந்த மேல்சாதிப் பெண்களின் வீணாய்ப்போன உடற்பயிற்சிகளால் உருவானவள் அல்ல அவள். அவள் படுக்கும் போது மெல்லிய சிவந்த இரவு உடையின் ஊடே சிறிய வயிறு தட்டையாக மாறுவது தென்படும்.

அவர்களுடைய வீடு சரியாக பதினைந்து அடி நீளம் பத்தடி அகலம் இருந்தது. மத்தியில் சுத்தம் செய்யப்பட்ட வழவழப்பான சாம்பல்நிறக் கல்தரை. சுவரை ஒட்டி ஒரு தொலைக்காட்சிப்பெட்டி, ஒரு துவைக்கும் எந்திரம், அருகில் கருணைமிக்க புன் சிரிப்போடு பொன்னிற புத்தர், ஒரு உயரமான ஸ்டூல் அலமாரி. அறையின் ஒரு கோடியில், ஒரே ஒரு ஜன்னல். அதைத் துருப்பிடித்த இரும்பு கிரில் சட்டகம் பலப்படுத்தியது. அருகில் ஒரு சிறிய சமையலறை. அதன் கோடியில் வண்ணக்கண்ணாடி மறைப்புக் குளியலறை. அதற்குள் ஒருவர் சரியாகப் பொருந்தமுடியும். இரண்டுபேர் உறவுகொள்ளமுடியும்.

ஓஜா கதவைத் திறந்தே விட்டுவிட்டு தரையில் உட்கார்ந்து தொலைக்காட்சி பார்க்கலானாள். ஒவ்வொரு நாள் மாலையும் ஏழு முதல் ஒன்பது வரை, சோகம் ததும்பிய தமிழ்த் தொலைக்காட்சித்தொடர்கள் அவளை ஈர்த்துப்பிடித்திருந்தன. இந்தச் சமயத்தில் அவளை ஏனென்று கேட்காமல் அனைவரும் போய்விடலாம். அய்யன் அவள்பக்கத்தில் உட்கார்ந்து அந்தத் தொடரைப் பொறுமையாகப் பார்த்தான்.

அவளுக்கு எரிச்சல்மூட்ட வேண்டுமென்றே, "ஏன் அந்தப் பொம்பளை அழுவுறா? நேத்துராத்திரியும் அழுதுகிட்டிருந்தாளே" என்று கேட்டான். "அவளுக்கு வசனம் ஒண்ணும் இல்லையா?"

ஓஜா பேசவில்லை. அவளுடைய ஆர்வமிக்க கண்களிலும் ஈரம் தெரிந்தது. "நாள் முழுசும் கஷ்டப்பட்டு வேலைசெஞ்சிட்டு வர்றேன். சும்மா ஒக்கார்ந்து டிவி பார்த்துக்கிட்டிருக்கிறியா?" என்றான்.

அவள் மூக்குத் துளைகள் சற்றே விரிந்தன. ஆனால் அவள் பதில் பேசவில்லை. அதுதான் அவள் தந்திரம். "இதோ பாரு ஓஜா, பணக்காரங்க ஒவ்வொண்ணுக்கும் ஒவ்வொரு பேரு வச்சிருக்காங்க. ஒருத்தன் தன் குடும்பத்தோட செலவுசெய்யிற நேரத்துக்குக்கூட ஒரு பேர் வச்சிருக்காங்க."

தலையைத் திருப்பாமலே "நிஜமாவா?" என்று கேட்டாள்.

"அத குவாலிட்டி டைம்—என்கிறாங்க."

"அது இங்லீஷா?"

"ஆமாம்."

“ஏன் இப்பிடிப் பேர் வைக்கணும்?”

“எல்லாத்துக்கும் அவங்க பேர் வச்சிருக்காங்க. ஒனக்குத் தெரியுமா, ஓஜா, அந்த ஒசரமான கட்டடங்கள்லே, நான் யாரு, நான் யாருன்னு திடீர்னு கேட்க ஆரம்பிச்சிட்டாங்க சிலபேரு. அதுக்கும் ஒரு பேர் வச்சிருக்காங்க.”

கதவு தட்டும் சத்தம். “இந்த இடத்தில அமைதியே கெடையாது” என்று ஓஜா முணுமுணுத்தாள். அய்யன் கதவைத் திறந்தவுடன் இரண்டு சிறுபெண்கள் உள்ளே வந்தார்கள். ஒருத்திக்குப் பத்துவயது இருக்கும். இன்னொருத்திக்கு இரண்டுவயது குறைவாக இருக்கலாம். ஒரே சமயத்தில் இருவரும் “எங்க வீட்டுக்கு விருந்தாளிங்க வந்திருக்காங்க. எங்களுக்கு சேர் வேணும்.” இருந்த இரண்டு பிளாஸ்டிக் நாற்காலிகளையும் அவர்கள் தூக்கிக்கொண்டு போய்விட்டார்கள்.

வெளியில் அலைந்துகொண்டிருக்கும் பிற குறுக்கீடுகளிலிருந்து அவளைக் காப்பாற்றும் என்று நினைத்ததுபோல ஓஜா கதவைச் சாத்தி பலமாகத் தாழ்ப்பாள் போட்டாள். தரையில் மீண்டும் உட்கார்ந்தாள். தொலைக்காட்சியில் ஒரு வணிக விளம்பரம்— ஷாம்புவுக்கான பாட்டு ஓடியது. அவள் சுறுசுறுப்பாக எழுந்து சமையலறைக்குச் சென்றாள். விளம்பர இடைவேளைகள் சரியாக எத்தனை நிமிடங்கள் வரும் என்று அவளுக்குத் தெரியும். முதல் இடைவேளைதான் மிக நீளமானது. அந்தச் சமயத்திற்குள் அவள் பெரும்பாலான சமையல் வேலையை முடித்துவிடுவாள்.

“இதைப் பாரு” விளம்பரத்தைக் காட்டிக்கொண்டே அய்யன் சொன்னான். “இந்தப் பொண்ணுக்கு ஒரு பிரச்சினை. உண்மையில ரொம்பப் பெரீய பிரச்சினை. அவளோட முடி அடர்த்தியில்லாம பலவீனமா இருக்குது. அதுதான் அவளோட பிரச்சினை. இப்ப அவ ஒரு ஷாம்பூவைப் பயன்படுத்தறா. இப்பப் பாரு. அவ சந்தோஷமாயிட்டா. அவளோட பிரச்சினை தீர்ந்துபோச்சி. ஒரு ஆம்பளை அவள லவ்வோட பாக்கிறான். அவ அவனப் பக்கவாட்டில பாக்கிறா. இப்ப அவ முடி அடர்த்தியாவும் வலுவாவும் இருக்கு.”

அய்யன் சிரித்துக்கொண்டிருந்தான். ஆனால் ஓஜாவுக்கு அவன் கன்னப் பொட்டுகளைச் சுற்றியிருந்த தசைகள் அசைந்துகொண்டிருந்தது தெரியும். ஸ்டவ் மேல் கொதித்துக்கொண்டிருந்த பாத்திரத்திலிருந்து

அவள் திரும்பவில்லை. அவன் வெறுப்பையெல்லாம் வெளிப்படுத்திவிடட்டும் என்று காத்திருந்தாள்.

அவன் சொல்லிக்கொண்டிருந்தான்: "இதத்தான் இந்தத்..... மவனுங்க பிரச்சினன்னு நெனைக்கறாங்க. மயிர் உதிந்து போவுதாம். அதான் அவுங்களுடைய ரொம்பப் பெரீய பிரச்சின". பிறகு கேட்டான், "ஆதி எங்க?"

"பொம்பளைங்க பட்டாம்பூச்சிங்க, பையங்க கொரங்குங்க" என்றாள் ஓஜா. அய்யனுக்கு அவள் சொல்லும் பெரும்பாலான பழமொழிகள் புரிவதில்லை. "ஓஜா, எங்க அவன்?"

தூரத்தில் உயர்ந்து தோன்றுகின்ற கட்டடங்களால் சூழப்பட்ட பரந்த தார்பூசிய மொட்டைமாடியில் மக்கள் ஆங்காங்கு சிதறிய குழுக்களாக அமர்ந்திருந்தார்கள். நட்சத்திரமற்ற வானத்தின் கீழ் சிறார்கள் கத்திக்கொண்டு ஓடினார்கள். ஒரு பையன், பத்துவயதிருக்கும், ஒரு மூலையில் நின்றிருந்தான். அவனுடைய தலை எண்ணெயிட்டு நன்றாக சீவப்பட்டிருந்தது. அவன் ஒரு டீஷர்ட் அணிந்திருந்தான், அதன்மேல் ஐன்ஸ்டீன் ஜாலியாகத் தமது நாக்கைத் துருத்திக்கொண்டிருக்கும் ஓவியம் இருந்தது. அந்தப் பையனுக்கு தெளிவான கருத்த கண்கள் இருந்தன. ஓஜாவின் கண்கள். இடதுகாதில் ஒரு காதுக்கருவி பொருத்தப்பட்டிருந்தது. அதன் வெள்ளை ஒயர் அவன் டீ ஷர்ட்டுக்குள் போயிற்று.

அவனைச் சுற்றி நடப்பனவற்றில் அவன் மிகவும் ஆர்வம் காட்டுவதுபோல் இருந்தாலும், சுற்றி ஓடுவதற்கு ஆர்வம் அவனுக்கு இருப்பதுபோல் தோன்றவில்லை. கொஞ்சநேரம் கழித்து, அவன் நின்றிருந்த இடத்திற்குச் சிறுவர்கள் வந்தனர். சந்தோஷத்தோடு மூச்சிறைத்துக்கொண்டிருந்தனர். எல்லோரும் களைப்பாக இருந்த தால் "இனிமே அம்மா அப்பா வெளையாட்டு வெளையாடலாம்" என்று யாரோ சொன்னார்கள். அவர்கள் எண்ணத்தில் அது ஒரு எளிய விளையாட்டு.

ரொம்பவும் சண்டைபோடாமல் இரண்டிரண்டு பேர்களாகப் பிரிந்தனர். கடைசியாக இருந்த ஒருபெண் சட்டென்று இந்த அமைதியான பையனுடன் சேர்ந்து கொண்டாள். அவன்மீது பரிவோடு அவள் நோக்கினாள்—ஏனென்றால் அவள் ஒரு பெண், அவன் ஒரு பையன்தானே. விளையாடும் விதத்தை அவன் கேட்கா விட்டாலும் அவள் அவனுக்கு விளக்கினாள். ஆர்வமூட்டுவதற்காக,

இது ரொம்ப ஈசிதான் என்றாள். அம்மா—அப்பாபோல அவங்க நடந்துகொள்ளணும். பிற எல்லா ஜோடிகளும் சந்தைகளும் தியேட்டர்களும் இருப்பதாக பாவித்துக்கொண்டு மாடியின் மூலைகளுக்குச் சென்றார்கள். பெற்றோர்கள் செய்த எதைத் தாங்கள் செய்ய வேண்டும் என்று நினைத்துக்கொண்டு அவன் அந்தப் பெண்ணைப் பார்த்தான். அவனுடைய விசித்திரமான பெரிய தலையில் திடீரென ஒரு யோசனை உதித்தது. அவன் அந்தப் பெண்ணைத் தளரவைத்துத் தரையில் படுக்கவைத்தான். பிறகு அவள் கால்களை விரித்தான். அவள் குழப்பமடைந்தாள், என்ன செய்யப் போகிறான் என்று கவனிக்கலானாள். அவன் அவள்மீது ஏறி இடுப்பை தாறுமாறாக அசைக்கலானான்.

புல்தரையில் மேயும் ஆடுகளை கவனிப்பதுபோல இதுவரை அவர்களைப் பார்த்துக்கொண்டிருந்த இளம் தாய்மார்களுக்கு இப்போதுதான் உயிர்வந்தது. அவர்கள் திக்குமுக்காடிப்போய் உச்சுக்கொட்டிக்கொண்டு அந்தப் பையனை அவனது தற்காலிக மனைவியிடமிருந்து பிரிப்பதற்கு ஓடினார்கள். அந்தப் பையன் விகாரமான முகத்தோடு தனது மூலையில் ஒதுங்கினான். பெரியவர்கள் குறுக்கீட்டிலிருந்து அந்தப் பெண் தன்னை விடுவித்துக்கொண்டாள். இப்போது அவளுக்கு அவன் என்ன செய்தான் என்று புரிந்துவிட்டது. அவள் அந்த விளையாட்டைத் தொடரலானாள். முகத்தில் சலிப்பிற்கான ஒரு குறிப்போடு அவள் தன் தலைமுடியைக் கட்டிக்கொள்வதுபோல பாவனை செய்தாள். பிறகு தார்பூசிய தரையில் படுத்து உறங்கப் போய்விட்டாள்.

எல்லா ஜோடிகளும் வேலையாக இருந்தார்கள். அவனுடைய தோழியோ உறங்கச் சென்றுவிட்டாள். அதனால் ஆதி வீட்டுக்குச் சென்றான். ஓஜா அவனை உள்ளே விட்டாள். அவன் வீட்டுக்குள் ஒரு விவேகம்நிரம்பிய அமைதியுடன் சென்று பிரிட்டானிகா கலைக்களஞ்சியத்தை எடுத்தான். தொலைக்காட்சிப்பெட்டிக்கு கீழிருந்த ஸ்டாண்டின் கீழ்ப்பகுதியில் இருந்த M-P பகுதி.

"சொல்ல மறந்துட்டேனே" என்றாள் ஓஜா, கணவனிடம். "அவனோட கையேட்டில வாத்தியார் மறுபடியும் புகார் எழுதியிருக்கார். நாளைக்குக் காலையில நீங்க பிரின்சிபாலைப் பார்க்கணும்."

"அவன் அப்படி என்ன செய்ஞ்சான்?" ஒரு பெருமிதச் சிரிப் போடு அய்யன் கேட்டான். ஆதி அவன் அப்பாவைப் பார்த்துக் குறும்பாகக் கண்ணடித்தான்.

"நீங்கதான் அவனக் கெடுக்கறீங்க" என்றாள் ஓஜா. "என்னிக்காவது ஒருநாள் அவனப் பள்ளிக்கூடத்திலேருந்து ஒதச்சி வெரட்டப் போறாங்க."

ஆதியிடம் சென்று அவன் காதுகளை மெல்லப் பிடித்துத் திருகினாள். "அவன் இந்தக் கேள்விங்கள்ள ஒண்ணை வகுப்பில மறுபடி கேட்டானாம்."

"எந்தக் கேள்வி?" என்றான் அய்யன் கள்ளச் சிரிப்போடு.

"எனக்குத் தெரியாது. நீங்க இப்பச் சொன்னாலும் எனக்குப் புரியாது. இந்தப் பையன் பைத்தியம்."

"நீ என்ன செய்ஞ்ச, ஆதி?"

"எத நீ மேலே தூக்கி எறிஞ்சாலும் அது கீழே வந்துதான் ஆகணும்னு அறிவியல் ஆசிரியர் சொன்னாரு. இந்த மாதிரி எல்லாம் ரொம்ப அடிப்படையான விஷயங்கள். நான் பிரபஞ் சத்தில எங்கேயாவது எந்த கிரகத்திலாவது ஈர்ப்புவிசை ஒரு பொருளை ஒளியைவிட வேகமாகச் செல்லத் தூண்டுமான்னு கேட்டேன்."

ஓஜா வருத்தப்படுவதுபோலத் தோன்றினாள். "அவன் உங்க புஸ்தகங்கள்ல ஒண்ணை வகுப்பில படிச்சிக்கிட்டிருந்தானாம்" என்று குற்றம்சாட்டும் தொனியில் கூறினாள். "எப்படி அவன் எடுத்துக்கிட்டு போனான்னு தெரியல."

கூட்டாகச் சதிசெய்பவன்போல அய்யன் தன் மகனை நோக்கினான். "எந்தப் புஸ்தகம்?" என்று கேட்டான்.

"காலத்தின் சுருக்கமான வரலாறு" என்றான் ஆதி. "எனக்கு அது பிடிக்கல."

தன் மகனை ஓஜா பயத்துடனும் வியப்புடனும் பார்த்துக் கொண்டிருந்தாள். தன் மனைவியின் முகத்திலிருந்த அந்தப் பார்வை அய்யனுக்குப் பிடித்திருந்தது. பிடிடியில் தன் வாழ்க்கையை ஏற்றுக்கொண்டதிலிருந்து ஏற்பட்ட திடீர் விழிப்பு.

அவனுக்கு பத்துவயதுதான். அவனுக்கு எப்படி இந்த விஷயங்கள் புரியும்?

போனமாதம், வகுப்பின் மத்தியில், அறிவியல் ஆசிரியரைப் பார்த்து, ஆதி அரித்மெடிக் புரோக்ரஷன் பற்றி ஏதோ கேட்டான். சில வாரங்களுக்கு முன்பு இதே போல் வேறு ஏதோ. அவன் ஆசிரியர்களிடமிருந்து ஓஜா இந்தக் கதைகளைக் கேட்டாள். அவர்கள் அவளிடம் புகார் சொல்லும்போது ஏதோ ஒரு மகிழ்ச்சியான கற்பனையுலகில் இருப்பதுபோல் தோன்றினார்கள்.

அன்றிரவு, ஆதி வழக்கம்போல, குளிர்சாதனப்பெட்டியருகில் படுத்து உறங்கிக் கொண்டிருந்தான். அவன் அப்பன் கண்ணாடி வளையல் அணிந்த தன் மனைவியின் கையைப் பிடித்தவாறு அவனுக்குப் பக்கத்தில் படுத்திருந்தான். தன்னை நோக்கிப் படுத்திருந்த மகனைப் பார்க்கத் திரும்பினான். ஆனால் அவன் நன்றாகத் தூங்கிக் கொண்டிருந்தான். சில நிமிடங்கள் கழித்து, பையன் தூக்கத்தில் திரும்பி ஃப்ரிட்ஜின் கீழ் முகத்தை மறைத்துக் கொண்டான். இதயத்துக்கு மகிழ்ச்சிதரும் விஷயம்தான்.

சமையலறை ஜன்னலின் துருப்பிடித்த கிரில்கள் வழியாக ஒரு மங்கலான ஒளி வந்துகொண்டிருந்தது. அந்த நீலமெல்லொளியில் அவனால் ஓஜாவைப் பார்க்க முடிந்தது. அவளுடைய திறந்த உள்ளங்கை அதன் விதி ரேகையோடு, அவள் நெற்றியின்மீது இருந்தது. திருமணத்திற்குப் பின் அவள் அணிந்த சேலைகளைவிட அவள் அணிந்திருந்த சிவப்புநிற இரவுஉடை எழுச்சி தருவதாக இல்லை. அவள் அந்தக் காலத்தில் புடவைகளைத்தான் அணிந்தாள். அவள் தாயார் அவளை ஒரு நாகரிகப் பெண் என்று யாரும் சொல்லிவிடக்கூடாது என்று எச்சரித்திருந்தாள். ஓஜாவின் கால்கள் ஒன்றுசேர்ந்து மடிந்திருந்தன. அவளுடைய வெள்ளி கொலுசுகள் அசையாமல் கிடந்தன. அவள் இடுப்பின்மீது அய்யன் கையைச் செலுத்தினான். அவள் குழப்பமோ எதிர்ப்போ இல்லாமல் கண்ணைத் திறந்தாள். தலையைத் தூக்கி ஆதியைப் பார்த்தாள். மிகவும் திறமையாக அவர்கள் செயல்பட்டார்கள். அவர்கள் ஒருவரை ஒருவர் பாசத்தோடு தடவிக்கொள்ளவும், சத்தமே இல்லாமல் கொஞ்சம் மேலும் கீழுமாகப் புரளவும்கூட முடியும்.

வழக்கமான பிணைப்பில் இருந்தார்கள். அய்யனின் கால்சட்டை முழங்காலில் தொங்கிக் கொண்டிருந்தது. ஓஜாவின் இரவுஉடை உயர்த்தப்பட்டு அவள் கால்கள் பிரிந்திருந்தன. ஆதியை மீண்டும்

கவனிக்கலாம் என்று கொட்டாவி விட்டுக் கொண்டே ஓஜா நினைத்தாள். ஆதி சுவரில் சாய்ந்துகொண்டு உட்கார்ந்திருந்தான்.

"நேத்து நான் இதை வெளையாடினபோது அவங்க விடலை" என்றான்.

காலையில் ஆதி, கண்ணாடித் தடுப்புக்குள் குளித்துக்கொண்டிருந்த போது, அய்யன் கண்கள் ஆழ்ந்த சோர்வுற்றிருக்க, மனைவியிடம் "ஒண்ணு சொல்லணும்" என்றான். ஓஜா அவனைப் பார்த்துவிட்டு கொதிக்கும் பாலைப் பார்த்தாள். "நம்ம பிள்ளைக்காக, நம்ம சொந்த சந்தோஷத்த விட்டுற வேண்டியதுதான்" என்றான்.

ஒருமணி நேரம் கழித்து, ஆதியைப் பள்ளிக்கூடத்துக்கு நடத்தி அழைத்துச் சென்றுகொண்டிருந்தான் அய்யன். ஓஜா எப்படி தன் முடிவை உடனே ஏற்றுக் கொண்டாள் என்று சிந்தித்தான். ஒரு கண்ணைப் பால்மீது வைத்துக்கொண்டே அவள் தலையை அசைத்தாள். வோர்லியின் பின்புறச் சந்து ஒன்றை அவன் கடந்து, செயின்ட் ஆண்ட்ரூ பள்ளியின் உயர்ந்த கருப்புக் கதவுகளை அடையும்வரை அந்தப் படிமம் அவன் நெஞ்சில் நின்றது. ஒரு மனிதனின் தேய்வு, அவனது மனைவியால்தான் அவனுக்கு முதன்முதலில் உணர்த்தப்படுகிறது என்று தனக்குள் சொல்லிக் கொண்டான்.

காதல்செய்ய வசதியில்லாததால் ஓஜாவின் முகம் இறுகிவிட்டிருந்தது. வலியைக் கூட அது சற்றும் பதிவுசெய்வதில்லை. ஒருகாலத்தில் அவள் சிணுங்குவாள், சிறு மூச்சுகள் விடுவாள், பிறகு வெட்கப்படுவாள். இப்போது அவன் காதல்செய்யும் போது அவள் ஏதோ பஸ்ஸுக்குக் காத்திருப்பதுபோல் இருந்தாள். முதன்முதலில் அவளிடம் அந்த வெற்றுப்பார்வையைக் கண்டபோது, அய்யன் தன் அந்தரங்க விளையாட்டின் மூலமாக அவளிடமிருந்து ஒரு எதிர்வினையை—ஒரு சத்தம், ஒரு பெருமூச்சு, ஒரு சிணுங்கல்—ஏதேனும் ஒன்றை வரவழைக்க வேண்டுமென்று நினைத்தான். பிறகு அந்த விளையாட்டு மாறியது. அவன் தன்னை ஒரு தேயிலைத் தோட்டக்காரனாக நினைத்துக்கொண்டான். அவனிடம் கடன் கேட்கவந்த ஒரு பணிப் பெண்ணை பலவந்தம் செய்வதாக நினைத்துக்கொண்டான். ஆனால் அவன் மனைவி யின் வெறுமையான பார்வை அவனைத் தாக்க ஆரம்பித்தது. போகப்போக அவன் தனது எல்லா அந்தரங்க விளையாட்டுகளுக்கும் முற்றுப்புள்ளி வைத்துவிட்டான். அவள் தரும் தேநீர்க் குவளைகளை

ஏற்றுக்கொள்வதுபோலவே அவளுடைய விருப்பமற்ற காதலையும் ஏற்றுக்கொண்டான்.

ஆனால் அவளுடைய பரவசமற்ற வெறுமைநிறைந்த முகம் அவனைச் சிலசமயம் பயமுறுத்தியது. அவனால் நேசிக்கப்பட்ட ஒரு பெண், அவன் காரணமாக ஒரு வெறுமையான வாழ்க்கையில் அகப்பட்டுத் தவிக்கிறாள் என்பதை நினைவுபடுத்தியது. அவளை பிடிடி—யிலிருந்தும் பிற எல்லாவற்றிடமிருந்தும் காப்பாற்றிவிட முடியும் என்று ஒருகாலத்தில் அவன் நினைத்ததுண்டு. காதல்செய்வதே அவனை மனிதனாக்கிவிடும் என்றும் இன்னும் கொஞ்சம் நல்லவிதமான வாழ்க்கைக்குக் கொண்டுசெல்லும் என்றும் நினைத்தான். ஆனால் அப்படி நடக்கவில்லை, இனி ஒருபோதும் நடவாமலும் போகலாம்.

சாள்களில் வசித்த நிரந்தரக் குடிகாரர்களைப்போலக் கீழே விழுந்து உடனடியாகத் தூங்கிப்போகவேண்டும் என்ற தடுக்கமுடியாத உந்துதல் ஏற்பட்டது அவனுக்கு. ரொம்ப தூரத்திலிருந்த ஓரிடத்திற்கு ஓடிப்போக வேண்டும். அங்கே அவன் தனியாக இருப்பான். மற்ற மனிதர்களிடமிருந்து ஒன்றையும் எதிர்பார்க்க மாட்டான், மற்றவர்களும் அவனிடம் ஒன்றும் எதிர்பார்க்கமாட்டார்கள். எவருக்கும் சொந்தமற்ற ஒரு கனியை அவன் புசிப்பான். தெளிந்த நீலவானத்தின்கீழ் உறங்குவான். அலைகளின் சத்தத்தினால் தாலாட்டப்பட்டு. தொலைதூர நாடுகளின் காற்றுகளால் தாலாட்டப்பட்டு. ஒரு பலத்த சாரத்தின்மீது தான் இருப்பதாக நினைத்தான். உலகிற்கு முதுகைக் காட்டிக்கொண்டு, சரிவான ஒரு பாதையில் நடந்துகொண்டு, முடிவற்ற ஒரு கடலை நோக்கி. தொடுவானத்தின் எல்லையில் சுதந்திரமனிதன் (பதிவு) என்ற வார்த்தைகள் கண்ணுக்குத் தெரிந்தன.

ஆனால், ஒரு பிரம்மச்சாரியின் சுதந்திரம் என்பது தெருநாயின் சுதந்திரத்தைப் போல என்பது அவனுக்குத் தெரியும். அந்த மாதிரி நாட்களில், அவன் குடும்ப வாழ்க்கையில் மாட்டிக்கொண்டதாக நினைத்தான், அப்போதெல்லாம் ஓஜா முதன் முதல் அவன் வீட்டிற்குள் ஒரு பயந்த மணப்பெண்ணாக உள்ளே நுழைந்த காட்சியை நினைவில் எழுப்பிக்கொண்டான். அவள் மிகவும் அழகாக இருந்தாள். அவளுடைய பயம் அவனை மிகவும் தூண்டுவதாக இருந்தது. முதலிரவின்போது, அவள் அருகில் அவன் அமர்ந்திருந்தபோது, அந்தப் படுக்கையின்மீது அண்டைவீட்டாராலும் நண்பராலும் தூவப்பட்டிருந்த பூக்களை, பிணத்துக்குப் போட்டுக்கொண்டு

செல்லும் ரோஜாப்பூக்களைப் போல உணர்ந்தான். அவன் புதிய மனைவி அவள் கைகளையும் கால்களையும் ஒரு டோபாஸ் பிளேடினால் அறுத்துக்கொண்டிருந்தாள். அவள் தன் இரத்தக் குழாய்களைச் சேதப்படுத்திக் கொள்ளாமல் திறமையோடு அதைச் செய்திருந்தாள். ஒரு புதியவன் அவள் உடைகளைக் களையாமல் தடுக்க, தன்னைப் பாதுகாத்துக்கொள்ளச் செய்த ஏற்பாடு அது.

"எனக்கு பயமாக இருக்கிறது" என்பதுதான் அவள் பேசிய முதல் பேச்சு.

"எதற்கு?" என்று கேட்டான். மேலும் பயத்தோடு அவனை நோக்கினாள். அந்த பயத்திற்கு என்னதான் அர்த்தம் என்றாலும் உடலுறவுக்கு முன் ஒரு பெண் ஆயத்தமாக வேண்டும் என்று அய்யன் படித்திருந்தான். எனவே அவன் காத்திருக்கத் தீர்மானித்தான். அவர்கள் கல்யாணம் ஆகி இரண்டாம் மாதத்தில் ஏதோ ஒருசமயம், ஓஜாவின் ஒன்றுவிட்ட அக்காள் அவளைப் பார்க்கவந்தாள். எல்லாம் சரியாக இருக்கிறதா என்று தெரிந்துகொள்ள அவள் தாய் அனுப்பிய எதிர்பாராத குறுக்கீடு அது. தயிரைக் கடைந்துகொண்டிருந்தபோது இந்தப் பெண்கள் அந்தரங்க விஷயத்தைப் பற்றிப் பேசினார்கள்.

"அவன் இன்னும் அதச் செய்யலையா?" என்று அக்கா வீறிட்டாள். "அவங்கிட்ட ஏதோ தப்பு இருக்கு". அவள் அந்தக் கருத்த பொருளைப் பற்றிப் பேசினாள். பாதி தின்றதுபோல் அது காட்சியளித்தது. அவள் தன் ஆடவனுக்குத் திருமண இரவின்போது பால் குவளையைக் கொடுக்கும் முன்பே அவளை ஆணியடித்தது போலப் படுக்கவைத்துவிட்டது.

"அது பெரிசாயிருந்துது, வலிச்சுது" என்றாள் அவள் அக்கா. குசுகுசுத்துக் கொண்டே. "நான் ஒரு சிலந்திப்பூச்சியப்போல ரெண்டு நாள் நடந்தேன்."

அய்யன் தன் உரிமையை உடனே எடுத்துக்கொண்டு விடவில்லை. ஒரு ஞாயிற்றுக்கிழமை மாலை, ஓஜா கல்தரையில் உட்கார்ந்து வெங்காயம் நறுக்கிக் கொண்டிருந்தாள். அது முடிந்தவுடனே, ஓஜா மல்லாத்தி வைக்கப்பட்டாள். வெங்காயத்தினால் வந்த கண்ணீர் அவள் கன்னத்தில் ஓடியது. கொஞ்சம் ஏமாற்றத்தோடே "இவ்வளவுதானா" என்று கேட்டாள். எதிர்பாராதவிதமாக, அவள் வலியைப் போக்கிக்கொள்ளும் செய்கை போலத் தன் இரண்டு கால்களையும் தூக்கி, முழங்கால்களை முகத்தில்

ஒற்றிக்கொண்டாள். அவர்கள் திருமணத்தின் முதலாண்டு, ஓயாதபேச்சில், அவர்கள் ஞாபகத்தில் இல்லாத விஷயங்களை நினைவுபடுத்திப் பேசுவதில் கழிந்தது. தனிமையின் கணங்களில், நாடுகடத்தப்பட்டது போன்ற இருண்மை. பிறசமயங்களில் ஒன்றாக ஓடிவந்ததனால் இளைத்தது போன்ற இனிமைத் தனிமை. அவ்வப்போது நடந்த உடலுறவுகளின்போது ஓஜா, ஒரு அமைதியான, ஆர்வமிக்க பார்வையைக் கொண்டிருந்தாள். அய்யனுடைய நிரந்தர ஞாபகத்தில் ஒரு ஊறுகாய் ஜாடியைவிட ஆணுறைப்பெட்டி நீண்டநாள் தங்கியிருந்தது.

அந்தச் சமயத்தில் அவன் ஓஜாவிடம் சொல்லாத ஒரு கெட்டகனவு அவனுக்கு இருந்தது. திடீரெனக் கடவுளால் அவன் அழைக்கப்பட்டான். கடவுள் ஆல்பர்ட் ஐன்ஸ்டீனைப்போல, ஆனால் ஒளிவட்டத்தோடு காணப்பட்டார். அவனை "நீ ஏன் கல்யாணம் செய்துகொண்டாய்?" என்று கேட்டார்.

மனந்திறந்து அய்யன் பதிலளித்தான் "பகலிலோ இரவிலோ எப்போது வேண்டுமானாலும் உடலுறவுகொள்ள."

ஒரு கணம் சிந்தனை நிறைந்த முகத்தோடு கடவுள் அவனை நோக்கினார். புன்முறுவலின் கீற்றுகள் முகத்தில் தோன்றின. புன்முறுவல் பெரிய சிரிப்பாகி, அது எதிரொலித்தது. தெருக்களில் இருந்த ஆடவரும் பெண்களும்கூட, அய்யனை நோக்கிக் கட்டுப்படுத்த முடியாமல் சிரித்தார்கள். ஒரு நகர்ப்புற இரயிலில் தொங்கிக்கொண்டு சென்றவர்களும் தங்கள் தலையைப் பின்னுக்குத் தள்ளிக்கொண்டு சிரித்தார்கள். இரயில் ஓட்டுநரும் அதை நிறுத்திவிட்டுச் சிரித்தான். சந்தையில் மீன்விற்பவர்கள் தங்கள் வாயை மூடிக்கொண்டு சிரித்தார்கள். ஜவஹர்லால் நேருவின் படம்கூடத் தன் பொத்தான் துளையில் செருகிவைத்திருந்த பூ கீழே விழும் வரை வயிற்றைப் பிடித்துக் கொண்டு சிரித்தது. அப்போது அவனுடைய அழகான மனைவியின் முகம் மட்டும் ஒரு பெரிய விளம்பரச்சாரத்தின்மீது தெரிந்தது. மிகவும் குழம்பிய நிலையில் மிகவும் அழகிய திகைப்போடு. அந்தப் பிசாசு உருவம் அவனைத் தூக்கத்திலிருந்து எழுப்பி விட்டது, ஏனென்றால் அப்படி அவளைப் பார்க்க அவன் விரும்பவில்லை.

அது ஒரு கனவுதான் என்று தெரிந்ததும், தூங்கிக்கொண்டிருந்த அவளை நோக்கித் திரும்பித் தழுவிக்கொண்டான். அவள் கண்கள்

மூடியிருந்தாலும் அவளும் அவள் கனவுகளில் அதே காட்சியைக் கண்டதுபோலப் பசியோடு அவன் தழுவலை ஏற்றுக்கொண்டாள்.

பள்ளிக்கூட வாசலில் அய்யன் நவீன இளம் தாய்மார்களைக் கண்களால் விருந்து செய்தான். அவர்களுடைய முகங்கள் இன்னும் இளமையாகத்தான் இருந்தன. தமிழ்ப்படங்களுடைய ஒழுக்கமற்ற இளஞ்சிவப்பு வண்ணப் பூப்பாத்திகளின் நீர்போல அவர்களுடைய சிறிய மேற்சட்டைகளுக்குள் தளர்த்தியான சதை தளும்பியது. அவர்களுடைய கால்சட்டைகள் இறுக்கம் காரணமாக அச்சமுற்றதுபோல் இருந்தன. அவர்களுடைய சீரற்ற உள்ளாடைக்கோடுகள், ஒரு அக்கறையற்ற கேலிச்சித்திரக்காரர் வானத்தில் பறவைகளை வரைந்தது போலத் தெரிந்தன. இக்காலத்தில் பிள்ளைபெற்ற இளமைபெண்கள் நீளமான பாவாடைகளும் அணிந்தார்கள். அவை நன்றாக இருந்தன என்று நினைத்தான். சாள்களில், இளம்தாய்மார்கள் பாவாடைகள் அணிவதில்லை. இரண்டு ஆண்டுகளுக்கு முன்னால் ஆசையால் தவறாகத் தூண்டப் பட்டு, ஒரு பெண் பாவாடை அணிந்துகொண்டாள். அவள் உடைந்த உருண்டைக்கல் பாவிய வழிகளை அடையும் முன்பே நிறையப்பேர் அவளைப் பார்த்துச் சிரித்தார்கள். எத்தனையோ கண்கள் அவளுடைய உள்மனத்தை எடைபோட்டன. அவள் வீட்டுக்குத் திரும்பி ஓடிப்போய் தன் விதியை நினைத்துக்கொண்டு ஒரு சல்வாரில் திரும்பி வந்தாள்.

காலை நேரங்களில் பள்ளிக்கூட வாயிலில் காற்று இறுக்கமாக இருந்தது. வெள்ளை உடை அணிந்த பையன்கள், நீல மேலுடை அணிந்த பெண்கள் தங்கள் பெற்றோரிடமிருந்து மகிழ்ச்சியற்ற முகங்களோடு பிரிந்து சென்றார்கள். இந்த நாட்டில் பூகம்பம் வந்து தப்பித்தவர்கள் ஒரு பிபிசி நிருபரை நோக்கி ஓடுவது போல மாலை நேரங்களில் அவர்கள் மகிழ்ச்சியோடு வாயிலை நோக்கி ஓடிவந்தார்கள்.

அய்யன் தன் மகனைக் கூர்ந்து நோக்கினான். ஆதி ஒரு வெள்ளைச்சட்டையும் கால்சட்டையும் நேர்த்தியான கருப்பு பூட்ஸும் அணிந்திருந்தான். அவன் பை பத்து வயதுப் பையனுக்கு மிகவும் பெரியது. அது அவன் தகப்பனின் கையில் இருந்தது. அமைதியான, நன்கு படிக்கக்கூடிய அந்தப் பையனின் தோற்றம் அவனுக்கு ஆறுதலாக இருந்தது. அவர்கள் ஒரு இரகசிய விளையாட்டில் ஈடுபட்டிருந்தார்கள். எல்லா விளையாட்டுகளுக்கும் தாய்விளையாட்டு. அது அய்யனை எதிர்பார்ப்பின் பூரிப்பினால்

நிரப்பியது. சில நாட்களில் வாழ்க்கையில் அவன் எதிர்பார்த்தது அதுதான். எதிர்பார்ப்பின் பூரிப்பு.

தனித்த காவல்காரன், காக்கிச் சீருடையும குல்லாயும் அணிய நிர்ப்பந்திக்கப்பட்டவன், திரும்பிச்செல்லும் இளம் தாய்களின் பின்புறங்களைப் பார்த்துக் கொண்டிருந்தான். ஏதோ அவன் மனைவி இவர்களைவிட உயர்ந்த ஒழுக்கமுள்ளவள் என்பதுபோல. அய்யனைப் பார்த்து நட்புடன் தலையசைத்தான். ஒரு சதைப்பிடிப்பான இளம்தாயைப் பார்க்கச் சொல்லிக் கண்ணால் அவனைத் தூண்டினான். அய்யன் அவனை கவனிக்காமல் விட்டான். அவன் எப்போதுமே அப்படித்தான் செய்வான். ஏனென்றால் காவல்காரனும் இவனும் சமம் அல்ல என்பதை உணர்த்த வேண்டும் என்று நினைத்தான். கார்களில் வரும் தந்தைமார்களுக்கு வேகமாக சல்யூட் அடிப்பது போலத் தனக்கும் அவன் மரியாதை தரவேண்டும் என்று நினைத்தான். ஆனால் தான் அப்படி விட்டுக்கொடுக்க வேண்டியதில்லை என்பதைக் காவல்காரன் அறிவான்.

பள்ளித்தலைவி ஒரு கடினமான, முதிர்ந்த சலேசியன் சிஸ்டர். அவளுடைய முகத்திரை பாதி தலை வரை சென்றிருந்தது. அவளுக்கு எளிதில் மாறக்கூடிய அகன்ற முகம். கடுமையான கண்கள். சதுரமாக சதைப்பிடிப்போடு காணப்பட்டாள். அவளுடைய உடையின் கீழ் கணுக்காலில் கம்பிபோல முடிகள் தெரிந்தன. அவள் பெயர் சகோதரி சேஸ்டிடி.

முள்முடியணிந்த இயேசு கிறிஸ்து, அந்த அறையை மகிழ்ச்சியற்றுப் பார்த்துக் கொண்டிருந்தார். அவருடைய ஒரு கை எரியும் நெருப்பின் மேலிருந்த அவர் இதயத்தின்மீது இருந்தது. பள்ளித்தலைவி சுற்றுச்சூழல் அக்கறை கொண்டவராக இருந்தார். (அநேகமாக கத்தோலிக்கப் பெண்ணாதிக்கவாதிகளிடம் இத்தன்மை காணப்படுவதில்லை). அவளுடைய மேஜை முழுவதும் மறுசுழற்சிசெய்யப்பட்ட தாள் களாலும் பொருள்களாலும் நிரம்பியிருந்தது. இவள் அறையில் ஒருசமயம் பொருட்கள் எல்லாமே வேறாக இருந்தன என்று இந்தச் சகோதரியை முதல்முறை பார்த்த பிறகு அய்யன் ஓஜாவிடம் கூறினான்.

“ஆக, நாம் மறுபடி சந்திக்கிறோம்”, என்று சகோதரி சேஸ்டிடி மகிழ்ச்சியற்றுச் சொல்லிக்கொண்டே அய்யன் உட்கார ஒரு நாற் காலியைக் காட்டினாள். அவள் அவனிடம் வழக்கமாக சற்றே

மலையாள உச்சரிப்புக்கொண்ட இந்தியில்தான் பேசுவாள். "ஏதாவது தொல்லை என்றால் ஏன் இவன் தாய் வருவதில்லை?" என்று கேட்டாள்.

"அவள் உங்களிடம் பயப்படுகிறாள். பையனைப் பார்த்து அவமானம் அவளுக்கு."

"ஆதி எங்கே? ஏற்கெனவே வகுப்புக்கு போய்விட்டானா?"

"ஆமாம்."

ஒரு வசதியற்ற மௌனம். சகோதரி சேஸ்டிடி அதை விரும்பினாள். பிறகு சொன்னாள்: "மிஸ்டர் மணி, உங்கள் மகனால் எனக்கு மகிழ்ச்சியா துக்கமா என்று புரியவில்லை. அவனைக் கூட்டல் கணக்கு போடச்சொன்னால், அவன் அவனைவிடப் பலஆண்டுகள் மூத்த வகுப்புப் பையன்களுக்குப் புரியாத விஷயங்களைப் பற்றிப் பேசுகிறான். ஒளியின் வேகத்தைப் பற்றியும், புவிஈர்ப்பு விசை பற்றியும் இதுபோன்ற விஷயங்களைப் பற்றியும் தெரிந்துகொள்ள விரும்புகிறான். ஆக. அவன் ஏதோ ஒரு வகையான மேதை, அதை நாங்கள் வளர்த்துத்தான் ஆகவேண்டும். மிகவும் தனித் தன்மை கொண்டவன். ஆனால் பள்ளியில் அவனுடைய நடத்தை, வகுப்பின் மத்தியில் அவன் விஷயங்களைச் சொல்லும் முறை, அவன் ஆசிரியர்களின் உரிமையைப் பாதிக்கிறது. இதை நாங்கள் பொறுத்துக்கொள்ள முடியாது."

"அவன் சரியாக நடக்கிறானா என்பதை நான் பார்த்துக் கொள்கிறேன். அவனைக் கட்டுப்படுத்துவது கஷ்டம்தான், என்றாலும் அவன் ஒழுங்காக நடப்பான் என்று உறுதி அளிக்கிறேன்."

"ஒழுங்கு. அதுதான் சரியான வார்த்தை. கல்வியில் அதுதான் முக்கியம்." ஏறத்தாழச் சந்திப்பு முடிவடையும் நேரம் என்று நினைத்தவேளையில், அவள் இரண்டு புத்தகங்களை அய்யனிடம் தள்ளினாள். அவை இயேசு கிறிஸ்துவின் வாழ்க்கை பற்றியவை. "உங்களை என் பிரபுவின் அருகில் கொண்டுவர எனது சிறிய முயற்சி" என்று புன்சிரிப்போடு கூறினாள். அவள் கண்கள் கருணையோடு நோக்கின.

"எனக்கு இயேசுநாதரைப் பிடிக்கும்" என்று மெதுவாகச் சொன்னான் அய்யன்.

"ஏன் நீங்கள் அவரை ஏற்றுக்கொள்ளக்கூடாது?"

“நான் ஏற்றுக்கொள்கிறேனே.”

“முறைப்படியாக ஏற்றுக்கொள்வது என்பதைப் பற்றிச் சொல்கிறேன். ஆனால் கட்டாயம் ஒன்றுமில்லை. நாங்கள் யாரையும் கட்டாயப்படுத்துவது கிடையாது. உங்களுக்குத் தெரியும், பொருளாதார வசதியில் பின்தங்கிய கிறிஸ்துவர்களுக்கு நாங்கள் அளிக்கும் கட்டணச்சலுகை, வேறு சில சலுகைகள் போன்றவை உங்களுக்கு மிகவும் பயனுள்ளதாக இருக்கும்.”

“நான் இதைப்பற்றி யோசிக்கிறேன். என் குடும்பம் இதனை ஏற்றுக்கொள்ள முயற்சி செய்கிறேன். பலபேருக்கு மதமாற்றம் என்றால் பிடிப்பதில்லை உங்களுக்குத் தெரியும்.”

“தெரியும். தெரியும். மனித மனம் மிகவும் அறியாமையில் மூழ்கி யிருக்கிறது” என்று சொன்னாள் சகோதரி சேஸ்டிடி. அவளுடைய ஆழமான கடுமையான கண்களால் அவனை நிறுத்தினாள். அவளுக்கு இடைவெளிவிட்டுப் பேசுவது பிடிக்கும். மௌனத்துக்கு அப்பால் சொல்ல ஒன்றுமில்லை என்றால் வெளியே போய்விடு, அல்லது இங்கேயே நில் என்பாள். இப்போதிருந்த மௌனம், ஒரு சொற்பொழிவுக்கு முந்திய மௌனம். அவள் உண்மையில் கன்னிப்பெண்தானா என்று அவன் யோசித்தான்.

“மிஸ்டர் மணி, ஒருவகையில் நீங்கள் நல்ல கிறிஸ்துவர்.”

“நானா?”

“ஆமாம் மிஸ்டர் மணி. உங்கள் முன்னோர்களை விலங்குபோல நடத்திய மக்களை நீங்கள் எவ்வளவு அழகாக மன்னித்திருக்கிறீர்கள். பிராமணர்கள் செய்த விஷயங்களைப் பற்றித்தான் சொல்கிறேன். இப்போதும் அப்படிப்பட்ட செய்கைகளைச் செய்துதான் வருகிறார் கள். பிறர் இல்லாதபோது இப்போதும் உங்களை தீண்டத்தகாதவர் என்றுதானே சொல்கிறார்கள்? உங்களுக்குத் தெரியுமா? வெளியில் அவர்கள் உங்களை தலித்துகள் என்கிறார்கள். ஆனால் அந்தரங் கத்தில் மிகமோசமான விஷயங்களைப் பேசுகிறார்கள்.”

“தெரியும்” என்றான் அய்யன். கோபமாகவும் அவளால் பாதிக்கப்பட்டும் இருப்பது போல காட்டிக்கொள்ள முயற்சிசெய்தான். ஏனென்றால் அதுதான் அவள் விரும்பியது.

“இந்துமதம் அப்படித்தான் இருக்கிறது மிஸ்டர் மணி. அதில் மேல்ஜாதிகள் இருக்கிறார்கள். தலித்துகளும் இருக்கிறார்கள்.

பிராமணர்களும் தீண்டத்தகாதவர்களும். இது எப்போதும் மாறப்போவதில்லை. எல்லாம் மாறிவிட்டது போல ஜனங்கள் நடிக்கிறார்கள்."

"நீங்கள் சொல்வது உண்மைதான் சிஸ்டர். நான் பிறக்கும் முன்பே பிராமணர்கள் என் வாழ்க்கையைப் பாழாக்கிவிட்டார்கள். என் தாத்தா அவர் காலத்தில் கிராமப் பள்ளிக்கூடத்தில் நுழைய அனுமதிக்கப்படவில்லை. ஒருமுறை அவர் நுழைந்தபோது அடித்துத் துரத்திவிட்டார்கள். அவர் பள்ளிக்குச் சென்றிருந்தால் என் வாழ்க்கை வேறுவிதமாக இருந்திருக்கும்."

"முற்றிலும் சரி" என்றாள் அவள். "நீங்கள் வேலை செய்யும் பெரிய நிறுவனத்தில் எல்லா விஞ்ஞானிகளும் பிராமணர்கள்தானே?"

"ஆமாம்."

"எல்லாப் பியூன்களும் தலித்துகள் தானே?"

"ஆமாம்."

"ஆனால் இது பிராமணர்கள் தலித்துகளைவிட புத்திசாலிகள் என்பதனால் அல்ல" என்றாள்.

"இல்லை." அய்யன் சொன்னான். சிஸ்டர் வேண்டிய மாதிரியான மனநிலைக்கு ஆட்பட விரும்பவில்லை என்றாலும் கோபமாகவே இருந்தான்.

"சிஸ்டர், பிராமணர்கள் மூவாயிரம் ஆண்டுகளாக வளர்ந்து வந்தவர்கள். மூவாயிரம் ஆண்டுகள். அந்த மோசமான நூற்றாண்டுகள் கழிந்தபோது பிராமணர்கள் புதிதாகச் சைவ உணவுகளோடு வந்தார்கள், புத்தகங்கள் எழுதினார்கள், ஆங்கிலத்தில் பேசினார்கள், பாலங்கள் கட்டினார்கள், சோஷலிசம் உபதேசித்தார்கள், ஒரு அடைய முடியாத பெரிய உலகத்தைக் கட்டினார்கள். நான் ஓரறை வீட்டில் ஒரு பெருக்குபவன் மகனாக, இன்னொரு நம்பிக்கையற்ற தலித்தாக வந்துசேர்ந்தேன். என் வளையிலிருந்து வெளியே வந்து அவர்கள் எதைச் சாதித்தார்கள் என்பதைப் பார்த்து அவர்களை உயரத்தில்வைத்து ஆவலோடு நாங்கள் பார்க்கவேண்டும் என்று நினைக்கிறார்கள். எவ்வளவு மேதைகள்."

"எவ்வளவு மேதைகள்", அவளும் கோபமாகச் சொன்னாள்.

"கொலைகாரர்கள் அவர்கள்" அய்யன் சொன்னான். அவனைப்போலவே அவள் கண்ணுக்குத் தெரியாமல் சிரித்ததைப் பார்த்து.

"அதனால்தான் நீங்கள் ஒரு நல்ல கிறிஸ்துவர், மிஸ்டர் மணி. நீங்கள் பிராமணர்களை மன்னித்துவிட்டீர்கள், அவர்களுடைய மிகப்பெரிய கட்டுக்கதை இந்துமதம்."

"நான் அவர்களை மன்னிக்கவில்லை" என்றான் அய்யன். "உங்களுக்கு அது தெரியும். நான் இந்துமதத்தை நீண்டகாலத்திற்கு முன்பே விட்டுவிட்டேன். நான் ஒரு பௌத்தன்."

சலிப்புற்ற முகத்தோடு அவள் அன்பளிப்பாகக் கொடுத்த இரண்டு நூல்களையும் அவனை நோக்கித் தள்ளிக்கொண்டே சொன்னாள், "மிஸ்டர் மணி, இந்துமதம், புத்தமதம் எல்லாம் ஒன்றுதான்."

அய்யன் மணி அந்த நிறுவனத்தின் தாழ்ந்த அழகிய வாயில்கள் வழியாக நடந்தான். இந்தப் பெருமனங்களின் காப்பிடத்தில் இன்னும் ஒரு நாளைத் தள்ளுவதற்குத் தனக்கு விருப்புறுதி வேண்டும் என்று வேண்டிக்கொண்டான். கண்ணாடிப் பெட்டிகளுக்குள் இருந்த உற்சாகமற்ற காவலர்கள் அவனைப் பார்த்துப் புன்முறுவல் செய்தபோது அவர்களை நோக்கிக் கையசைத்தான்.

"ஓடு, நீ லேட்டாக வந்திருக்கிறாய் தம்பி" ஒருவன் இவனைப் பார்த்து அன்பாகச் சிரித்துக்கொண்டே சத்தம்போட்டான். "பெரியவர் ஏற்கெனவே வந்துவிட்டார்."

இந்த இடம் ஏன் இவ்வளவு கடுமையான பாதுகாப்புக்குள் வைக்கப்பட்டிருக்கிறது என்று அய்யனுக்குத் தெரியாது. இங்கே நடப்பது என்ன? உண்மையைத் தேடுவதுதானே?

கோட்பாடு மற்றும் ஆய்வுகள்(தியரி அண் ரிசர்ச்) நிறுவனம் அலையலையான புல்வெளிகளும் தனிமையான பழங்கால மரங்களும் கொண்ட பத்து ஏக்கர் நிலத்தில் நின்றது. நிலத்தின் மத்தியில் ஒரு 'ட' வடிவக் கட்டடம் மூடிய ஜன்னல்களைக் கொண்டு மூச்சை உள்ளிழுத்தவாறு நின்றது. மத்தியில் ஜாக்கிரதையாக வெட்டப்பட்ட புல்வெளியின் இரண்டுபுறங்களில் அது பரவி

யிருந்தது. கோண(ட)வடிவக் கட்டடத்திற்குப் பின்னர், ஈரமான பாறைகள். அதற்குப் பிறகு கடல்.

மனநலம் இங்கே மிகுதியாக மதிக்கப்படுவதில்லை. மனநலமின்மையை மதிநுட்பமற்ற மனம் என்று குழப்பிக்கொள்வதும் இல்லை. சிலசமயங்களில் பாதை வழிகளில் அமைதியான ஆடவர்கள் அவர்களுக்கு நல்ல துணை தேவைப்படும்போது தங்களுக்குத் தாங்களே பேசிக்கொண்டார்கள். பிரபஞ்சத்தில் ஏன் போதிய லிதியம் இல்லை என்றோ, ஏன் ஒளியின் வேகம் அவ்வளவு அதிகமாக இருக்கிறது என்றோ, ஏன் புவிஈர்ப்பு விசை இவ்வளவு பலவீனமான சக்தியாக இருக்கிறது என்றோ புரிந்து கொள்ள முழு வாழ்க்கையையும் செலவிட முனைபவர்களுக்கு இந்த இடம் ஒரு சரியான புகலிடம்.

இந்தப் பைத்தியக்காரக் காப்பகத்திலிருந்து தப்பித்துக்கொள்ள வேண்டும் என்று அய்யனுக்கு எப்போதும் ஓர் ஆசை வந்தவாறு இருந்தது. பதின்மூன்று ஆண்டுகள் மிகவும் நீண்ட காலப்பகுதி. அவனால் அவர்கள் பணியின் தகைமையை அதற்குமேல் தாங்க முடியவில்லை. 'யூனிவர்ஸ்' என்பதைப் பெரிய 'யு' போட்டு எழுதவேண்டுமா, சிறிய 'யு' போட்டு எழுதவேண்டுமா என்று பொதுமக்களின் கோடிக்கணக்கான பணத்தைச் செலவு செய்து மிக கம்பீரமாக ஆராய்ச்சி செய்தார்கள். "மனிதனுக்கு இன்னும் எதுவும் தெரியாது; எதுவும்" என்று தங்கள் குணப்படுத்தமுடியாத சுயநலப்பற்றை ஒரு போலியான கண்ணியத்தால் மறைத்துக் கொண்டு நிருபர்களிடம் பேசுவார்கள். ஒரு இயற்பியல் விஞ்ஞானி தன்னை எவ்வளவு பிறர் மேற்கோள்காட்டுகிறார்கள் என்பதன் வாயிலாகவே மதிக்கப்படுகிறார். அவர் தொடர்ந்து ஆய்வுக்கட்டுரைகள் வெளியிட வேண்டும். மிக உயர்ந்த மனம் படைத்த இவர்கள் இரகசியமாகத் தங்கள் பணிதான் மிக உயர்ந்தது என்று நம்பினார்கள். அறிவியலாளர்களுக்குத்தான் இன்று தத்துவவாதிகளாக இருக்கத் தகுதி இருக்கிறது என்ற நிச்சயம் அவர்களுக்கு இருந்தது. ஆனால் மற்றவர்களைப் போல்தான் ஈரமான சுட்டுவிரலையும் திடீரெனவரும் சிந்தனைக் கடுமையையும் கொண்டு பணத்தை எண்ணினார்கள்.

அன்று காலையில் அய்யன் காலதாமதமாக வந்தான் என்றாலும், வழக்கம் போல் முக்கியக் கட்டடத்திலுள்ள கரும்பலகையின் முன்னால் அவன் நிற்கவேண்டிய அவசியம் இருந்தது. அவன் மார்பின் ஜுரத்தைத் தணித்த ஒரு காலைச் சடங்கு அது. அழிக்க

முடியாத வெள்ளை மையில் 'இன்றைய சிந்தனை' என்று அந்தக் கரும்பலகையில் எழுதப்பட்டிருந்தது. அதன்கீழ் சாக்கினால் அன்றைக்கான சிந்தனை எழுதப்பட்டிருந்தது.

"கடவுள் சூதாட்டத்தில் ஈடுபடுவதில்லை"—ஆல்பர்ட் ஐன்ஸ்டீன்.

அய்யன் அந்தக் கரும்பலகையின் உச்சியிலிருந்து துடைப்பானை எடுத்து, ஐன்ஸ்டீனுடைய அந்தக் குறுக்கப்பட்ட புகழ்பெற்ற செய்தியைத் துடைத்தான். பிறகு ஒருவேளை யாராவது பார்த்துக் கொண்டிருக்கலாம் என்று ஒரு தாளைப் பார்ப்பது போல் நடித்தான். பிறகு எழுதினான்.

"சமஸ்கிருதம்தான் கணினிச் சங்கேதங்களை எழுதச் சிறந்த மொழி என்பது ஒரு கட்டுக்கதை. தேசப்பற்று மிக்க இந்தியர்கள் இதைப் பல ஆண்டுகளாகப் பரப்பி வருகிறார்கள்"—பில் கேட்ஸ்.

பில்கேட்ஸ் ஒருபோதும் இவ்வாறு கூறியதில்லை. சிலநாட்களில் இந்தியக் கலாச்சாரத்தை, பிராமணர்கள் கற்பித்த வரலாற்றைப் பழிக்கும் மேற்கோள்களை அவனாகவே கண்டுபிடித்து எழுதுவான். இந்த நாட்சிந்தனை எழுதும் பணியை யார் எப்போது அய்யனிடம் ஒப்படைத்தார்கள் என்று எவருக்கும் தெரியாது. ஆனால் தினந்தோறும் தவறாமல் அவன் செய்துவந்தான். பெரும்பாலான நாட்களில் அவன் உண்மையான மேற்கோள்களையே எழுதினான். சில நாட்களில் வேடிக்கை செய்தான்.

இனிமையான மணம்வீசும் மூன்று மூத்த விஞ்ஞானிகளின்—அவர்கள் மிகவும் விலைமிகுந்த ஆழமான சிந்தனைகளில் இருப்பவர்கள்—கவனமாகப் பாதுகாக்கப்பட்ட அமைதிக்குள் லிஃப்டில் ஏறிச்சென்றான். மூன்றாவது மாடியில் இறங்கி, ஏறத்தாழ முடிவே இல்லாத ஒரு தாழ்வாரத்தில் நடந்தான். வேடிக்கையாக அதன் பெயர் 'ஃபைனிட்' (எல்லையுள்ளது) என்று வைக்கப்பட்டிருந்தது. தாழ்வாரத்தில் பல அறைகளின் கதவுகள் இருந்தன. ஒவ்வொரு கதவுக்குப் பின்னாலும் பிரபஞ் சத்தின் இரகசியங்களைத் தேடிக்கொண்டு ஒரு உயர்ந்த மனம் அமர்ந்திருந்தது. இடையில் சிலபேர் ஒருவர் இறந்துவிட்டார் என்றும் நம்பிக்கொண்டிருந்தார்கள். விஷயங்கள் சற்றே இறுக்கமாக மாறியிருந்தன. ஒரு போர் உருவாகிக்கொண்டிருந்தது. இங்கிருந்த எல்லோருக்கும் அது இராட்சஸக்காதுப் பிரச்சினை என்று தெரியும்.

தாழ்வாரத்தின் ஒரு கோடியில் ஒரு கதவு இயக்குநர் என்று சொன்னது. இயக்குநர் அறை, பொருள்கள் இறைந்திருந்த ஒரு முன்னறையில் திறந்தது. இயக்குநர் அறை ஏறத்தாழ அய்யனின் வீடு அளவு இருந்தது. ஒரு கணினித்திரை, மூன்று தொலைபேசிகள், ஒரு இரகசியத்தைச் சொல்வதுபோன்ற குசுகுசுப்புடன் உயிர் பெறுகின்ற ஒரு சிறிய அளவிலான ஃபேக்ஸ் எந்திரம். இவற்றின் பின்னால் இயக்குநர் உட்கார்ந்து கொட்டாவி விட்டார். அறையின் அகலத்துக்கு அவர் எதிரில் ஒரு கருப்புத் தோலுறை இருக்கை(சோபா) இருந்தது. இப்போது அது காலியாக இருந்தாலும், நீண்ட காத்திருப்புகளின் அடையாளங்கள் அழியாமல் அதில் பதிந்திருந்தன. அவர் மேசைக்கும் சோபாவுக்கும் மத்தியில் ஒரு சிறிய நடை. அது ஒரு கதவுக்கு இட்டுச்சென்றது. அந்தக் கதவில் அதன் பயங்கர இருக்கையாளரின் பெயர்—'அரவிந்த் ஆசார்யா' என எழுதப்பட்டிருந்தது.

அய்யன் கதவை அச்சமின்றி நோக்கினான். பிறகு ஒரு எண்ணைச் சுழற்றி "தாமதமாக வந்ததற்கு வருந்துகிறேன் சார்" என்றான். "எனக்கு ஏதாவது கட்டளைகள் உண்டா?" தொடர்பு எதிர்பார்த்ததுபோலவே அறுந்துபோயிற்று. அய்யன் ரிசீவரை வைத்து விட்டு, தன் விரல்களை அமைதியாக ஆராய்ச்சி செய்யலானான். அவனது மேசையில் இருந்த மூன்று பேசிகளுமே அவற்றின் தொட்டிலில் இருந்தன. இது மிகவும் அபூர்வம். வழக்கமாக அவன் ஆசார்யாவுக்கு முன்னால் வந்து விடுவான். இயக்குநரின் லேண்ட்லைன் தொலைபேசிகளில் ஒன்றை இங்கிருந்து அழைப்பான். பிறகு இரண்டு போன்களுடைய பேசிகளையும் சற்றே இடம் தளர்ச்சியாக வைப்பான். இந்த ஏற்பாட்டினால் அய்யன் தனது தொலைபேசியை எடுத்து, ஆசார்யாவின் அறையில் நடக்கும் உரையாடல்களைக் கேட்கமுடிந்தது. அதனால் நிறுவனத்தின், அதனால் இந்தப் பிரபஞ்சத்தின், முன்னேற்றங்களுக்கெல்லாம் முன்னோடியாகச் செல்லமுடிந்தது,

ஒரு பியூன் உள்ளே வந்தான். அவன் வந்தவுடன் அந்த முன்னறை முழுவதும் வெல்லத்தின் வாசனை நிரம்பியது. சில பியூன்களுக்கு அந்த வாசனை இருந்தது. மேசைமீது ஒரு பெரிய கட்டுத் தாள்களைப் போட்டான்.

"பெரியவர் பார்வைக்கு" என்று உள்ளறையை நோக்கி ஒரு பயந்த பார்வையை வீசியவாறு மெதுவாகச் சொன்னான்.

அய்யன் அவற்றின் பக்கங்களின் ஊடே சற்றே அகமகிழ்ச்சியோடு புரட்டினான். வருகைதரு ஆய்வாளர் ஒருவர் பிரபஞ்சத்தைப் பற்றி ஆய்வு செய்து இயற்றிய காவிய அளவிலான பகுப்பாய்வு இது. வானில் தொலைவில் இருக்கும் ஒரு பொருள் ஒரு வெள்ளைக் குள்ளன்தான் என நிரூபிக்க இவர் முயற்சிசெய்து கொண்டிருந்தார்.

"இது என்ன மணி?" அந்தப் பியூன் திடீர் ஆர்வத்துடன் கேட்டான். "உன் மேசைமீது வைக்கப்படும் இந்த விஷயங்கள் என்ன என்று ஏதாவது உனக்குத் தெரியுமா?"

"தெரியும் நண்பனே, தெரியும்" என்றான் அய்யன். அவனுக்கு விளக்கிச் சொல்ல ஒரு வழியைத் தேடினான். "இதை எழுதியவர், தொலைதூரத்தில் பிரபஞ்சத்தில் உள்ள பொருள் நட்சத்திரத்தின் ஒரு வகை என்று சொல்கிறார்."

"அவ்வளவுதானா?" என்று அந்தப் பியூன் ஏறத்தாழக் கோபமாகக் கேட்டான்.

"அவ்வளவுதான். இந்தவகை நட்சத்திரங்களுக்கு ஒரு பெயர் இருக்கிறது. வெள்ளைக்குள்ளன்" இது அந்த பியூனைச் சிரிக்க வைத்தது.

அய்யன் குசுகுசுவென்ற குரலில் சொன்னான்: "ஒரு வருஷம் கழித்தபிறகு, இன்னொருவர் சொல்லுவார்—அது வெள்ளைக்குள்ளன் அல்ல, அது பழுப்புக் குள்ளன் என்று. இன்னும் ஒரு வருஷம் கழித்து, இன்னொருவர் சொல்லுவார், அது பழுப்புக் குள்ளன் அல்ல, அது நட்சத்திரமே அல்ல, அது ஒரு கிரகம் என்று. அதற்குப் பிறகு அது பாறை மிகுந்த கிரகமா, வாயு கிரகமா என்றெல்லாம் வாதிட்டுக்கொள்வார்கள். பிறகு அங்கே தண்ணீர் இருக்கிறதா என்று ஆராய்ச்சி செய்வார்கள். அதுதான் ஐயா, இந்த விளையாட்டு."

அந்தப் பியூன் தன் வாயைமூடிக்கொண்டு, தனக்கு நிறைய செய்திகள் புரியாமலே மறுபடியும் சிரித்தான். பிறகு எதையோ நினைத்துக்கொண்டான்.

"நான் உனக்கு ஒன்றைக் காட்டவேண்டும் மணி" என்றான். பிறகு பாக்கெட்டைத் தோண்டி ஒரு ஏடிஎம் கார்டை எடுத்தான். "இன்றைக்கு இது கிடைத்து விட்டது. எல்லாம் உன் வேலைதான் மணி."

அய்யன், அந்தப் பியூன் ஒரு வங்கிக் கணக்கு திறக்க உதவி செய்திருந்தான். எல்லா இடங்களிலும் மக்கள் எப்படியோ கஷ்டமான ஆவணங்களைத் தவிர்க்கவே முனைந்தார்கள் என்பதை அவன் அறிந்திருந்தான். பியூனை நோக்கிச் சாய்ந்து, மெதுவாகச் சொன்னான்: "இந்தப் பண எந்திரங்கள்(ஏடிஎம்) முதன்முதலில் வந்த போது நான் என்ன செய்வேன் தெரியுமா? அந்த எந்திரங்கள் பணத்தைத் துப்பும் போது, அதில் நடுவிலிருந்து மட்டுமே நோட்டுகளை எடுப்பேன். முதலிலும் கடைசியிலும் இருக்கும் நோட்டுகளை விட்டுவிடுவேன். அது ஒரு கடினமான வேலை. அதற்குத் திறமை வேண்டும். நான் பலநாள் பயிற்சிசெய்யவேண்டியிருந்தது. மேல், கீழ் இரு நோட்டுகளை மட்டும் எந்திரம் மறுபடி விழுங்கிவிடும். தனக்குத் திட்டம் செய்யப்பட்டவாறு அது இந்த பணமாற்றத்தைப் பதிவுசெய்யாது. ஜீரோ ரூபாய்கள் எடுக்கப்பட்டது என்று ஒரு தாளைத் துப்பும். ஆனால் இப்போது இந்த எந்திரங்கள் மிகவும் புத்திசாலிகள் ஆகிவிட்டன."

எளியதொரு ஆச்சரியத்தில் பியூன் தன் தலையை ஆட்டிக் கொண்டான். "நீ ரொம்பவும் புத்திசாலி, மணி" என்றான். இந்த ஆட்களுக்கு இருந்த தந்தைமார்கள் மாதிரி உனக்கு இருந்திருந்தால் நீயும் ஒரு தனியறையில் ஒரு செயலாளரோடு உட்கார்ந்திருப்பாய்."

"அதைவிட வாழ்க்கையில் பெரிய விஷயங்கள் இருக்கின்றன" என்றான் அய்யன். "நான் எங்கே போகிறேன் என்று நீ பார்."

ஆச்சரியமடைந்தால் எப்போதுமே நிமிர்ந்து நிற்பான் அந்தப் பியூன். அவனைத் திடுக்கிடவைத்து முக்கியக் கதவு திறந்தது. தாழ்வாரத்திலிருந்து முணுமுணுப்புகள் புதிய காற்றைப்போல வந்து அறையை நிரப்பின. அந்த நிறுவனத்தின் உல்லாசமான துணைஇயக்குநர், ஜனா நம்பூதிரி, கதவைத் திறந்துபிடித்துக்கொண்டு வாயிலில் நின்றார். அவர் ஒரு கதிர்வீச்சு வானியலாளர். கார்டுராய் கால்சராய்களின்மீது ஒரு தீர்க்கமுடியாத மோகம் கொண்டவர். மகிழ்ச்சியோடு "குட்மார்னிங்" என்று சொன்னார். அவருடைய தலைமுடி எப்போதுமே அய்யனின் எண்ணங்களைச் சிதறடிக்கும். ஒரு வெள்ளிநிறக் கடல் அலைபோல இருந்தது. மகிழ்ச்சியான ஒரு டாம்பீகத்தை அது அவருக்கு அளித்தது. புத்திசாலிப் பெண்கள் எப்போதும் அவநம்பிக்கை கொள்கின்ற ஒரு நீண்ட கருணை மிகுந்த முகம் அவருக்கு இருந்தது.

நம்பூதிரியிடம் எப்போதுமே ஒரு அமைதியான கம்பீரம் இருந்தது. மிகுந்த அமைதி. இராட்சஸக்காதுப் பிரச்சினையின் மத்தியில் அவர் அகப்பட்டிருந்தபோதும். கதிர்வீச்சுத்தொலைநோக்கிகளை வைத்து வானங்களை அளந்து அயல்கிரகத்தாரின் சமிக்ஞைகள் கிடைக்கின்றனவா என்று அறிய அவருக்கு ஆசை. ஆனால் அரவிந்த் ஆசார்யா அவரை விடவில்லை.

"வந்துவிட்டார் என்று நினைக்கிறேன்" என்றார் நம்பூதிரி. ஒரு சதிச் சிரிப்புடன் கண்களை உள்கதவைநோக்கிச் சிமிட்டிக்கொண்டு.

"ஆமாம், உள்ளேதான் இருக்கிறார் சார், ஆனால் முப்பது நிமிடங்களுக்குத் தன்னை யாரும் தொந்தரவு செய்யக்கூடாது என்று கட்டளையிட்டிருக்கிறார்" என்று பொய் சொன்னான் அய்யன். பிராமணனுக்கு ஒரு சிறு தொல்லையையாவது தருகின்ற ஒரு சிறிய வாய்ப்பையும் அவன் விடுவதில்லை. நம்பூதிரி தரையை முறைத்துப் பார்த்துவிட்டு அகன்றார்.

"இங்கே ஏதோ நடக்கிறது மணி" என்றான் பியூன். "என்கூட இருப்பவர்கள் ஏதோ பெரியவிஷயம் நடக்கப்போகிறது என்கிறார்கள். ரொம்பவும் விஷயங்கள் இறுக்கமாக இருக்கின்றன. தாழ்வாரத்தில் கிழவர்கள் காதோடுகாதாகப் பேசிக்கொண் டிருக்கிறார்கள். என்ன அது?"

"பிராமணர்களுக்குள் சண்டை" என்றான் அய்யன். "அதுதான் நடக்கப்போகிறது. ரொம்ப தமாஷாக இருக்கும்."

"சண்டையா? என்ன சண்டை?"

அய்யன் தன் விரல்களைக் கூர்ந்து நோக்கினான். "இப்படித்தான் அது" மெதுவாகச் சொன்னான். "கதிர்வீச்சுத் தொலைநோக்கி என்ற ஒன்றை வைத்துக்கொண்டு விண்வெளியில் அந்நியர்களைத் தேடவேண்டும் என்று சிலர் நினைக்கிறார்கள். புறவெளியில் இருந்து நமக்கு உயிரிகள் இருப்பதைப் பற்றித் தகவல்கள் கிடைக்கும் என்கிறார்கள். ஆனால் உள்ளேயிருக்கும் தலை, இந்தப் பேச்செல்லாம் குப்பை என்கிறது. அந்நியர்களை அந்த மாதிரி வழிகளில் எல்லாம் தேடக்கூடாது என்கிறது. அந்நியர் களைத் தேடும் ஒரே வழி, தன் வழிதான் என்கிறது."

"அவருடைய வழிதான் என்ன?"

"அந்நியர்கள் கிருமிகள் போல மிகச் சிறிய உருவத்தில் இருப்பார்கள். அவர்கள் வானிலிருந்து பூமிக்கு எப்போதுமே உதிர்ந்துகொண்டுதான் இருக்கிறார்கள். எனவே ஒரு பலூனை அனுப்பி அவர்களைப் பிடிக்கலாம் என்கிறார்."

"அவ்வளவுதானா?" என்று குசுகுசுத்தான் பியூன்.

"அவ்வளவுதான்" என்றான் அய்யன்.

பியூன் சென்றபிறகு, அரவிந்த் ஆசார்யாவின் பார்வைக்கெனப் பியூன் கொண்டுவந்த தாள்களைப் புரட்டினான் அய்யன். அந்தப் பக்கங்களில் அதிகமாகக் கணக்குகள் இருந்தன. அதன் புரியாத தன்மை அதற்கு ஒரு சிறப்பான விவேகத்தின் தன்மையை அளித்திருந்தது. தன் முன்னால் இருக்கின்ற எதையும் வாசிக்கும் பழக்கம் அய்யனுக்கு. அது அவனுக்குப் புரியாததாக இருந்தாலும். இங்கு அனைவரும் இருப்பதற்கு ஒரு காரணம் இருப்பதாக அவன் நம்பினான். நகராட்சிக் குப்பைகூட்டுபவரின் மகன்(தான்) உட்பட. முகத்தில் ஒரு விநோதப் பார்வையுடன் இறந்துபோவதற்கு முன்னால் எவ்வளவு தகவலைச் சேகரிக்க முடியுமோ அவ்வளவு தகவலைச் சேகரித்துக்கொள்வதற்காகத்தான் தான் இருப்பதாக நம்பினான். சிறுவனாக இருந்தபோது அவன் கையில் கிடைத்தது எல்லாவற்றையும் படித்தான். அப்படித்தான் அவன் தானே ஆங்கிலம் கற்றுக்கொண்டான். அயல்நாட்டுப் படங்களின் தணிக்கையற்ற நிர்வாணக் காட்சிகளைக் காண்பதற்கெனக் கலைப்படத் திருவிழாக்களுக்கு நண்பர்களுடன் சென்றாலும்கூட, இலவசமாய்த் தரப்படும் பிரசுரங்களில் உள்ள ஒவ்வொரு வார்த்தையையும் படித்துவிடுவான்.

மேஜைமீது முழங்கைகளை வைத்துக்கொண்டு வெள்ளைக் குள்ளனின் இருண்ட கதையை வாசிக்க முனைந்தான் அய்யன். விரல்கள் அவன் நெற்றிப் பொட்டில் இருந்தன. ஆர்வம் வரவில்லை. ஆனால் படிக்கவேண்டுமென்ற திடத்தோடு முனைந்தான். முன்னேறிச்செல்வது கடினமாக இருந்தது. அந்த உரைநடையின் உணர்வற்ற சலிப்பூட்டும் தன்மையைக் கடந்து மேலே செல்ல அவனால் முடியவில்லை. திடீரென்று எலுமிச்சையின் நறுமணம் அங்கே வீசியது. நிமிர்ந்து பார்த்தான். அவள் எப்போதுமே பார்க்க அழகுதான்.

ஒரு நம்பரை விரைவாகச் சுழற்றி, "டாக்டர் அபர்ணா கோஷ்மௌலிக் வந்திருக்கிறார் சார்" என்று சொன்னான். ரிசீவரை

வைத்துவிட்டு அவளுக்கு கருப்பு சோபாவைக் காட்டினான். ஆசார்யா அவளை உள்ளே அனுப்புமாறு கூறியிருந்தார். ஆனால் அவன் அவளை நன்றாகப் பார்க்கவேண்டுமென்று விரும்பினான். “கொஞ்சம் காத்திருக்க வேண்டும் மேடம்” என்றான்.

மூன்று மாதங்கள் முன்னால், நேர்முகத் தேர்வுக்காக அபர்ணா கோஷ்மௌலிக் அந்த நிறுவனத்திற்குள் நுழைந்தாள். அவள் கட்டியிருந்த நீலச்சேலை ஒரு கிறங்க வைக்கும் அதிரடி என்று சுருக்கெழுத்துப் பெண்கள் பேசிக்கொண்டார்கள். அவளுடைய கருங்கூந்தல் பின்னால் ஓர் இறுக்கமான முடிச்சினால் தளையிடப்பட்டிருந்தது. அவள் ஒரு சூறாவளியை உருவாக்கிவிட்டாள். இப்போதும்கூட, ஆடவர்களை அமைதிப்படுத்துவதற்காகத் தேர்ந்தெடுத்து அணிந்துவந்த ஒரு கிரீம்நிற சல்வாரில் அவள் மிக அழகாக இருந்தாள், அவள் ஒரு சம்பவம்தான் அங்கே. வயதான விஞ்ஞானிகளும் தாழ்வாரங்களில் அவளைநோக்கித் திரும்பினார்கள். தங்கள் பழங்காலக் கதைகள் பலவற்றை அவளிடம் சொன்னார்கள். தாங்கள் செய்த அருஞ் செயல்களைக் கூறினார்கள். வழிகாட்டும் தோரணையில், அவளுடைய மூச்சுக் காற்றை முகர முனைந்தார்கள்.

வட்டமான, சிரிப்பற்ற முகம். தலைமுறை தலைமுறையாக வந்த மாசுமறுவற்ற சருமம். ஈரமான உதடுகள். அவள் விரும்பாத ஒரு வியப்பில் அவள் புருவங்கள் வளைந்தன. அவள் கண்களில் இறுமாப்பு இருந்தது. சிலசமயங்களில் தொலைவான பார்வை. சில நாட்களில் அது சிரிக்கும்.

அவள் தரையைச் சிந்தனையோடு பார்த்துக் கொண்டிருந்தபோது அய்யன் அவளைக் கள்ளத்தனமாகப் பார்த்துக்கொண்டிருந்தான். அவன் பிடிக்கு எட்டாத இன்னொரு உயர்ஜாதிப் பெண். தன் தந்தையின் காரின் பின்இருக்கையில் அமர்ந்து கதீட்ரல் பள்ளிக்குச் சென்றவள். பிறகு ஸ்டான்ஃபோர்டுக்கு. இப்போது இங்கே இருக்கிறாள். வான்உயிரிஇயல்(ஆஸ்ட்ரோ பயாலஜி) துறையின் தலைவி. அடித்தள ஆராய்ச்சிக்கூடத்தின் தனியரசி. இம்மாதிரிப் பெண்களுக்கு எப்படியோ எளிதாக இதெல்லாம் அமைந்துவிடுகிறது.

விரைவில் எவனாவது ஒரு முட்டாள் நிருபன் அவள் ஆண்களின் கோட்டையைத் தகர்த்து உள்ளே நுழைந்துவிட்டாள் என்று எழுதுவான். எல்லாப் பெண்களும் இந்தக் காலத்தில் ஆண்களின்

கோட்டையைத் தகர்க்கும் வேலையைத்தான் செய்தார்கள். எதிர்நிலைகளுக்கு எதிரான எழுச்சி. இவர்கள் எல்லோருமே. ஆனால் இவர்கள் என்ன பெரிய அடிமைத்தனத்தைக் கண்டுவிட்டார்கள்? இவர்களின் தந்தைமார்கள் எதை அவர்களுக்கு மறுத்தார்கள்? எந்த வாய்ப்பு இவர்களுக்குக் கிடைக்காமல் போயிற்று? எந்த உணவை இவர்கள் சாப்பிடவில்லை? பிறகு எதற்காகத் தங்கள் பெண்மையைப் பற்றி இவ்வளவு கவனம் இவர்களுக்கு? ஓஜாவுக்குப் பெண்மை என்ற ஒன்று இருப்பது பற்றியே தெரியாது. அபர்ணா மாதிரிப் பெண்கள் அவர்களை 'சந்தை கிராக்கிகள்' என்பார்கள். ஓஜாவைப் பார்த்தால் தங்களுக்குள் சிரிக்கவும் செய்வார்கள். அவள் கழுத்தின் பின்புறமிருந்த பவுடரைப் பார்த்து, அவள் தலையிலிருந்த எண்ணெயைப் பார்த்து, அவள் முகத்தில் படிந்திருக்கும் மஞ்சளைப் பார்த்து.

அபர்ணா, அவளுடைய நண்பர்கள் எல்லோர் மேலும் அய்யனுக்கு பெருத்த வெறுப்பு ஏற்பட்டது. ஆமாம், அவர்களுக்கும் தொல்லைகள் இருந்தன. ஆண்களின் நிலை, ஆண்களைப் பற்றியே முக்கியமாக எப்போதும் நினைத்துக்கொண்டிருந்தார்கள். ஆடவர்கள் என்றால், அவனைப் போல் அன்றி வித்தியாசமாக இருப்பவர்கள்.

அவன் பார்த்துக்கொண்டிருக்கிறான் என்று அபர்ணாவுக்குத் தெரியும். முட்டாள். தரையிலிருந்து அவனைப் பார்க்கக் கண்களை உயர்த்தினாள். தலையைத் திருப்பும் முன்னால், அவளது நேரான பார்வையை ஒருகணம் சந்திக்கநேர்ந்தது. ஆனால் அந்த ஒருகணம், அவள் ஏன் மிகவும் அவனுக்குப் பரிச்சயமானவளாகத் தோன்றினாள் என்பதை முடிவுகட்டப் போதுமானதாயிருந்தது.

மிகவும் அடக்கமாகவும் இயல்பாகவும் அவள் தோன்றினாள். ஆனால் அவள் கண்களில் மறைந்திருக்கும் பித்தத்தை அவன் கண்டான். ஆண்களை உடனே பிறபெண்களைத் திருமணம் செய்துகொள்ளுமாறு விரட்டுகின்ற பித்தம் அது. நிலையற்ற காலம் அளிக்கும் சலுகையில் இம்மாதிரிப் பெண்கள் ஆடவர்களைக் கவர்வார்கள். பிறகு அடக்கமுடியாமல் அழுதோ, அல்லது தங்கள் தொலைவான உறவில் பதின்பருவத்தில் ஒரு பையனின் பெயரைச் சொல்லியோ தங்கள் ஆண்களை பயமுறுத்துவார்கள். அபர்ணா கோஷ்மௌலிக் அவனுடைய வசதிக்கு அப்பாற்பட்ட ஒரு கவர்ச்சி. சமூகத்தின் கடக்கமுடியாத படிகள் இடையில் இருந்தாலும், மக்களில் பலவகையான பேர்கள் இருந்தார்கள்,

இவனும் ஒருகாலத்தில் அபர்ணா மாதிரிப் பெண்களை ஆழம் பார்த்திருந்தான்.

அது பத்தாண்டுகளுக்குமேல் இருக்கும். அப்போது அவன் யுரேகா ஃபோர்ப்ஸ் கம்பெனியில் ஓர் இளம் விற்பனையாளன். தட்டச்சுக்காரிகளையும், செயலர்களையும், விற்பனைப்பெண்களையும், நயந்துநாடிப் பேசுவான். அவர்களைத் தன் பொதுஅறிவால் வசப்படுத்துவான். இவற்றால் பணக்காரர்களுக்கு எதிராகக் கலகம் செய்யலாம் என்று நினைத்தான். பிராமணர்களுக்கு எதிரான ஜோக்குகள் அடிப்பான். வோர்லி கடல்முகத்தில் அப்பெண்கள் தங்கள் மார்புகளைப் பிசைய அவனை அனுமதிப் பார்கள். பிறகு வரம்புமீறாப்பண்பு காரணமாக அவனைத் திருமணம் செய்து கொள்ளுமாறு வேண்டுவார்கள். இடையில் அழுவார்கள். வோர்லி கடல்முகத்தில் பாரம்பரியமாக, காமம் உடலைத் தடவியது, காதல் அழுதது. அந்தக் காதலைப் பார்த்து அவன் பயப்பட்டான்.

தங்கள் வறுமையான மார்பிலிருந்து அவன் கைகளைத் தள்ளிவிட்டு, இதெல்லாம் எதற்காக என்று அவனுக்கு விளக்கி, திருமணத்தின் எளிமையைப் பற்றி அவர்கள் காதோடு காதாகப் பேசியபோது, அவர்களை விட்டுவிட்டான். அவர்கள் தங்கள் கன்னித்தன்மையை வேறெங்காயினும் காசாக்கிக் கொள்ளட்டும். ஆனால் ஆக்ஸா கடற்கரையின் புதர்களுக்கிடையில், அல்லது மனோரியின் மலிவான ஓட்டல்களில் அவனோடு காதல் செய்த பெண்கள்தான் அபாயமானவர்கள். அபர்ணாவின் ஏமாற்றும் அமைதியில் அவர்களைத்தான் அய்யன் பார்த்தான். போலி வெட்கத்துடன் கூடிய நிர்வாணம். அதற்குப்பிறகு கட்டுப்படுத்தமுடியாத முனகல்கள். அவற்றை அடக்க அவன் அவர்கள் வாயில் விரலை விட்டுத் திணிப்பான். அவன் எவ்வளவு நல்ல காதலன், எவ்வளவு சிந்தித்துக் காரியம் செய்கிறான், எவ்வளவு விஷயம் தெரிந்தவன், அவனது ஆண்குறி எவ்வளவு பெரிதாக இருக்கிறது (அவர்கள் நிச்சயம் அதிகமான நபர்களுடன் படுத்திருக்க மாட்டார்கள்) என்றெல்லாம் அவர்கள் மிக எளிதாகப் பாராட்டுவார்கள். அதற்குப் பிறகுதான் அவர்களுடைய பைத்தியக்காரத்தனம் தொடங்கும். காரணமின்றி அழுவார்கள். மரணத்தைப் பற்றிப் பேசுவார்கள். இருண்ட மலிவான இரவுநேர அறைகளின் வெளுத்த மஞ்சள்நிறச் சுவர்களின் வாட்டத்தை ஒத்த பெரிய துக்கத்துடன் "கல்யாணம் செய்துகொள்" என்பார்கள். காதலைப் பற்றி அவன் பயப்படுமாறு செய்தவர்கள் அவர்கள்தான்.

அவனை ஃபாக்லண்டு தெருவிலுள்ள வேசியின் கடினமான மெத்தைக்கு விரட்டிவிட்டார்கள் அவர்கள். அந்த வேசியின் படுக்கைவிரிப்பு அவனுக்கு முன்னால் வந்துபோன வாடிக்கையாளர்களின் வியர்வையில் ஊறியிருந்தது. அவளைத் தன்கீழ் ஆடச் செய்து கொண்டிருந்தபோது அவள் ஒரு பாட்டுப் பாடினாள். அதை அவன் என்றும் நினைவில் வைத்திருப்பான். “ஜுட் போலே கௌவா காடே.” அதற்கு அர்த்தம் ஒன்றும் இல்லை. அதில் உருவகம் வைத்தெல்லாம் அவள் பாடவில்லை. அவளை வாயைமூடச் சொன்னான் அவன். “எனக்கு பொழுதுபோக வேண்டும் இல்லையா” என்றாள் அவள். அவளிடம் சில ரூபாய் நோட்டுகளை எறிந்துவிட்டு அவன் ஓடினான். அவளுடைய சிரிப்பு அவனுக்குப் பின்னால் எதிரொலித்தது. அவன் வாழ்க்கையில் கேட்ட எந்த ஒப்பாரியும் அவளுடைய நோய்பிடித்த சிரிப்பின் துயரத்துக்கு இணையாகாது.

வோர்லி கடல்முகத்தின் கைப்பிடிச்சுவர்மீது அவன்மீது பெருகும் காதலுடன் பெண்கள் அவனை ஏறிட்டுப் பார்த்த நேரத்தில் அவன் சொல்வான்: “உலகத்திலேயே மிகச் சோகமான காட்சி எது? ஆணும்பெண்ணுமாக உட்கார்ந்து அழுகிறார்களே அதுதான். தோற்றுப்போன காதலைப்பற்றியோ, நகராட்சி இடித்துவிட்ட அவர்கள் வீட்டைப் பற்றியோ, இறந்துபோன தங்கள் குழந்தையின் இறுதிச்சடங்கைப் பற்றியோ. ஓர் ஆணும் பெண்ணும் சேர்ந்து அழுவதில் ஏதோ இருக்கிறது. அதைவிட நெஞ்சத்தை அறுக்கக்கூடியது வேறொன்றுமில்லை.” ஆனால் அந்த வேசியின் சிரிப்பு அதையும்விட மிகமோசமாக இருந்ததை அவன் அறிவான். அதை அவனால் மறக்கவே முடியாது. “திரும்பி வா வீரனே” என்று அவள் கூப்பிட்டாள்.

தன்னைக் காதலிப்பதாகச் சொன்ன பெண்களின் மார்பைத் தொடுவதற்கு அவன் அளிக்கவேண்டியிருந்த வாக்குறுதிகளை, அல்லது பெரியமனதுடைய பெண்கள் (உறவுக்குப்பின்)தங்கள் காலை ஒன்றுசேர்த்த பிறகு அவர்களின் துக்கத்தை, அல்லது செத்துப்போகாத வேசிகளின் ஓலங்களைச் சகிக்கமுடியாமல், கடைசியாக அவன் மகாராஷ்ட்ரா டைம்ஸின் செலவுமிக்க பத்திகளில் தனக்கென ஒரு திருமண விளம்பரத்தைத் தருவது என்று தீர்மானித்தான். அவன் பிற பெண்களுக்குக் கொடுத்த மாதிரியான ஞாபகங்கள் எதுவுமே அற்ற ஒரு கன்னிப்பெண்ணே அவனுக்குக் கிடைத்தாள்.

அய்யன் மணி அவளை இப்போதுதான் உள்ளே போகச் சொன்னான். அயர்ந்த கருப்பு சோபாவிலிருந்து அபர்ணா எழுந்தாள். அவள் இதயம் ஏன் அடித்துக்கொள்கிறது என்று அவளுக்குத் தெரியவில்லை. உள்ளே உட்கார்ந்திருந்த சந்யாசியிடம் அவளின் நரம்புகளை பலவீனப்படுத்தும் விதமாக ஏதோ ஒன்று இருந்தது. ஏதோ ஒன்றைப் படித்துக் கொண்டிருந்ததற்கு இடையில், மூன்று மாதங்களுக்கு முன்னால் அரவிந்த் ஆசார்யா அவளை நேர்முகம்செய்தார். அவளை அவர் பார்த்தபோது முப்பதுவயதுப் பெண்கள் இங்கே மனிதர்களாகவே மதிக்கப்படுவதில்லை என்பது போல முற்றிலும் ஒரு அசிரத்தையான பார்வையாக இருந்தது அது. கடுமையாக அவளைப் பார்த்து "நீங்கள் மைக்ரோசாஃப்டுக்குப் பின்னால்தான் பிறந்தீர்களா?" என்று கேட்டார்.

உள்கதவைத் தள்ளித் திறந்தாள். அதன் எதிர்பாராத கன பரிமாணம் ஞாபகம் வந்தது. மேசையிலிருந்த ஏதோ தாள்களுக்குள் தலையைப் புதைத்திருந்த ஆசார்யா, எப்போதும் அவள் கற்பனை செய்ததைவிடப் பேருருவத்தில்தான் காட்சியளித்தார். அவருடைய மேஜை முழுவதும் கட்டப்பட்ட தாள்களின், சஞ்சிகைகளின் குவியல்கள் இருந்தன. ஒரு விசித்திரமான கல்லை பேப்பர்வெயிட்டாக அவர் பயன்படுத்தினார். ஏதோ ஒரு ஆய்வகத்திலிருந்து பல ஆண்டுகளுக்கு முன்னால் அவர் திருடிக்கொண்டு வந்த எரிகல்லின் பகுதி அது என்று சிலர் கூறினார்கள். ஒரு சிலிண்டர் வடிவமான குடுவையில் நான்கு தளதளவென்ற ஆர்க்கிடுகள் நின்றன. அவர் அதற்குப் பொறுப் பில்லை என்று அவளுக்குத் தெரியும். அவருடைய மேசைக்கு அருகில் இயல்புக்கு மாறாக, நான்கடி உயரமுள்ள பெரிய குப்பைத்தொட்டி நின்றது. அவருக்குப் பின்னால் ஒரு நழுவும் ஜன்னல் இருந்தது. நிஜமான அரபிக்கடல் போன்ற தோற்றம் அதற்கு. சுவர்கள் வெறுமனே காலியாக இருந்தன. படங்களோ, சட்டமிட்டு வைத்த பாராட்டுரைகளோ, எடுத்துச்சொல்லும் விதமான கட்டளைகளோ, பொதுவாக ஆடவர்கள் விரும்பும் எதுவும் அங்கு இல்லை. அறையின் தூரத்து மூலையில் நான்கு வெள்ளை சோபாக்கள் இருந்தன. மத்தியிலிருந்த டீபாயை எதிரெதிராக நோக்கின. அவள் ஒவ்வொரு முறை அறைக்கு வந்தபோதும் அந்த சோபாக்கள் அவளை உறுத்தின. வெள்ளை சோபாக்களா? ஏன்?

மனு ஜோசப்

அவருடைய பெரிய மேசைக்கு எதிரில் உட்கார்ந்தாள். தொண்டையை கனைத்துக்கொள்ளலாமா என நினைத்தாள். அது சினிமாத்தனமாக இருக்கும். எனவே பேசாமல் இருந்து அவரை எச்சரிக்கையாக கவனிப்பது என்று முடிவுசெய்தாள். அவர் தலைக்கு நேராக மேலிருந்த ஏர்கண்டிஷனரிலிருந்து வந்த காற்றில் அவருடைய சிவந்த வழுக்கைத் தலையிலிருந்த வெண்ணிறத் தலைமுடி எழுந்து எழுந்து விழுந்தது. அவருடைய யானைக்கண்கள் நேரடியாக இருப்பவரின் இதயத்துக்குள்ளாக நோக்கின. சிலசமயம் ஒரு குழந்தையின் கண்களைப் போல முறைத்தன.

எப்போதாவது அபர்ணா இரவின் பிற்பகுதியில் ஆசார்யாவுக்கு கூகிள் செய்வாள். அவருடைய இளமைக்காலப் படங்கள் ஏதாவது கிடைக்கிறதா என்று பார்த்தாள். மிகக் கோபமான முகத்துடன், மோசமாகத் தைக்கப்பட்ட சூட்டுகளில் அப்போது காட்சியளித்தார். ஏதோ இயற்பியலே சிக்கலில் இருப்பதனால் குழம்பியிருப்பது போல, அவருடைய கடுமையான கண்கள் மாறுகின்ற காலத்தை மேலாய்வு செய்வதுபோலப் பார்த்தன. இளம் ஆசார்யாவுக்கு உண்மையில் அப்படித் தான் தோன்றியது. அப்போது உலகத்தின் ஆதரவுபெற்ற சிந்தனையாக பெருவெடிப்புக் கொள்கை(பிக்பேங் தியரி) இருந்தது. எல்லாமே ஒரு நுண்நோக்கிப் புள்ளியிலிருந்து தொடங்கின; ஒரு விவரிக்க முடியாத தொடக்கமாகிய பெருவெடிப்பு என்பதற்குப் பின் மூன்றே நிமிடங்களில் பிரபஞ்சத்தின் பெரும்பகுதி உருவாகிவிட்டது என்று கூறியது அது. அதை அடித்து நொறுக்கவேண்டுமென்று அவர் தன் வாழ்க்கையின் பெரும்பகுதியைச் செலவழித்திருந்தார்.

எவ்வளவுதூரம் இந்த மனிதர் அந்தக் கொள்கையை வெறுத்தார்! அது ஒரு கிறித்துவக் கொள்கை என்றார். வாதிகனுக்கு ஒரு தொடக்கம் தேவை. அதைப் பெருவெடிப்பு வழங்கியது. அவருடைய எண்ணத்தின்படி, பெருவெடிப்பு என்பது வெள்ளை மனிதர்களின் வரலாற்றில், கடவுள், "இங்கிருந்து புரிந்துகொள்ள முயற்சி செய் (அதாவது, இங்கிருந்து தொடங்கு)" என்று சொன்ன நேரம். ஆசார்யா அதை ஒப்புக்கொள்ளவில்லை. அவருடைய பிரபஞ்சத்திற்குத் தோற்றம் இல்லை. அதற்கு முடிவும் இல்லை. அவருடைய பிரபல வாசகம்—"ஏனென்றால் நான் கிறிஸ்துவன் அல்ல." பெருவெடிப்புக் கொள்கையை வெறுத்தார், மதத்தின் வெறுக்கத்தக்க செல்வாக்கு அது என நினைத்தார். சான்ஃபிரான்சிஸ்கோவில் அமெரிக்கனோடு ஒரு இவருடைய உறவுப்பெண்ணின் திருமணத்தை நடத்தவந்த

சாமியார், “தொடக்கத்தில் வார்த்தை இருந்தது” என்று கூறியபோது பலிபீடத்தை நோக்கி தமது ஷூவை எறிந்தார்.

அந்தச் சமயத்தில் (அது முப்பது ஆண்டுகளுக்கு முன்னாலிருக்கலாம்) அவர் தமது அறிவார்த்த ஆற்றல்களின் உச்சத்திலிருந்தார். அவர் சரியாக நடந்துகொண்டால், பெருவெடிப்பு பற்றிய, பிறருக்குத் தொந்தரவுதருகின்ற எதிர்ப்பைச் சற்றே குறைத்துக் கொண்டால், புவிஈர்ப்பு செயல்படாமை பற்றிய அவரது பணிக்கு நோபல் பரிசு கிடைக்கும் என்றே பலர் நம்பினார்கள். ஆனால் பிரபஞ்ச வெளிக்காரர்களோடு போட்டி ஏற்பட்டது. ஒரு பழைய வதந்தி என்னவென்றால், ஆல்பிரட் நோபலுடைய மனைவிக்கு ஒரு வானியலாளரோடு தொடர்பு இருந்ததாம். அதனால் அந்த ஆள், தனது உயிலில் வானியலோடு சம்பந்தப்பட்டவர்களுக்கு மிகவும் அபூர்வமான சந்தர்ப்பங்களில் மட்டுமே அவரது பணம் பகிர்ந்தளிக்கப்படவேண்டும் என்று குறிப்பிட்டுவிட்டாராம். அபர்ணா இந்த வதந்தியை நம்பினாள். முற்றிலும் சாத்தியமான ஒன்றுதான் அது.

ஆசார்யா, முதலில் நம்பிவிட்டுப் பிறகு வாழ்நாள் முழுவதும் அதற்கான சிறிய விஷயத்தைச்—சான்றுகளைத் தேடக்கூடிய வகை.

அபர்ணா அப்படிப்பட்ட மனிதர்களைத்தான் விரும்பினாள். சந்தர்ப்பத்திற்கேற்ப நடந்துகொள்ளுதல் என்னும் கீழ்மையையே ஞானம் என்று கருதுகின்ற இந்த உலகத்தில் இம்மாதிரி மனிதர்கள் பழங்காலத்தவர்கள்தான். அவர்கள் பேசும்போது அவர்கள் சொற்களில் ஆற்றல் இருந்தது, காரணம், அவர்களுக்கு உண்மை என ஒன்று இருப்பது தெரியும். குருட்டுத்தனமாக அதை நம்பினார்கள். நுண்ணோக்கியில் காணக்கூடிய மீச்சிறியஉருவம்கொண்ட அந்நிய கிரகத்தவர்கள் எப்போதும் பூமியில் விழுந்தவண்ணம் இருக்கிறார்கள் எனப் பலஆண்டுகளாக அரவிந்த் ஆசார்யா, இதயபூர்வமாக நம்பினார். இதை நிரூபிக்க, அவர் ஒரு வெப்பக் காற்று அடங்கிய பலூனை நாற்பத்தொரு கிலோமீட்டர் உயரத்திற்கு இறுதியாக அனுப்ப இருந்தார். அவ்வளவு உயரத்திலிருந்து காற்றை ஈர்த்துப் பெட்டிகளில் எடுத்துக்கொண்டு அந்த பலூன் திரும்பவரும். கீழே வந்த இந்தக் காற்றுப்பெட்டிகளின் உள்ளடக்கத்தைத் தனது அடித்தள ஆராய்ச்சியகத்தில் அபர்ணா சோதிப்பாள். எந்தப் பெட்டியிலேனும் நுண்ணணுக்கள் இருந்தால், அதற்கு ஒரே ஒரு அர்த்தம்தான். அவை விண்வெளியிலிருந்து வந்தவை. மனிதஇனம் அயலார்களைக் கடைசியாகக் கண்டுபிடித்துவிட்டது.

அபர்ணா, ஆசார்யா என்ன படிக்கிறார் என்று கழுத்தை எம்பிப் பார்த்தாள்.

ஆனால் அவள் உட்கார்ந்திருந்த கோணத்திலிருந்து அதைத் தெரிந்துகொள்ள முடியவில்லை.

உண்மையில் அவர் கேரளாவில் பெய்த விளங்காத விஷயமான செம்மழை பற்றிய ஒரு அந்தரங்க அறிக்கையில் ஆழ்ந்திருந்தார். அந்த நிகழ்ச்சியைச் சரிவர விளக்க எவராலும் முடியவில்லை. சிவப்புநிற மழை பொழிந்ததைச் சாதாரண மக்கள் பல்லாயிரக்கணக்கானோர் பார்த்து அயர்ந்து நின்றனர். அவருக்கு அது என்ன என்று தெரியும் என்று நம்பினார். தனது மனத்தில் ஒரு எளிய விளக்கத்தை அவர் உருவாக்கிக் கொண்டிருந்தார். அப்போது அவருக்கு சற்றுதூரத்திலிருந்து ஒரு வாசனை வந்தது. ஒரு பழைய ஞாபகத்திலிருந்து வருவதைப் போன்று வேறொரு காலத்திலிருந்து அது வந்தது என்று அவர் நம்பினார். மிகவும் பரிச்சயமானதாக இருந்தது அது. ஆனால் அவரால் அதை நினைவுபடுத்திக்கொள்ள இயலவில்லை. திடீரென்று அது இளமையின் மணம், அருகில்தான் எங்கோ இருக்கிறது என்ற உணர்வு ஏற்பட்டது. இளமை. இரங்கத்தக்கது, மூர்க்கமானது, உடைந்தது, அதன் பெருமை அதிகப்படியாக எடை போடப்பட்டது. மனத்தின் அறியாமையையும் சிறுமையையும்—சிலசமயங்களில் நேசம், பிறசமயங்களில் தீர்க்கமானமுடிவு என்று வருகின்ற போலிகளால் அது எவ்வளவு எளிதாக விலங்குத்தனமாகிறது என்பதை அவர் இதயத்தில் உணர்ந்தார்.

“டாக்டர் ஆசார்யா!” அபர்ணா மற்றொருமுறை கூப்பிட்டாள்.

அவர் தமது நாற்காலியில் நன்றாகச் சாய்ந்து அவளை அமைதியாகப் பார்த்தார். அவளை அவருக்குப் பிடித்திருந்தது. தென் அமெரிக்காவில், பூமிக்கு அப்பாற்பட்டநிலைமைகளில் எப்படியோ பிழைத்திருந்த பூமிநுண்ணணுக்களைப் பற்றி அவள் நியாயமான ஆராய்ச்சியைச் செய்திருந்தாள். புதிதாகவும் நுண்ணறிவோடும் இருந்தாள். தனக்குத் தெரியவேண்டிய எல்லாவற்றையும் அறிந்திருந்தாள். பெண்களின் நுண்ணறிவை ஆசார்யா பாராட்டினார். ஆண்களின் நுண்ணறிவைவிடப் பெண்களின் நுண்ணறிவு உள்ளடங்கியதாகவும் திறன்மிக்கதாகவும் இருந்தது. ஆண்களின் நுண்ணறிவு பெரும்பாலும் ஒரு ஊனம்போல் வெளிப்பட்டது.

தன் கைகளைத் தேய்த்துக்கொண்டு, "ஓ, அபர்ணா! நல்லது. ஏன் இவ்வளவு நேரம் ஆயிற்று" என்றார். அவள் பதில்சொல்ல விரும்பவில்லை. அவர் கதவை நோக்கினார். ஒரு நீண்ட வசதியான அமைதியை நிலைநிறுத்திக்கொண்டார்.

அபர்ணா "என்னை அழைத்தீர்களா" என்று மிருதுவாகக் கேட்டாள்.

"ஆமாம். கூப்பிட்டேன். ஆய்வகம் எப்படி உருவாகி வருகிறது என்று தெரிந்து கொள்ள. எல்லாம் சரியாக இருக்கிறதா?"

அவர் முகத்தில் உயர்வை நிலைநிறுத்தும்வண்ணம் ஏதோ ஒன்று இருக்கிறது என்று அவள் எண்ணினாள். அவருடைய பற்கள் மிகவும் சுத்தமாக இருந்தன. அவருடைய மூக்கிலிருந்து எதுவும் வரவில்லை. இந்த வயதிலிருந்த இந்திய ஆணுக்கு இது அபூர்வம். ஆர்க்கிடுகளை அனுப்பிய அதே சக்திதான் இவரையும் நிலைநிறுத்திக் கொண்டிருக்கவேண்டும்.

"ஆம், எல்லாம் சரியாக இருக்கிறது" என்றாள். "ஆனால், டாக்டர் ஆசார்யா, அடித்தளம் ஒரு தற்காலிகமான ஏற்பாடுதான் என்று நீங்கள் சொன்னீர்கள்."

"ஞாபகம் இருக்கிறது. ஆஸ்ட்ரோ பயலாஜி ஆய்வகம் கடல் மட்டத்தைவிட உயரத்தில் இருந்தால் நல்லது. அப்படி முடியவில்லை. தெரியும், தெரியும். நான் உன்னைக் கூப்பிட்டது உண்மையில் இந்தக் கெட்ட செய்தியைத் தரத்தான். இடம் பற்றாக்குறை. இந்த ஆய்வகத்திற்கு மிகப்பெரிய பரந்த இடம் வேண்டும். நமக்கு எங்கேயும் அவ்வளவு இடம் இல்லை. அடித்தளத்தைத் தவிர."

எழுந்து நின்றார். ஏறத்தாழ ஆறடி இரண்டங்குலம் இருக்கலாம். அவரது பெரிய கருப்பு நாற்காலி ஆறுதலாக நடுங்கியது. தன் இடுப்பைச் சுற்றிய கால்சராயைப் பார்த்தார். "உனது ஆய்வகத்திற்குப் போவோம்" என்று கூறி, வெளியில் விரைந்தார். முன்னறையில், அய்யன் மணியைப் பார்த்து ஒரு விரலைச் சுட்டி அவனை வருமாறு தெரியப்படுத்தினார்.

முடிவற்ற தாழ்வாரத்தில் அவர்கள் மூவரும் நடந்தனர். அபர்ணாவின் குதிகால் பகுதியிலிருந்து வெளிப்பட்ட மரச்சத்தம் நிறுவனத்திற்கு இன்னும் பழக்கப்படவில்லை. ஆண்களின் குறிப்பிடத் தக்க மௌனத்திற்குப் பழக்கப்பட்டிருந்தது அது. ஆசார்யா திரும்பி

அவளையும் அவளது ஹீல்சையும் பார்த்தார். அவள் பணிவாகச் சிரித்தாள். மெதுவாக நடக்க முயற்சிசெய்தாள். அது அவளை முட்டாள்தனமாக உணரவைத்தது. ஒருகணம் தன்மீதே கோபம் கொண்டாள். அவளுக்கு எங்கும் அடிமைத்தனமாக நடந்து பழக்கமில்லை. ஆனால் இந்த மனிதர் முன்பு அப்படி ஏன் நடந்து கொள்கிறோம் என்று நொந்துகொண்டாள். இவரைப்பற்றிய புகழ்பெற்ற கதைகளையெல்லாம் கேட்டிருந்தாள். ஆய்வுகளில் புகழ்பெற்ற வெகுளி அவர், சோகமான அறிவின் ஒளி. ஆனால் இப்படித்தான் அவர்களிடையே உறவு இருக்கப் போகிறது என்பதை அவளால் ஏற்றுக்கொள்ளமுடியாது. அவரோடு சரியாக நடக்க, நடையை விரைவுபடுத்தினாள். ஏதாவது ஒன்று சமமாக, நட்பாகச் சொல்ல முயன்றாள். "இந்தத் தாழ்வாரம் முடிவற்றதாக இருக்கிறது" என்றாள்.

"அது உண்மையில்லை" என்றார் அவர்.

அவர்கள் லிஃப்டில் ஏறி அடித்தளத்துக்குச் சென்றார்கள். அங்கிருந்து பக்கவாட்டில் வெற்று வெள்ளைச்சுவர்கள் அமைந்த பல தாழ்வாரங்களின் பின்னல் வலையில், பூமிக்கடியில் அமைந்த கண்ணுக்குத் தெரியாத எந்திரங்களின் உறுமல்களுக்கு மத்தியில் சென்றார்கள். ஒரு தாழ்வாரத்தின் இறுதியில் ஆஸ்ட்ரோபயாலஜி என்று எழுதப்பட்ட ஒரு கதவு இருந்தது.

ஒரு பெரிய காலியான அறை அது. திறக்கப்படாத அட்டைப் பெட்டிகள் பல குவியல் குவியலாகக்கிடந்தன. சுவர்கள் புதிதாக வெள்ளைப் பெயிண்டு அடிக்கப்பட்டிருந்தன. புதிய பெயிண்டின் வாசனை வீசியது. தூரத்து மூலையில் ஒரு பழைய மேஜை இருந்தது. அதன்மேல் ஒரு தொலைபேசி. அதன் பக்கத்தில் ஒரு மரநாற்காலி போட்டிருந்தது.

"தச்சன் வருவதற்கு முன்னாலே சாமான்கள் வந்துவிட்டால் இப்படித்தான் நேரிடும்" என்று மகிழ்ச்சியாகச் சொன்னார் ஆசார்யா. அவரது குரல் எதிரொலித்தது. "அபர்ணா, நீ என் செயலாளனுடன் நேராகவே தொடர்புகொள். உனக்குத் தேவையான எதையும் பெற்றுத்தருவான். ஆமாம், ஜன்னலைத் தவிர" என்று சொல்லி ஒரு யானையைப் போல அறையைவிட்டு வெளியேறினார்.

அய்யன் மணி, தனது கால்சட்டைப் பாக்கெட்டிலிருந்து ஒரு சிறிய குறிப்பேட்டை எடுத்துக்கொண்டான். ஒரு பேனாவையும்

அதன்மீது வைத்துக்கொண்டு எதிர்பார்ப்போடு அபர்ணாவை நோக்கினான்.

“உங்கள் கட்டளைகள் என்ன மேடம்?” என்றான். அவளுடைய வாசனை அவனுக்குப் பிடித்திருந்தது. ஒரு பெண் எப்படி எலுமிச்சம்பழ வாசனை வீசமுடியும், அதேசமயத்தில் எட்டமுடியாதவளாக இருக்கமுடியும் என்று நினைத்தான்.

அவன்மீது அறைப் புத்துணர்ச்சிப்பொருள் போல வாசனை வந்து கொண்டிருப்பதாக அவள் நினைத்தாள். குறைந்தபட்சம், அவன் மற்ற ஆண்களைப் போல நாற்றமடிக்கவில்லை. திடீரென ஒரு கணம் அவள் தன் தோழி ஒருத்தியை நினைத்தாள். ஏழைகள்—நிஜமாகவே ஏழை ஆடவர்களோடுதான் அவள் படுப்பது வழக்கம். டிரைவர்கள், பியூன்கள், இந்தமாதிரி. அவர்கள் ‘எம்பிஏ’க்களிடமிருந்து எந்த வகையிலாவது வேறுபடுகிறார்களா என்பதைக் கண்டறிவதற்காக.

ஏறத்தாழ காலியாக இருந்த அந்த அறையினூடாக அவள் நடந்து சென்ற போது அய்யன் அவளது முதுகைப்பார்த்தான். அவள் கையை இடுப்பின்மீது வைத்துக்கொண்டாள். அந்த இடுப்பு வளைவுகள் மிக அழகாக இருந்தன. எளிமையாக இருக்கவேண்டுமென்றே அணிந்த சல்வார் கமீஸில்கூட அவள் எவ்வளவு அழகாகச் செதுக்கப்பட்டிருந்தாள் என்பதை அவனால் காணமுடிந்தது. நிர்வாணமாக நின்றால் எப்படியிருப்பாள் என்று கற்பனை செய்தான். அவளை அக்ஸாவின் புதர்களுக்குள்ளாகத் தள்ளி அவளது முகத்தைக் கற்பனை செய்யமுயன்றான்.

“திட்டங்களை முதலில் பார்த்துவிட்டு என்னென்ன வேண்டும் என்ற விரிவான பட்டியலை உனக்கு அனுப்புகிறேன்” என்றாள் அவள், திரும்பாமலே. “சீக்கிரம் செய்வாய் என்று நினைக்கிறேன். நீ ஒரு திறமையான ஆள் என்று கேள்விப்படுகிறேன்.”

“நான் ஒரு சிறிய ஆள் மேடம்” என்றான். “சிலசமயம் இதையும் சிலசமயம் அதையும் நிர்வாகம் செய்யவேண்டிய ஆள்.”

அவனைநோக்கி நடந்துகொண்டே, ஒரு எச்சரிக்கையான புன்முறுவலை வெளியிட்டபடி, “நான் கேள்விப்பட்டது அது அல்ல” என்றாள்.

“உங்களைப் போன்ற விஞ்ஞானிகள் முன்னால் நான் என்ன மேடம்?” என்றான். “உங்களைப் போன்றவர்கள் செய்யும் பெரிய செயல்களினால் அங்கே கொஞ்சம், இங்கே கொஞ்சம் என்று தெரிந்துகொள்ளமுடிகிறது.”

“அப்படியானால் ஓகே”, என்றாள் சத்தமாகப் பெரியமூச்சாக விட்டபடி. “சீக்கிரம் உன்னைப் பார்க்கிறேன்.”

கதவருகே சென்றபோது “இங்கே மிகவும் வெப்பமாக இருக்கிறது” என்றான். வேகமாக ஒரு மூலைக்குச் சென்று ஏசியைத் திருப்பினான். மெதுவாக, “மேடம், பலூன் மிஷன் பற்றி ஏதாவது நீங்கள் சொல்லமுடியுமா” என்று கேட்டான்.

“ஏன் கேட்கிறாய்?”

“தினசரி இரவில் என் மகனுக்கு ஒரு கதை சொல்வேன். அப்படித்தான் அவனைத் தூங்கவைப்பது வழக்கம். என்னுடைய கதைகளெல்லாம் நிறுவனத்திலிருந்து கிடைப்பவைதான்.”

அவள் ‘உச்’ ஒலியெழுப்பி, “ரொம்ப நன்றாக இருக்கிறது” என்றாள். அது மிகவும் இனிமையாகவே இருந்தது என்று அய்யனுக்குத் தெரியும்.

“எத்தனை வயது அவனுக்கு?”

“பத்து.”

“உனக்கு எவ்வளவு தெரியும் என்று எனக்குத் தெரியாது” என்றாள், “ஆனால் கிட்டத்தட்ட இதுபோலத்தான். ஒவ்வொரு ஆண்டும் பூமியை இருபதாயிரம் விண் கற்கள் மோதுகின்றன. அவை மிகவும் சிறியதாக இருப்பதால் எரிந்துபோகின்றன. டாக்டர் ஆசார்யா, அவற்றில் சிலவற்றில் வேறு கோளங்களின் உயிரிகள் இருக்கலாம் என்று நினைக்கிறார். ஒரு புறஉயிரியின் டிஎன்ஏ போல, அல்லது முழுதாக வளர்ந்த நுண்ணுயிரி போல, அல்லது மனிதனுக்கு இதுவரை தெரியாத ஏதோ ஒன்றாக. இந்த உயிரிகள் எப்படியோ பூமிக்குள் புகுந்துவிடுகின்றன. கீழே வரக் கொஞ்சகாலம் ஆகிறது.”

“பூமிக்கு மேல் நாங்கள் ஒரு பலூனை உயரத்தில் அனுப்ப இருக்கிறோம். அவற்றில் நான்கு ‘சாம்பிளர்’கள் இருக்கும். சாம்பிளர்கள் என்பவை கிருமிநீக்கம் செய்யப்பட்ட ஸ்டீல் ‘கேன்’கள். அவை

தரையிலிருந்து தொலைக்கட்டுப்பாட்டில் இயங்கும். அவைகள் நாற்பத்தொரு கிலோமீட்டர் உயரத்தில் திறக்கும். காற்றைப் பிடித்துக்கொண்டு உடனே மூடிக்கொள்ளும். அவற்றைக் கீழே இறக்கியவுடன் நான் அவற்றை ஆராய்ச்சி செய்வேன். நீ நிற்கும் இடத்தில்தான், இங்கேதான் ஆராய்ச்சி நடக்கும்."

"உங்களுக்கு ஏதாவது கிடைத்தால் என்ன செய்வீர்கள்?"

"அப்படி ஏதேனும் கிடைத்தால், டாக்டர் ஆசார்யா, விண் வெளியிலிருந்து உயிர்ப்பொருளைக் கண்டுபிடித்த முதல் மனிதர் ஆகிறார்."

"ஏன் நாற்பத்தொரு கிலோமீட்டர் உயரம்? ஏன் அது இருபதாக, பத்தாக இருக்கக்கூடாது?" கண்களைச் சுருக்கிக்கொண்டு ஆர்வ மாக இருப்பதுபோல் கேட்டான். ஆனால் அவனுக்கு அது ஏன் என்று தெரியும்.

"ஏனென்றால், ஏனென்றால்..." ஒரு மெல்லிய பாராட்டுடன் அவள் சொன்னாள், "பூமியிலிருந்து எதுவும் அந்த உயரத்தில் மிதப்பதில்லை. எரிமலைகளின் சாம்பல்கூட அவ்வளவு உயரம் போகாது. ஆகவே, நமக்கு அந்த உயரத்தில், ஒரு பாக்டீரியம் கிடைத்தால்கூட, அது விண்வெளியிலிருந்து வருவதுதான், கீழிருந்து மேலே செல்வதல்ல என்று புரியும்."

"உங்களைப் போன்றவர்கள் செய்யும் பணி மிகவும் ஆச்சரிய மாக இருக்கிறது" என்றான் அவன். "இன்றைக்கு இரவு ஒரு பெரிய கதையைக் கட்டிவிட முடியும் என் மகனுக்காக என்று நினைக்கிறேன்."

அவன் கதவை நோக்கி நடந்தபோது, அபர்ணா கேட்டாள், "இராட்சஸக்காது பற்றி உனக்கு என்ன தெரியும்?"

திரும்பி உள்ளே சில அடிகள் நடந்துகொண்டே, "உங்களுக்குத் தெரியாதது எதுவும் இல்லை, மேடம்" என்றான். "இராட்சஸக்காது என்பது முப்பது ரேடியோ தொலைநோக்கிகளுக்கு வைத்த பெயர். டிஷ்களின் பெரிய வரிசை விண்ணை நோக்கி ஒன்றுக்குப் பின் ஒன்றாக, அவை பரந்த நிலப்பகுதிகளில் வெள்ளை இராட்சஸர்கள் போல நிற்கின்றன. நகரத்திலிருந்து சுமார் நூறு கிலோமீட்டர் வெளியே. நீங்கள் அதைப் பார்த்திருக்கிறீர்களா?" என்று கேட்டான். "அவை நம் நிறுவனத்துக்குச் சொந்தமானவை."

“கார் ஓட்டிச்சென்றபோது ஒருமுறை பார்த்தேன்” என்றாள் அவள். “அவை அழகாகவும், தீமைகளாகவும் காட்சியளிக்கின்றன.”

“இராட்சஸக்காது பற்றி ஒரு விசித்திரமான விஷயம் இருக்கிறது” என்றான் அய்யன் மெதுவாக. “ஒரேஒரு ஷேம்பேன் பாட்டிலைக் கூட அங்கே பார்க்கமுடியாது.” அவன் ‘ஷாம்பேய்ன்’ என்பதை உச்சரித்தது கொஞ்சம் தமாஷாக இருந்தது. ஆனால் அவள் ஒன்றும் சொல்லவில்லை. அவன் சொன்ன விஷயம் அவள் ஆவலைக் கிளறியிருந்தது.

“ஷேம்பேன் பாட்டில் என்றா சொன்னாய்? அது ஏன் இராட்சஸக் காதில் இருக்கவேண்டும்? அதில் என்ன விசித்திரம்?”

“உலகின் ஒவ்வொரு ரேடியோ தொலைநோக்கியிலும் ஒரு ஷேம்பேன் பாட்டில் உண்டு. அது ஒரு மரபு. ஒரு அந்நிய சமிக்ஞை கிடைக்கும்போது அது திறக்கப்படவேண்டும்.”

“இராட்சஸக்காதில் ஏன் ஷேம்பேன் பாட்டில் இல்லை?”

“உங்களுக்கு ஏன் என்று தெரியும்” என்றான், ஒரு சதிகாரப் புன்முறுவலோடு. “இயக்குநருக்குப் புற அண்டவெளி உயிர் பற்றி ஆராய்வது பிடிக்காது. அது அறிவியல் அல்ல என்கிறார். அதை உண்மையாகவே வெறுக்கிறார். இங்குள்ள ரேடியோ வானியல் விஞ்ஞானிகள் அறிவுள்ள உயிர் ஏதேனும் இருப்பதற்கான அறிகுறிகள் கிடைக்கின்றனவா என்று தாங்கள் தேடிப்பார்க்க அனுமதி வேண்டிக்கொண்டிருக்கிறார்கள். ஆனால் அவர் அனுமதி அளிப்பதாக இல்லை.”

“தெரியும், தெரியும்” என்றாள் கனவுலகில் இருப்பவள்போல. “ஏன் இந்த விஷயங்கள் பற்றி இவ்வளவு பிடிவாதமாக அவர் இருக்கிறார்?”

“விண்வெளி உலகங்கள் பூமியுடன் மிக மிருதுவாகப் பேசுகின்றன மேடம்”, என்றான் அவன். “நிலாவில் ஒரு மொபைல் பேசியை விட்டுவைத்தால் முழு வானிலுமே அது மூன்றாவது தெளிவான ரேடியோ சிக்னலாக இருக்கும். எனவே நாம் உபயோகிக்கும் பொருள்கள் ரேடியோ தொலைநோக்கிகளோடு குறுக்கிடு கின்றன என்பதை உணரமுடியும். கடந்து செல்லும் ஒரு காரின் ரேடியோ, அயலகத் தொடர்பு இருப்பதற்கான வதந்திகளைக் கிளப்பிவிடலாம். எனவே இயக்குநர் அப்படிச் செய்வது, புறவெளி

உயிரிகளை ஆராய்வதற்குச் சரியான வழியல்ல என்று கருதுகிறார். மேலும் விண்வெளி உயிரிகள் ரேடியோ சிக்னல்கள் அனுப்பும் வழக்கம் உடையன அல்ல என்பதும் அவர் கருத்து."

நேரிய புன்னகையோடு, "உனக்கு நிறையத் தெரிந்திருக்கிறது அய்யன்" என்றாள்.

"நான் ஒரு சின்ன ஆள் மேடம். உங்களை மாதிரிப் பெரிய மனிதர்கள் செய்வதில் அங்கும் இங்கும் ஏதாவது ஒன்றைப் பொறுக்கிக்கொள்பவன்."

குளிர்சாதனத்தின் காற்றுவீச்சில் அவளுடைய மார்புக்காம்புகள் இறுகியிருப்பதை அவன் பார்த்தான்.

அவன் போனபிறகு, அபர்ணா மேஜை பக்கத்தில் உட்கார்ந்து, சுவர்களையே வெற்றுப்பார்வை பார்த்தாள். மணிக்கணக்காக அவள் அப்படி உட்கார்ந்திருப்பாள், செய்வதற்கு ஒன்றுமில்லாமல். அவள் இதயத்தில் பழைய பெயரற்ற ஒரு சோகத்தை உணர்ந்தாள். ஆளில்லாத தெருவில் எழுத்துமறையும் நேரத்தில் மழைபெய்யும்போது ஏற்படும் சோகம். ஒரு பொறியில் மாட்டிக்கொண்டமாதிரி உணர்ந்தாள். ஐந்து வருடங்களுக்கு முன் என்றால் ஒரு முட்டாளைப்போல அழுதிருப்பாள்.

சற்றே ஓய்வுக்காகத் தலைவாசலுக்குச் சென்றாள். ஒரு தடித்த கம்பத்திற்குப் பின்னால் நின்று ஒரு சிகரெட்டைப் பற்றவைத்தாள். புல்வெளிக்குத் தண்ணீர் பாய்ச்சிக் கொண்டிருந்த தோட்டக்காரன் வெறித்துப்பார்த்தான். மோபியஸ் வளை யத்தைப் பற்றிப் பேசிக்கொண்டு அருகில் கடந்துசென்ற சிலர் அமைதியானார்கள்.

"ஆமாமாம். முறைத்துப் பாருங்கள். நீங்கள் நினைப்பது சரிதான். நான் புகை பிடிக்கிறேன். நான் ஒரு வேசியாகத்தான் இருக்கவேண்டும்."

இங்கேயும் அந்த முறைத்த பார்வைகள் அவளைத் தொடரும். அவள் ஆடவர்களுடைய உலகத்தின் நடுவில் தான் இருக்கிறோம் என்று போகப்போக ஒப்புக்கொள்வாள். தன்னைச் சிரிக்கவைக்காத விஷயங்களுக்கும் சிரிக்கக் கற்றுக்கொள்வாள். ஜனா நம்பூதிரி "இயற்பியலில் நாம் அழகினைத் தேடுகிறோம், அது ஆஸ்ட்ரோ பயாலஜிக்கு வந்துவிட்டதுபோல் தோன்றுகிறது" என்று சொன்னால் சிரிப்பாள். மூன்றாம் தளத்திலுள்ள பெண்களின்

ஓய்வறையில் “பெண்கள்” என்றும், ஆடவர்களுடைய ஓய்வறையில் “விஞ்ஞானிகள்” என்றும் எழுதப்பட்டிருப்பது தெரிந்தும் சிரிப்பாள். தாழ்வாரங்களில் அவள்மீது ஈர்ப்புக் கொள்கின்ற மனிதர்கள், கேட்காமலே அவளுக்கு வழிகாட்டும்போது அதைப் பொறுத்துக்கொள்வாள். இந்த நீண்ட தாழ்வாரங்களை தினமும் ஒரு நிழலைப் போலக் கடந்துபோய்விடவேண்டும் என்று நினைப்பாள், ஆனால் தோற்றுப்போவாள்.

ஒரு நீண்ட இழுப்பிற்குப் பின் எஞ்சிய துண்டை எறிந்தாள். அதைக் காலில் இட்டு நசுக்கியபோது கொஞ்சம் ஆண்மைத்தனமாக உணர்ந்தாள்.

ஏர்கண்டிஷனரின் துயரமான ஹ்ம் என்ற ஒலியை விரும்பினார் ஆசார்யா. இங்கே, ஆரம்பப் பிரபஞ்சத்தின் ஒலியாக ஒருகாலத்தில் கருதப்பட்ட மென்மையான முரலும் ஒலியை அது நினைவுபடுத்தியது. கூர்ந்து அந்த ஒலியைக் கேட்டுக்கொண்டே, கேரளாவின் செம்மழை பற்றிய இன்னொரு அறிக்கையைப் படித்துக்கொண்டிருந்தார். அய்யன் மணி கையில் கொத்தாக ஃபேக்ஸ் செய்திகளை எடுத்துக்கொண்டு உள்ளே நுழைந்தான்.

“டாக்டர் நம்பூதிரி வந்திருக்கிறார்” என்று தாள்களை மேஜைமீது வைத்தவாறே சொன்னான். இயக்குநரிடம் அவன் எப்போதுமே தமிழில்தான் பேசுவது வழக்கம், அது அவருக்கு எரிச்சல்மூட்டுகிறது என்று அவனுக்குத் தெரியும். அது அவர்களுடைய பொதுவான கடந்தகாலத்திற்கு இட்டுச் சென்றது. அவர்களுடைய தலை விதிகள் மிகவும் வேறுபட்டிருந்தாலும். அய்யன் பயன்படுத்திய கிளைமொழி, குறிப்பாக, எப்போதுமே ஆசார்யாவின் கவனத்தை இடறச்செய்தது. நிலமற்ற கூலிக்காரர்களின் துன்பத்தை அவருக்கு அது நினைவூட்டியது. இளமைப்பருவத்தில் அவர்களுடைய துயரார்ந்த கண்கள் கருப்பு மாரிஸ் ஆக்ஸ்ஃபோர்டின் பின் இருக்கையிலிருந்து உலகைப் பார்த்துக் கொண்டிருந்த வேளையில், அவர்நினைவில் வந்து கொண்டே இருந்தன.

ஆசார்யா செம்மழை பற்றிய தாள்களை மேசைமீது வைத்தார். அவற்றின்மீது அந்த ஒழுங்கற்ற கருப்புக்கல்லை பளுவாக வைத்தார். “அவரை உள்ளே அனுப்பு” என்றார். தமது நாற்காலியில் சாய்ந்து ஜனாவுடன் மோதி அவர் வெற்றி பெறப் போவதைப் பற்றி நினைத்தார். ஜனா நம்பூதிரி அந்தச் சூழ்நிலை அனுமதித்த அளவைவிட அதிகமாக மகிழ்ச்சியுடனே உள்ளே நுழைந்தார்.

ஆசார்யாவுக்கு முன்னிருந்த நீள்மேசையின் எதிராக உட்கார்ந்துகொண்டே, "ஆக, நீங்கள் இன்றிரவு உணவுக்கு வரப்போகிறீர்களா?" என்று கேட்டார்.

"ஆமாம், நீங்கள் அதில் குறிப்பாக மீன் பரிமாறப்போகிறீர்கள்" என்றார் ஆசார்யா,

"அரவிந்த், புரிந்துகொள்ள முயற்சிசெய்யுங்கள். நாமெல்லாம் பிரயோசனமற்ற மரக்கறிக்காரிகளைத் திருமணம் செய்துகொண்டிருக் கிறோம்."

"நான் என் வீட்டிலிருந்து மீன் கொண்டுவருகிறேன்."

"ஓகே, நான் முயற்சிசெய்கிறேன்" என்றார் நம்பூதிரி. பிறகு தம்மால் இயன்ற வரை தற்செயலாகப் பேசுவதுபோல, "செடீ ஆய்வரங்கம், அர்விந்த். ஞாபகம் இருக்கிறதா? செடீ ஆய்வரங்கத் திற்கு பராகுவே நாட்டுக்கு ஜால்—ஐ அனுப்ப இருக்கிறோம்."

"பராகுவேயில் புறவுலக உயிரிகள் தேடல்" ஆசார்யா கூறினார் ஒரு மென்மையான உச்சுக்கொட்டலுடன் கடுமையாகினார். "ஜனா, பராகுவே உண்மையில் இருக்கிறது என்பதற்கு ஆதாரம் இருக்கிறதா?"

"என்ன சொல்கிறாய்?"

"பராகுவேயிலிருந்து யாரையேனும் தெரியுமா?"

"இல்லை."

"எவருக்கும் தெரியாது."

"ஆனால் எப்படியோ, பராகுவே இருக்கிறது என்று நான் நம்புகிறேன்" என்றார் நம்பூதிரி.

"அவருடைய பயணத்தை அவர்கள் ஸ்பான்சர் செய்யவில்லை என்பது உனக்குத் தெரியுமா? நாம்தான் தரவேண்டுமா?"

"ஆமாம், ஆனால் அவர் திரும்பிவருவது முக்கியமானது."

"நம்மால் பணம்தர இயலாது" என்றார் ஆசார்யா. ஒரு பேனாவை ஒரு தாங்கியிலிருந்து எடுத்து இன்னொரு தாங்கியில் வைத்தார்.

நம்பூதிரி இதை எதிர்பார்க்கவே செய்தார். 'இந்த ஆள் இப்போதெல்லாம் கஞ்சனாகிவிட்டான். வேசி மகன். பலூன் மிஷனுக்காகப் பணத்தைச் சேர்த்துக் கொண்டிருக்கிறான்.'

பழைய நட்பின் ஆறுதலோடு அவர்கள் ஒருவரையொருவர் பார்த்துக் கொண்டனர். கொஞ்ச நேரத்தில் அழிவை உண்டாக்கப்போவதாக பயமுறுத்துகிற ஒரு கருத்து மோதலின் சோர்வுடனும்.

"சரி அதை விடு" என்றார் நம்பூதிரி. "இது உன்னுடைய முடிவு. ஆனால், அரவிந்த், நான் இங்கே பேசவந்தது இராட்சஸக்காது பற்றி."

ஆசார்யா ஒரு சிறு முனகலை வெளியிட்டார்.

ஆனால் நம்பூதிரி விடவில்லை. "உலகம் முழுவதுமுள்ள வானியலாளர்கள் எல்லோரிடமிருந்தும் இராட்சஸக்காது பற்றி நிறைய, மிகநிறைய வேண்டுகோள்கள் வந்தவாறே இருக்கின்றன. இந்த விஷயத்தை நீ தீவிரமாக ஆலோசிக்கவேண்டும். இராட்சஸக்காதுகள் வாயிலாகப் புறஉலக உயிரிகளின் சமிக்ஞைகளை ஆராய அனுமதிக்க வேண்டும். நமது நிறுவனத்திலுள்ள வானியலாளர்கள்கூட உன்னுடைய தடை பற்றி அவ்வளவு மகிழ்ச்சியாக இல்லை."

"அர்த்தமற்ற விஷயத்திற்கு இராச்சஸக்காதை எவரும் பயன் படுத்த நான் விடப்போவதில்லை" என்றார் ஆசார்யா. நிதானமாக அறையைச் சுற்றி நோக்கினார்.

"பல்கலைக்கழகங்கள், மிகக் கவர்ச்சிகரமான கட்டணத் தொகையோடு என்னை அணுகியிருக்கின்றன" என்றார் நம்பூதிரி, சற்றே அவநம்பிக்கையோடு. பணிவோடு உறுதியைக் காட்டவேண்டுமென நினைத்தார்.

"நாம் பணத்துக்காக அதை விற்க முடியாது. நாம் விஞ் ஞானிகள்" என்றார் ஆசார்யா.

"ஆனால் அரவிந்த், நமக்கு நிதி தேவை."

நிதி என்ற வார்த்தையை நம்பூதிரி பிரயோகிக்கக் காரணம் இருந்தது. நிறுவனத்தில் விஞ்ஞானிகள் 'பணத்தை' ஏளனமாகப் பார்த்தார்கள். ஆனால் 'நிதியை' மதித்தார்கள்.

ஆசார்யா ஆழமாக மூச்சை இழுத்தார். எதிராளி விடாப்பிடியாக இருப்பதை அவர் விரும்பவில்லை. அவர் சொன்னார், "ரோபாட்டுகள் வந்து உலகையே மாற்றியமைத்துவிடப்போகின்றன என்று நாம் எல்லாருமே நம்பிய காலம் உனக்கு ஞாபகம் இருக்கிறதா? ரோபாட்டுகள் இதைச் செய்யும், அதைச் செய்யும் என்று விஞ்ஞானிகள் சொன்னார்கள். ஆனால் அவை எதுவும் செய்யவில்லை. ஐனா, ஏன் ரோபாட்டுகள் தோல்வியுற்றன என்று உனக்குத் தெரியுமா? அவற்றின் தோல்விக்குக் காரணம், மனிதன் தனது பிம்பத்தில் அவற்றை அமைத்ததுதான். முதல் தலைமுறை ரோபாட்டுகள் மனித வடிவத்தில் இருந்தன. ஏனென்றால் மனிதன் மனிதனையே நினைத்திருக்கிறான். இப்போது மிகவும் வெற்றிகரமாக இயங்கும் ரோபாட்டுகள், உதாரணமாக ஆட்டோ அசெம்பிளி செய்பவை—அல்லது அறுவை அரங்கில் பயன்படுபவை, மனித னைப் போல இல்லை."

"நீ என்ன சொல்ல வருகிறாய் அரவிந்த்?"

"ரோபாடிக்ஸ் ஒருகாலத்தில் இருந்த வளர்ச்சியற்ற நிலையில் இப்போது பிறஉலக உயிரிகளை ஆராய விரும்பும் மனிதத்தேடல் இருக்கிறது" ஓர் அச்சுறுத்தும் தொனியில் ஆசார்யா சொன்னார், "எங்கேயோ, விண்வெளியில் தொலைதூரத்தில், உயிரிகள் இருக்கும், மனிதனைப் போலவே எந்திரங்களை அமைத்து சமிக்ஞைகள் அனுப்பும் என்று நினைக்கின்ற மனிதர்களை நான் ஆதரிக்கமுடியாது. மனிதன் பிறஉலக உயிரிகளை ஆராயவில்லை. மனிதன் மனிதனைத்தான் தேடுகிறான். இதற்குத் தனிமை என்று பெயர். அறிவியல் அல்ல. பிரபஞ்சம் மிகவும் அகன்றது. நமக்கு பிரக்ஞையைப் பற்றி மிகவும் குறைவாகத்தான் தெரியும். வாழ்க்கை பற்றிய மிகவும் குறுகலான கருத்துடன் தொடங்குகின்ற ஒரு தேடலில் பணத்தைச் செலவிட வேண்டாம். பிறஉலக உயிரிகளின் சமிக்ஞைகளைப் பற்றி ஆய்வாளர்கள் ஆராய விரும்புவது அவர் களுக்குப் பிராபல்யத்தை உண்டாக்கும் என்பதனால்தான். ஏசு கிறிஸ்துவைப் போன்றவர்கள் அவர்கள்."

"ஏசு கிறிஸ்துவா?"

"ஆம். அவர்கள் மிகச்சரியாக ஏசு கிறிஸ்துவைப் போன்றவர்கள்தான். அவர் தண்ணீரை ஒயினாக மாற்றினார் என்று தெரியுமா?"

"அந்தக் கதையைக் கேட்டிருக்கிறேன்."

“வேதியியலின் அடிப்படையிலிருந்து பார்த்தால், ஒயினைத் தண்ணீராக மாற்றுவதுதான் அதிசயம். தண்ணீரை ஒயினாக மாற்றுவது அல்ல. ஆனால் அவர் ஒயினைத் தண்ணீராக மாற்றவில்லை. ஏனென்றால், அவர் எவர் வீட்டுக்காவது சென்று, அவர் வீட்டிலிருந்த ஒயினைத் தண்ணீராக மாற்றியிருந்தால், அவரை முன்னாலேயே சிலுவையில் அறைந்திருப்பார்கள். அவருக்கு தண்ணீரை ஒயினாக மாற்றுவதுதான் பிரபலத்தை, புகழை உண்டாக்கும் என்று தெரியும். புறஉலக உயிரிகளைத் தேடுகின்ற செயலும் அப்படித்தான். பல்சார்களைத் தேடுவதைவிட அது கவர்ச்சிகரமானது. சாதாரண மனிதர்கள் அதை விரும்புகிறார்கள். பத்திரிகைக்காரர்கள் விரும்புகிறார்கள். ஸ்ட்ரேடாஸ்பியரின் ஊடாக நுண்ணுயிர்களாகப் புறவுலக உயிரிகள் விண்கற்கள் வாயிலாக வருகின்றதா என்பதைத் தேடுவதுதான் அதைவிட அர்த்தமுள்ளது.”

“அப்படியானால் அரவிந்த், ஏதோ ஒரு புறவுலக நாகரிகம் நமக்கு சமிக்ஞை அனுப்புவதற்கு வாய்ப்பே கொஞ்சம்கூட இல்லை என்கிறாயா?”

“கணிதபூர்வ சாத்தியந்தான்.”

“சரிதான், அது போதும் இல்லையா? கணிதபூர்வமான சாத்தியம். இதைக் கேள், அரவிந்த். 1874இல் ‘தி அமெரிக்கன் மெடிகல் வீக்லி’ பத்திரிகை விசித்திரமான நிகழ்ச்சி ஒன்றை அறிவித்தது. 1863இல் மிசிஸிபியில் ரேமாண்ட் போர் நடந்தபோது, ஒரு சிப்பாயின் கொட்டையில் ஒரு துப்பாக்கிக்குண்டு பாய்ந்தது. அவனுடைய இடது விதைப்பை தெறித்துப்போய்விட்டது. அதே குண்டு பக்கத்திலிருந்த வீடு ஒன்றில் உட்கார்ந்திருந்த பெண் ஒருத்தியின் வயிற்றின் இடதுபுறம் பாய்ந்தது. ஒன்பது மாதங்கள் கழித்து அவள் ஆரோக்கியமான ஆண்குழந்தை ஒன்றைப் பெற்றெடுத்தாள். ஒருவேளை அந்த குண்டு அந்த சிப்பாயின் விந்துவைக் கொஞ்சம் கொண்டுசென்று அந்தப் பெண்ணின் கருப்பையில் சேர்த்திருக்கலாம். அப்படித்தான் அவள் அந்த சிப்பாயின் குழந்தையைப் பெற்றிருக்கமுடியும்.”

“அவள் அப்படித்தான் தன் தாயிடம் சொன்னாளாம்.”

“இது ஒரு கணித பூர்வ சாத்தியம்” நம்பூதிரி சொன்னார். “ஒரு கணித பூர்வ சாத்தியம், எவ்வளவு குறைவாக இருந்தாலும்,

நாம் உண்மையைத் தேடிச்செல்லப் போதுமானது. அறிவியலில் நம்பிக்கைதான் எல்லாம்."

"நம்பிக்கை", கசப்பான ஞாபகங்களுடன் ஆசார்யா சொன்னார், "ஒருமுகப்படுத்தலில் தவறுதல்தான் நம்பிக்கை."

நம்பூதிரி சோர்வோடு ஜன்னலை நோக்கி மூக்கைத் தடவிக் கொண்டார். இந்தப் போரில் வெற்றிபெற இன்னும் கொடூரமான வழிமுறைகள் தேவை என்று அவருக்குத் தெரியும். மேலும் ஆசார்யாவுக்குப் போரிடத்தெரியாத போர்முறைகளைக் கண்டு பிடிக்கவேண்டும். இந்தச் சகிக்கஇயலாத தடித்த கொடுங்கோலன் ஒரு காலத்தில், அவர்கள் பிரின்ஸ்டனில் இருந்தபோது, கண்களில் குறும்பு ததும்புகின்ற ஒல்லியான அடக்கமான பையனாக இருந்தான். ஆசார்யா, ஒரு பூத்தொட்டியில் மரிஜுவானா வளர்த்து புகழ் பெற்றவன். 'தி ஜாயின்ட் ஃபேமிலி' என்ற பெயரில் ஒரு இரகசியக் கையேட்டைக்கூட அவன் எழுதினான். ஒரு விடுதியறைச் சூழலில் எப்படி மரிஜுவானாவை எதிர்காலத்தில் வளர்ப்பது என்பது பற்றிய தெளிவான அறிவுறுத்தல்கள் அதில் இருந்தன. அப்படிப்பட்ட பையன் எப்படி உறுதியற்ற, நிலையற்ற ஒன்றிற்காக எல்லோரையும் எதிர்க்கத் துணிந்த இந்தக் கொடிய விலங்காக மாறினான்?

நம்பூதிரி நாற்காலியிலிருந்து எழுந்து கதவைநோக்கிச் சென்றார். அவருடைய மனத்தில் அப்போதுதான் ஒன்று தோன்றியது. "போப்பாண்டவரை உனக்குத் தெரியும் இல்லையா?" என்று கேட்டார்.

"அவருக்கு என்ன?"

"அரவிந்த், டிவியைப் போடு."

"ஏன்?"

"போப் இறந்துவிட்டார்."

முழுமையான மௌனத்தில் இருவரும் ஒருவரை ஒருவர் பார்த்துக்கொண்டனர். பிறகு ஆசார்யா சிரித்தார்.

அவருக்கும் போப்பாண்டவருக்கும் ஒரு பொதுக் கடந்த காலம் இருந்தது. உலகின் சிறந்த பிரபஞ்சவியலாளர்கள் ஒரு ஆய்வரங்கில் கலந்துகொள்ள அதற்கு முற்றிலும் தோதற்ற ஒரு

இடத்தில்—வாடிகன் நகரத்தில்—சேருமாறு அழைக்கப்பட்டனர். பாண்டிஃபிகல் (போப்பினுடைய) அறிவியல் கழகம் இந்த விஞ் ஞானிகளை விருந்தினராக ஏற்றது. ஏனென்றால், பெருவெடிப்புக் கொள்கை, பழைய ஏற்பாட்டுக்கு முரணாக இல்லை என்று போப் அறிந்திருந்தார். எனவே அதை மகிழ்ச்சியாக ஆதரிக்கத் துணிந்தார். இந்தப் பிரபஞ்சத்திற்கு ஒரு தொடக்கம் உண்டு என்று ஒப்புக்கொண்டதால், பெருவெடிப்புக் கொள்கை, கடவுளுக்கு ஏதாவது வேலைசெய்ய—உலகைப்படைத்தல் போன்ற ஒன்றிற்கு—இடம் அளித்தது. அவைதிகர்களான ஆசார்யா போன்றவர்கள்அங்கே, கடவுளும் அறிவியலும் ஒருசேர இருக்கமுடியும் என்று கற்பிக்க அழைக்கப்பட்டனர்.

ஆய்வரங்கத்தின் இறுதியில், போப்பாண்டவர் தமது கேஸ்டல் காண்டால்ஃபோ என்னும் கோடை விடுதியில், ஒருவர் ஒருவராக, விருந்தினர்களைச் சந்தித்தார். புனிதத் துறவியை நோக்கி மெதுவாக நகர்ந்த நீளவரிசையில், புகழ்பெற்ற, முடமான விஞ் ஞானி ஸ்டீபன் ஹாகிங் ஆசார்யாவுக்கு நேர்முன்னால்தான் இருந்தார். போப்பிடம் அவரைச் சக்கரநாற்காலியில் அழைத்துச் சென்றபோது, போப் அவர் முன்னால் மண்டியிட்டு அமர்ந்து நீண்டநேரம் உரையாடினார். பிறகு ஆசார்யா அவரிடம் சென்றார். அவரது காதில் ஏதோ சொன்னார். போப் கலக்கத்தோடு திரும்பிநோக்கினார். ஆசார்யா அவரிடம் என்னதான் சொன்னார் என்பது சரிவரத் தெரியவில்லை. அவர் வெளியிடவேயில்லை. வாடிகன் இதைப் பற்றிக் கருத்துரை சொல்ல மறுத்துவிட்டது. ஆனால் அதன் பிரதிநிதி ஒருவர் பின்னர், “அந்த மனிதர் போப்பிடம் என்ன சொன்னார் என்பது முக்கியமல்ல, ஆனால், அவரை மறுபடியும் இங்கே அழைப்பார்கள் என்று நான் நினைக்க வில்லை” என்று கூறினாராம்.

நம்பூதிரி கதவுக்குமிழைப் பிடித்தவாறு நின்றிருந்தார். அந்தப் பழைய புதிரை விடுவிக்காமல் நண்பரை விட்டுச்செல்ல அவருக்கு விருப்பமில்லை. “போப்பிடம் நீ என்ன சொன்னாய் அரவிந்த்?”

“ஒன்றுமில்லை.”

“கமான், அவர் இப்போது இறந்துபோய்விட்டார். சிலபேர் அவர் மிகவும் புண்பட்டு விட்டதாகச் சொன்னார்கள். அப்படி என்ன சொன்னாய் அவரிடம்?”

ஆசார்யா வாய்க்குள் சிரிக்க நினைத்தார், ஆனால் இப்போ தெல்லாம் எந்தச் சாவுக்கும், அது போப்பாக இருந்தாலும், விழிப் போடு இரங்கலில் ஈடுபட்டார்.

"மிக நல்ல மனிதர்" மென்மையான குரலில் ஆசார்யா சொன்னார். "1992இல் அவர் கலிலியோ சொன்னது சரிதான் என்று ஒப்புக்கொண்டார். பூமி சூரியனைச் சுற்றுகிறது என்று ஒப்புக்கொண்டார். மிக நல்ல மனிதர்."

நம்பூதிரி அறையைவிட்டு சோகமான புன்முறுவலுடன் வெளி யேறினார். அவர் என்றுமே பங்கேற்றிராத, பழங்காலக் கவர்ச்சியான போராட்டங்களைப் பற்றி நினைத்தவாறே. ஆசார்யாவுக்கு அந்தப் புன்முறுவல் எப்படிப்பட்டது என்று தெரியும். பயங்கரமான, கவர்ச்சியான சண்டைகளில் ஈடுபடாமல் வெளியே நின்று, உலகில் தங்களுக்குரிய இடத்தை நல்ல பொதுஜன உறவுகள் என்ற ஏமாற்றுமுறைகளால் பெற முனைபவர்களின் சிரிப்பு அது.

ஆதிக்கு இரண்டு குல்லாய்களும், இன்னும் சூடாகவே இருந்த இறால் ஃப்ரையும் இருந்த பிளாஸ்டிக் பையை எடுத்துக்கொண்டு அய்யன் மணி அந்தச் செங்குத்தான சரிவுள்ள காலனியக்காலப் படிக்கட்டுகளில் பிளாக் எண் நாற்பத்தொன்றை நோக்கி ஏறத்தாழ ஓடினான். இறால்களின் மென்மையான வாசனைகூட அவன் வயிற்றை ஏதோசெய்தது. வீட்டுக்கு வேகமாகச் சென்று விடவேண்டும். ஆனால் வெளியேயிருந்து வந்த சிலரை முதல் தளத்தில் பார்த்தவுடனே நின்றுவிட்டான். இரண்டு பெண்கள், சிறிய சட்டைகள், கெட்டியாகப் பிடித்த ஜீன்ஸ் கால்சட்டைகளில் இருந்தனர். ஒரு ஒல்லியான தோற்றம் கொண்ட பையன் உடனிருந்தான். இவர்களைச் சுற்றி அங்கிருந்த சிறிய பெண்மணிகள் குழுமியிருந்தார்கள். குடிக்கச் சென்றுகொண்டிருந்த ஒருவனிடம் "அந்த முட்டாப்பசங்க மறுபடியும் வந்துட்டாங்களா" என்று கேட்டான் அய்யன்.

இந்த மூன்றுபேரும் பருவவயதுத் தொடக்கத்திலிருந்த மாணவர்கள். சர்வதேசப் பள்ளிகளில் படிப்பவர்கள். சமூகப்பணி என்ற பெயரில் எப்போதாவது வருபவர்கள். அடுத்து அவர்கள் போகப் போகிற அமெரிக்கப் பள்ளிகளுக்கு விண்ணப்பத்தில் தங்கள் புகழைச் சேர்ப்பதற்காக சிறுவர்களுக்கு உணவு, படிக்காத கிழவர்களுக்குப் பேனாக்கள் (அவர்கள் அதை வெறுத்தார்கள்), கொண்டுவந்தார்கள். பெண்களுக்கு அதிக அதிகாரம் தரவேண்டும்

என்றார்கள். தாழ்வாரங்களில் சுற்றிவந்து, ஏதாவது ஒரு கதவைத் தட்டுவார்கள். ஒருநாள் அவர்கள் ஓஜாவிடம், "நீங்கள் கணவருடன் பொறுப்புகளைப் பகிர்ந்துகொள்ளவேண்டும், சில நாட்களில் அவரையும் துணி துவைக்கவும் சமைக்கவும் விடவேண்டும்" என்றார்கள்.

அந்தச் சிறிய கும்பலின் ஓரத்தில் நின்று அந்த மாணவர்களை ஆராய்ந்தான். நல்ல வளர்ப்பினால் அவர்கள் முகங்கள் ஒளி பெற்றிருந்தன. மிகவும் வித்தியாசமாகவும், மிகவும் வளர்ச்சி யுடனும் இருந்தார்கள். இந்தச்சமயம் இந்த மீட்பர்கள், எல்லாப் பெண்களையும் ஆங்கிலப் பள்ளிகளுக்குக் குழந்தைகளை அனுப்ப வேண்டிக் கொண்டு வந்தார்கள். எல்லா நகராண்மைக் கழகப் பள்ளிகளையும் ஆங்கிலவழிப் பள்ளிகளாக மாற்ற ஒரு போராட்டமும் நடத்தினார்கள். அங்கிருந்த பெண்கள் அய்யனைப் பார்த்தபோது புன்முறுவல் செய்தார்கள்.

"அவருடைய பையன் நல்ல பள்ளிக்கூடத்துக்குப் போகிறான்" அவனைக் காட்டி ஒரு பெண் சொன்னாள். சீர்திருத்தப் பெண்கள் இருவரும் அவனைப்பார்த்து ஒப்புதலாகச் சிரித்தார்கள். அவனுக்கு அவர்களை நன்றாக அறையவேண்டும் போல இருந்தது.

"ஹோண்டா அக்கார்டில் வந்தீர்களா?" என்று கவலையோடு கேட்டான்.

"இல்லை" என்றாள் ஒரு பெண். "அது ஒரு லான்சர்."

"ஆமாம், ஆமாம். அதுதான் அந்தக் கார். பையன்கள் அதில் கீறிக்கொண்டும் ஜன்னல்களை உடைத்துக்கொண்டும் இருந்தார்கள்."

"அட கடவுளே" எல்லாப் பெண்களும் ஒருசேரக் கத்தினார்கள். "அந்த ப்ளடி டிரைவர் எங்கே போனான்?" என்று ஒருத்தி கத்தினாள். படிகளில் இறங்கி அனைவரும் ஓடினார்கள். அந்தப் பையன் பின்னால் ஓடினான்.

அய்யன் அந்தக்கூட்டத்திலிருந்த பெண்களை ஒரு கணம் மௌனமாகப் பார்த்தான். அவர்கள் எல்லோரும் சிரிக்க ஆரம்பித்தார்கள்.

"ஏன் இப்படி நின்னுகிட்டு இந்த முட்டாப்பசங்க சொல்லக் கேட்டுக்கிட்டிருக்கீங்க?"

"டைம் பாஸ்" என்றாள் யாரோ ஒருத்தி, கண்களின் நீரைத் துடைத்துக் கொண்டு. மறுபடியும் அவர்கள் குலுங்கிச் சிரிக்கலானார்கள்.

ஓஜா கதவைத்திறந்தாள். அவனைக் கடுமையாகப் பார்த்து "முழுக்கதையையும் படிச்சிங்களா?" என்று கேட்டபோது குழம்பிப்போனான். அந்தக் கேள்வி ஆதிக்குத் தான். அவன் கேஸ்ஸ்டவ் பக்கத்தில் புண்பட்டபடி நின்றிருந்தான். ஓஜா தன் மகனை விசாரணைக்கு உட்படுத்தியபடி நின்றிருந்தாள். அவன் தன் தந்தை படிக்குமாறு ஊக்கப்படுத்திய கனமான கௌரவத்துக் குரிய புத்தகங்களைவிட, அவன் வயதுக்கேற்ற சாதாரணமான விஷயத்தைத்தான் படிக்கிறானா என்பதை உறுதிப்படுத்திக் கொள்வதற்காக அவள் ஒரு காமிக் புத்தகத்தை அவனுக்கு வாங்கித் தந்தாள்.

தன் மகன் இயல்புக்கு மாறாக இருப்பதாகக் கவலைப்பட்டுக் கொண்டிருந்தாள். முன்நாள் மாலை மேல்மாடியில் அவனை அவள் பார்த்தாள். ஒரு கிரிக்கெட் மேட்ச் நடந்துகொண்டிருந்தது. அதில் அவன் கலந்துகொள்ளாமல் நின்றிருந்தான். அவர்கள் விளையாட்டுக் களமாக ஏற்படுத்தியிருந்த இடத்தில் அவள் புகுந்து அங்கிருந்த பையன்களை அவனுக்கு பந்தை அடிக்க வாய்ப்பளிக்குமாறு கேட்டாள். அவளை அவர்கள் குழப்பமாகப் பார்த்தார்கள், பிறகு கவனிக்காமல்விட்டார்கள். களத்தின் ஓரத்திலிருந்த ஆதி குழப்பமாக அவளைப்பார்த்து வெளியேறுமாறு கூறினான்.

ஒரு விசித்திரமான மேதையைத் தான் வளர்க்கிறோமோ என்ற எண்ணம் அவளைச் சில நாட்களாக அரித்துக்கொண்டிருந்தது. அதனால் அவள் இன்று மாலை ஒரு டிங்கிள் காமிக் புத்தகத்தை—அதன் விலை இருபது ரூபாயாக இருந்தாலும் சரியென்று வாங்கிக்கொண்டுவந்தாள். குளிர்சாதனப்பெட்டியின் பக்கத்தில்அதனோடு கொஞ்சநேரம் உட்கார்ந்திருந்துவிட்டு ஆதி அதைப் படித்துவிட்டதாகச் சொல்லிவிட்டான். அவள் அவனை நம்பவில்லை.

"முழுக்கதையையும் படிச்சியா?" அவள் புத்தகத்தைக் காட்டி அவனைக் கேட்டாள். இறால் ஃப்ரை அவளை ஒரு கணம் கவனத்திலிருந்து திருப்பியது, அவள் கணவனை முறைத்துப் பார்த்தாள். ஏனென்றால் வெளியிலிருந்து உணவு வாங்கி வந்தால்

அது தன்னை அவமதிப்புச்செய்வதாகும் என்று கருதினாள். ஆதி அவன் தகப்பனிடம் ஒரு நாய் போல மோப்பம் பிடித்தவாறே வந்தான்.

"இறால்" என்றான்.

ஓஜா அவனை அவன் தகப்பனிடமிருந்து இழுத்து அவனை முறைத்துப்பார்த்தாள். "உண்மையைச் சொல்லு. முழுக்கதையையும் படிச்சிட்டியா?"

ஆதி அப்பனிடம் முகத்தைச் சோர்வுடன் காட்டிக்கொண்டே, அவனது பெரிய கண்களால் என்னைக் காப்பாற்று என்று கேட்டவாறு, "ஆமாம், படிச்சிட்டேன்" என்றான்.

"அவ்வளோ வேகமாவா?"

"ஆமாம்."

"என்ன நடக்குது கடேசில?"

"நெறைய கதைங்க இருக்குது. எந்தக் கதையில கடைசியக் கேக்கிறே?"

"கடேசி கடேசியா என்னா நடக்குது?"

"என்னைப் போட்டுக் கொழப்பாதே."

"ஆதி, சொல்லு, கடேசிக் கதையின் கடைசியில என்ன நடக்குது?"

ஆதி காதுக்கருவியை காதிலிருந்து எடுத்தான். நல்ல காதை ஒரு விரலால் அடைத்துக் கொண்டான்.

"ஆதீ" அவன் தாய் கத்தினாள். காதுக்கருவியை அவன் காதிலேயே திணித்தாள். "கடேசிக்கதையில கடேசியில என்ன நடக்குது?"

"அந்த அரக்கன் ஓடிப்போயிடறான்."

ஓஜா டிங்கிளின் கடைசிப்பக்கத்தைப் பார்த்தாள். அதில் அரக்கனே இல்லை என்றாள். "இந்தப் புஸ்தகத்தப் படிச்சியா? எனக்கு உண்மையைச் சொல்லு. ஒருபோதும் பொய்சொல்லக்கூடாது

ஆதி. மாட்டுக்கு முடிவு கசாப்பு தான். அது போல பொய்யிக்கு முடிவு கசப்பு தான்."

"இந்த மாதிரி முட்டாள்தனமான காமிக் புஸ்தகங்கள அவன் படிக்கவிரும்பலைன்னா என்ன செய்யிறது?" என்று அய்யன் கேட்டவாறே தன் மகனைப் பார்த்துக் கண்ணைச் சிமிட்டினான், பதிலுக்கு அவனும் கண்ணைச் சிமிட்டினான்.

அவள் கோபமாக, "நீங்க ஒண்ணும் குறுக்க வராதீங்க" என்றாள். "நான் ஏதாவது செய்யிலண்ணா இந்தப் பையன் பைத்தியமாத்தான் போறான். நேத்து, மேல் மாடியில தனியா ஒருமூலையில நின்னுட்டிருந்தான். மிச்சம் பையனல்லாம் வெளையாடிகிட்டிருக்கான்."

ஆதி தலையில் கஷ்டத்தோடு கையை வைத்துக்கொண்டான். "ஒனக்குப் புரியல" என்றான். "நான் எத்தன தடவ சொல்வது? நான் அவுட் ஆய்ட்டேன்."

"அவுட் ஆய்ட்டேன்னா என்னா அது?"

"நான் அடிக்கிறவங்க சைடில இருந்தேன். அவுட் ஆய்ட்டேன்."

"அதனால?"

"அவுட் ஆயிட்டா, அடுத்த மேட்ச் வரைக்கும் வெளையாட முடியாது."

"ஆனால் மத்தப் பையன்கள் வெளையாடினாங்களே."

"சும்மா கொழப்பாதே" ஆதி கோபத்துடன் சொன்னான்.

"இதோபார் ஓஜா" அய்யன் கடுமையாகச் சொன்னான், "ஒரு பேட்ஸ்மன் அவுட்டானா, அவனோட வாய்ப்பு முடிஞ்சிபோச்சி. அவனால வெளையாட முடியாது."

"ஏன் எப்பவும் அவன் பக்கமே பேசறீங்க?" அவள் கேட்டாள். "ஏன் இங்கய நிக்கறிங்க? கூட்டம் நடந்துட்டிருக்கு. நீங்க லேட்."

"போறேன். போறேன்."

இந்தச் சமயம் முழுவதும் தொலைக்காட்சி ஓடிக்கொண்டுதான் இருந்தது. ஓஜா இப்போது சற்றே அமைதியானதுபோல் இருந்தாள்.

நாடகத்தை விட்ட இடத்திலிருந்து பார்க்கத் தரையில் உட்கார்ந்தாள். அய்யன் அவளைக் கூர்மையாகப் பார்த்தான். ஏதோ ஒன்று கோளாறு. அவள் கண்கள் அடிக்கடி இப்போதுகூட துவைக்கும் எந்திரத்தைப் பார்த்தவாறே இருந்தன, அவள் வழக்கமாக தொலைக்காட்சி பார்க்கும் போது இருக்கும் அரை மயக்கத்தில் இப்போது இல்லை. அவன் இருப்பதை மிகவும் பிரக்ஞையோடு கவனித்தாள். அவன் எங்கே இருக்கிறான் என்று பக்கவாட்டில் நோக்கினாள்.

"என்ன வேணும்" என்று கேட்டான்.

"ஒண்ணுமில்ல" என்றாள்.

மறுபடியும் துவைக்கும் எந்திரத்தைப் பார்த்தாள். அதன் கதவைத் திறந்து உள்ளே பார்த்தான் அய்யன். உள்ளே ஒரு சிவப்பு அட்டைப்பெட்டி இருந்தது. ஓஜா, முதலில் மெதுவாகவும் பிறகு உரக்கவும் சொன்னாள், "ஒரு சாமிய வீட்ல வச்சிக்கிட்டா தப்பு என்ன? எல்லாரும் நிஜக்கடவுளையே அவங்க அவங்க வீட்டில வச்சிருக்காங்க."

அய்யன் பெட்டியைப் பிரித்தான். அதில் ஒரு சிரிக்கும் விநாயகர் பொம்மை. அவள் இந்த யானைத்தலைக் கடவுளை வாங்குவது இது முதல்தடவையல்ல. அய்யன் அதை வேலைக்குப் போகும்வழியில் எறிந்துவிடுவான். ஆனால் சில மாதங்களுக்கு ஒருமுறை, அந்தக் கடவுள் வெவ்வேறு வடிவங்களில் வந்துவிடுவார்.

அய்யன் அந்தச் சிலையை ஒரு பத்திரிகைக் காகிதத்தில் சுற்றினான். "நாளைக்கி எங்கியாவது போட்டுடறேன்."

"நீ அப்படிப் பண்ணக்கூடாது" என்று கத்தினாள் ஓஜா. ஆதி காதுக்கருவியை எடுத்துவிட்டு வலது காதை அடைத்துக் கொண்டான்.

"புத்தர் போதாதா?" அய்யன் திருப்பிக் கத்தினான். "புத்தர்தான் நமக்குக் கடவுள். மீதிக் கடவுள்லாம் பாப்பானுங்க உண்டாக்கன கடவுள். அவங்களோட கீழ்த்தரமான கதைங்கள்ல கடவுளுங்க ராட்சசங்கள எதிர்த்துச் சண்டைபோட்டாங்களாம், அது நாமதான். அந்த ராட்சசங்கதான் நமது முன்னோருங்க."

பொறுப்புமிக்க மனிதர்கள்

“பாப்பானுங்க செய்ஞ்சதப் பத்தி எனக்குக் கவலையில்ல. அவங்க வச்சிருக்கற கடவுளுங்கதான இப்ப எனக்கு” ஓஜா சொன்னாள். அவள் குரல் தடுமாறியது.

“நான் ஒரு இந்து. நாமெல்லாரும் இந்துதான. ஏன் வேஷம்போடணும்?”

“நாம இந்து இல்லை ஓஜா,” இப்போது அமைதியாகவும் கொஞ்சம் துயரத்தோடும் கூறினான். “நம்மைப் பன்னிங்க மாதிரி மேல்சாதிக்காரங்க நடத்தினதிலிருந்து அம்பேத்கர் விடுவித்திருக்கிறார். அந்தக் கொடுமையான மதத்தை எப்படி விட்டுடறதுன்னும் அவர்தான் கத்துக்குடுத்தார். நாமெல்லாம் பௌத்தர்கள் இப்ப.”

“என்னால ஒண்ணுமேயில்லாம வாழமுடியும்” அவள் முணு முணுத்தாள். “எனக்கு கனவுகூட வேணாம். நாங் கேக்கறதெல்லாம் சில சாமிங்கதான். நம்ம புள்ள பெரியவனாப் போறான். மத்த புள்ளைங்களுக்குத் தெரியிற சாமியெல்லாம் அவனுக்கும் தெரியணும். அவனக் கோயிலுக்கு அழச்சிட்டுப் போவணும். அவனுக்கு இந்த விஷயமெல்லாம் தெரியோணும். வீட்ல பண்டிகைங்கள்லாம் கொண்டாடணும்.”

அய்யன் தனது மகனைப் பற்றி தன் மனைவி சொன்னதை நினைத்துப் பார்த்தான். அதைப்பற்றி முன்னமே அவன் சிந்தித்திருக் கிறான். ஒருவகையில், கலாச்சாரத்தின் எவ்வித செல்வாக்கும் இல்லாமல் ஆதி ஒரு மிருகத்தைப் போல வளர்ந்துகொண்டிருந்தான். தன் தந்தை எந்தப் புராணங்களை பிராமணர்களுடைய பிரச்சாரம் என்று சொன்னாரோ அந்தப் புராணங்கள்தான் அய்யனுக்கும் தெரியும். எப்போதுமே நன்மைக்கும் தீமைக்கும் இடையில் இடையறாத போராட்டம் நடக்கிறது என்பதை நன்றாகத் தெரிந்துகொள்வதற்கும், ஒரு இலட்சிய உலகில் நல்லது தீமையை வெல்லும் என்பதைத் தெரிந்துகொள்வதற்கும் இவைகள் தேவையாக இருந்தன.

சூபர்மேன் கற்பனை நல்லதுதான், ஆனால் மகாபாரதம் இன்னும் ஆழமானது. அது வாழ்க்கைபோலவே சிக்கலானது. அது நல்லவர்கள் தப்பான பாதையைத் தேர்ந்தெடுக்கவைத்தது. அடிப்படையில் மிகவும் நல்லவர்களான அரக்கர்களும் இருந்தார்கள். குளிக்கும் பெண்களை மானபங்கப்படுத்திய கடவுள்களும் இருந்தார்கள். அய்யன் தன் மகனுக்கு இந்தக் கதைகள்

தெரியவேண்டும் என்று நினைத்தான். இந்துக் கடவுள்களைத் தன்வீட்டில் ஏற்றுக்கொள்ளமுடியாவிட்டாலும், ஓஜா வெற்றி பெறவேண்டுமென்று அவன் இரகசியமாக விரும்பினான். விட்டுக்கொடுக்க, ஆனால் மனமில்லாமல் விட்டுக்கொடுக்க நினைத்தான். அவன் வீட்டில் உயர்ஜாதியினருடைய மதம் பொழுதுபோக்குக்காகவும், கல்விக்காகவும் பயன்படவேண்டும், அவ்வளவுதான். ஆதி ஒழுக்கங்களைத் தெரிந்து கொண்டு, தேசபக்தியை, கடவுள்களைத் தெரிந்து கொண்டு வளரவேண்டும். அவனுக்கு வயது இருபதாகும்போது இவற்றையெல்லாம் விட்டுவிடக்கூடிய புத்திக் கூர்மை இருக்கவேண்டும்.

ஓஜா கண்களைத் துடைத்துக்கொண்டு, அவள் கணவனைக் கோபமாகப் பார்த்தாள். அவள் பார்த்த பார்வையிலேயே அவள் என்ன சொல்லப் போகிறாள் என்பது அவனுக்குத் தெரியும்.

“அவனோட காது” என்றாள் அவள், அழுதாள். கண்களின்மீது மணிக்கட்டுகளை வைத்து அழுத்திக்கொண்டு, “நமக்கு கடவுள்பக்தி இருந்தா இப்படி நடந்திருக்காது.”

“போதும்” என்று கூச்சலிட்டான் அய்யன்.

அய்யன் தான் தகப்பன் ஆகப்போவதில்லை என்றே நம்பிய காலம் ஒன்று இருந்தது. ஓஜாவைத் திருமணம் செய்துகொள்வதற்குப் பலகாலம் முன்னால், அவன் ஒரு ஆண்மை வழங்கும் மருத்துவமனையின் புதிய விந்துவங்கிக்குச் சென்றான். தனது தலித் விந்துவை குழந்தையற்ற ஒரு பிராமணத் தம்பதிக்குத் தரலாம் என்ற பைத்தியக்கார எண்ணத்துடன். விந்துவங்கிகள் தங்களுக்கு விந்து தருபவர்களுடைய அடையாளத்தைச் சொல்வதில்லை என்பதனால் அவனுடைய விந்து நூற்றுக்கணக்கான உயர்வகுப்புப் பெண்களுக்குக் குழந்தை தரும் என்று நம்பினான். உடலுறுதிமிக்க சிந்திக்கின்ற தலித்துகள் எங்கும் உற்பத்தியாவார்கள் என்று நினைத்தான். ஆனால் மருத்துவர்கள் அவனுக்கு ஏதோ குறை இருப்பதாகவும் அதனால் அவனுடைய கொடையை ஏற்கமுடியாது என்றும் கூறிவிட்டார்கள். அவனுடைய விந்தணு எண்ணிக்கை இயல்பானதற்குப் பாதிதான் உள்ளது என்று கூறினார்கள்.

கல்யாணமான பலமாதங்கள் கழித்து ஓஜாவுக்கு இந்த விஷயத்தைக் கூறினான். என்னுடைய விந்தணு எண்ணிக்கை பாதியாக இருப்பதனால் மற்றவர்களைவிட இருமடங்காக என்னுடன் நீ படுக்கவேண்டியிருக்கும் என்றான். அவள்

துணிகளை மடித்துவைத்துக்கொண்டிருந்தபோது மந்தமான நிலையில், எனக்கு இந்தக் கணக்கெல்லாம் புரியாது என்றாள். அவனுடைய பயம் ஒருபக்கம் இருந்தாலும், திருமணமான மூன்று ஆண்டுகள் கழித்து, ஆதி பிறந்தான். பிரசவ வலியில், ஓஜா மிகமோசமான வசைச் சொற்களால் அவனைத் திட்டினாள். அவனுடைய மனைவி அல்ல, வேறு எந்தப் பெண்ணாவது அப்படிப்பட்ட சொற்களைப் பேசமுடியுமா என்று அவனால் நினைத்துப்பார்க்கவும் முடியவில்லை. "அந்தத் தெவிடியாமவன் குண்டிவெடிச்சி சாவட்டும்" என்று கத்தினாள். ஆனால் அது ஒரு பாரம்பரியம். அவளுடைய இனப் பெண்கள் அவர்கள் ஆடவர்களைப் பிரசவநேரத்தில் திட்டவேண்டும்.

ஆதி வளர்ந்தபோது, அவனுக்கு இடது காது சற்றும் கேட்க வில்லை என்பதை அறிந்தனர். கடவுள்கள் கோபமாக இருப்பதாக ஓஜா நம்பினாள். புத்தருடைய இடையறாத சிரிப்பினை, பிரபஞ் சத்திலே சற்றும் வலிமையற்ற மனிதன் ஒருவனுடைய அமைதி என்பதாக அவள் புரிந்துகொண்டாள். மற்றக் கடவுள்கள், இந்துக்கடவுள்களிடம்தான் எல்லா மந்திரம்தந்திரமும் இருந்தது. "கடவுள அரசமரத்தின்கீழேயிருந்து இந்த மனிசன் (புத்தர்) தெரிஞ் சிக்கிட்டார்னு அவர்மேலே அன்பாயிருக்கிறீங்க. அரசமரம்ண்றதே பிராமணன்னு தெரியுமா ஒங்களுக்கு, ஆமாம், அது பிராமணன்தான்" என்று அவனைக் குழப்பிய ஒரு ஞானத்துடன் அவள் ஓரிரவில் கூறினாள்.

ஓஜா அழுவதை அய்யனால் சகிக்கமுடியாது. அந்தக் காட்சி அவன் பார்வையை பளுவாக்கியது, அவன் தொண்டை குளிர்ந்துபோயிற்று. நாளைக்கு வழியில் தூக்கி எறியப்போகிற இந்த யானைமுக பொம்மையைப் பற்றி என்ன சொல்வது என்று அவனுக்குத் தெரியவில்லை. ஏதாவது லேசான விஷயம் பேசலாம் என்று தீர்மானித்தான். "ஓஜா, ஒரு யானை தும்பிக்கையில நாலாயிரம் தசைகள் இருக்குதாம் தெரியுமா" என்றான்.

இந்த மாதிரி உண்மைகளை அவள் ரசித்த காலம் இருந்தது. இவ்வளவு விசித்திரமான உலகத்தையும், இவை எல்லாவற்றையும் தெரிந்திருந்த தனது ஆளையும் அவள் வியப்போடு நோக்கினாள். இம்மாதிரி விசித்திரமான தகவல்களை அவன் சேகரித்தான், தினசரி அவற்றை அவளுக்கு அளந்து விநியோகம் செய்தான்.

"யானைகளால நீந்த முடியும் தெரியுமா?" என்று மறுபடியும் முயற்சி செய்தான். "அஞ்சி வருஷம் முன்னால ஒரு யானை மந்தை, முந்நூறு கிலோமீட்டர் தூரம் நீந்தி கடல்ல இன்னொரு தீவுக்குப்போய் சேந்திச்சாம், தெரியுமா?" என்றான். "உன்னால கற்பன செய்யமுடியுமா? முப்பது யான. முன்னூறு கிலோமீட்டரு. அதது தடிப்பான காலால தண்ணிய தள்ளிகிட்டு நீஞ்சுதாம்."

ஸ்டவ்வில் நடுங்கிக்கொண்டிருந்த பாத்திரத்துக்கு ஏதோ ஆயிற்று. அதைப்பார்க்கப் போய்விட்டாள் அவள்.

இறால் ஃப்ரை மட்டுமே காப்பாற்றிய இரவுச்சாப்பாட்டை முடித்துவிட்டு, அவன் மேல்மாடிக் கூட்டத்திற்குத் தன் மகனையும் கூட்டிக்கொண்டு சென்றான். அப்பா வாங்கிவந்த இரு குல்லாய்களையும் ஒன்றின்மேல் ஒன்றாக ஒரேசமயத்தில் அணிந்துகொண்டு ஆதி வந்தான். நட்சத்திரங்கள் அற்ற ஒரு வெற்று வானத்தின் பின்னணியில், நூற்றுக்கும் மேற்பட்ட ஆண்களும் ஒரு சில பெண்களும் கூடியிருந்தனர். சிலர் நாற்காலிகளில் உட்கார்ந்திருந்தனர்; சிலர் மாடியின் தார்அடித்த தரையில் உட்கார்ந்திருந்தனர். இன்னும் சிலர் நின்றுகொண்டிருந்தார்கள். ஒரு குடிகாரன் மெல்லப் பாடிக்கொண்டிருந்தான்.

கூட்டத்தின் மத்தியில் மூன்று பேர்—ரவுடிகளாகத் தென்பட்டவர்கள் இருந்தனர். அவர்கள் ஒரு கட்டடக்காரனுடைய ஏஜெண்டுகள். அவர்களின் ஒருவன் குண்டாக, ஈரமான கருத்த உதடுகளோடும் அமைதியான கண்களோடும் இருந்தான். அவன் அடியுலகத்தின் தாதாவாக ஒருகாலத்தில் இருந்தவன். ஆனால் போலீஸ் துப்பாக்கி குண்டு வாங்கிய ஆன்மிக அனுபவத்திற்குப் பிறகு தன் வழிகளை மாற்றிக் கொண்டவன். பிரபாதேவியில் உள்ள சித்திவிநாயகர் கோயிலுக்கு அவன் ஒவ்வொரு செவ்வாய்க்கிழமை செல்லும் போதும் மூன்று துப்பாக்கிக் குண்டுகளின் துளைகள் கொண்ட ரத்தக்கறைபடிந்த மார்புச் சட்டையை அணிந்து செல்வான் என்று கூறினார்கள்.

ஒவ்வொரு முறையும், பிடிடியின் சாம்பல்நிற பிளாக்குகள் நின்ற பரந்துவிரிந்து கிடக்கும் நிலத்தைக் கட்டடக்காரர்கள் பார்க்கும்போதேல்லாம் அங்கு வாழ்பவர்கள் தங்கள் குடியிருப்புகளை விற்றுவிட வைப்பதற்காகக் கவர்ச்சியூட்டி, மயக்கமூட்டி இழுக்கப்பார்த்தார்கள். இந்த இரவுக்கூட்டம், அய்யன் பார்த்த அப்படிப்பட்ட சந்திப்புகளில் ஒன்றுதான். இதற்குப் பலன்

பொறுப்புமிக்க மனிதர்கள்

ஒன்றும் இருக்காது என்று அவனுக்குத் தெரியும். மறுப்புக்குரல்கள் நிறைய இருந்தன, தர்க்கமற்ற பேராசையும் இருந்தது. சிலர் இன்னும் கொஞ்சகாலம் கழித்து விற்றால் அதிகப்பணத்திற்கு விற்கலாம் என்று நினைத்தார்கள். குடிகாரர்கள் உடனே விற்றுவிட விரும்பினார்கள். அது காத்திருக்க விரும்பியவர்களின் தீர்மானத்தைக் கடுமையாக்கியது.

கட்டடக்காரர்கள் வாக்களித்த புதிய வானளாவிய கட்டடங்களில் தாங்கள் உயிர்தரிக்க முடியாது என்று நினைத்த பலபேர் இருந்தார்கள். அபார்ட்மெண்ட் பிளாக்குகளில், கதவுகளைத் திறந்தே வைக்கமுடியாதாம் என்று என் தங்கை சொல்கிறாள் ஒரு பெண்மணி உரக்கச் சொல்லிக்கொண்டிருந்தாள், ஆனால் குறிப்பாக இன்னாரிடம் என்று இல்லை. கட்டடக்காரர்களிடம், அடித்தளத்தில் வாழும் நாற்பது குடும்பங்களும் இதுவரை ஒன்றாக ஒரு பெரிய குடும்பம்போல் வாழ்ந்து விட்டதால், இனி அவர்களுக்காக எழுப்பப்போகும் கட்டடத்தில் அவர்களுக்குப் பக்கத்துப்பக்கத்து ஃப்ளாட்டுகளையே தரவேண்டும் என்று யாரோ சொல்லிக்கொண்டிருந்தார். அய்யன் விற்றுவிடவே விரும்பினான், ஆனால் அது உடனடியாக நிகழப்போவதில்லை என்பது தெரியும்.

சிலபேர் அய்யனைத் தேடிவந்தனர். அவனை முகவர்களின் அருகில் போகச் சொல்லி நெருக்கினர். தனது பிறைவளர்ந்த கண்களில் நம்பிக்கை தெரிய, "கேள்வி கேள்" என்று ஒரு கிழவர் அவனிடம் கூறினார்.

"மணி வந்து விட்டார், மணி வந்துவிட்டார்" என்று யாரோ கத்தினார்கள்.

ஆதி ஒரு பெண்மணியைக் கடுமையாகப் பார்த்து, "அது எங்க நாற்காலி" என்றான்.

அய்யன் அமைதியாகவே கூட்டத்தைச் சகித்துக்கொண்டிருந்தான். எல்லா முட்டாள்களுக்குமாகச் சேர்த்து விஷயத்தை ஒரேயடியாக முடிக்க ஏதாவது வழி இருக்குமா என்று யோசித்தான். ஆனால் எப்படி? ஒரு நல்ல திறன்மிக்க பொறியாளர் இதை எளிதில் சாதித்துவிடமுடியும் என்று நினைத்தான். கடவுள் தோன்றி உலகம் முழுவதும் எதிரொலிக்கும் குரலில், "உங்கள் முட்டாள்தனமான வீடுகளை விற்று விடுங்கள். ஒவ்வொரு ஃபிளாட்டுக்கும் பத்துலட்ச ரூபாய் எடுத்துக்கொள்ளுங்கள். அதோடு போய்விடுங்கள்.

தாழ்வாரங்களில் மூத்திரம்போகாதீர்கள், வேசி மகன்களே" என்று சொன்னால் விற்பார்களோ என்னவோ?

இன்னொரு கூட்டம் போடுவதற்கான திட்டத்துடன் இந்தக் கூட்டம் முடிவடைந்தது. அய்யன் தன் மகனை ஒரு நீண்ட நடையாக வோர்லி கடல்முகத்திற்கு அழைத்துச் சென்றான். ஒளிவுமறைவான ஜோடிகளும், சுறுசுறுப்பாக நடைபயில்வோரும் போய்விட்டிருந்தார்கள். நடைவீதி ஏறத்தாழ காலியாக இருந்தது. மிதமான தென்றல் காற்றில் நிதானமாய் நடந்தார்கள். பிறகு இளஞ்சிவப்பான ஒரு பெஞ்ச்சின்மீது அமர்ந்தார்கள். ஆதிக்குத் தூக்கம் வந்தது. அவன் தன் தகப்பன்மீது சாய்ந்துகொண்டான், ஆனால் கண்கள் திறந்திருந்தன.

"பிபோனேச்சி, பிபோனேச்சி என்று சொல்..." என்றான் அய்யன். ஆதியிடம் வழக்கமான ஒருமுகப்படுத்தும் பார்வை வந்தது. அவன் வார்த்தைகளை வைத்து மனத்தில் விளையாடினான். அவன் அப்பன் மெதுவாக வார்த்தைகளைச் சொன்னான் "பீ போ னேச் சீ"

ஆதி அவன் பின் திருப்பிச் சொன்னான் "சீ ரீஸ் பீ போன் ஆ ச்சீ சீ ரீஸ்"

அய்யன் "பிபோனேச்சி சீரீஸ்" என்றான்.

ஆதி அந்தச் சொற்களைத் திரும்பச் சொன்னான்.

"பிரில்லியண்ட்" என்றான் அய்யன். அவர்கள் அமைதியாக உட்கார்ந்து அரபிக்கடலின் மெதுவான அலையோசையைக் கேட்டவாறிருந்தனர்.

ஆதி கொட்டாவி விட்டுக்கொண்டே கேட்டான்: "யாராவது கண்டுபிடிச்சிட்டா என்ன ஆகும்?"

கோட்பாடுகள் மற்றும் ஆராய்ச்சி நிறுவனத்திலும் வட்டமேஜைகள் நீள்வட்டமாகத்தான் இருந்தன. மாதாந்திர வட்டமேஜைக்கு இரண்டாம் தளத்தின் அரங்கத்திற்கு வந்த அபர்ணாவின் முதல் சிந்தனை அதுவாகத்தான் இருந்தது. அவள் முதல் இரண்டு கூட்டங்களுக்கு வரவில்லை. இதுதான் அவளுடைய முதல் வாய்ப்பு. ஒரு பரந்த நீள்செவ்வகமான மேஜை அறையின் மத்தியில் இருந்தது. அதைச் சுற்றி மக்கள் அழைக்கழிந்துபோன

வலய வட்டங்களில் உட்கார்ந்திருந்தார்கள். சிலபேர் நின்று அரட்டையடித்தார்கள். மகிழ்ச்சியாக பியூன்கள் பிஸ்கட்டுகளையும் தேநீரையும் வழங்கிக்கொண்டிருந்தார்கள். நுண்ணோக்கியில் ஒரு விந்தணுவைப் பார்ப்பதுபோல மிகவும் ஜாலியாகவும், தள்ளிக்கொண்டும் இருந்தார்கள். பெரும்பாலான விஞ்ஞானி கள், வசதியான தளர்வான கால்சட்டைகளின் மீது இளம் நிறங்களில் சட்டைகள் அணிந்திருந்தார்கள். தாங்கள் எளிமையாக இருக்கிறோம் என்பதை அறிந்த எளிய மனிதர்கள் அவர்கள். இளம் விஞ்ஞானிகள் சிலர் ஜீன்ஸில் காணப்பட்டார்கள். அந்தப்பகுதியை ஆட்கொண்டிருந்த சடங்கற்ற தன்மை ஒருபுறமிருக்க, லூசான சட்டைகள், புயலெனத் தெரிந்த வெள்ளை முடிகள், தோல் காலணிகள் ஒருபுறமிருக்க, அவர்கள்தான் இந்த இடத்தின் தலைவர்கள். அவர்களுடைய சிறப்பான அந்தஸ்து அவர்களைக் கடைசிச் சுற்றுவட்டத்திலிருந்த மனிதர்களிலிருந்து பிரித்துக்காட்டியது. அங்கிருந்தவர்கள் செயலாளர்கள், அமைதியாக, தீவிரமாக, பேசாமல், பிஸ்கட்டுகள் பழையவை என்பதுபோல நின்றிருந்தார்கள். அறையின் மிதமான குழப்பத்தின் மத்தியில் இருந்தவர் அரவிந்த் ஆசார்யா. அவருடைய இருபுறமும் இருந்த மனிதர்கள் வேறு பக்கங்களில் திரும்பி மிகவும் ஆவேசமாக மற்றவர்களிடம் பேசிக்கொண்டிருந்தார்கள். மறுபடியும், அவர் ஆற்றினிடையே ஒரு பாறை. எல்லாக் கொந்தளிப்புகளும் அவரைச் சுற்றித்தான்.

அபர்ணா உள்ளே நுழைந்தபோது, ஓர் அமைதி நிலவியது. வெளி வட்டங்களின் ஊடாக கிளர்ச்சியோடு அவள் உள்ளே நுழைந்தாள். சாம்பல்நிற வழுக்கைத் தலைகள் ஒன்றன் பின் ஒன்றாகத் திரும்பின, விளிம்பில் இரண்டு பெண் செயலாளர்கள் இருந்தார்கள். ஆனால் அவள் தான் ஒருத்தி மட்டுமே அறையில் ஒற்றையாக இருப்பதாக உணர்ந்தாள். அங்கிருந்த ஆண்களும் அப்படியே நினைத்தனர். மேகம் போன்ற நாகரிக வெள்ளித்தலைமுடியுடன், கார்டுராய் சராய்களில் நுழைக்கப்பட்ட அரைக்கை சட்டையுடன், நீண்ட மேஜையின் ஒருபுறம், ஆசார்யாவுக்கு நேர் எதிராக உட்கார்ந்திருந்த ஜனா நம்பூதிரி எழுந்து நின்று கையை வீசி, அவளுக்கு இரண்டாம் சுற்றில் ஓர் காலிஇடத்தைக் காட்டினார். அவள் மெதுவாகத் தன் இடத்திற்கு நகர்ந்து சென்றாள். அவள் வழியிலிருந்த வயதானவர்கள் தங்கள் கால்களை உள்ளடக்கிக் கொண்டு வழிவிட்டனர். அவளுடைய பின்புறம் அவர்களில் சிலருடைய அயர்ந்த முகங்களைத் தடவியதுபோல் சென்றதால்

தலைகளைத் திருப்பிக்கொண்டனர். அவள் பின்புறத்தை மரியாதைக்குரிய அலட்சியத்தோடு பார்த்துக்கொண்டே சிலர் அரட்டையைத் தொடர்வதுபோல நடித்தனர்.

"அவள் ஒரு வங்காளியா?" ஒருவர் குசுகுசுப்பாகக் கேட்க நினைத்தாலும், அங்குநிலவிய மௌனத்தில் அதை எல்லோருமே கேட்டனர். கேட்ட மனிதர் ஒருவேளை வங்காளியாக இருக்கலாம். வலுவற்ற உச்சுஉச்சு ஒலிகள் காற்றை நிரப்பின.

"வரலாற்றுப்பூர்வமாக ஒரு வங்காளி ஆடவனுக்குரிய நியாயமான தண்டனை, ஒரு வங்காளிப் பெண்தான்" என்றார் நம்பூதிரி. அறையைச் சுற்றிலும் சிரிப்பலை எழுந்து அடங்கியது. "மேன்மக்களே, நாம் இதைச் சொல்ல மறந்து விட்டோம், இவர்தான் நமது முதல் பெண்விஞ்ஞானி" என்று அறிவிப்புச் செய்தார்.

ஒருவர் கைதட்டினார். தனித்த அந்தப் பாராட்டொலி இறந்துபோகும் நிலையில் மற்றவர்கள் அதனோடு சேர்ந்துகொண்டனர். அந்தக் கையொலிகள் நீண்ட ஆறுதலான அமைதியில் மறைந்தது.

இப்படித்தான் அன்றைய மாலைப் பொழுது இருக்கும். விழாக்கால மகிழ்ச்சியின் கலகலப்பு மௌனத்தில் முடிய, பிரபஞ்சத்தைப் பற்றிய ஆழமான கேள்விகள் மௌனத்தைக் கலைக்க, வினாக்கள் சிரிப்பில் நிறைவடைய. இங்குள்ள விஞ்ஞானிகளுக்கு ஒவ்வொரு மாதமும் முதல் வெள்ளிக்கிழமை இப்படிச் சந்தித்து அளவளாவுவது நீண்டகாலமரபு.

பலமுறையும செய்திருப்பதுபோல, அய்யன் மணி, சுவருக்குத் தன் முதுகைக் காட்டிச் சாய்ந்து, அறையை நன்றாக நோட்டம்விட்டான். எப்படி இந்த நிஜமற்ற மனிதர்களிடம் நிஜம் வந்து சேர்ந்தது என்று புரிந்துகொள்ள முயற்சிசெய்தான். ஒரு கேக்கை எப்படித் திறமையாக வெட்டுவது என்று விவாதித்துக் கொண்டிருந்தார்கள் அவர்கள். வழக்கமாக, முக்கோணத் துண்டுகளாக வெட்டுவது திறனற்றது என்று முடிவு செய்தார்கள். ஒரு பிரெஞ்சு விஞ்ஞானியைப்பற்றி வேடிக்கை பேசினார்கள், ஏனென்றால் அவர் அங்கு இல்லை. ஏனென்றால், அவர் மிகவும் உயர்ந்த வகுபடா எண்ணைக் கண்டுபிடிக்க மனிதனால் ஒரு வழியும் கண்டுபிடிக்க இயலாது என்று கூறியிருந்தார். அதற்குப் பிறகு ஜெனிவாவின் அருகிலுள்ள லார்ஜ் ஹேட்ரன் காலிடர் (உலகின் மிகப் பெரிய

நுண்துகள் முடுக்கி) எந்த உண்மையை வெளிப்படுத்தும் என்று வினவலானார்கள்.

அய்யனால் அதைத் தாங்கமுடியவில்லை. என்றைக்கும் தொடரும், உண்மையின் இந்தத் தேடல். காலம் எளிமையாக இருந்தபோது, விவேகமான துறவிகள், உருவகமொழியில் பேசும் ஜென்கள், கடவுளின் மகன்கள், எறும்புப் புற்றாக மாறிய சன்யாசிகள், இந்த மாதிரியானவர்கள் எவரும் 'தி டைம்ஸ் ஆஃப் இந்தியா' பத்திரிகையில் வெளியிடக்கூடிய மிகத்தெளிவான விஷயங்களைக் கூறியதில்லை. ஏன் வாழ்க்கை இருக்கிறது என்றோ, ஏன் ஒன்றுமில்லாமல் இருப்பதற்கு பதிலாக எதுவோ இருக்கிறது என்றோ சொன்னதில்லை. அவர்கள் ஒரு தெளிவான கட்டுரையில் இதைப்பற்றிச் சொல்லி விஷயத்தை ஒரேயடியாக முடித்திருக்கலாம். ஆனால் அப்படிச் செய்யவில்லை. அதற்கு பதிலாகக் கதைகள் சொன்னார்கள்.

இப்போது, இந்த அறையிலுள்ள மனிதர்களின் கையில் உண்மை இருக்கிறது. கடவுளின் மனிதர்களைவிட இவர்களைப் புரிந்துகொள்வது கடினம். அய்யன் உண்மை என்ற ஒன்று கிடையாது என்பதில் உறுதியாக இருந்தான். உண்மையின் தேடல் மட்டுமே இருந்தது, அது என்றுமே நிகழ்ந்துகொண்டிருக்கும். அது ஒருவித வேலைவாய்ப்பு. இந்த உலகத்தில் ஒவ்வொருவரும் தாங்கள் செய்துகொண்டிருப்பதைச் செய்கிறார்கள், ஏன் என்றால் அதைவிடச் சிறந்த விஷயம் எதுவும் கிடைக்கவில்லை என்று ஒருமுறை ஓஜாவிடம் சொன்னான். "ஐன்ஸ்டீனுக்கு ரிலேடிவிடி இருந்தது. நீ ஒருநாளைக்கு இருமுறை பாத்திரம் கழுவுகிறாய்."

வட்டமேஜை, ப்ளூடோவின் தலைவிதியைப் பற்றி பேசத் தொடங்கியது. அபர்ணா கோஷ்மௌலிக், ஒவ்வொரு வார்த்தையையும் எச்சரிக்கையாகக் கேட்டுக் கொண்டிருந்தாள். அவளுக்கு அங்கு சொல்லப்பட்ட பல விஷயங்கள் புரியவில்லை, ஆனால் அடித்தள அலுவலகத்தினால் அவளுக்கு ஏற்பட்ட சோகம் மறைந்துவிட்டது. மிகநிறையத் தெரிந்த மனிதர்களின் கூட்டத்தினை அவள் விரும்பினாள். அவர்கள் ஏன் ப்ளூடோவைப்பற்றி அவ்வளவு சீரியசாகப் பேசுகிறார்கள் என்று அவள் புரிந்து கொள்ள முயன்றாள். அவளுக்கு ப்ளூடோ பிடிக்கும். அவளைச் சுற்றியிருந்தவர்கள் பேசிக்கொண்டதிலிருந்து, அமெரிக்காவின் ஒரு அறிவியல் கண்காட்சியின்போது சூரியக்குடும்பத்திலிருந்து ப்ளூடோ தள்ளிவிடப்பட்டது என்று அறிந்தாள். அதை ஒரு

கிரகமாகக் கருதுவதா, அல்லது கைப்பர் வட்டத்தின் ஒரு குறைக்கப்பட்ட உறுப்பினராகக் கருதுவதா என்ற விவாதம் ஒரு முறை அல்ல, பல முறை சென்றிருக்கலாம் என்று தோன்றியது.

"ப்ளூடோ மிகச் சிறியது, மிகவும் சிறியது, அதை அமெரிக்காவில் பொருத்திவிடலாம்" என்று ஒருவர் உணர்ச்சியோடு சொல்லிக்கொண்டிருந்தார்.

"இங்கேயும், அவள் கொஞ்சமும் வெறுப்பின்றிச் சொல்லிக்கொண்டாள், எல்லாமும் ஒருவித லிங்கமையம்தான்."

ஓர் நாட்டமிக்க வழிகாட்டியின் பார்வையை அவள்மீது வீசிக்கொண்டும் அவள் பக்கம் திரும்பிக்கொண்டும் இருந்த நம்பூதிரி, "நீ என்ன நினைக்கிறாய் அபர்ணா?" என்று கேட்டார்.

அவள் கூச்சமாக இருப்பதாகக் காட்டிக்கொள்ள விரும்பினாள். அவள் ஒரு கருத்துச் சொல்லத் தகுதியானவள் அல்ல என்று அவள் நம்பியதை அவர்களுக்கு உணர்த்த விரும்பினாள். அவள் ஒரு ஆஸ்ட்ரோ பயாலஜிஸ்டே தவிர வானியலாளர் அல்ல. அந்தப் பணிவை ஆடவர்கள் வரவேற்பார்கள் என்று அவளுக்குத் தெரியும்.

"ப்ளூடோ போய்விட்டால் எனக்கு வருத்தமாக இருக்கும், ஏனென்றால் நான் ஸ்கார்பியோ" என்றாள் அவள். மீண்டும் ஒருமுறை அவளால் ஒரு அமைதி உருவாயிற்று. அபர்ணா அதை விளக்கவேண்டிய மோசமான நிலைக்கு ஆளானாள், ஸ்கார்பியோவுக்கு (விருச்சிக ராசிக்கு) ஆட்சி கிரகங்கள் செவ்வாயும் ப்ளூடோவும்.

"அவளும் ஒரு ஸ்கார்பியோ, என்னை மாதிரி" ஒருவர் மெதுவான குரலில், எல்லோரையும் சிரிக்கவைக்கும் முயற்சியில் கூறினார், ஆனால் ஏனோ அப்படி நடக்கவில்லை.

ஒரு குரல், "ஸ்கார்பியோவின் பண்புகள் என்ன" என்று ஏளனமாகக் கேட்டு மகிழ்ச்சிகொண்டது. முதலில் ஒரு ஆரோக்கியமான உச்சுக்கொட்டலாக இருந்து பிறகு தனக்கு ஆதரவில்லை என்று தெரிந்ததும் சுயபிரக்ஞை கொண்ட சிரிப்பாக மாறி மறைந்தது.

"தீவிரம், வலு, தன்னம்பிக்கை", என்றார் நம்பூதிரி, அபர்ணாவைப் பார்த்துக் கொண்டே. "மேலும் அதிக உணர்ச்சி." ஒரு மிதமான

சிரிப்பு தோன்றி மறைந்தது. அபர்ணா சிரித்துவிட்டு, "ஜோசியம் ஒரு அறிவியல் அல்ல", என்று முணுமுணுத்தாள்.

"அதனால்தான் அது விவாதத்துக்கு வரவில்லை" என்றார் நம்பூதிரி.

விஷயங்கள் இன்னொரு கொதிக்கும் பிரச்சினைக்குத் திரும்பின. கல்லூரிகளில் ஆசிரியர் மற்றும் ஆய்வுப் பிரிவுகளில் பின்தங்கியவர்களுக்கான இட ஒதுக்கீடு. கீழ்ஜாதியினருக்கு இந்தக் கோட்பாடு மற்றும் ஆய்வு நிறுவனத்திலும் இடஒதுக்கீடு செய்யவேண்டும் என்று சொல்லப்படலாம் என்ற பயம் நிலவியது. அறையின் பொதுவான மனநிலை உற்சாகமற்று மாறியது. பின்தங்கியவர்களின் அரசியல் போராட்டத்தைப் பற்றிப் பேசும்போது சிலபேர் செயலாளர்கள், திரிந்துகொண்டிருந்த பியூன்கள்மேல் பார்வையைச் செலுத்தினர். அய்யன் உணர்ச்சியற்று இருந்தான். இந்த விவாதங்களையெல்லாம் அவன் முன்னமே கேட்டிருக்கிறான், அதன் முடிவு என்னவாக இருக்கும் என்றும் அவனுக்குத் தெரியும். கருணையோடு, பழைய தவறுகள் களையப்பட வேண்டும், வாய்ப்புகள் உருவாக்கப்பட வேண்டும் என்று பிராமணர்கள் கூறிவிட்டு, ஆனால் தரத்தை விட்டுவிடக்கூடாது என்பார்கள். நம்பூதிரி, சாளில் ஒரு பொதுக்கழிப்பறையைக் கழுவிக்கொண்டே தன் மகனிடம், "மகனே, தரத்தை ஒருபோதும் கைவிடக்கூடாது" என்று சொல்வதாகக் கற்பனை செய்துகொண்டான். அவன் மூளைக்குள் காட்டுத்தனமான சிரிப்பு எதிரொலித்தது, ஆனால் முகத்தில் ஒரு சிறிய சிணுங்கல் தவிர ஏதும் வெளிப்படவில்லை.

"நாம் எல்லோரும் முன்னுரிமை பெற்ற ஒரு பின்னணியிலிருந்து வருகிறோம் என்ற எண்ணம் தவறானது. நான் ஒரு எளிய குடும்பத்தில் பிறந்தவன்" என்று சொல்லிக் கொண்டிருந்தார் நம்பூதிரி, மெதுவாக, முதிர்ந்த உள்முகச்சிந்தனையில் ஈடுபட்டவாறே. (அவன் இதற்குமேல் கேட்கப்போகிற சொற்களை அய்யனே சொல்லிக்கொண்டான். அவை பேரளவு சரியாகவே இருக்கும்). "நான் ஐந்து மைல்கள் நடந்துதான் பள்ளிக்குப் போனேன். என் தந்தை ஒரு புயலில் சிக்கிக்கொண்டதால் அவர் மூன்று நாள் வீட்டுக்குவர இயலவில்லை. அப்போது நாங்கள் பட்டினியாகக் கிடந்தோம். நான் எல்லாவற்றையும் தாங்கிக்கொண்டேன். இந்திய விஞ்ஞானத்தின் மேல்நிலைப்பதவியை அடைந்தேன், நான் பிராமணன் என்பதால் அல்ல, மிகவும் கஷ்டப்பட்டு

உழைத்ததால். என் அறிவுக்கூர்மை எண் 140. அதனை நன்கு பயன்படுத்தினேன்."

தன்வயமற்றே, அபர்ணா அதைக் கேட்டுக்கொண்டிருக்கிறாளா என்பதைப் பார்த்துக்கொண்டார். "மக்கள் நம்மை—அதாவது பிராமணர்களை ஏதோ நல்வாய்ப்புப் பெற்றவர்கள் என்றெல்லாம் நினைப்பது சரியில்லை. என் வகுப்பில் மிகப் பணக்காரப் பையன் ஒரு தலித். அவன் தந்தை ஒரு லாரி பிசினஸ் நடத்திக்கொண்டிருந்தார். அவனுக்குப் பெரிய வீடு கார் எல்லாம் இருந்தது... என் முன்னோர்கள் செய்ததைப் பற்றி நான் வருத்தப்படுகிறேன்..."

அதற்கு முன்னால் வெறும் அமைதியே நிலவியதைப்போல ஆசார்யாவின் குரல் அதைக் கிழித்து எழுந்தது. "உன் ஐக்யூ 140ஆ?" என்று கேட்டார். ஒரு பலமற்ற சிரிப்பு எழுந்தது, ஏனென்றால் அவருக்கு நகைச்சுவை உணர்வு உண்டா என்பதைப் பற்றி ஒருவருக்கும் தெரியாது. நம்பூதிரி ஒரு கேலியான புன்முறுவலோடு தலையாட்டினார். ஆசார்யா மீண்டும் அமைதியானார்.

விஞ்ஞானிகள் மற்ற பிரச்சினைகளை வாதிக்கும்போது அமைதியாகப் பார்த்துக் கொண்டிருந்தான் அய்யன். அவர்களுக்கு விஷயங்கள் இல்லாமற்போனபோது சிந்தனைமிக்க ஒரு மௌனம் நிலவியது. ஆசார்யா எழுந்திருக்க முனைந்தார். அப்போது நம்பூதிரி "இன்னும் ஒரு விஷயம் இருக்கிறது அரவிந்த்" என்றார். அவர் சொன்னவிதத்தில், அய்யனின் இதயம் வேகமாகத் துடிக்க ஆரம்பித்தது. விஷயங்கள் கடைசியாக ஒரு சண்டையை நோக்கிச் செல்கின்றன என்பது அவனுக்குத் தெரியும்.

நம்பூதிரியின் சிறிய கண்கள் அறையை ஒருமுறை சுற்றியளந்துவந்த பிறகு ஆசார்யாவின்மீது நிலைத்தன. "நிறுவனத்தில் பலூன் மிஷன் மட்டுமே முக்கியமானதல்ல, அது மட்டுமே இங்கே நிகழவேண்டியதும் அல்ல" என்றார் நம்பூதிரி. அவர் குரல் முதலில் நடுங்கியது, ஆனால் பின்னால் தைரியமாக வெளிவந்தது.

குளிர்ந்த பார்வைகளின் குத்தலை அபர்ணா உணர்ந்தாள். அவள் ஒளிந்து கொள்ள நினைத்தாள். அறையிலிருந்த மௌனம் ஆழமாகியது.

"இன்னும் வேறு பரிசோதனைகள் இருக்கின்றன. மற்றவர்கள் செய்ய நினைக்கும் விஷயங்கள் இருக்கின்றன" என்றார் நம்பூதிரி. "இங்கிருக்கும் பலர், குறிப்பாக ரேடியோ வானியலாளர்கள், புறவுலக

உயிரிகள் பற்றிச் சோதனைகள் மேற்கொள்ளக் கூடாது என்ற உங்கள் நிலைப்பாட்டினால் தொல்லைக்குள்ளாகியிருக்கிறார்கள். முன்னேறிய நாகரிகங்களை அறிய இராட்சஸக்காதுகளைப் பயன்படுத்த நீங்கள் எப்போதுமே மறுத்து வந்திருக்கிறீர்கள். செடீ(*SETI*—விண்வெளி உயிரினங்களைப் பற்றிய ஆராய்ச்சி) என்பது விஞ்ஞானமல்ல என்று வெளிப்படையாகவே சொல்லி யிருக்கிறீர்கள். இந்த அறையிலுள்ள பலர் நீங்கள் தன்னிச்சையாக, நியாயமற்ற முறையில் நடக்கிறீர்கள் என்று நினைக்கிறோம். இந்த மறுப்பினை அவை முன்னால் வைக்கிறேன்."

"வைத்தாயிற்று" என்றார் ஆசார்யா. "இப்போது எனக்கு வேறு நல்ல வேலைகள் இருக்கின்றன."

திடமான முகத்துடன், நம்பூதிரி சொன்னார், "அறிவார்ந்த உயிர்களைத் தேடுவது என்பது ஓரளவு இன்றைக்கு மோஸ்தராக இருக்கிறது என்பதை ஒப்புக்கொள்கிறேன். ஆனால் அப்படிப்பட்ட ஆய்வுகள் நடப்பது தேவையானது."

"தேவையற்றது" என்று கூச்சலிட்டார் ஆசார்யா. "இந்தமாதிரிக் குப்பையில் எவ்வளவு பணம் வீணாக்கப்படுகிறது என்பதை யோசித்துப்பாருங்கள். ஏதோ ஒரு விண்கலம் செவ்வாயில் தண்ணீர் இருக்கிறதா என்று கண்டுபிடிப்பதற்காக கோடிக்கணக்கான பணம். ஏன் விண்வெளியில்போய் தண்ணீர் இருக்கிறதா என்று தேடுகிறீர்கள்? ஏன் பிரபஞ்சத்திலுள்ள எல்லா உயிர்களுமே நீரினால் வாழக் கூடியவை என்று கருதவேண்டும்? தண்ணீர் இல்லாமல் வாழக்கூடிய தமிழர்களே இருக்கிறார்கள். இந்த மாதிரி முட்டாள்தனமான பணிகளில் கோடிகோடியாய்ச் செலவுசெய்கிறோம். ஆனால் பூகம்பங்கள் நிகழ்வதை முன்னறிவதற்குப் பணமில்லை யாம். ஏனென்றால் பூகம்பங்கள் ஃபேஷன் இல்லையே."

எழுந்து நின்று இடுப்பில் கால்சட்டையை இறுக்கிக்கொண்டார். மற்றவர்களும் எழுந்திருக்கத் தொடங்கினார்கள். இன்னும் உட்கார்ந்துகொண்டேயிருந்த நம்பூதிரிமீது எல்லோர் கண்களும் பதிந்தன. இன்னும் ஏதோ விஷயம் இருக்கிறது.

"அரவிந்த்" என்றார் அவர். "இந்தப் பிரச்சினையைத் தீர்க்க அமைச்சரகத்தைக் கேட்பதைத் தவிர வேறுவழியில்லை."

ஒரு திடீர் அமைதி ஏற்பட்டது. பிற அமைதிகள் போன்றதல்ல இது. அய்யனுக்குக் களிப்பு மேலிட்டது. இது பெருத்த வேடிக்கை

யாகப்போகிறது. மனிதர்களின் தீவிரத்தன்மையைக்கண்டு சாதாரணமாகச் சிரிக்கக்கூடிய அபர்ணா, இப்போது அவளுக்குள் ஒரு பனி ஊடுருவிச் செல்வதுபோல் உணர்ந்தாள். நீள்வட்ட மேஜையைச் சுற்றியிருந்த அமைதி உண்மையில் ஏதோ ஒரு கலகம் ஏற்படுவதற்கான அமைதி. இதனை அமைதிதான் தீர்க்கமுடியும். ஆசார்யா கலக்கமின்றி, அமைதியாக, இருக்கவேண்டுமென்று பிரார்த்தனை செய்தாள்.

அவர் முகத்தில் எதுவும் தென்படவில்லை. மேஜையைச் சுற்றி நம்பூதிரி அருகில் நடந்தார். தாக்கவேண்டாம் என்று தீர்மானித்ததுபோல, திரும்பி அவருடைய நண்பர் சற்றுமுன் நின்றிருந்த இடத்திற்கு வந்து அவர் பின்னால் நின்றார்.

"ஏன் என்னைச் சுற்றிவருகிறாய்?" என்று கேட்டார் நம்பூதிரி.

அய்யன் அந்த ஏச்சைப் புரிந்துகொண்டான. அந்த நிறுவனத்தின் புரிந்து கொள்ள முடியாத எத்தனையோ நுணுக்கங்களில் இதுவும் ஒன்று. வழக்கமாக, சிறிய கிரகங்கள்தான் பெரியகிரகங்களைச் சுற்றிவரும்—நிலவு பூமியைச் சுற்றுவது போல. ஆசார்யா அறையைவிட்டு ஒருவார்த்தையும் பேசாமல் அகன்றார்.

2
பெருவெடிப்பின் பழைய எதிரி

அன்று காலை, முன்பு வசப்படுத்த இயலாத ஒரு கணக்கினைத் தீர்க்க முயலுகின்ற ஒரு அறிவுபூர்வமற்ற மகிழ்ச்சியில் மூழ்கியிருந்தார் ஆசார்யா. காலம் என்பது நேர்க்கோட்டில் பிரயாணம் செய்கிறதா, அல்லது மிகச் சிறு தாவுதல்களில், புள்ளியால் அமைந்த கோடு போன்று பயணம் செய்கிறதா? தரைக்கு ஒன்பது மாடிகள் மேலே இருக்கின்ற ஒரு பால்கனியில் அவர் நின்று அரபிக்கடலைப் பார்த்துக் கொண்டிருந்தார். கோடைகாலக் காற்றில் சற்றும் அசைவு இல்லை. மரக்கைப்பிடி மீது உட்கார்ந்திருந்த ஒரு காக்கை பக்கவாட்டிலேயே அவரைநோக்கி நகர்ந்துவரத் தொடங்கியது.

தடகள விளையாட்டுகளில் பயன்படுத்தக்கூடிய ஒரு நீல ஸ்போர்ட்ஸ் உடையை அணிந்திருந்தார். ஏதோ ஒரு பிரச்சினைக்கு அவர் ஒப்புதல் அளித்தது போல அவரது இடுப்புப்பகுதியில் ஒரு டிக் அடையாளம் இருந்தது. காலைநேரத்தில் அவர் எழுந்து நடக்கவேண்டுமென்று கலிபோர்னியாவில் இருக்கும் அவருடைய மகள் வாங்கித்தந்த சூட். அது. டிஎச்எல்(சர்வதேச அஞ்சல்சேவை) வழியாக இம்மாதிரிப் பொருள்கள் எப்போதுமே வந்தன. அவரும் ஓரளவு விட்டுக்கொடுக்குமுகமாக இவற்றையெல்லாம் அன்பு என்று ஏற்றுக்கொண்டார். சில நாட்களில் அவர், ஏதேனும் கடினமான ஒரு பிரச்சினையைப் பற்றிச் சிந்திக்காமல் இருந்த சமயத்தில், சிறுபெண்ணாக இருந்த பழங்கால ஸ்ருதியைப்

பற்றி நினைத்துக்கொண்டார். மிகப் பழைய காலத்தில் ஒருநாள் மாலை. "கணிதம் வாழ்க்கைக்கு முக்கியமானதா?" என்று அவள் கேட்டாள். "கிடையாது" என்று அவர் பொய் சொன்னார். அவளாக முடிவுசெய்து கொண்டு பார்க்க வருவதை விட, அவளை இன்னும் அதிகமாகச் சில முறை அடிக்கடி தானே பார்க்க வேண்டும் என்று அவர் நினைத்திருக்கிறார். காலைநேரங்களில் அவர் இந்த உடற்பயிற்சி சூட்டை அணிந்துகொள்ளக் காரணம், உடற்பயிற்சி என்னும் கௌரவமின்மைக்கு தினந்தோறும் ஆட்படவேண்டும் என்பதால் அல்ல, அந்த உடையை அவள் தொட்டு ஒரு பாக்கெட்டில் போட்டு, அதன்மீது அவளுடைய அழகிய கையெழுத்தால் அவர் பெயரை எழுதியிருந்தாள் என்பதால்தான். இருப்பினும் அவளைப் பார்க்க நிஜமாகவே அவர் ஆசைப்பட்டதும் கிடையாது. ஒரு வயதான மனிதனின் வெற்றி, தனக்குத் தோழமைக்கென ஒருவரையும் தேடாமல் இருப்பதில்தான் இருக்கிறது.

வெயில் கடுமையாகிக் கொண்டிருந்தது. இளம் கருப்புத் தேயிலையின் நிறத்திலிருக்கும் அவருடைய கண்கள் கொஞ்சம் மென்மையாயின. அவரும் சிரித்தார். கைப்பிடியைப் பிடித்தவாறே சற்று முன்னும் பின்னும் ஆடினார். காலம் பற்றிய பிரச்சினை அவரை அப்படி ஆக்கியது. அப்பொழுதுதான் சென்னை ஃபில்டர் காப்பியின் மணத்தோடு ஒரு தம்ளர் அவர் மார்புக்கெதிரே நீட்டப்பட்டது. அச்செய்கையால் அவருடைய ஆச்சரியம் மிகவும் வெளிப்படையாக இருந்ததால், காகம் கூடப் பறந்துவிட்டது. அருவ ஜியோமிதி மற்றும் இயற்பியலின் இழைகள் அறுந்தன. பலவேறு காலைநேரங்களில் அவரை எழுப்பிய கேள்வியே இன்றைக்கும் அவரை எழுப்பியது, அதுதான் மிஞ்சியிருந்தது.

நாற்பத்திரண்டு ஆண்டுகளாக அவருடைய மனைவி, எப்போதும் அவள் பெயர்தான் அவரது மின்னஞ்சலின் கடவுச்சொல். அவள் அவரிடம் ஒரு கையில் காப்பியை நீட்டிக்கொண்டே, இன்னொரு கையில் ஒரு கொடிக்குத் தண்ணீர் ஊற்றியவாறு இருந்தாள். அளவுக்குமீறிப் பெரிதாக அணிந்திருந்த டீஷர்ட், பைஜாமாவில் கூட அவள் ஒல்லியாகவும் உயரமாகவும் தெரிந்தாள். அவளுடைய மாசுமருவற்ற தோல் விறைப்பாக முகத்தில் பொருந்தியிருந்தது. பெரிய நாட்டியக் கண்கள் அவளுக்கு. அதுபோன்ற கண்களை ஆண்கள் ஆர்வமுள்ளவை எனக்கருதுவார்கள். இளம்பெண்கள் பார்த்தால், ஒரு காலத்தில் இவள் அழகாக இருந்திருப்பாள் என்று சொல்லக்கூடிய உருவம். அவளுடைய சாயமேற்றப்பட்ட

தலைமுடி குட்டையாகவும் அடர்த்தி குறைந்தும் இருந்தது. ஒரு காலத்தில் அது வளமாகவும் அடர்த்தியாகவும் இருந்தது. ஒரு சண்டைக்குப் போகுமுன் கட்டிக்கொள்வதுபோல கம்பீரமான திமிரோடு அவள் அதைக் கட்டிக்கொள்வாள். அவளுடைய மூட்டுகளில் ஏதோ ஒரு திரவஜெல் நிரம்பியிருப்பதுபோல மிருதுவாக மென்மையாக இயங்கினாள். ஒரு முக்கியமான அறிவியல் கேள்வி, அதற்கு விடை தேடக்கூடிய உலகின் ஒரு சிலரில் ஒருவர் அதற்கான முயற்சியில் ஈடுபட்டிருந்தபோது தான் தாமதப்படுத்திவிட்டதை உணராமல், அவரை காப்பி கப்பை எடுத்துக்கொள்ளுமாறு முட்டியால் இலேசாக இடித்தபோது பழைய இளம்பெண்மையோடு அவள் இருப்பதாகத் தோன்றியது. அவர் அவளை வெறுப்போடு பார்த்தார், ஆனால் அவள் தன் கண்ணாடியை அணிந்திருக்கவில்லை.

லாவண்யா ஆசார்யா கொட்டாவி விட்டவாறே மேலே கொடியில் தொங்க விடப்பட்டிருந்த ஒரு தூசிதுடைக்கும் துணியை எடுத்துத் தருமாறு கேட்டாள். அப்படித்தான் அவருடைய உயரம் பயன்பட்டது. அவளுடைய தாய் முதன்முதலில் ஒரு சில்வர்தட்டில் ஈரமான பழங்களுடன் அவரைப் பார்த்தபோது, கொஞ்சம் சோகமாக உச்சுக்கொட்டியவாறே, "இந்தப் பையன் காந்திசிலையைவிட உயரமாக இருக்கிறான்" என்றாள். ஆசார்யா, கம்பியிலிருந்து தூசிதுடைக்கும் துணியை எடுத்துத் தம் வீட்டிலேயே தமக்கு அமைதி இல்லை என்று முணுமுணுத்தவாறே மனைவி கையில் கொடுத்தார். பிறகு கடலையே தொடர்ந்து உற்றுப்பார்க்கலானார்.

அவள் அவரை அன்போடு கவனித்துப்பார்த்தாள். ஒரு கால்பந்து பயிற்சியாளரைப்போல அவர் காட்சியளித்தார். அதேபோல கோபத்துடனும்.

"இந்த உடையை தினசரி காலையில் போட்டுக்கொள்கிறீர்கள். பிறகு சும்மா நிற்கிறீர்கள். ஏன் ஒரு இனிமையான நீண்ட வாக்கிங் போய்வரக்கூடாது?" என்றாள்.

அவர் முகத்தில் தசை சுருங்கிவிரிந்தது. அவர் திரும்பவில்லை.

"ஆமாம், ஆமாம். உங்களிடம் சொல்ல மறந்துவிட்டேன்" திடீர்ப் பரபரப்புடன் அவள் சொன்னாள். "லோலோ ஞாபகம் இருக்கிறதா? அவளுடைய கணவர் நேற்றிரவு இறந்து போனார். மாரடைப்பு."

ஆசார்யா காலம் பற்றிய கணக்கினைக் கைவிட்டார். இப்போ தெல்லாம் சாவுச் செய்தி—எந்தச் சாவு ஆனாலும் அவருக்கு ஆர்வத்தைத் தருகிறது. குறிப்பாக அவர் நண்பர்களின், உறவினர்களின் கைம்மைநிலை. கணவர்கள் இறந்தபிறகு மனைவிமார்கள் மிகவும் ஆரோக்கியமாக இருந்தார்கள். அவர்களது சோகமான கண்களில் உயிர் ததும்பியது, அவர்கள் தோல்கள் பளபளக்க ஆரம்பித்தன.

லாவண்யா மறுபடியும் கூரையைக் காட்டினாள். இப்போது அவள் அங்கே தொங்கவிடப்பட்டிருந்த ஒரு செடியைக் காட்டினாள். அவள் எப்போதுமே இதைச் செய்துவந்தாள். ஒவ்வொரு முறை அவள் அவரைப் பார்க்கும்போதும் உயரத்திலிருக்கும் ஏதாவதொரு பொருளை அவள் கேட்கப்போகிறாள் என்று அவர் நினைத்ததாக அவளிடம் புகார் கூறினார். இருந்தாலும் ஒரு சராசரித் தமிழ்ப் பெண்ணைவிட அவள் உயரம்தான். ஐந்தடி ஒன்பதங்குலம். அவளுக்குப் பன்னிரண்டு வயதாகிய போது அவள் தாய், அவள் தலைமீது ஒரு பெட்டியைத் தூக்கிவைத்து, அவளுடைய சிவகங்கை வீட்டின் நீண்ட சுழல் பாதைகளில் எல்லாம் ஒரு மணிநேரம் தினந்தோறும் நடக்கச் சொல்லுவாள். அப்போதுதான் அவள் ரொம்பவும் உயரமாக வளர்ந்துவிடாமல் செய்யமுடியும் என்று குடும்ப டாக்டர் கூறினாராம். அப்படியும் பதினெட்டு வயதானபோது பிறரைத் திருமணம் செய்துகொள்ளஇயலாத உயரத்திற்கு வளர்ந்து விட்டாள்.

அப்போதெல்லாம் உயரமான பிராமணப் பையன்கள் கிடைப்பது அபூர்வமாக இருந்ததால் சிவகங்கையின் மேட்டுக்குடி மக்கள் அவளை சோகத்துடன் பார்த்தனர். அப்போதெல்லாம் உயரமாக இருந்தவர்கள், பிரிட்டிஷ் ஆட்சி போனபிறகு இங்கேயே வேலைக்காரிகளுடன் உறவு வைத்துக்கொண்டு தங்கிவிட்ட வயதான ஆங்கிலேயர்களும், படிப்பில் மோசமாக இருந்த, இன்னும் கஷ்டகாலம், விளையாட்டுகளில் மிகத் திறமையாக இருந்த ஆங்கிலோஇந்தியப் பையன்களும்தான். ஆனால், ஒரு வெள்ளைக்காரனுக்கோ காப்பிக்கோ (ஆங்கிலோ இந்தியர்கள் இப்படித்தான் அழைக்கப்பட்டனர்) தங்கள் பெண்ணைத் திருமணம் செய்துதருவதைவிட அவளுடைய முழுக்குடும்பமும் செந்தில் எலிப்பாஷாணம் அருந்தித் தற்கொலைசெய்துகொள்வார்கள். எப்படியோ ஒரு மிக நல்ல குடும்பத்திலிருந்து இருபத்திரண்டு வயதுப் பையனைப் பிடித்துவிட்டார்கள். அவனுக்கும் உயரம் ஒரு தொல்லையாகத்தான் இருந்தது. அப்போது அவன்

இந்தியன் இன்ஸ்டிடியூட் ஆஃப் டெக்னாலஜியில் படிப்பை முடித்திருந்தான். ஆனால் அண்ணாமலைப் பல்கலைக்கழகத்தில் ஏதோ ஒரு மர்மமான விஷயத்தைப் பற்றி இன்னும் படித்தவாறே இருந்தான். அவன் படித்தது எதுவோ, அவனுக்கு ஒரு அரசாங்க வேலையைப் பெற்றுத் தரப்போவதில்லை. ஆனால் லாவண்யாவின் நிலை, அரவிந்த் ஆசார்யாவின் பிற தகுதியின்மைகளை அவர்களை மறக்கச்செய்துவிட்டது. அவர்கள் திருமணம் காதலின் அற்பத்தனத்தினால் விளைந்தது அல்ல, அல்லது அது தோன்றும் என்ற எளிமையான எதிர்பார்ப்பினால் ஏற்பட்டதும் அல்ல, உயரத் தொல்லை இருவருக்கும் சமமாக இருந்ததால் ஏற்பட்ட நம்பிக்கையான பிணைப்பு.

அடுத்து நிகழ இருக்கின்ற பலூன் மிஷன் காரணமாக ஏற்பட்ட உணர்ச்சிப் பெருக்கினால் அவரது கவனம் சிதறியது. தெளிவான நீலவானத்தை அவர் பார்த்தார்.

அங்கே, எங்கோ ஓரிடத்தில், மிக உயரமான இடத்தில் கூட அல்ல, கோடிக்கணக்கான நுண்மையான விண்வெளி உயிரிகள் இறங்கிய வண்ணம் இருந்தன என்பதை அவர் அறிவார். அவர் அவற்றைக் கண்டுபிடிக்கப்போகிறார். அவருடைய வெற்றுப்பார்வை திரும்பியது. காலைவெயில் கண்களைச் சுட்டது. மறுபடியும் ஒரு இனிமையான தூக்கத்தில் ஆழ இருந்தார். ஏதோ திடீரெனத் தம் காலில் சில்லென்று பட்டதுபோல் இருந்தது. ஏறத்தாழ துள்ளிக்குதித்தார். வேலைக்காரி ஒரு பெரிய தவளையைப் போல குனிந்து தரையைச் சுத்தம் செய்துகொண்டிருந்தாள். அவரை பயத்துடனும் சந்தேகத்துடனும் பார்த்தாள். அப்படித்தான் எப்போதுமே. அவள் அந்த வீட்டில் வேலைக்குச் சேர்ந்தபோது, அவர் அறையிலிருந்து வந்த ஒப்பாரிச் சத்தத்தைக் கேட்டு பயந்து போய்விட்டாள். அது லூசியானோ பாவரோட்டியின் குரல்.

அந்த தேவதைபோன்ற குரலை ஆசார்யா தினந்தோறும் காலையில் கேட்பது வழக்கம். பிரபஞ்சத்தில் மீதியிருக்கும் மர்மங்களை தீர்க்கமுனையும் அவரது தணிக்க முடியாத தாகத்திற்கு பாவரோட்டிதான் ஒரு அருவமான தோழர். ஆனால் வேலைக்காரியை மட்டுமல்ல, சமையல்காரியையும் அந்த இசை பயமுறுத்துகிறது என்று தெரிந்துகொண்டபிறகு அதைத் தடைசெய்ய லாவண்யா முனைந்துவிட்டாள். அதற்கு இடம்தராமல் அவர் சத்தத்தையும் மிகுதியாக்கிப் பார்த்தார். அவர் சத்தத்தை அதிக மாக்கிய நாள்களிலெல்லாம் தோசை ஒழுங்கான வடிவத்திலும்

வரவில்லை, மாவு வேகாமலும் இருந்தது. "பெண்கள் நுட்ப உணர்வு மிக்கவர்கள்" என்றாள் லாவண்யா, "அவர்கள்தான் உங்கள் சாப்பாட்டைச் சமைக்கிறார்கள்."

அவர் காலருகில் இருந்த தரையை வேலைக்காரி துடைத்தவாறே அவர்மீது மீண்டும் ஒரு பார்வையை வீசினாள். அவள் அவரைப் பார்த்த பார்வை, அவர்தான் பாவரோட்டி என்று அவள் சந்தேகிப்பதுபோல் இருந்தது. "நகருங்க, அவள் துடைக்கணும்" என்றாள் லாவண்யா.

வேலைக்காரியைச் சுற்றி ஜாக்கிரதையாக அவர் நடந்து சென்றபோது, "இந்த வீட்டில் நடப்பது எல்லாமே சுத்தம் செய்வது ஒன்றுதான்" என்றார். ஏனென்று தெரியாமலே சமையலறைக்குள் சென்றார். அங்கே சமையல்காரி, பாத்திரம் தேய்க்கும் தொட்டியின்மீது ஏறி உட்கார்ந்து தேய்த்துக்கொண்டிருந்தாள். அவள் மிகவும் குள்ளம். அவளுக்குக் குழாய் எட்டுவதில்லை. அவள் அவர் பக்கம் திரும்பி ஒற்றைக்கண்ணால் பார்த்தாள். எல்லாம் மிகவும் பயங்கரமாக இருந்தது. மிகவும் அவலட்சணம்.

ஸ்ருதி பயன்படுத்தி காலியாக இருந்த அறைக்கு அவர் சென்றார். ஸ்ருதி சென்றபின் அவரோடு தொடர்பு வைத்துக்கொள்ளவேண்டுமே என்ற முட்டாள்தனமான நல்லன்பினால் இளைஞர்கள் அனுப்பிவந்த பரிசுப் பொருள்களைச் சேமித்துவைக்கும் இடமாக அது மாறியிருந்தது. லாவண்யா அந்தப் பரிசுகளையெல்லாம் சேமித்துவைத்து மற்றவர்களுக்கு திருமண அன்பளிப்புகளாக மறுசுழற்சி செய்தாள்.

அறையின் ஒரு சுவரில் பாதியில் அமைந்திருந்த பெரிய புத்தக அலமாரிக்கு அவர் சென்றார். இங்கே அமைதியாக இருக்க ஒரு மென்மையான சந்தர்ப்பம் இருந்தது. ஆனால் லாவண்யாவின் உருவம் அவரைத் தொடர்வதைப் பார்த்தார். அவள் ஆரம்பத்தில் மறைத்துக் கொள்ள நினைத்துக் கைவிட்ட ஒரு புன்சிரிப்போடு அவரை அணுகி, "அரவிந்த், நீங்கள் வீட்டுக்குள்ளேயே நடைபழக முடிவுசெய்து விட்டீர்களா? நீங்கள் வெளியில்தான் நடக்கவேண்டும் என்று எதிர்பார்க்கப்படுகிறது" என்றாள். அவர் ஒன்றும் சொல்லவில்லை. புத்தகங்களின் முதுகுப்புறத்தைப் பார்த்துக் கொண்டிருந்தார். திடீரென அவள் வீறிடுவதைக் கேட்டார்.

"அதெல்லாம் போகவில்லை" என்றாள். அதெல்லாம் என்பதை அவள் அழுத்திச் சொன்னவிதத்தில் அவள் கரப்பான்

பூச்சிகளைப் பற்றித்தான் குறிப்பிடுகிறாள் என்பதை அவரால் புரிந்துகொள்ளமுடிந்தது. அவளுக்கும் கரப்பான் பூச்சிகளுக்கும் ஒரு தனித்த உறவு இருந்தது. திருமணமான இரண்டாம் நாளே அவற்றின் ஒலியை அவளால் உணரமுடியும் என்று ஒப்புக் கொண்டாள். இப்போது நட்சத்திரங்களுக்கிடையிலான வாயுக்களின் பெரிய மூலக்கூறுகளின் அமைப்பைப் பற்றிய முது முனைவர் பட்டத்திற்கான ஆய்வு ஒன்றை சுருட்டிப் பிடித்தவண்ணம் அவள் தரையைத் தேடிக்கொண்டிருந்தாள்.

"போனவாரம்தான் சமையலறை முழுவதும் மருந்தடித்தோம். எல்லாம் போய்விட்டது என்று நினைத்தேன்." பூச்சிகளின் அழியாத்தன்மை பற்றியும் அதனால் பூச்சிக் கட்டுப்பாட்டு ஆட்களைக் கூப்பிடவேண்டியதன் அவசியத்தையும் பற்றிச் சொல்லிவிட்டு, இருந்தாலும் அது அமெரிக்கத்தனமாகத்தான் இருக்கிறது என்றாள். "என்ன செய்யலாம் அரவிந்த்? இந்தப் பூச்சிகள் சாவதேயில்லை, என்ன செய்யலாம்?"

நிறையக் காற்றை உள்வாங்கி இழுத்துக்கொண்டு, "லாவண்யா", என்றார் அவர். இது அவளைத் தொல்லைப்படுத்தப்போகிறது என்று நன்றாகத் தெரிந்தாலும் "கணக்கில் போல..." என்று ஆரம்பித்தார்.

"என்ன?"

"ஒரு பிரச்சினை இருப்பதனாலேயே அதற்குத் தீர்வு இருக்க வேண்டும் என்ற அவசியமில்லை."

அவள் முகத்தைத் தாக்குதலுக்கு என உயர்த்தினாள். பிறகு எரிச்சலூட்டுகின்ற வேதனையுடன் அவரைப் பார்த்தாள். அவரும் அதேபோன்ற பார்வையைச் செலுத்தினார். அவர் இப்போதெல்லாம் அவளை அபூர்வமாகவே பார்க்கிறார் என்பதையும் அவ்வளவு நெருக்கத்தில் அவள் எவ்வளவு முதுமையோடு தென்படுகிறாள் என்பதையும் ஒரு தாக்குதலாக உணர்ந்தார். அவர் எதிரில் நின்றிருப்பது ஒரு முதிய பெண்மணி. அவளுடைய தலைமுடி, சாயம் ஏற்றாவிட்டால் பஞ்சுபோல் இருக்கும். அவளுடைய முகம் இன்னும் அழகாகத்தான் இருந்தது. ஆனால் கழுத்தின் சதைகள் சற்றே தொங்கிவிட்டன. ஒருவர் மற்றொருவரது கண்களில், முதுமையால் அழகு குறைந்தும், பரிச்சயத்தினால் அழகற்றும் போயிருப்பார்கள். அல்லது இதற்கு மறுதலையாக இருக்குமா? ஒரு மல்யுத்தக்காரனைப்போல அவள் இரவில்

தன் உடல்முழுவதும் பூசிக்கொண்ட கேரளாவின் தைலங்களின் வாசனையை அவரால் உணரமுடிந்தது. இந்த வாசனை, அவருக்கு மரணத்தின் வாசனை. அவருடைய தாத்தாவுக்கும் அப்படித்தான் தோன்றியதாம். இந்த வெறுப்பூட்டுகின்ற தைலங்களை அவரது சுருங்கிய உடலில் பேரன்பேத்திமார்கள் பூசும்போது, இதெல்லாம் உயிர்போனபிறகு அடுத்த உடலுக்கு—புதிதாகப் பிறக்கப்போகின்ற ஒரு குழந்தையின் உடலுக்குச் செல்லும் சுரங்கப்பாதையில் எளிதாக நழுவிச்செல்வதற்கு உதவும் வழுக்குப்பொருள் என்று அவர் சொல்வது வழக்கம். அன்று இரவில் அந்தச் சிறுவர்கள் தாங்கள் குழந்தைகளாக இருந்தபோது தங்கள் உடலுக்குள் நழுவி வந்த கிழவர்களைப் பற்றி பயங்கரமான கனவுகளைக் காண்பார்கள். அந்த வாசனை, ஜீரணமாவதன் முக்கியத்துவம் பற்றியும் அவருக்கு ஒரு விசித்திரமான முறையில் ஞாபகப்படுத்தியது. அவர் தடவிக் கொண்ட ஆயுர்வேதத் தைலங்களால் ஒரு ஞானவான் போலக் காட்சியளித்த அவரது தாத்தா, வீட்டிலிருந்த இளைஞர்களுக்கு உணவு நன்கு செரிப்பதுதான் நீண்டநாள் வாழ்க்கையின் இரகசியம் என்று சொல்வார். “எப்போதுமே” அவர் சொல்வார், “உன் பிருஷ்டத்தின் வாயுவைக் கேள்.”

ஸ்ருதி அறையின் வெற்று அமைதி ஒரு மூக்கொலிப் பாட்டினால் குலைந்தது. என்னவென்று அறியாத ஒரு மொழியில் அது இருந்தது. அதன் சத்தம் கொஞ்சம் கொஞ்சமாக அதிகரித்தது. கடிகாரம். ஒரு பலகைமீது வைக்கப்பட்டிருந்தது. சிறிய மரச் சட்டகத்தில் பதிந்திருந்தது, அதன்மீது தாய் மொழியில் எண்கள் இருந்தன. அந்த ஒலி ஆசார்யாவையும் லாவண்யாவையும் ஒருவருக்கொருவர் பார்த்துக்கொள்ளச் செய்தது. முடிவற்ற அந்தப்பாட்டு, ஒருவேளை தாய்மொழியிலிருக்கலாம், ஒவ்வொரு நாள் காலையையும் போலவே அன்று காலையும் வீட்டை நிரப்பியது. காலையிலேயே எழுந்து இல்லாத உடற்கொழுப்பைக் குறைத்துக்கொள்ளலாம் என்ற நினைப்பில் ஏறத்தாழ ஐந்தாண்டுகளுக்கு முன்னால் காலை 7.45க்கு ஸ்ருதி வைத்த அலாரம் அது. அந்த அலாரம் அவளை ஒருபோதும் எழுப்பியதில்லை. ஆனால் அவள் ஒருநாளும் முயற்சி செய்யாமல் விட்டதும் இல்லை. ஆசார்யாவுக்கு இது வருத்தம் தருவதாக இருந்தது.

எப்போதும் போலவே அலாரம் பாடிவிட்டு ஓய்ந்தது. “உங்களுக்கு இதை உண்மையிலேயே நிறுத்தத் தெரியாதா?” என்று கேட்டாள் லாவண்யா.

"நான்தான் சொன்னேனே, முயற்சி பண்ணினேன்" என்றார், அவள் கண்களைத் தவிர்த்துக் கொண்டே.

அந்தப் பெண் ஒரு மென்பொருள் பொறியியலாளனுடன் கலிஃபோர்னியாவுக்குக் கிளம்பிய பின்னர், ஆசார்யா, தம் மனைவிக்குப் பலமுறை அந்த அலாரத்தை நிறுத்த முயற்சிசெய்ததாகவும் ஆனால் நிறுத்தமுடியவில்லை என்றும் கூறினார். ஆனால் லாவண்யா அதை நம்பவில்லை. ஒருகாலத்தில் இயற்பியலில் நோபல்பரிசு வாங்குவதற்காகக் கருதப்பட்ட ஒருவருக்கு பாங்காக்கின் தெருவில் வாங்கப்பட்ட ஒரு முட்டாள் கடிகாரத்தை எப்படி நிறுத்துவது என்று தெரியாமலா போகும்? அவளைப் போலவே அவருக்கும் தினசரி காலையில் அந்த அலாரத்தைக் கேட்க விருப்பம் என்று அவள் சந்தேகப்பட்டாள். அப்படியாவது தங்கள் மகள் தங்களோடு இன்னும் இருக்கிறாள், அறையில் தூங்கிக்கொண்டிருக்கிறாள் என்று கற்பனை செய்துகொள்ளலாம்.

ஆசார்யா, மகள்கள் மட்டும் ஏன் போய்விடுகிறார்கள் என்று கேட்டுக்கொண்டார். எவனோ ஒரு முட்டாளைத் தேர்ந்தெடுத்து ஓடுவதிலேயே கண்ணாக இருக்கிறார்கள். அன்பு, திருமணம் இவற்றின் பயனின்மையை உணர்ந்துகொள்ள அவர்களுக்கு ஒரு வாழ்நாள் முழுவதுமா தேவைப்படுகிறது? தங்கள் பெற்றோரின் வாழ்க்கையிலிருந்து எதையுமே அவர்கள் தெரிந்துகொள்ளவில்லையா? தவிர்க்கவியலாமல் தான் இரண்டே இரண்டு முறை தன் மகளுக்குத் துயரத்தைக் கொடுத்துவிட்டதாகக் கருதினார். அவர் அவளுக்கு இரண்டுமுறை மட்டுமே துயரம் தந்தார் என்பதைக் கேட்டு அவள் எப்போதுமே சிரிப்பாள்.

"தினமும் மிருகம்போலத்தான் நடந்துகொண்டீர்கள்" என்று அவள் சொல்லுவாள். அவர் ஒப்புக்கொண்ட இரண்டு சம்பவங்களும் அவளுக்கு எட்டு வயது ஆகும்போது நடந்தவை. முதல் சந்தர்ப்பம், சிக்கன் ஒரு காய்கறி உணவு அல்ல என்று அவள் புரிந்துகொண்டபோது. அவர் அதைப்பற்றி அவளிடம் பொய்சொல்லியிருந்தார். இரண்டாவது சந்தர்ப்பம், வானிலுள்ள எண்ணற்ற நட்சத்திரங்கள் என்று தலைப்பிட்ட தான் எழுதிய கவிதையை அவள் அவரிடம் காட்டியபோது. அவளை அவர் மொட்டை மாடிக்கு அழைத்துச் சென்று இரவு வானத்தைக் காட்டினார். நாம் காணக்கூடிய பிரபஞ்சத்தில் நட்சத்திரங்களின் எண்ணிக்கை எண்ணில் அடங்காததாக இருந்தால், வானின் ஒவ்வொரு புள்ளியிலும் ஒரு நட்சத்திரத்தின் பின்னால்

இன்னொன்று என எல்லையற்ற கோடுகளாக இருக்கும். அதனால், இரவு வானம் பகலைவிட மிகவும் பிரகாசமாக இருக்கும் என்று கூறினார். அப்படி இல்லாததால், அங்கொன்றும் இங்கொன்றுமாகப் புள்ளிகளாகத்தான் நட்சத்திரங்கள் காணப்படுவதால், நட்சத்திரங்களின் எண்ணிக்கை எல்லைக்குள்ளாகத்தான் இருக்கவேண்டும் என்று விளக்கினார். அவளுக்கு எல்லைக்குள் அடங்குகின்ற (finite) என்ற வார்த்தை தெரியாததால் அவள் சோர்வாகக் காணப்பட்டாள். அவள் வானிலுள்ள எண்ணிக்கையில் அடங்கும் நட்சத்திரங்கள் என்று தலைப்பை மாற்றினாள். ஆனால் அது நன்றாக இல்லை. அதற்குப் பிறகு பல வாரங்கள் அவள் கவிதையே எழுதவில்லை, ஏனென்றால் அவள் தந்தையின் புள்ளி விவரங்கள் அவளை பயமுறுத்தியிருந்தன.

அன்று காலை மீண்டும் ஆசார்யா சிந்தனையில் மூழ்கிவிட்டார். ஞாபகங்களின் தன்வயமற்ற நிலையில் இருந்தார் அவர். பிறகு அந்தக் குரலைக் கேட்டார். முதலில் ஒரு குசுகுசுப்பாக, பிறகு கொஞ்சம் பெரிதாக—பழைய திரைப்படங்களில் மனச்சாட்சி வெளிவந்து பேசும். அந்தக் குரல் எங்கிருந்து வருகிறது என்று நாயகன் தேடிக்கொண்டிருப்பான். கடைசியாக எதிரிலிருக்கும் ஆளுயரக் கண்ணாடியில் தனது பிம்பம்தான் பேசுகிறது என்று அவனுக்குத் தெரியவரும். அந்தக் குரல், தொடர்ந்து நீடித்த அந்தக் குசுகுசுத்த குரல், தொலைதூரத்திலுள்ள ரசமற்ற பாட்டாக மாறி அதன் சத்தம் அதிகரித்துக் கொண்டே வந்து கடைசியில் அது லாவண்யாவின் குரலாக முடிந்தது. "நீங்கள் இந்த ஷூவைப் போட்டுக் கொண்டு சும்மா நிற்கக்கூடாது. நடக்கவேண்டும். மைலாப்பூரின் மாமிகளுக்கு முன்னால் காலையில் எழுந்திருங்கள். அப்புறம் வேண்டுமானால் நில்லுங்கள்" என்றாள்.

ஆசார்யா தமது அறைக்குச் சென்று கதவை மூடிக்கொண்டார். தான் அந்த வீட்டில் சகிக்கவேண்டி வந்த தண்டனைகளுக்கெல்லாம் பிரதிபலனாக, த்ரீ டெனர்ஸ் கேசட்டைப் போட்டு, ப்ளே பட்டனை நன்றாக அழுத்தினார். படுக்கையின் ஓரத்தில் உட்கார்ந்து, ஸ்ருதி சொன்னதை நினைத்தார். அவருக்குக் கொஞ்சம் அதிகமாகத் தலைமுடி இருந்து, அதைச் சாயமேற்ற ஒப்புக்கொண்டு பக்கவாட்டில் வாரிக்கொண்டால், வேதனையுடன் அவ்வப்போது சற்றே வாயைத்திறந்தால், பாவரோட்டி போலவே அவர் காட்சியளிப்பார் என்பாள் ஸ்ருதி.

'நெசும் டோர்மா'வின் காதைக்கிழிக்கும் குரல் அறையை நிரப்பியது. அதன் கீதப் பெருமையில் தன்னை மறந்தார். சுவரிலுள்ள தனது பிம்பங்களையே திரும்பப் பார்த்தார். ஒருகாலத்தில் எவ்வளவு இளமையாகவும், உற்சாகமாகவும் அவர் இருந்தார்.

தியரடிகல் ஃபிசிக்ஸ் துறையில் அந்த நாட்களில் அவ்வளவு ஆர்வம் இருந்தது. ஆனால் இப்போது அவர் களைத்துப்போய்விட்டார். சண்டைகளாலும், டெகியான்கள், ஹிக்ஸ் போசான்கள், சூபர்சிமெட்ரி போன்ற குப்பைகளாலும் அவர் களைத்துப் போனார். உண்மையின் தேடலே எவ்வளவு சிக்கலாகிப்போனது என்று அதன் சுமையைத் தனது எலும்புகளில் உணர்ந்தார். எவ்வளவு இருண்மையோடு, எவ்வளவு கணிதத்தன்மையோடு, எவ்வளவு பகட்டாகச் சாதாரண மக்களை அது விலக்கி வைக்கிறது. இயற்பியல் ஒரு மதமாக மாறுகின்ற நிலையில் இருந்தது. ஒரு இடைக்கால மதம். கைப்பிடி எண்ணிக்கையுள்ள ஞானிகள் பீடத்தில் நின்றார்கள். சாதாரண மக்களோ, தாங்கள் கேட்ட எல்லாவற்றையும் ஒத்துக்கொள்ளவேண்டிய நிலையில் இருந்தார்கள். இன்றும் அவருக்குக் கொள்கை இயற்பியலில், காலம், ஈர்ப்புச் சக்தி இவற்றின் மர்மங்களில் மகிழ்ச்சி இருக்கத்தான் செய்தது, ஆனால் இப்போது விண்கற்களில் சவாரிசெய்துவந்த அழியாத விண்வெளியினங்களின் கருக்களைத் தேடுவதனை விட வேறு எதிலும் இப்போது அவர் அக்கறை செலுத்தவில்லை.

நெசும் டோர்மாவின் இறுதியாக நிறைவுபெறும் மிக விழுமிய, மிக முழுமையான அடிகளின் இடையில் தவறான தாள ஒலிகளைக் கேட்டார். அவை கதவு தட்டப்படும் ஒலிகள் என்பதை அறிந்தார். பாவரோட்டியின் குரலைமீறித் தன்னை அழைக்க முயலும் லாவண்யாவின் குரலை அவர் கேட்டார். இசையின் சத்தத்தை அதிகப்படுத்த அவர் செல்கின்ற வேளையில், ஸ்ருதி ஃபோனில் பேசுகிறாள் என்று அவள் கூறுவதைக் கேட்டார். அது கதவைத் திறக்க வைத்தது.

அவள் கண்களைச் சந்திக்காமலே கடந்து கூடத்துக்குச் சென்றார்.

"கதவைத் தட்டிக்கொண்டே இருந்தேன்" லாவண்யா சொன்னாள், அதற்குள் அவள் கவனம் அங்குப் படிந்திருந்த தூசியின்மீது சென்றது. அவர்கள் பிரின்ஸ்டனிலிருந்து வந்து பத்து ஆண்டுகளுக்கு

மேல் ஆயிற்று, ஆனால், பம்பாயில் எவ்வளவு சீக்கிரமாக தூசு சேர்கிறது என்பதற்கு அவள் பழக்கப்படவில்லை.

ஆசார்யா ரிசீவரைக் காதில் வைத்து, "லைன் இறந்துபோயிற்று" என்று முணுமுணுத்தார். "ஆமாமாம்" என்று சொன்ன லாவண்யா, "அவள் எவ்வளவு நேரம்தான்..." என்றாள். பிறகு கைமுட்டிகளை மூடியவண்ணம், "அந்த மடத்தனமான இசையை நான் நிறுத்தப் போகிறேன்" என்று கூச்சலிட்டாள். உடனே அழைப்புமணி அடித்தது. ஒரு அசட்டுச் சிரிப்புடன் கதவைத் திறந்தாள்.

"குட் மார்னிங்" என்று ஜனா நம்பூதிரியின் மகிழ்ச்சியான குரல் கேட்டது. அவளுக்குத் தெரிந்து மிகச் சிறப்பாக உடை உடுத்திய ஒரே விஞ்ஞானி அவர்தான். இன்று கரும்பழுப்பான கார்டுராய் கால்சட்டைகள், முறுக்கான வெள்ளைச் சட்டை அணிந்திருந்தார். தம்முடைய தலைமுடி ஒரேமாதிரியாக வெள்ளிபோன்று தோற்ற மளிக்குமாறு சாயம் அடித்துக்கொண்டார் என்பது அவளுக்குத் தெரியும். அதற்காக அவரை வெறுப்பதா என்று தெரியவில்லை. அவளைவிடக் குள்ளமாக இருந்த ஆடவர்களிடம் அவளுக்கு ஒரு மென்மையான அன்பு இருந்தது. மேலும் அவர்தான் பேராசிரியர்கள் தங்குமிடத்தின் கலாச்சார சக்தி.

ரொம்ப நாளுக்குப் பின் அவர் வந்திருந்தார். சண்டைஏதும் இல்லாமல் அவர் வந்திருந்தால் நல்லது என்று நினைத்தாள். அவரை உள்ளே விட்டவாறே, "கவலைப்படாதீர்கள் ஜனா, நான் அதை நிறுத்திவிடுகிறேன்" என்றாள்.

"அது நெசும் டோர்மா" என்றார் நம்பூதிரி. "அதை இவ்விதம் நிறுத்தி அவமானப்படுத்தக்கூடாது."

"என் வீட்டில் அப்படித்தான்" என்று சொல்லிவிட்டு அப்பால் சென்றாள்.

வரவேற்பறையில் ஒருவரை ஒருவர் முறைத்துப்பார்த்தவாறு இரண்டுபேரும் நின்றார்கள். பாவரோட்டி திடீரென அடங்கிப் போனதை இருவருமே கேட்டார்கள். அந்த திடீர் அமைதி, இருவருக்குமிடையில் இருந்த தொலைவை அதிகப்படுத் தியதுபோல் இருந்தது.

"வருத்தப்படுகிறேன் " என்றார் நம்பூதிரி. "வட்டமேசை அதற்கான இடம் அல்ல" என்றார். "நிஜமாகவே வருத்தப்படுகிறேன்."

யாரும் கண்டுகொள்ளாமல் இருக்கும் அமைதி இன்னும் அபர்ணா கோஷ்மௌலிக்குக் கிடைக்கவில்லை. ஆனால் இப்போது அவள் ஒரு உள்—ஆள் ஆகிவிட்டாள். தாழ்வாரங்களில் தனது லோஹீல் காலணியின் மரத்தேய்ப்பு ஒலியை உண்டாக்கியபடி அவள் செல்லும்போது கிடைத்த அன்பற்ற பார்வைகள், அவளது மார்பைப் பார்த்தவாறே அவளுக்குச் சரியான வழியைக் காட்ட முனைந்த வயதான அறிஞர்கள், பேராசிரியர்களின் வசிப்பிடங்களில் பெரும்பேச்சாகிவிட்ட அவள் எப்படித்தான் இருக்கிறாள் பார்ப்போம் என்று நினைத்துத் தற்செயலாக அங்கே வந்த அந்த அறிஞர்கள் சிலருடைய மனைவிமார்கள்—இந்த மாதிரி நாட்களெல்லாம் போய் விட்டன. சிறிய தாக்குதல்கள் மட்டுமே இருந்தன. சில முயற்சிமிக்க முதுமுனைவர் பட்ட மாணவர்கள் இன்னும் அவளை மோகங்கொண்ட பார்வையோடு நோக்கினார்கள். தாழ்வாரங்களிலேயே குடியிருந்த ஒரு பழைய எண்கோட்பாட்டுக் கணிதப் பேராசிரியர், அவளை வழியில் தடுத்துநிறுத்தித் தமது இயற்கைக் கவிதைகளை அவளிடம் காட்டினார். விவேகமும் அறிவும் நிரம்பியது என்று தான் நம்பிய பார்வையால் ஜனா நம்பூதிரி இன்னமும் அவளை ஒருவிதமாகப் பார்த்துத்தான் வந்தார். அவர்களுக்கிடையில் ஒரு மெல்லிய இறுக்கம் இருக்கவேண்டுமென அவர் நினைத்தார். ஒரு கலாச்சாரம் சார்ந்த கடும் வெறுப்பினைத்தான் ஒரு பெண்ணிடமிருந்து அவர் எதிர்பார்த்தார். பிற கதிரியக்க வானியலாளர்கள் அவள் அறைக்குச் சும்மா பேச வந்ததாகக்கூறி, அவள் அறையில் கண்ட எல்லாவற்றின் செய்தியையும் எடுத்துக் கொண்டு சென்றார்கள். உயரமான அலமாரிகள், குரோமேடோகிராஃப்கள், ஸ்பெக்ட்ரோ மீட்டர்கள், ஒருங்கிணைந்த பல்கலைக்கழகங்களிலிருந்து வாடகைக்கு வந்த ஆர்வமான ஆய்வு மாணவர்கள். ஏதாவது நடக்குமென்ற ஆவலில் காத்துக்கொண்டிருந்த அசையாத பணியாளர்கள், இந்தப் பக்கம் மேலே என்று கூறிய இன்னும் திறக்கப்படாத பெட்டிகள். அவற்றில் ஒரு காப்பி தயாரிக்கும் மெஷின்கூட இருந்தது. ஆனால் அது காப்பிமெஷின்தான் என்று நம்ப எவரும் தயாராக இல்லை. இந்த எதையும், தன்மீதான கவனம், வெறுப்பு, அன்பு ஆகிய எதையும்பற்றி அவள் கவலைப்படவில்லை. அவளுடைய நிலை இப்போது முன்னதைவிட மேம்பட்டுக்கொண்டிருந்தது. தன் உதடுகளுக்குச் சாயம் பூசிக்கொண்டுவரும் துணிச்சல்கூட அவளுக்குப் பிறந்துவிட்டது. (மங்கலான வண்ணங்களில்). அவளுடைய அடர்த்தியான, ஆரோக்கியமான தலைமுடி ஒரு குதிரைவால் பாணியில் அடக்கமாகக் கட்டப்பட்டிருப்பதான

கற்பனையில் இருந்தது. ஆனாலும் எளிமையான உடைகளை அணிவதை அவள் கைவிட முடியவில்லை. வழக்கமாக, நீலவண்ண ஜீன்ஸ் கால்சட்டையின்மீது ஓர் உருவமற்ற பெரிய சட்டை. ஆனால் கடல் காற்றில், அலையாகப் பாய்ந்து ஒட்டிக்கொள்ளும் மேல்சட்டை அவள் உடலை கெட்டியாகத் தழுவிக்கொள்ளும். அப்போது அவள் பிறர் கண்ணுக்கு விருந்தாக வேண்டுமே என்று பயப்பட்டாள்.

அடித்தளத்திலிருந்து இரண்டு மாடிகள் படிக்கட்டுகளில் ஏறினாள். எப்போது முதன் முதலாகக் கேட்டோம் என்பது ஞாபகமில்லாத ஒரு ராகத்தை மெல்ல ஒலித்துக் கொண்டே வந்தாள். முன்தாழ்வாரத்தில் கடற்காற்றைச் சுவாசித்தாள். அத்துடன் ஈரப் புல்லின், மண்ணின் மணத்தையும். ஒரு தோட்டக்காரன், வெறும் உள்ளாடை அணிந்து புல்தரைக்கு நீர் ஊற்றிக்கொண்டிருந்தான். ஆனால் அவன் நிர்வாணமாக இருப்பது போலத் தோன்றவில்லை. காண்டீனுக்குச் சென்றாள். வெறும் மரத்தாலான மேசைகளும், மடக்கு உலோக நாற்காலிகளும் இருந்த அழகான இடம் அது. அதன் சதுரமான ஜன்னல் கதவுகள் அலையாகத் தோன்றுவதுபோலக் காட்சியளிக்கும் புறக் கடையை நோக்கின. இங்கு கடலின் அலையோசையும் ஒருவிதமான அமைதிபோலவே இருக்கிறது. கரும்பழுப்பு நிறச் சீருடை அணிந்த பரிமாறுபவர்கள், உள்கதவின் வழியாகத் தட்டுகளை முன்னங்கையிலும் உள்ளங்கையிலும் ஏந்தியவாறு வந்தார்கள் அல்லது காண்டீனின் பலவேறு இடங்களில் அசையாமல் நின்றுகொண்டிருந்தார்கள்.

நம்பூதிரி, நான்கு கதிர்வீச்சு வானியலாளர்களுடன் பேசிய வாறு வருவதைக் கண்டாள். அவர்களுடைய பெயர்கள் அவளுக்கு மறந்துவிட்டன. அவர் தம்முடைய செல்பேசியில் பேசிக்கொண்டிருந்தார். மற்றவர்கள் அவரை உற்றுநோக்கிய வண்ணம் இருந்தார்கள். அவர்களில் ஒருவர் ஒரு வழுக்கைத் தலையர். அவருடைய கண்ணாடி, மூக்கின் நுனியில் அசைந்தது. அவரைப் பார்க்கும்போது பழைய தன் பேராசிரியர் ஒருவரின் ஞாபகம் அவளுக்கு வந்தது. அவர் ஒருமுறை அவளைப் பார்த்து, "நீ என்னை மதிக்கிறாயா" என்று கேட்டார்.

நம்பூதிரி தமது செல்பேசியைப் பாக்கெட்டில் வைத்துக்கொண்டு அவர்களிடம், "இன்று இல்லை, ஆனால் சீக்கிரமே அவனுக்குக் கிடைக்கப்போகிறது" என்றார். "நான் இந்த வாரம் விடுமுறை

எடுத்துக்கொள்ளலாமா என்று யோசிக்கிறேன். அவர் பைத்திய மாகப் போகிறார்."

"இல்லை" என்றார் நம்பூதிரி. "நாம் எல்லோருமே இங்குதான் இருக்கப்போகிறோம். நாம் அனைவரும் இருப்பது முக்கிய மானது."

"சார், எனக்கு ஏற்கெனவே பைபாஸ் ஆகியிருக்கிறது. இந்த மாதிரி விஷயங்களை என்னால் தாங்கமுடியாது."

"இது உன் இதயத்திற்கு நிஜமாகவே மிக்வும் நல்லதாக இருக்கப்போகிறது" என்றார் நம்பூதிரி.

அப்போது அபர்ணாவைப் பார்த்தார். அவருடைய முகத்தில் ஒரு புன்சிரிப்பு அரும்பியது. தனக்கருகிலிருந்த ஒரு காலி நாற்காலியைக் காட்டினார். அவருடைய நிழலான சதியரங்கில், திடீரென ஒரு எலுமிச்சை வாசம் நுழைவதை அவர் பொருட்படுத்தவில்லை. இந்தக்காப்பகத்தில் இவள் ஒரு ஆறுதல். இப்போதெல்லாம், அவருடைய கார்டுராய்க் கால்சட்டைக்கும், தூய்மையான வெளிநாட்டுச் சட்டைக்கும், மிக அழகான வெள்ளித் தலைமுடிக்கும் இப்போதுதான் அர்த்தம் கிடைத்திருக்கிறது. கல்விச் சமூகத்தின் கவர்ச்சியற்ற தன்மையிலிருந்து அவள் காப்பாற்றினாள்: கடுமை யான ஆண்களும், விசித்திரமான மயிரார்ந்த பெண்களும்தான் அவருடைய சுற்றில் எதிர்ப்படுபவர்கள். அவருக்கு இளைஞர்களுடன் இருக்கவேண்டும்—நிஜமான, ஒட்டுகின்ற, மணம் நிறைந்த இளைஞர்களுடன், அது அவருக்கு ஒரு நோய். அபர்ணா வருவதற்கு முன்னால், அவருடைய ஒரே வழி, அறிவியல் சார்பற்ற அவருடைய நண்பர்கள் அளிக்கும் விருந்துகள்தான். அவர் ஒரு கதிரியக்க வானியலாளர் என்று கேள்விப்பட்டவுடனே அங்குப் பெண்கள் அவரைச் சுற்றிக்கொள்வார்கள். அவர்களுடைய மென்மையான, லகுவான உடல்கள், வெற்றுக்கால்கள், அவரை ஒட்டிநிற்பதையும், மதுமயக்கம் நிரம்பிய கண்களில் அவர் என்ன செய்கிறார் என்பதைக் கேட்டுப் புரியாமல் தலையசைப்பதையும் அவர் விரும்பினார். வானியலில் தொடங்கி ஜாஸ் என்றால் என்ன என்று கூறி, பிறகு குறும்புத்தனமாக பிரயன் ஆடம்ஸைக் கேலிசெய்வதில் கொண்டுவந்து முடிப்பார். தன்பேச்சு ஒருநிமிடம் அவர்களைத் துணுக்குற வைத்திருக்கிறதா என்று கவனிப்பார். இளைஞர்களை விரும்பினார், அவர்களுடைய பாஷையிலேயே அவர்களுடன் பேசினார்.

இதை ஓரளவு அபர்ணா யூகித்திருந்தாள். தன் மகனிடம் நான் உனக்கு ஒரு நண்பன், உன் தகப்பன் அல்ல என்று சொல்லி, பதினெட்டு வயதானதும் ஒரு ஆணுறைப்பெட்டியை வாங்கித் தரக்கூடிய வகை அவர். அவளுடைய வழக்கமான தேநீர்க் கோப்பையை அவள் முன்னால் கொண்டுவந்த பணியாளன், அவளைநோக்கி சர்க்கரை ஜாடியைத் தள்ளியவாறே அவளை முறைத்துப்பார்த்தான்.

"காதணிகள் நன்றாக இருக்கின்றன" என்றார் நம்பூதிரி. "நீண்ட காதணிகளை நீ அதிகம் அணிவது கிடையாது. இன்றைக்கு என்ன சிறப்பு?"

"ஒன்றும் சிறப்பில்லை."

"இன்னொரு மைக்ராஸ்கோப் வாங்கக் கிழவனிடமிருந்து அனுமதி பெறவேண்டும் இல்லையா?"

வானியலாளர் ஒருவர் 'ச்ச்' என்றார். வேடிக்கையான சிரிப்பு என்று கொள்ளத்தக்க ஒலி ஒன்றை அபர்ணா எழுப்பினாள்.

இந்த ஆடவர்களிடம் நிறையவே அடக்கிவைத்த வெறுப்புகள் இருந்தன என்பதை அவள் அறிவாள். ஏனென்றால் இந்த இயற்பியல் கோயிலில், புறவுலகின் அறிவு பற்றிய ஆராய்ச்சியில் கதிரியக்க வானியலுக்கு ஒரு சிறு இடம் கூட அளிக்காத இந்த இடத்தில், ஆஸ்ட்ரோபயாலஜி போன்ற ஒரு துறை ஆரவாரத்துடன் நுழைவதை அவர்கள் விரும்பவில்லை.

அவளுடைய கைப்பேசிமணி அடித்தது. அவள் அதற்காக மனத்தில் நன்றி கொண்டாள். அய்யன் மணியின் குரல், "ஐயா உங்களை உடனே பார்க்க விரும்புகிறார்" என்றது. கொஞ்சம் குழப்பத்துடனே கைப்பேசியைப் பார்த்தாள். தனது எண்ணை அவள் யாருக்கும் தரவில்லை.

அபர்ணா முன்னறைக்குள் நுழைந்தாள். அய்யன் மணியின் அமைதியான ஆராய்ச்சிப் பார்வையின் முழுதாக்கத்தையும் அனுபவித்தாள். அகன்ற விழிகளை உடைய இந்தக் கருப்பு மனிதனைக் கண்டு எச்சரிக்கையடைந்தாள்.

"உங்களைத் தேடிக்கொண்டிருந்தோம்" என்றான். "அவர் காத்துக்கொண்டிருக்கிறார்.

அவன் மேஜையைக் கடந்து சென்றபோது அவள் முதுகை ஆராய்ச்சிசெய்தான். இந்த முதல்தரமான நிறுவனத்தின் ஆண்கள் யாரும் அவளை அறியவில்லை என்பது உறுதி என நினைத்தான். அவர்கள் எல்லோருமே விகாரமடைந்தவர்கள். அதிகக் கல்வி; அதிக உயர்தரம். ஒரு பெண் தன்னைச்சுற்றி எழுப்பும் ஆரவார அலைகளால் அவர்கள் பார்த்தார்கள். என்ன பேசுகிறாள், எப்படிப் பேசுகிறாள், அப்புறம் அவள் பட்டங்கள். பிறகு ஆண்களும் பெண்களும் தாங்கள் முழுதாக உடையுடுத்தியிருக்கும் நேரத்தில் எழுப்பிக்கொண்ட நவீனத்தன்மையின் பல கட்டுக்கதைகள் வாயிலாக. ஆனால் படுக்கை மத்திய காலத்தது, நேர்மையானது, அதில் அபர்ணா வேறு ஒன்றாக இருப்பாள், அன்பின் அவசரத்தில் ஒரு மனிதன் அவளை அடித்தாலோ அவளின் ஆணவத்தை அழித்தாலோ அவள் புரிந்துகொள்வாள். தாங்கள் நொறுங்குவதற்கு ஏங்கும் அஞ்சத்தக்க பெண்களின் தவிர்க்கமுடியாத பித்தத்தை அவளிடம் கண்டான். அதற்குப் பிறகு அபர்ணாவைப் பற்றிய சிந்தனைகள் ஓய்ந்தன, அடுத்தநாள் காலையில் நிகழப்போவது என்ன என்பது பற்றிய ஆர்வம் அவனை நிரப்பியது. ஒரு நடுக்கம் அவனுக்குள் சென்றது. அவன் நாக்கில் கடுமையான பயத்தை உணர்ந்தான்.

அவள் உள்கதவைத் திறந்தாள். ஒவ்வொருமுறை நுழையும்போதும் அவள் உணரும் அதே குளிர்ந்த காற்று, எதிர்பார்ப்பு இவற்றின் கலவையை இப்போதும் உணர்ந்தாள். ஆசார்யாவைச் சந்திப்பது என்பது இப்போதும் ஒரு வாய்ப்புதான். ஆனால் அதனை ஒரு சம்பவமாக்க அவர் எதுவுமே செய்யவில்லை. அவர் தமது மிகப் பெரிய குழப்பமான மேஜைக்குப் பின்னால் அமர்ந்திருந்தார். தன் மடியிலுள்ள ஏதோ ஒன்றை குனிந்து உற்றுநோக்கிக்கொண்டிருந்ததால் அவருடைய இளஞ்சிவப்பு நிற வழுக்கைத் தலை எப்போதும்போலவே பெரிதாகத் தெரிந்தது. மேஜையின் எதிர்ப்புறம் அமர்ந்து "நான் இங்கே இருக்கிறேன்" என்று முணுமுணுத்தாள். அவர் பார்க்கவில்லை. அவரை எச்சரிக்கையாகக் கூர்ந்துநோக்குவதற்கு இது ஒரு நல்ல தருணம். பெரிய காதுகள். மேஜையின்மீது இருந்த அவரது கைகள் தூய்மையாகவும் விலங்குத்தனமாகவும் இருந்தன என்று நினைத்தாள். மறுபடியும் அன்றைக்கும் அவர் இளைஞனாக இருந்தபோது எப்படியிருந்திருப்பார் என்று ஆச்சரியப்பட்டாள். இணையதளத்தில் கிடைத்த பழைய படங்கள் அவ்வளவு தூரம் போதவில்லை. அவருடைய அறையின் வெற்றுச்சுவர்கள் அவளை

நோகடித்தன. அவருடைய ஒரு சுவடுகூட இங்கே இல்லை. பழைய காலத்து செபியா நிறப்புகைப்படத்திலிருந்து நோக்கும் ஒரு இளைய ஆசார்யா மிக சந்தோஷமாக இருக்கும்.

இந்த நிறுவனத்தில் அவளுடைய குறுகியகாலப் போராட்டத்தில், பலபேருடைய காமம், சிலருடைய வெறுப்பு, இரண்டும் கலந்த சிலரது உணர்ச்சிகள், ஆகியவற்றிற்கிடையே ஆசார்யாவுடன் பணிபுரிதல் அவளுக்கு ஆசுவாசமாக இருந்தது. அவர்கள் இருவரின் உரையாடலும் வறண்டவை. உபகரணங்கள் வாங்கு வதைப் பற்றியும், ஆய்வகத்தை அமைப்பது பற்றியும். ஆனால் அவருடைய இருப்பில் ஏதோ ஒன்று இருந்தது. அதை அவள் விரும்பினாள். அவர் ஒரு தங்குமிடம். அவருடைய நிழலில் அவள் முற்றிலும் புறக்கணிக்கப்பட்டாள். வீட்டு விருந்திற்காக வந்தபோது அவளுடைய அங்கிள்கள் பலர் அவளைத் தொட்டபோது, அவளுடைய வீட்டுக்கு வெளியே பையன்கள் கிரிக்கெட் விளையாடியபோது, அவள் வழியில் வந்த ஆண் யாராக இருந்தாலும், அவள் அதை விரும்பினாள். கடைசியாக இங்கே ஒரு மனிதர், அவளை கவனிக்கவேயில்லை. ஓர் அரங்கத்தின் இருட்டு மூலையில் அமர்ந்து நல்லதொரு நாடகத்தைப் பார்ப்பதுபோல் இருந்தது.

ஆசார்யா தன் விரலை நாக்கில் பசியோடு தொட்டு, அடுத்த பக்கத்தைப் புரட்டினார். அவர் மடியில் இரகசியமாக வைத்திருந்த ஒரு விரிவான நாவலைப் படித்துக்கொண்டிருந்தார். டோபோலோவின் சூபர்மேன் என்று தலைப்பிடப்பட்ட நாவல் வரிசையில் ஒன்று அது. ஒரு காலத்தில் வெளியுலகிற்குத் தெரியாமல் ஆசையோடு படிக்கப்படுகின்ற நாவலாக அது இருந்தது. மறைமுகப்போர் நாட்களில் ரஷ்யாவின் ஜனரஞ்சக நாவல் வரிசையில் வந்தது அது. டோபோலோவின் சூபர்மேன் கதையில், இரும்பு மனிதன் ஒரு சூபர்ஹீரோவாக சாதாரண மக்களால் மதிக்கப்படுகிறான், ஆனால் உண்மையில் அவன் ஒரு மோசமான வில்லன். அவனுடைய தீமைகளிலிருந்து இரண்டு கேஜிபி இரகசியப்படையினர் உலகைக் காப்பாற்றுகின்றனர். மறுபடி நாக்கில் விரலைத் தொட்டு ஆசார்யா பக்கத்தைத் திருப்பினார்.

கிளார்க் கெண்ட் பிராகாவில் யாருமற்ற, கல்பதிக்கப்பட்ட தெருவொன்றில் நடந்துகொண்டிருக்கிறான். இருண்ட குளிர்ந்த காலைநேரம் அது. குட்டையான பாவாடை அணிந்த ஒரு அழகான பெண் தன் அருகில் நடந்துவருவதைப் பார்க்கிறான். "இந்த அற்புத

வேலைப்பாட்டை(பெண்ணை)ப் பார். நான் இப்போதே இதை அடைய முடியும். நான் ஒரு சூபர்மேன்" என்கிறான். அவளைப் பின்தொடர்ந்து செல்கிறான். யாருமற்ற ஒரு சந்திற்குள் அவள் நுழைகிறாள். கெண்ட் சுழன்று ஒரு சூபர்மேனாக மாறுகிறான். அவளுடைய பாதையை மறிக்கிறான்.

உணர்ச்சியோடு "சூபர்மேன்" என்கிறாள் அவள்.

"உன்னை நான் ஒரு சுற்றுக்கு அழைத்துச் செல்லலாமா, அன்பே" என்கிறான்.

"சாரி... என் அத்தை உடல்நலிவாக இருக்கிறாள். நான் இப்போது வீட்டுக்குப் போகவேண்டும். ஆனால் என்ன அழகான ஆச்சரியம். ஆமாம், என்னுடன் பேசிக் கொண்டு இங்கே என்ன செய்துகொண்டிருக்கிறாய்? உனக்குக் காப்பாற்றுவதற்கு ஒரு உலகமே காத்திருக்கிறது இல்லையா, சூபர்மேன்" என்று கேட்கிறாள். குட்பை சொல்லி விட்டுச் செல்கிறாள். ஆனால் அவள் திரும்பியபோது மறுபடியும் அவன் அவள் எதிரே மறித்துக் கொண்டு நிற்கிறான்.

"உனக்கு ஒன்றுமே தேவை என்று தோன்றவில்லையா, அன்பே?" என்கிறான்.

அந்தப் பெண் குழப்பமடைகிறாள். ஆனால் அவள் எதுவும் எதிர்வினை புரிவதற்கு முன் அவளை நிர்வாணமாக்கிச் சிரிக்கிறான். அவளை நடைபாதையில் தள்ளும்போது அவள் கிறீச்சிடுகிறாள். அவனுடைய தோளாடையைக் களைந்துவிட்டு தன் இறுக்க மான உடையிலிருந்து விடுபட முயலுகிறான்.

"இந்த ஆடை அவசரத்திற்கு உதவாதது" என்கிறான்.

திடீரென்று போலீஸ் கார்கள் தங்கள் ஊளைச் சத்தத்துடன் வந்து நிற்கின்றன.

"சூபர்மேன்" என்று ஒரு போலீஸ்காரன் கூச்சல்போடுகிறான். தோளணியை அவன் தான் வைத்திருக்கிறான். மற்ற போலீஸ்காரர்கள் தங்கள் துப்பாக்கிகளை அவனை நோக்கி நீட்டிக் கொண்டிருக்கிறார்கள். மேலிருந்து ஜன்னல்கள் வழியே மக்கள் நோக்குகிறார்கள். "ஷிட்" என்று அலுத்துக்கொள்கிறான் சூபர்மேன். "இதை மறுபடியும் செய்ய வேண்டியிருக்கிறது." இப்படிச் சொல்லிவிட்டு வானத்தில் உயரச் சென்று உலகத்தைச் சுற்றி ஆயிரம் முறை பறக்கிறான்.

ஒளியின் வேகத்தை விட அதிகமான வேகத்தைப் பெற்று காலத்தில் பின்னோக்கிச் செல்ல முனைகிறான். பூமி தன் திசையை மாற்றிக் கொண்டு சுற்றுகிறது. பூமியின் பின்னோக்கிய சுற்றுதலால் மறுபடியும் அந்தப் பெண் கடைவீதியில் நடந்துகொண்டிருந்த நிகழ்ச்சிக்குச் சென்று விடுகிறது.

"சாத்தியமேயில்லை" என்று கோபத்துடன் ஆசார்யா முணுமுணுத்தார். இப்படி காலத்தைத் தவறாகப் பயன்படுத்துவது அவருக்குப் பிடிப்பதில்லை.

ஆனால் நவீனஇயற்பியல் இப்படித்தான் மாறிவிட்டிருக்கிறது. காலத்தைக் கவிழ்த்தல், கருந்துளைகள், கரும் பொருள்கள், கரும் ஆற்றல், உருவம் தெரியாமை, அறிவாற்றலுள்ள நாகரிகங்கள், உணர்ச்சிவேகமிக்க குப்பை. ஆனால் அதில்தான் பணம் இருக்கிறது.

அபர்ணா, கூர்த்த கண்ணுடைய, நீண்டுமெலிந்த முகமுடைய, தலையைப் படிய வாரியிருந்த ஓர் இளைஞனைக் கற்பனைசெய்து கொண்டிருந்தாள். அழகாக இருக்கிறான் என்று நினைத்தாள். அப்படிப்பட்ட ஒரு மனிதன், ஒரு அழகிய செபியா நிற நிழற்படப் பெண்ணிடம் என்ன சொல்வான்?

"கிரையோசேம்பிளரின் பணி எந்த அளவில் இருக்கிறது?" அவள் மிக ஜாக்கிரதையாக தன் மனத்தில் உருவாக்கிக்கொண்டிருந்த பழைய உலகத்தைக் கலைத்தபடி நாடகத்தன்மை கொண்ட ஆசார்யாவின் குரல் கேட்டது. அவருடைய யானைக்கண்கள் அவளை நோக்கிக் கொண்டிருந்தன.

வெளியே அய்யன் மணி அன்றைக்கு வந்த கூரியர் தபாலையும் சாதாரணத் தபாலையும் ஒழுங்குபடுத்திக்கொண்டிருந்தான். ஆசார்யா சில தபால்களை மட்டுமே படிப்பது வழக்கம். படிக்கவேண்டிய தபால்களை அவரே அங்கொன்றும் இங்கொன்று மாகத் தேர்ந்தெடுத்துக்கொள்வார். தங்களுக்கும் விஞ்ஞான மனப்பான்மை இருக்கிறது என்று கருதிக் கொண்டிருக்கும் சாதாரண மனிதர்களிடமிருந்து, இன்னும் மோசம், தாங்கள் புதிய அறிவியல் கொள்கை ஒன்றைக் கண்டுபிடித்துவிட்டோம் என்ற எண்ணமுடைய மனிதர்களிடமிருந்து ஏறத்தாழ அவருக்கு தினசரி ஐம்பது தபால்கள் வரும். அந்த சோகமான, தபால்தலை ஒட்டிய சாதாரணத் தபால்களை அவர் பிரிப்பதில்லை. அந்தத் தபால்களைப் படிக்கும் ஒரே நபர் அய்யன்தான். அவனுக்குத்தான் பிரித்த தபால்களை எப்படிச் சரியாக்குவது என்றும் தெரியும்.

ஒரு முறை, சாதாரணத் தபால்களை எல்லாம் குப்பைக்கூடையில் போட்டுவிட்டு, கூரியர் தபால்களை மட்டும் அய்யன் ஆசார்யாவிடம் கொடுத்தான். அந்த மனிதர் பல விநாடிகள் குழப்பமடைந்து அவனை நோக்கினார். அவர் பழக்கப்பட்டிருந்த பாணியில் ஒரு குழப்பம் இருந்தது. சாதாரணத் தபால், கூரியர் தபால். அதைத்தான் அவர் பார்க்க விரும்பினார். எனவே சாதாரணத் தபால்களைப் பற்றி அவனிடம் கேட்டார். அவன் சாதாரணத் தபால்களைத் தூக்கி எறிந்துவிட்டான் என்று அறிந்ததும் எதையும் எறியவேண்டாம் என்று அவனிடம் சொன்னார். மக்களின் பொதுப் பிரக்ஞையில் தான் என்னவாக இருக்கிறோம் என்பதை அறிய அந்தக் கடிதங்கள் ஒரு அடையாளமாக இருந்தன. சாதாரண மக்கள் என்ன சொல்கிறார்கள் என்பதை அவரால் படித்துச் சகித்துக்கொள்ள முடியாவிட்டாலும் அவர்கள் மனத்தில் அவர் இருக்க விரும்பினார்.

அய்யன் கடிதங்கள், கூரியர் கடிதங்கள், மின்கடிதங்கள் ஆகியவற்றை எடுத்துக் கொண்டு உள்ளே சென்று மேஜைமீது அடுக்கிவைத்தான். அடித்தள 'அயிட்டமும்', அவரும் பலூனை எப்படி எங்கிருந்து செலுத்துவது என்பது பற்றி விவாதித்துக் கொண்டிருந்தார்கள். அய்யன் மேஜைமீதிருந்த தொலைபேசிகளில் ஒன்றைப் பார்த்தான். ஒன்று, இன்னமும் கொக்கியிலிருந்து விடுபட்டுத்தான் இருந்தது. நல்லது. முன்னறையில் அவன் தன் இடத்துக்குச் சென்றபோது அவன் ஒரு தொலைபேசிக் கேட்பியை எடுத்து அபர்ணாவுக்கும் பெரியவருக்கும் இடையில் நடக்கும் உரையாடலைக் கேட்கலானான்.

முப்பது நிமிடங்களுக்குப் பிறகு அய்யன் கேட்பியை வைத்தபோது தன் மனைவியை நினைத்துக்கொண்டான். இம்மாதிரி மனிதர்கள் அவளை எளிதாக பயம் கொள்ளச்செய்தார்கள். அவளுக்கு இந்த மனிதர்களின் வேலைகள் எவ்வளவு அபத்தமானவை என்று கூறினால் நன்றாக இருக்கும். ஒரு கிழவன் வளிமண்டலத்தை விண்ணிலிருந்து வரும் நுண்உயிரிகளைக் கண்டுபிடிப்பதற்காகத் தேடவிரும்புகிறான். ஓர் இளம்பெண் அதிலிருந்து இரண்டு பாட்டில் காற்றை ஆராய்ச்சிசெய்வாள். இதுதான் இந்த மனிதர்கள் செய்வது. இதுதான் அவர்கள் வேலை. நிறுவனத்திற்கு வெளியே கிடந்த நிஜஉலகத்தில் நிலைமை இன்னும் விசித்திரமானது. கம்பீரமான மனிதர்கள் காரில் சென்றார்கள். காரின் பின்இருக்கையில் மடிக்கணினியை வைத்து கோக்கோகோலா வாங்கவோ, ஆயுள் காப்பீடு வாங்கவோ, அல்லது புள்ளிகள் கொண்ட ஆணுறை

வாங்கவோ மக்களை எப்படித் தூண்டுவது என ஆராய்ந்த வண்ணம் தங்கள் பணியிடங்களுக்குச் சென்று சாதாரண மக்களை முட்டாளாக்குவார்கள். அல்லது பிறரின் பணத்தை எப்படிப் பங்குச் சந்தைகளில் முதலீடு செய்ய வைக்கலாம் என ஆராய்ச்சி செய்வார்கள். பெண்கள் ஏன் கிரிக்கெட்டில் முன்னைவிட ஆர்வம் காட்டுகிறார்கள் என்றோ, ஆஃப்கானிஸ்தான் ஏன் பாகிஸ்தானுக்கு முக்கியமானது என்றோ, இன்னும் இந்தமாதிரி எதையோ சிலர் பத்திரிகைகளில் எழுதினார்கள். சிலர் பிறர் எழுதியதையே மீண்டும் எழுதினார்கள். சிலர் படம் எடுத்தார்கள். சிலர் வரைந்தார்கள். சிலர் காமிராமுன் நின்று முக அசைவுகளைக் காட்டினார்கள். இதுதான் பெரிய மனிதர்கள் செய்த வேலை. பல கோடிக்கணக்கான மனிதர்களின் பணங்களை அனுபவிப்பவர்கள். காலத்தின் சுரங்கவழியின் ஒரு கோடியில் இதுதான் அவர்கள் செய்தது. அவனும் இவற்றில் எதையாவது செய்திருக்க முடியும். ஓஜாவும் கூடத்தான். அவர்களும் லிஃப்ட் உள்ள ஒரு கட்டடத்தில் வாழ்ந்திருக்க முடியும். அல்லது பெரிய உணவுவிடுதிகளுக்குச் செல்லமுடியும். அங்கு இளைத்துப்போன மனிதர்கள் கொழுத்த மனிதர்களின் கார்களை நிறுத்திவைப்பார்கள். உள்ளேயிருக்கும் குளிர்ந்த காற்றின் அமைதியைப் பார்த்தோ அல்லது மென்மையான நறுமணப்பொருள்களின் வாசனையை நுகர்ந்தோ, மீன்வகைகளின் கஷ்டமான பெயர்களைப் பார்த்தோ பயப்படமாட்டார்கள். பெரிய மனிதர்களாக இருப்பது அவ்வளவு எளிதானது. ஆனால் இவர்கள் பிறந்த வீடுகளில் பிறந்திருக்கக்கூடாது.

ஆதிக்கும் அந்த நல்வாய்ப்பு இல்லை. ஆனால் ஒருநாள் இந்த மனிதர்களுக்கிடையில் அமர்ந்திருப்பான். அவனுடைய சிறிய பையனை, தாயைக் கொண்டிருந்த அவனது பெரிய கண்களை, அசாதாரணமான அவன் அமைதியை நினைத்தான். தவிர்க்க முடியாதபடி, அய்யனின் மனம் இன்னும் சிலமணி நேரத்தில் நிகழ இருப்பதை நினைத்துப்பார்த்தது. கொஞ்சம் பயமாக உணர்ந்தான், ஆனால் தன் விரல்களின் நடுக்கத்தை அவன் ரசித்தான்.

அன்று மாலை, அய்யன் தன் நிறுவனத்தின் ஷட்டில் பஸ்ஸில் சர்ச்கேட் ஸ்டேஷனுக்குச் சென்றபோது, வீடுகளுக்குச் செல்லும் வேகத்தில் இயங்கிக்கொண்டிருந்த முட்டாள்தனமான நகரத்தை நோக்கினான். ஏதோ அன்றைக்குத்தான் முதல்முதலாக வீட்டிற்குச் செல்வதுபோல. புழுதியின் நிறத்தைக் கொண்டிருந்த மாலைக்கருக்கலில், ஹார்ன் அடிப்பது தந்தியின் பாஷைபோன்றது என்பதால், தேசிய பாஷை ஆகிவிட்ட ஹார்ன் சத்தத்தில், ஒரு

108 பொறுப்புமிக்க மனிதர்கள்

பஸ்ஸைச் சுற்றிக் கார்கள் நிற்பது, ஒரு கம்பளிப்பூச்சியின் உடலை எறும்புகள் தூக்கிச் செல்வதுபோல்இருந்தது. ஒரு காரின் பம்பர் அடுத்ததில் முட்டுகின்ற சிறிய இடத்தில் மக்கள் அவற்றைக் கடந்து சென்றனர், பைக்குகள் ஹார்ன் அடித்துக்கொண்டே சென்றன. சாலைகளில்கூட ஒரு ஜாதியமைப்பு இருந்தது. தங்கள் முகங்களை பானெட்டுகளின் முன்னுள்ள கம்பிகளினூடே முறைத்துக் கொண்டிருந்த கார்கள்தான் பார்ப்பனர்கள். அவர்களுக்குச் சற்றே குறைவு மோட்டார் சைக்கிள்கள், அதற்குக்கீழ் மனிதர்கள். எல்லாவற்றிலும் கீழ்ப்படியில் சைக்கில்கள். பாதசாரிகள்கூட அவற்றைக் காணாததுபோல நடித்தார்கள். இந்த அமைப்பில் பஸ்ஸுக்கு ஒரு இடம் வேண்டுமே? அது தான்தான் என்று அய்யன் நினைத்தான். கீழ்தான், ஆனால் யாரும் தடைசெய்யமுடியாதது, வேதனைக்கு ஆட்படாதது. இந்த நாட்டின் எந்தச் சூழலிலும். தன் 'ச்ச்' ஒலி வெளியில் வராதவாறு தடுத்துக்கொண்ட அய்யன், யாரோ ஒருவன் பார்ப்பனனாகவும், யாரோ ஒருவன் தீண்டப் படாதவனாகவும் இருக்கிறார்கள்.

மாலை வாழ்க்கையின் ஊடாக பஸ் மெதுவாக நகர்ந்தது. நெரிசல் இன்னும் அதிகமாகியது. எந்த இடத்திலும் சாலையில் இடமே இல்லை. பைக்கில் ஒருவன் நடை பாதைமீது சென்றான். சாலையில் அவன் இறங்க முற்பட்டபோது ஒரு கார் அவனை இடித்தது. கீழே விழுந்தான், ஆனால் சமாளித்துக்கொண்டு எழுந்துவிட்டான். கொஞ்சம் அதிர்ச்சியானதுபோல் காணப்பட்டான். அதை அய்யன் ரசித்தான். எல்லா இடங்களிலும் முட்டாள் மாதிரிப்போய்விட்டு, கீழே விழுந்து எழும்போது மட்டும் ஒருவன் முகத்தைப் பாருங்கள். திகைப்பான்.

இந்த நாடு ஒரு சர்க்கஸ்போல் ஆகிவிட்டது. அது சரிதான். அய்யனுடைய முன்னோர்கள் ஒருகாலத்தில் பார்ப்பனர்களுக்கு என்னவாக இருந்தார்களோ, அப்படி இன்று பார்ப்பனர்கள் உலகத்திற்கு இருக்கிறார்கள். பார்ப்பனர்களும் உரிமை பெற்ற பிறஜாதிகளும் இன்று வெள்ளைக்காரனின் அதிநுட்பம் வாய்ந்த கண்முன்னால் பிறபட்ட விதூஷகர்களாக இருந்தார்கள். இங்குதான் தலித்துகளின் பழிவாங்கலும் இருந்தது. அவர்கள்தான் இன்று தேசம். அவர்கள் தெருவில் சகிக்கமுடியாதபடி சத்தம்போட்டவாறு சென்று பார்ப்பனர்களைப் பழிதீர்த்துக்கொண்டார்கள். பார்ப்பனர்களுக்கு இன்று எங்கேயும் இடமில்லை. அவர்கள் மௌனமாகச் சகித்துக் கொண்டார்கள் அல்லது மாமிசம் உண்ணும் தேசங்களுக்கு ஓடிப்போனார்கள். அவர்களுடைய

ஜாதிப் பெண்கள் தெருவில் அமைதியாக நடக்கமுடியவில்லை. வெளிறிய பையன்கள் அவர்களின் மார்புகளில் இடித்தார்கள்.

திடீரென்று எழுந்ததுபோல் தோன்றுகின்ற உயரமான, தன்னால் அடையமுடியாத அடுக்குமாடிக் கட்டடங்களை அவன் நோக்கினான். சிறுவயதில் இருந்த ஓர் அசட்டுநம்பிக்கையின் தெளிவில் அவன் தானும் ஒருகாலத்தில் அந்த மாதிரிக் கட்டடங் களில் வசிக்கப்போவதாகச் சொல்லிக்கொள்வான். அவனும் தன்வீட்டுக்கு லிஃப்ட்டில் திரும்புவான். இப்போது அவனுக்கு அந்த வீடுகளெல்லாம் நன்றாகத் தெரியும், அங்குள்ள வாழ்க்கையும் தெரியும். அவனும் ஒருகாலத்தில் யுரேகா ஃபோர்ப்ஸ் கம்பெனியின் வெற்றிடப்பெருக்கும் கருவிகளுக்கு விற்பனையாளனாக இருந்தவன் தானே.

அந்தக் காலத்தில் யுரேகா ஃபோர்ப்ஸில் ஒரு விற்பனையாளனாக ஆவது சந்தை விற்பனைச்செயலில் இறுதி இலக்கைக் குறிப்பதாக இருந்தது. அடித்தள நாவல்களில், இந்த உற்சாகமான இளம் விற்பனையாளர்கள் பசித்த இல்லத்தரசிகளின் வீடுகளுக்குச் சென்றார்கள். எத்தனை வண்ணங்களில் அந்தக் கருவி வருகிறது என்று கள்ளம் கபடின்றி அவர்கள் விசாரித்தபோது சிலசமயங்களில் அவர்களின் சேலைகள் மார்பிலிருந்து நழுவின, அல்லது மேஜை விசிறியின் காற்றில் அவர்களது இரவுகவுன்கள் மேலே எழும்பின. அல்லது அவர்கள் ஈரமான துவாலையில் உடலைச்சுற்றிக் கொண்டு கதவைத்திறந்தபோது உள்ளே வந்த யுரேகா ஃபோர்ப்ஸ் விற்பனையாளனின் வெப்பமான கண்பார்வையில் அவர்கள் தங்கள் துவாலையை வீசிஎறிந்தார்கள்.

வியர்வை நாற்றமடித்த விற்பனையாளர்கள் சாலையோர டீக்கடைகளில் தேநீரை உறிஞ்சியபோதும் திருப்தியற்ற இல்லத் தரசிகளின் கதைகள் அங்கே நிரம்பியிருந்தன. அவன் அப்படிப்பட்ட பெண்கள் எவரையும் பார்த்ததில்லை, ஆனால் வளமான வீடு களின் கவர்ச்சியான வாழ்க்கை எப்படி இருக்கும் என்பதை அங்கே பார்த்துத் தெரிந்துகொண்டான். பெண்கள் ஒன்றாகக் கூடுவதையும் தியானம் செய்வதையும் ‘நான் அழகாக இருக்கிறேன்’ என்று மந்திரம் சொல்வதையும் பார்த்திருக்கிறான். தங்கள் பாரம்பரியச் சொத்து தவிர வேறொன்றும் இல்லாத ஆண்கள், ‘தங்களுக்கு எனது வழி’ என்னும் பாடலைச் சமர்ப்பித்துக்கொண்டார்கள்.

அந்த வீடுகளில் ஆங்காங்கு நடக்கும் உரையாடல்களை ஒட்டுக்கேட்டதன் வழியாக அவன் பீட்டில்ஸ் பாடகர்கள் நான்கு பேர் என்பதையும், 'ஹோட்டல் கலிஃபோர்னியா' என்னும் முதிர்ச்சியடையாத கிட்டார் இசைக்கு எப்படிக் கைதட்ட வேண்டும் என்பதையும் தெரிந்து கொண்டான். ஆடவர்களே தங்கள் பிள்ளைகளின் மலத்தைக் கையில் ஏந்திச் செல்வதையும், ஒருசமயம் ஓர் ஆள் சமையல் மேலுடை அணிந்து சாப்பிட்ட தட்டுகளை கழுவும் இடத்திற்கு எடுத்துச் செல்வதையும் கண்டான். இவர்கள்தான் நவீன ஆடவர்கள். காலப்போக்கில் அவர்களின் எண்ணிக்கை அதிகரித்தது. இப்போது எங்குபார்த்தாலும் அவர்கள் இருந்தார்கள். மின்னும் தங்கள் பெண்மணிகளின் அருகில் தோல்வியுற்ற நோக்குடன் நின்றார்கள். தன் நிறுவனத்தின் பியூன்களிடம் அவன் அடிக்கடி, "இன்று ஏழைகளின் வீடுகளில் தான் ஆண்கள் ஆண்களாக இருக்கிறார்கள்" என்று சொல்வான்.

மக்கள் நெரிசலின் இடையே பஸ் தடைப்பட்டு நின்ற நேரத்தில், கொலாபா நடைபாதையில், ஒரு டாக்சியின் திறந்த கண்ணாடிக்கு அருகில் சிறுவர்கள் பிச்சையெடுத்துக்கொண்டிருப்பதை அவன் பார்த்தான். கெட்டியான அசராத முகங்களுடன் ஒரு ஜோடி உட்கார்ந்திருந்தார்கள். அவர்கள் ஆசையோடு ஒரு ரூபாயைக் கொடுத்திருக்கக்கூடும். ஆனால், ஆங்கிலச் செய்தித்தாள்களில் வருடத்துக்கு ஒருமுறையேனும் நிச்சயமாக வெளிவரும் கொடுமையான பிச்சைக்காரக் குழுக்கள் பற்றியும் அவற்றின் கொடுமையான சுரண்டலைப் பற்றியும் அவர்கள் படித்திருக்கக்கூடும். ஒரு ரூபாய் பரிமாற்றத்துக்கு இவ்வளவு தத்துவம்.

நடைபாதையில் உடனே ஒரு சம்பவத்தைப் பார்த்தான். அதைப் பின்னர் ஓஜாவுக்குச் சற்றே உயர்வுநவிற்சியோடு சொன்னான். ஒரு பெண்மணி தியோப்ரோமா என்ற உணவுப்பொருள் கடையிலிருந்து வெளிவருவதைப் பார்த்தான். அங்கே தெருவோரச் சிறுவர்கள் கண்ணாடியின் ஊடாகப் பார்த்துக்கொண்டிருப்பார்கள். அவள் சற்றே அன்பான பாவனையில் அவர்களை நோக்கி வரிசையில் நிற்குமாறு சைகை செய்தாள். அவர்கள் நின்றார்கள். ஆறுபேர் இருந்தார்கள். அவள் வைத்திருந்த பார்சலைத் தெருநாய்கள் போலப் பார்த்தார்கள். வரிசையின் தலைமாட்டில் அந்தப் பெண்மணி நன்மையின் ஒளியில் நின்று தன் பாக்கெட்டைப் பிரித்தாள். உடனே வரிசை கலைந்தது. எல்லாப் பிள்ளைகளும் அவள்மேல் விழுந்து சிரித்துக்கொண்டே பிடுங்கினார்கள். இன்னும் பலபேர் திடீரென்று எங்கிருந்தோ முளைத்து அவள் கையிலிருந்த

கேக்கின்மீது தாக்குதல் தொடுத்தார்கள். அந்தப் பெண்மணி முதலில் அமைதியான கடுமையுடன், கொஞ்சம் குழப்பமாக சுற்றிலும் பார்த்துக் கொண்டே விடாமல் பிடித்திருந்தாள். வரிசை வரிசை என்று கத்த ஆரம்பித்தாள். சிலபேரை அடிக்க முயன்று தோற்றாள். சிறுவர்கள் கத்திக்கொண்டும் சிரித்துக்கொண்டும் பார்சலைப் பிடித்து இழுத்தார்கள். கேக் நடைபாதையில் விழுந்தது. அவர்கள் அதன்மீது ஊர்ந்து பெரிய துண்டுகளாக எடுத்துக்கொண்டு ஓடினார்கள். நடைபாதையில் மிச்சமிருந்த துகள்களை நக்க இரண்டு நாய்கள் ஓடிவந்தன. அய்யன் அந்தப் பெண்ணின் கண்களைப் பார்த்துச் சிரிக்க நினைத்தான், ஆனால் அவள் வெறுப்பின் உச்சத்தில் இருந்தாள்.

மீதிநேரம் பஸ்ஸில் அவளுடைய அதிர்ச்சியடைந்த முகத்தையே நினைத்தவாறு இருந்தான். சர்ச்கேட்டை அடையும்வரை அந்த பிம்பம் அவன் மனத்தில் நீடித்தது. அங்கே தனது வெப்பத்தைத் தானே உருவாக்கும் பயங்கரமான மாலை நேர கும்பலில் சேர்ந்து தனக்கான இரயிலுக்குக் காத்திருக்கலானான். இரயில் பெட்டிக்குள்ளும் தன்னைச் சுற்றிநின்ற வெப்பமான, வியர்வையில் ஈரமான மனித உடல்களின் அழுத்தத்திற்கு நடுவே அந்தப் பெண்ணின் முகத்தை நினைத்தான். அந்தப் பெண்ணின் முகம் பெரிதாகிப் பெரிதாகிப் பேருருவம் எடுத்தது. பிடிடியை அவன் அடைந்தபோது அவள் முகம் மறைந்துவிட்டிருந்தது. ஆனால் அவன் நுரையீரல்கள் சொஸ்தமாயின.

உடைந்த வழிகளின் மஞ்சள் கருமையினுடே தளர்ச்சியான கால்சட்டைகள் அணிந்த குடிகாரர்களின் பார்வைகளைத் தவிர்த்தவாறு அவன் சென்றான். பிளாக் எண் நாற்பத்தொன்றின் பழங்காலக் காலனியப் படிக்கட்டுகளில், பழைய நண்பர்களின் குழு ஒன்று ஏதோ ஒன்றைப் பற்றிய விவாதத்தில் ஈடுபட்டிருந்தது.

“மணி, இவன் முடியாது என்று சொல்கிறான்” என்றான் ஒருவன். “ஒரு பெண் நடக்கும்போது அவள் பிருஷ்டஅசைவிலிருந்து அவள் உடலுறவுகொண்டவள் என்பதைத் தெரிந்து கொள்ள முடியும் என்கிறேன் நான்.”

“முடியும்” என்றான் அய்யன். யாரோ ஒருவனின் சிகரெட்டை வாங்கி இழுத்தான். ஓரக்கண்ணில், அந்த ஆட்களில் மங்கிய உடல்நலமற்ற மனிதன் ஒருவன் அவனையே தீவிரமாகப்

பார்த்துக்கொண்டிருப்பதைக் கண்டான். அதாவது அவனுக்குக் கடன் தேவை என்று அர்த்தம். அய்யன் மேலே சென்றான்.

ஆதி தரையில் உட்கார்ந்திருந்தான். அவனுடைய சிறிய உடல் ஒரு நோட்டுப்புத்தகத்தின் மீது கவிந்திருந்தது. குழப்பத்தோடு பார்த்தவாறே எதையோ எழுதிக்கொண்டிருந்தான். அவன் அணிந்திருந்த டீ ஷர்ட்டில், "உலகில் 10 வகையான மனிதர்கள் இருக்கிறார்கள், பைனரியைப் புரிந்துகொள்பவர்கள், புரிந்துகொள்ளாதவர்கள்" என்று எழுதப்பட்டிருந்தது. ஒரு கடையின் பெண்கள் பிரிவில் அந்தச் சட்டையை அய்யன் பார்த்தான். அந்த ஜோக் அவனுக்குப் புரியவில்லை என்றாலும் அவன் அதை வாங்கினான். ஒருவேளை அது புரியாததால்தான் அவன் வாங்கியிருக்கக்கூடும். அது அவனைத் தொந்தரவு செய்தது. பெரும்பாலான ஜனங்கள், மிகச் சாதாரணமான ஜனங்கள், புரிந்துகொள்வது, ஆனால் அவனுக்குப் புரியாதது ஏதோ ஒன்று எப்போதும் இருக்கவே செய்தது. பிறகு விக்கிபீடியாவில் இதன் அர்த்தத்தைப் புரிந்துகொண்டான். பைனரி முறையில் இரண்டு என்பதை 10 என்று எழுதினார்கள். பிறகு பைனரி சங்கேதங்களைப் பற்றி—பூச்சியமும் ஒன்றுமாக எழுதப்பட்ட ஒரு முழு மொழியமைப்பைப் பற்றி அவன் படித்தான். அவன் உரிமை பெற்ற குலத்தில் பிறந்திருந்தால்கூடக் கண்டுபிடிக்கமுடியாத அளவு அது மிகவும் புத்திசாலித்தனமான விஷயம் என்று வருத்தத்தோடு ஒப்புக்கொள்ளவும் செய்தான்.

மாலைநேரக்குளியலுக்குப் பிறகு ஓஜாவின் நீண்ட கருத்த முடி ஈரமாகவே இருந்தது. அவளுடைய சிவப்பு கவுனின் பின்புறத்தை அது ஈரமாக்கியது. அய்யன் ஆணையிட்டவாறு, அவன் குடும்ப சோப்பான சந்திரிகாவின் மணம் அவள்மீது வீசியது. தரையில் உட்கார்ந்து கால்நகங்களை வெட்டியவாறு இருந்தாள். அன்று மாலை அவளுக்குத் தொலைக்காட்சி நோக்கும் மனம் இல்லை, எனவே ஒரு அமைதியான இயக்கமற்ற நிலை நிலவியது. அவள் தன் பையன்மீதும் கணவன்மீதும் ஒரு பார்வையை வீசி எறிந்தாள். அவளும் அவனும் ஒரேசமயத்தில் ஆதி எவ்வளவு மகிழ்ச்சியற்ற நிலையில் இருக்கிறான் என்பதை உணர்ந்து உச் என்றனர்.

"ஆதி, யார்கிட்ட பேசிட்டிருந்தே, உன் அப்பாகிட்ட சொல்லு" என்றாள் அவள்.

"எனக்கு நானே பேசிட்டிருந்தேன்."

"என்ன செய்ஞ்சிகிட்டிருந்தே?"

"ஞாபகமில்ல."

"எல்லா சயின்ஸ்குப்பையும் உனக்கு ஞாபகமிருக்குது, ஆனா உனக்கு நீ என்ன சொல்லிகிட்டிருந்தே, ஞாபகமில்லயா?"

மௌனமாக ஆதி எழுதிக்கொண்டிருந்தான்.

"இவன் எங்கிட்ட சரியா பதில் சொல்றதேயில்ல" என்றாள் ஓஜா, அய்யனைக் குற்றம் சாட்டும் வகையில் பார்த்துக்கொண்டே. "நீங்க அவனக் கெடுக்கறிங்க. உங்க ரெண்டு பேர் மத்தியில உள்ள ரகசியம் எல்லாம் நல்லதுக்கில்ல. சாப்பாடு வேணும்னாத்தான் எங்கிட்ட பேசறான்." பிறகு அன்போடு அவள் சொன்னாள், "வித்தியாசமான பையன். கொஞ்சநாளா சயின்ஸ் டீச்சருக்குத் தொந்தரவு தர்றதில்ல. ஏண்ணு தெரியல்ல. ஆனா சீக்கிரம் தெரிஞ்சுடும். பிரின்சிபால்கிட்டயிருந்து அடுத்த காயிதம் வர்றப்போ."

"வேற எதோ செஞ்சிருக்கான்" என்றான் அய்யன், ஒரு மர்மமான புன்னகையுடன்.

"என்ன அது?"

"இப்ப சொல்ல முடியாது."

"சொல்லுங்க."

"காலைலே உனக்குத் தெரியும்."

"என்ன அது?"

"நேரத்த வீணாக்காதே. இப்ப நான் சொல்லப்போறதில்ல. காலையில தெரியும்."

"ஏன் காலையில? என்னா நடக்கப்போவுது?"

"காத்திருந்து பாரேன்."

"ஆதி," என்று கடினமான தொனியில் கூப்பிட்டாள். "என்னா செஞ்சே நீ?"

"நான் ஒண்ணும் செய்யல."

“காலையில என்னா நடக்கப்போவுது?”

“எனக்குத் தெரியாது.”

“எனக்குத் தெரியாதுன்னா என்னா அர்த்தம்?”

“என்னக் கொழப்பாதே, போ நீ” என்றான், ஆதி வெறுப்புற்றவனாக.

“இங்க வா” என்று கூச்சலிட்டாள் அவள். ஆதி பென்சிலைத் தூக்கி எறிந்துவிட்டுத் தாயிடம் சென்றான். “இங்க பாரு” என்று கடுமையாக இருப்பதுபோல் சொன்னாள். “நீ சின்னப் பையன். எங்கிட்டருந்து எதையும் மறைக்கக்கூடாது. என்னா நடக்குது? எனக்குத் தெரியணும். இல்லன்னா உன்ன அடிப்பன். தானா உண்மை வெளியில வந்து விழப்போவுது.”

“நான் ஒண்ணுமே செய்யல” என்றான் அவன்.

“உங்கப்பன் சொல்றதையெல்லாம் செஞ்சிகிட்டிருந்தா உனக்குத் தொல்லதான் வரும், பையா. பன்னிக்குட்டியோட சேந்த கண்ணுக்குட்டியும் பீதான் தின்னப்போவும்.”

“கொழப்பாதே.”

“என்னா செஞ்சே, சொல்லு. என்னா ரகசியம்?”

எரிச்சலோடு அப்பாவின் பக்கம் திரும்பினான் ஆதி.

“ஏய் அவனைத் தொந்தரவு பண்ணாதே” என்றான் மனைவியிடம். அவ்வளவுதான் அது.

ஆதி இம்போசிஷன் எழுதச் சென்றான். கொஞ்ச நேர அமைதியில், மங்கிய ஹார்ன் ஒலி, பையன்கள் கிரிக்கெட் விளையாடும் சத்தம், எங்கேயோ ஒருவன் தன் மனைவியை அடிக்கும் தவறாத சத்தம் ஆகியவை கேட்டன. ஆதி நோட்டுப்புத்தகத்திலிருந்து தன் தலையை உயர்த்தி அப்பனைப் பார்த்துப் புன்முறுவல் செய்தான். அய்யன் திருப்பிச் சிரித்தான். அது ஓஜாவைத் தூண்டிவிட்டது.

“என்னா அது?” என்று கெஞ்சாத குறையாகக் கேட்டாள்.

அய்யன் தன் விரலை மேலே உயர்த்திக் காட்டினான். அவன் கண்கள் அவளைத் தொடருமாறு அழைத்தன.

பரண் அறை சில வாரங்களுக்கு முன்புதான் கட்டிமுடிக்கப்பட்டது. அதைச் செய்த தச்சனின் வேகமான சுத்தியொலி அய்யன் இதயத்தில் பாய்ந்து அவன் மனத்தில் பொத்திவைத்திருந்த ஒரு இரகசியமான பெருமிதத்தை உடைப்பதுபோல் இருந்தது. தானும்கூட ஒரு மேலறை கட்டவேண்டிய நிலை வரும் என்று அய்யன் எதிர்பார்த்ததில்லை. பிடிடியின் தோல்வியுற்ற மனிதர்களையும், பிறரது பார்வைகளிலிருந்து விலகி அவர்கள் தங்கள் மனைவிமாருடன் தூங்கமுடியாமல் படும்பாட்டையும் அது அவனுக்கு ஞாபகப்படுத்தியது. பிடிடியில் மேற்கூரைகள் மிக உயரமானவை. எனவே ஏறத்தாழ எல்லோருமே மேலறை ஒன்று வைத்திருந்தனர். இந்த மேலறைகளில்தான் பெரும்பாலான சத்தமிடுகின்ற, சகிக்கமுடியாத பிடிடியின் பிள்ளைகள் உற்பத்தி யானார்கள். கல்யாணமான ஜோடிகள் ஒன்றிற்கு மேல் இருந்த வீடுகளில் அவர்கள் வாரக்கணக்கு அல்லது தினசரிக்கணக்கு என்று முறை வைத்துக்கொண்டார்கள். மண வாழ்க்கைக்கான மேலறை என்பது இங்கே ஓர் அடையாளமாகவே ஆகிவிட்டது. ஒரு மனிதனால் இல்வாழ்க்கையிலிருந்து தப்பிக்கமுடியவில்லை, அவன் மாட்டிக்கொண்டான் என்பதன் அடையாளம்.

ஓஜா எச்சரிக்கையோடு தன் மகனைப் பார்த்தாள். இம்போசிஷன் வேலையில் அவன் மூழ்கியிருந்தான். அய்யன் கையில் இப்போது ஒரு பாக்கெட் இருந்தது. அது என்ன என்று அறிவதற்கு அவளுக்கு ஆவல். அவன் உள்ளே வரும்போது அது இருந்ததா என்று அவள் பார்க்கவில்லை. அவளுடைய கணவன் எப்படிப் பொருள்களை மறைத்துவைக்கிறான், எப்படி திடீரென்று அவற்றை வரவழைக்கிறான் என்பதில் அவனுக்குள்ள அசாதாரண திறமையைப்பற்றி அவள் நினைத்தாள். ஒரு மடிப்பு ஏணியை இறக்கி, மேலறைக்கு அவன் ஏறினான். ஓஜா அவனைப் பின்பற்றினாள். அந்த மேலறை ஆறுக்கு மூன்று என்ற அளவில் இருந்தது. ஒரு மெல்லிய மெத்தையும், நீல நிற மேஜை விசிறியும் இருந்தன. ஓஜா குப்பையில் எறிந்துவிட விரும்பிய புத்த கங்களும் நிறைய அங்கிருந்தன. மேலறையின் தரைக்கு ஊர்ந்து ஏறி உட்கார்ந்தார்கள்.

“அது என்ன?” என்று குசுகுசுத்தாள்.

“உனக்காகத்தான் வாங்கிவந்தேன்” என்றான் அவன். அந்தப் பாக்கெட்டைப் பிரித்தான். ஒரு பிராவை எடுத்தான்.

“இதுவா? ரொம்ப நல்லாருக்கு. எவ்வளோ விலை?”

“எவ்வளவு கெட்டியாருக்கு பார்” என்றான், அந்தக் கிண்ணங்களின் கெட்டியான கம்பி அமைப்பைக் காட்டிக்கொண்டே. அவள் வெட்கச் சிரிப்பு சிரித்தாள்.

“இது உலோகம் ஆச்சே. இடி விழுந்தால் என்ன செய்யிறது?”

“இது பிளாஸ்டிக்.”

“இல்லை, உலோகம்தான்.”

“சரி, அப்ப பாதுகாப்பா இருக்கணும்னா, மழையில போட்டுக் காதே.”

“ரொம்ப தமாஷாருக்கு. எங்கேருந்து இதெல்லாம் பிடிக் கறீங்க?”

“இது ஒண்ணும் தமாஷில்ல, முட்டாளே. இந்தக் காலத்துப் பொண்ணுங்க போடறது இதத்தான்.”

“உங்களுக்குப் பொண்ணுங்க பத்தி அவ்வள நல்லா எப்படித் தெரியும்?” அதைக் கையில் வைத்து விளையாடியவாறு கேட்டாள். “ரொம்ப வேடிக்கையாத்தான் இருக்கு. நான் போட்டுக்க மாட் டேன். போட்டா ஜனங்க என்னா சொல்வாங்க?”

“நீ உள்ள போட்டுக்கறத ஜனங்க எங்க பாக்கப்போறாங்க?”

அவன் தொடையில் அடித்தாள். நவீன மோஸ்தரான தோலின் நிறமே கொண்ட அந்த பிரா அவளை மறுபடியும் சிரிக்கவைத்தது. ஒரு மருத்துவர் சொல்கிறமாதிரியான தொனியில், அய்யன் அவளைப் பார்த்து, “உன் மார்பு தொங்கிப்போகாம இருக்க இது உதவும். இல்லேன்னா உங்கம்மாவுது மாதிரி தொங்கிப்போயிடும்” என்றான்.

ஒரு விசித்திரமான விஷயம்—அவளுக்காக அவன் தினசரி சேகரிப்பதுதான்—அவனுக்கு ஞாபகம் வந்தது. “தெரியுமா ஓஜா, ஒரு சாதாரணப் பொம்பளையின் மார்பு எட்டுகிலோ வெயிட் இருக்கும்.”

“நெஜமாவா?”

“ஆமாம்.”

“அது ரொம்ப வெயிட்டு” என்றாள் அவள். அவளுடைய கண்கள் சிறிய பார்சல் ஒன்றின்மீது பாய்ந்தன. “அது என்ன?”

“அது ஆதிக்கு.”

ஏணியில் இறங்கி அந்தப் பாக்கெட்டுடன் அய்யன் கீழே சென்றான். ஓஜா அவனைத் தொடர்ந்து இறங்கினாள்.

“உனக்கு ஒண்ணு கொண்டாந்திருக்கேன்” என்றான். ஆதி குதித்தான். பாக்கெட்டைக் கிழித்தான். கழிப்பறைக் காகிதச்சுற்று ஒன்று வெளிவந்து ஓடியது. ஆதி சிரித்துச் சிரித்து மூச்சற்று நின்றான். அவனுக்கு அது வேடிக்கையாக இருந்தது. நிறுவனத்திலிருந்து அவ்வப்போது டாய்லட் ரோல்களை அய்யன் திருடிக்கொண்டு வந்துவிடுவான். பாக்கெட்டில் இன்னொன்றும் இருந்தது. அது ஒரு ரூபிக் கனசதுரம்.

அதைச் சுற்றிக்கொண்டே வந்து, “ஒவ்வொரு பக்கமும் ஒரே கலர் இருக்கும்படி செய்ய வேண்டும்” என்றான் அய்யன். “ஒலகத்திலயே கொஞ்சம் பேராலதான் இதைச் செய்ய முடியும். ஆனா நீ ஒரு மேதை.”

“பள்ளிக்கூடத்தில சில பிள்ளைங்க இத வச்சிருக்காங்க” என்றான் ஆதி.

ஆதியின் கையிலிருந்து அதைப் பிடுங்கியவாறே, “அவனுக்கு இதல்லாம் குடுக்காதீங்க” என்றாள் ஓஜா. அம்மாவிடமிருந்து அதைப் பறிக்க முயன்றான் ஆதி. ஆனால் அவன் உயரம் போதாது. “உன் இம்போஜிஜனச் செய்யி” என்றாள் அவள். “இந்த மாதிரி அவனுக்குக் குடுக்கறீங்க. அவன் மனசோட வெளை யாடாதீங்க.”

“ஆனா அவன் ஒரு மேதை.”

“அவன் சாதாரணமா இருக்கணும். அவனச் சாதாரண வெஷயம்தான் செய்ய வைக்கணும்.”

“அப்படி அவன் செய்யலேண்ணா?”

“எனக்கு பயமாருக்கு” என்றாள் அவள்.

ஆதி அவன் தாயிடமிருந்து கனசதுரத்தை வாங்கிக் கொண்டான்.

அவள் கணவனை கோபமாகப் பார்த்தாள். "இப்படிச் செய்யாதிங்க" என்றாள்.

"அவனுக்கு வேண்டிய பொம்மை இதுதான். அவன் ரொம்ப புத்திசாலி. காலையில பார். உன் கண்ணை நம்பமுடியாது."

"சொல்லுங்க, என்னா செஞ்சான் இவன்?"

"காலையில தெரியும்."

"சொல்லுங்க."

"காலை வரை காத்திரு."

அய்யனிடமிருந்த கோபத்தை அன்று இரவு மௌனத்தின் மூலமாகவும், மேலறைக்குச் செல்லாமலும் ஓஜா காட்டினாள். தரையில் தன் மகனுடன் உறங்கினாள். சமையலறை ஜன்னல் வழியாக உள்ளே வந்த மங்கிய வெளிச்சத்தில் தன் மனைவியைப் பார்த்தான் அவன்.

அவளுடைய பெரிய கண்கள் மூடியிருந்தபோது பலவீனமாகவும் சோகத்தோடும் காணப்பட்டாள். அவள் கத்தும்வரை அவளைக் கிள்ளி, "நீ சோகமா இருந்தா நல்லால்லே" என்று சொல்லநினைத்தான். அவள் ஒருபோதும் சோகமாக இருக்கக் கூடாது, ஏனென்றால் சோகமாக இருக்கிறாள் என்றால் பயப்படுகிறாள் என்றுதான் அர்த்தம். பயப்படுகிறாள் என்றால் உலகத்துக்குத் தேவைக்குமீறி மதிப்புக் கொடுக்கிறாள் என்று அர்த்தம். உலகம் ஒன்றும் பயப்படக்கூடிய விஷயம் இல்லை என்று அவளிடம் எப்போதுமே சொல்லிவந்திருக்கிறான். சிலபேர் மட்டும் கார்களில் போனாலும், பெரிய வீடுகளில் வசித்தாலும், ஆங்கிலத்தில் பேசினாலும், உலகம் என்னவோ சாதாரண விஷயங்களைச் செய்யும் சாதாரண ஜனங்கள் நிரம்பியதுதான். இந்த உலகத்தைச் சமாளிக்கும் அளவுக்கு புத்தி சாலித்தனம் படைத்தவன்தான் அவன் என்பதையும், அவளைக் காப்பாற்ற அவனுக்குத் தெரியும் என்றும் அவளுக்குப் புரிய வைக்க விரும்பினான். மேலறையில் இருந்து, "தெரியுமா ஓஜா" என்றான். ஓஜா, ஓஜா என்று கூப்பிட்டான்.

"என்னா வேணும்?"

"ஒரு சொட்டு ரத்தம் மைல்கணக்கான தூரத்தில் இருந்தாலும் ஒரு சுறாமீனுக்கு அறிய முடியும்."

“தூங்கவிடு என்னை.”

“ரொம்ப ஆச்சரியம் இல்ல?”

முழு இரவும் அய்யன் விழித்திருந்தான். காலை வந்ததும் திறனற்ற புறாக்களைத்தான் முதலில் பார்த்தான். பிறகுதான் காகங்கள் கண்ணில் பட்டன. அவை புத்திசாலிகள், கருமிகள். ஓஜாவின் வெள்ளிக்கொலுசுகள் சத்தம் கேட்டது. அவள் சமையலறைக்குப் போனாள். சில்வர் பாத்திரங்களின் உரசல். டைம்ஸ் ஆஃப் இண்டியா பத்திரிகை கதவுக்குக்கீழ் சொருகப்பட்ட சத்தம். குறுகலான ஏணியில் இறங்கி சட்டையைப் போட்டுக்கொண்டான்.

கொட்டாவி விட்டுக்கொண்டு ஸ்டவ் பக்கத்தில் நின்றாள் ஓஜா. “விடிஞ்சு போச்சு. இப்ப சொல்லுங்க.”

ஒரு வார்த்தையும் பேசாமல் அய்யன் அகன்றான்.

பிடிடியின் விளிம்பிலுள்ள ஒரு சந்தின் முனையில் ஒரு பத்திரிகை விற்கும் கடை. அதன் பிளைவுட் ஸ்டாண்ட் அடிக்கடி நிலைமாறும். மதியானத்தில் மறைந்துவிடுகின்ற அது, இப்போது செய்தித்தாள்களும் சஞ்சிகைகளும் நிறைந்து வழிந்தது. விற்பவனை நோக்கிச் செல்லும்போது அய்யன் நெஞ்சு உறைவதுபோல் இருந்தது. ஸ்டாண்ட்மீது கண்ணை ஓட்டினான், ஆனால் அதைக் காணவில்லை. பிறகு ஒருமூலையில் அதைக் கண்டான். அது, ஒரு மராட்டி தினசரி—‘யுக்’. பொறுமையின்றி அதன் பக்கங்களைப் புரட்டினான். ஒரு செய்தித்துணுக்கில் ஆதியின் முகம் தென்பட்டதுமே நிறுத்தினான். ‘விசேஷமான பையன்’ என்றது தலைப்பு.

நம்பமுடியாது, ஆனால் உண்மை. பத்துவயது ஆதித்யா மணி, ஸ்விட்சர்லாந்தின் அறிவியல் கல்வி மற்றும் மேம்பாட்டுத் துறையினால் இந்த ஆண்டு இறுதியில் ஜெனிவாவிற்கு உதவித்தொகையுடன் ஒருமாதம் செல்வதற்காகத் தேர்ந்தெடுக்கப்பட்டிருக்கிறான். 16 வயதுக்குக்கீழ் உள்ள சிறார்கள் எழுதக்கூடிய ஒரு போட்டித்தேர்வில் பன்னிரண்டாம் வகுப்பு மாணவர்கள் 500 பேர்களுக்கிடையில் இவரும் கலந்துகொண்டார். ஒருவர் மட்டுமே தேர்ந்தெடுக்கப் பட்டார். அது செயின்ட் ஆண்ட்ரூ பள்ளியில் ஆறாவது படிக்கும் மேதையான இந்தச் சிறுவன்தான். எதிர்காலத்தில் என்ன செய்யப்போகிறாய் என்று கேட்டதற்குப் “பிரபஞ்சத்தை மேலும்

புரிந்துகொள்ளஆசைப்படுகிறேன்” என்றான் கூச்ச சுபாவமுள்ள அந்தப்பையன். ஜெனிவாவில் உச்சநிலை விஞ்ஞானிகளுடன் அவன் ஒருமாத காலம் செலவழிப்பான்....

அய்யன் அங்கிருந்த பத்துப்பிரதிகளையும் வாங்கிக் கொண்டான்.

ஓஜா அவன் வருவதைக் கேட்டாள், ஆனால் பால்மீது அவள் கவனம்மூழ்கி இருந்தது. ஆதி, கைகால்களைத் தரையில் பரப்பிக் கொண்டு தூங்கிக்கொண்டிருந்தான். அய்யன் தன் மனைவியின் முகத்திற்கு நேராகச் செய்தித்தாளை நீட்டினான்.

“என்ன இது?” என்றாள் அவள். பிறகுதான் ஆதியின் படத்தைப் பார்த்தாள். ஸ்டவ்வின் ஸ்விட்சை நிறுத்தினாள். அவள் இந்த நேரத்தில் அப்படிச் செய்வதை எதிர்பார்க்காத அய்யனுக்கு அது தொல்லையாக இருந்தது.

செய்தித்தாளை வைத்துக்கொண்டு தரையில் உட்கார்ந்தாள். படுத்தமாதிரி அவள் தரையில் படர்ந்தபோது, முழங்கால்கள் அகன்றுபரவின. படிக்கும்போதே பயம் அவள் முகத்தில் படர்ந்தது. பிறகு ஒரு புன்முறுவல். தன் மெல்லிய விரல்களை வாயில் வைத்து, தூங்கும் தன் மகனைப் பார்த்தாள். “எப்ப எழுதினான் இந்த டெஸ்டை?” என்றாள்.

“ரெண்டு மாசம் முன்னால” என்றான் அய்யன். “ஒரு ஞாயித்துக் கெழமை. நான் ஒனக்குச் சொல்லல. சொன்னா நீ பயந்து போயிருப்ப.”

அழ ஆரம்பித்துவிட்டாள். “என் மகன் இவ்வளவு பெரியவனா? அவங்க முழுப்படத்தையும் போட்டிருக்கலாமே. போட்டோ மோசமில்ல. இதவிட எவ்வளவோ நல்லாருக்கான் அவன்” என்றாள். ஆதியின் காலைத் தேய்த்தாள். அவன் கால்விரலைப்பிடித்து இழுத்தாள். “எழுந்திரு ஆதி” என்றாள். அவனை உலுக்கி எழுப்பி அவனிடம் செய்தித்தாளைக் காட்டினாள். அவன் படத்தை முறைத்துப் பார்த்துவிட்டு தலையணைமீது படுத்துக்கொண்டான்.

“எனக்கு ஏன் சொல்லலை ஆதி?” என்று மிருதுவாகக் கேட்டாள். “எல்லாத்தையும் நீ எனக்குச் சொல்லணும். உங்கப்பா ஒண்ணுமே சொல்றதில்ல. நீ என்னால்லாம் செய்யிறயோ அதையெல்லாம் உங்கம்மாகிட்ட சொல்லணும்.”

அய்யன் தாழ்வாரத்தில் வரிசையில் நின்றான். பக்கத்தில் காமாலை மஞ்சள் சுவர். ஒரு கையில் யுக் இதழ், இன்னொரு கையில் ஒரு நீல வாளி. நான்கு கழிப்பறைகளுக்கும் வெளியில் நின்ற இரண்டு வரிசைகளும் நீளமாக இருந்தன. எப்போதும்போலவே, பெண்கள் வரிசைதான் அதிகமாக இருந்தது. அதற்குக் காரணம், அது மெதுவாக நகர்ந்தது என்பது மட்டுமல்ல, இங்கிருந்த ஆண்களில் கொஞ்சம்பேர்தான் இந்தக் கழிப்பறைகளைப் பயன்படுத்தினார்கள். பிடிடியில் இருந்த பலபேர், தங்கள் அலுவல கத்தை அடையும்வரை வயிறு தொல்லைப்படுத்தாமல் இருக்கப் பயிற்சிசெய்து வைத்திருந்தார்கள். அங்கேயிருந்த மேற்கத்தியக் கம்மோடுகள்மீது சுகமாக அமர்ந்தார்கள், சில சமயங்களில் அந்த ஆடம்பரமான ஷவர்களிலேயே குளிக்கவும் செய்தார்கள். அய்யனும் தன் நிறுவனம் செல்லும்வரை காத்திருப்பதே வழக்கம். ஆனால் இன்று காலை நீல வாளியுடன் வரிசையில் நிற்பதையே விரும்பினான்.

ஆண்கள் வரிசையில் முதலில் நின்றவன் உள்ளேயிருந்தவனிடம் கத்திக் கொண்டிருந்தான். “எவ்வளோ நேரம்யா ஆவறது?” பின்னால் வரிசையில் நின்றிருந்தவர்களை சற்று ஏமாற்றத்துடன் பார்த்து “எல்லாம் இந்தக் காலத்துப் பையன்கள்” என்றான். வயதுப்பையன்கள் கழிப்பறைக்குள் காலையில் தங்கள் பைப்புகளைச் சுத்தம் செய்துகொண்டிருப்பார்கள் என்ற சந்தேகம். பெரியமனது கொண்ட மனிதர்களைக்கூடக் காலையில் இந்தச் சந்தேகம் பைத்தியம் கொள்ளச் செய்தது. வரிசையின் கோடியில், அய்யன் தனக்கு முன்னால் நின்றவனிடம் தாளைக் காட்டினான்.

விரைவிலேயே கழிப்பறைகளுக்கு மேலே உயரத்திலிருந்து உடைந்த கண்ணாடி ஜன்னல்கள் வழியே வந்த மெல்லிய ஒளியில் அய்யனைச் சுற்றி ஆண்களும் பெண்களுமாக ஒரு சிறியகூட்டம் கூடிவிட்டது. அவர்கள் படித்தார்கள். சிலர் உரக்க. சிலர் மனத்திற்குள்.

“அவனிடம் ஏதோ விஷயம் இருக்கிறதென்று முன்னாலேயே தெரியும்” என்றாள் ஒருத்தி.

“அவன் பேசும் விஷயங்கள் அப்படி” என்றான் ஒருவன் தலையை ஆட்டிக்கொண்டே. “பெரியவங்களுக்குக் கூடப் புரியாத விஷயங்களைப் பத்தி அவன் பேசறதக் கேட்டிருக்கன். நீ ரொம்ப

அதிஷ்டசாலி மணி. என்னப் பாரு. என்புள்ள மலப்பாம்பு மாதிரி படுத்துகிட்டிருக்கான்."

வயதுப்பையன் கழிப்பறையிலிருந்து மெதுவாக வெளியேவந்தான். வெளியேயிருந்த சத்தத்தைப் பார்த்து விழித்தான்.

"எல்லாம் ஆச்சா? நல்லாருந்ததா?" என்று ஒருவன் அவனைப் பார்த்துக் கோபமாகக் கேட்டான். பிறகு பரிவுநிறைந்த முகத்தோடு அய்யனைப் பார்த்து, "நீங்க போய் முன்னால முடிச்சுக்கோங்க சார்" என்றான்.

"பாத்தீங்களா, இப்பவே என் பையனால எனக்குப் பெருமைதான்" என்றான் அய்யன். எல்லாரும் சிரித்தார்கள்.

சமையலறை மேடைக்கு அருகிலிருந்த கண்ணாடித் தடுப்புக்குள் உடம்பில் ஒன்றுமில்லாமல் நின்றிருந்த பையன்மேல் தேங்காயெண்ணெயைத் தடவிக்கொண்டிருந்தாள் ஓஜா. பையன் இந்த ஸ்பெஷல் கவனிப்பை முகச்சுளிப்புடன் பொறுத்துக்கொண்டான். அவள் அவனுடைய பிரகாசமான எதிர்காலத்தைப் பற்றி ஏதோ சொல்லிக் கொண்டிருந்தாள். "ஆனா, ஞாபகம் வச்சிக்க, எப்பவும் தலைக்கனம் கூடாது. புத்திசாலிங்க பணிவாருக்கறதத்தான் ஜனங்க விரும்புவாங்க. ஏன்னா அப்ப அவங்களுக்குத் தான் சின்னவங்கன்ற எண்ணம் வர்றதில்ல". அவனைப் பச்சைத் தண்ணீரில் குளிப்பாட்டினாள். வெள்ளை அரைக்கை சட்டை, வெள்ளைக் கால் சட்டை அணிவித்தாள். தாடையை வலுவாகப் பிடித்துக்கொண்டு அவன் எண்ணெய் தடவிய கருத்தமுடியைச் சீவி விட்டாள். தன் ஷூ நாடாவை அவன் முடியும்போது கழுகுபோலப் பார்த்துக்கொண்டிருந்தாள். பிறகு அப்பனிடம் அவன் கையைப் பிடித்துக் கொடுத்தாள். "டாக்சியில் போகவேண்டாம். நடந்து போங்க" என்றாள்.

டாக்சியின் பின்சீட்டில் அய்யன் தன் கைச் சிறுவிரலைப் பையனிடம் கொடுத்தான். பையன் தன் சிறுவிரலை அதில் மாட்டிக்கொண்டான். "நம்மளோட ரகசியம்" என்றான் அய்யன்.

"நம்பளோட ரகசியம்" என்றான் பையனும், சிரித்துக் கொண்டே.

"அம்மாகிட்ட டாக்சியில போனோம்னு சொல்ல மாட்டியே?"

"சொல்ல மாட்டேன். நம்பளோட ரகசியம்."

கொஞ்சநேரம் அவர்கள் பேசவில்லை. ஒரு சிக்னலில் டாக்சி நின்றபோது, "பத்திரிகையில என்ன எழுதியிருந்தது?" என்று கேட்டான் பையன்.

"உனக்குத்தான் மராட்டி தெரியுமே" என்றான் அய்யன்.

"பத்திரிகையில வர்றத படிக்கிற அளவு தெரியாது. என்னா சொல்லுச்சி பத்திரிகையில?"

"நீ ரொம்ப நல்லாப் படிக்கிறவன்னு."

"அவ்வளோதானா?"

"ஐநூறு பசங்க எழுதின ஒரு பரீட்சைய நீயும் எழுதினேன்னு சொல்லிச்சி."

"எப்ப நான் எழுதினேன்?"

"உனக்குத் தெரியும். யோசி."

"ஏப்ரல் 22ஆம் தேதியா?"

"கரெக்ட். நீ ஜெனிவாவுக்கு போகப்போற."

"ஜெனிவா எங்கருக்கு?"

"ஸ்விட்சர்லாந்தில பெரிய நகரம் அது. ஸ்விட்சர்லாந்து ஒனக்குத் தெரியுமே."

"ஆமாம். ஆனா அதுக்குத் தலைநகரம் ஜெனிவா இல்ல."

"ஸ்விட்சர்லாந்து தலைநகரம் எது?"

"பெ—ர்—ன்."

"ரொம்ப புத்திசாலிப் பையன் நீ."

"நான் ஒரு ஜீனியஸ்."

ஒரு கணம் கவலையோடு ஆதியின் முகத்தைப் பார்த்தான் அய்யன். பையனும் அப்படியே அவனைப் பார்த்ததும் இருவரும் சிரித்தார்கள்.

"நாட்டுக்குத் தலைநகரம் எதுக்கு?"

“ஏன்னா, ஒவ்வொரு நாடும், எங்க இடத்தில ரொம்ப முக்கியமான நகரம் இதுதான்னு சொல்ல விரும்பறாங்க.”

“அப்ப மத்த நகரங்கள்லாம் கோவிச்சுக்காதா?”

“இல்ல. தான் தலைநகரம் இல்லன்னு இப்ப பாம்பே கோவிச்சுக்குதா?”

“ஆமாம்.”

பக்கத்தில் கடந்து சென்ற ஒவ்வொரு காரின் பெயரையும் ஆதி சொல்லிக் கொண்டிருந்தான். எஸ்டீம், ஸ்கோடா, ஃபியட், ஆக்சென்ட், ஆக்சென்ட், பாலினோ, ஆக்சண்ட்... என்றான். ஒரு நிமிடம் திடீரென மௌனமானான்.

“‘தசம முறை’ன்னு சொல்லு” என்றான் அவன் தந்தை. “த—ச—ம—மு—றை.”

“அது ஈசி” என்றான் ஆதி. ஆனால், நிலைகுத்திய ஒரு பார்வை கவிந்தது அவன் முகத்தில். மெதுவாக “தசம முறை” என்றான்.

இரும்பு கேட்டில், காவலாள் இளம் தாய்மார்களின் முதுகுகளை முறைத்துப்பார்த்துக் கொண்டிருந்த நேரத்தில், ஆதி அப்பாவின் கையைவிட்டுவிட்டு வகுப்புக்கு ஓடினான். அய்யன் சலேசியப் பிரின்சிபலின் அறையை நோக்கி மெதுவாகச் சென்றான். சகோதரி சேஸ்டிடி அவனைக் கண்டதும் வியப்படைந்தாள். “ஏதாவது தவறு நடந்ததா?” என்றாள். (திருமணமானவர்களின் வாழ்க்கையில் எப்போதுமே தவறுகள் தான் நடப்பதாக அவளுக்கு நினைப்பு.)

“இந்தப் பையன் செய்ததுதான்” என்றான் அய்யன்.

சகோதரி சேஸ்டிடி செய்தித்தாள் கூறியதைப் படித்தாள். தொடர்ந்த சிறு அமைதியின் கணத்தில், அய்யனுக்கு ஆசிரியர் இன்னும் செல்லாத ஏதோ ஒரு வகுப்பின் சலசலப்பு கேட்டது. சகோதரி சேஸ்டிடியின் மீசை முன்னைவிடக் கருத்திருப்பதாக அய்யன் நினைத்தான். பின்னால் இருந்த கிறித்துவின் உருவம் தெரிந்தது. இதயம் நெருப்பில் எரியும் கிறித்து. அவர் கண்கள், நேற்று மாலை ரொட்டிக்கடையில் பார்த்த பெண்ணின் கண்கள்போலத் தெரிந்தன.

தலையை உயர்த்திய சகோதரி சேஸ்டிடி, சிந்தனையோடு மூச்சை உள்ளிழுத்தாள். அன்போடு, "இந்தப் பையன்..." என்றாள். "இவன் என்ன செய்திருக்கிறான்? அவன் படம்தான் எனக்குத் தெரிகிறது. ஆனால், சாரி, எனக்கு மராட்டி படிக்கவராது. எனக்கு இந்தி படிக்கத் தெரியும், ஃபிரெஞ்சு கூடத் தெரியும், ஆனால் மராட்டி தெரியாது. எழுத்து என்னவோ இந்தி மாதிரிதான்... ஆனால் சில வார்த்தைகள்..."

அய்யன் அந்தச் செய்தியை மொழிபெயர்த்துச் சொன்னான். மறுபடியும் தலையை ஆட்டிக்கொண்டு "இந்தப்பையன்..." என்றாள். "அறிவிப்புப் பலகையில் முதலில் இந்தச் செய்தியைப் போடப்போகிறேன். செய்தியில் வோர்லியிலுள்ள செயின்ட் ஆண்ட்ரூ என்று போட்டிருக்கலாம். உங்களுக்குத்தான் தெரியுமே, நிறைய பள்ளிகள் இப்போது செயின்ட் ஆண்ட்ரூ என்ற பெயரில் இருக்கின்றன. ஆண்டவருக்கு ஸ்தோத்திரம்." ஒருகணம் அவனை உற்றுப்பார்த்துவிட்டு, "ஐ சீ, மணி, நீங்கள் ஆண்டவரை ஸ்தோத்திரிப்பதில்லை."

"ஓ—ஆண்டவருக்கு ஸ்தோத்திரம்."

"இந்த மாதிரி எனக்காகச் சொல்லவேண்டாம்."

"இல்லை, இல்லை. ஆண்டவர் ஆண்டவர்தான். அதிலே ஒன்றும் கிறித்துவம் என்பதில்லை" என்றான்.

"அது இல்லை, அவர்."

"அவர்தான்."

"நான் கிறித்துவைக் குறிப்பதாகவே ஆண்டவர் என்று சொல்லியிருந்தாலும், நீங்கள் அப்படிச் சொல்வீர்களா?"

"அப்படித்தான். கடவுள் ஒன்றுதானே? இந்துக் கடவுள், கிறித்துவக் கடவுள்—எல்லாம் ஒன்றுதான்."

"எல்லாம் ஒன்றேதானா?"

"அதேதான்."

"ஆமாம்" என்றாள் சகோதரி சேஸ்டிடி, சற்றே சோகத்துடன். "மக்கள் அப்படித்தான் சொல்கிறார்கள். மக்கள் பல விஷயங்களைப் பேசுகிறார்கள். ஆனால், கிறித்துதான் மெய்யான ஆண்டவர்

என்பது உங்களுக்குப் பிடிக்கும் என்று நினைக்கிறேன். அதில் ஏதாவது இருக்கிறதா?"

"ஆம், ஏதோ ஒன்று இருக்கிறது, ஆனால் சில மாதங்களுக்கு முன்பு ஒரு வழக்கறிஞர் என்னிடம், கிறித்துதான் மெய்யான ஆண்டவர் என்று சொல்வது இந்திய அரசியல் அமைப்புக்கு எதிரானது என்று கூறினார்."

"மிஸ்டர் மணி, முக்கியமானது என்னவென்றால் மனித அமைப்பு."

"எனக்குப் புரியவில்லை சிஸ்டர்."

"பரவாயில்லை. இன்றைய நாள்போல், மிஸ்டர் மணி, உங்கள் மகன் ஒரு பெரிய எதிர்காலத்திற்கான அறிகுறிகளைக் காட்டும்போது, அவனுடைய ஆன்மிக வாழ்க்கை எப்படி இருக்கப் போகிறது என்பது பற்றி நீங்கள் கவனம் செலுத்த வேண்டியதில்லையா?"

"நான் இன்று மிகவும் திகைப்படைந்திருக்கிறேன் சிஸ்டர்."

"புரிகிறது. ஆனால் இன்றோ நாளையோ கொஞ்சநாளில் ஆண்டவர் உங்களுக்காக முடிவுசெய்வார்."

"அவன் அம்மா புத்தமதத்திலேயே சந்தோஷமாக இருக்கிறாள்."

"ஆனால், புத்தமதம் ஒரு தத்துவம் மிஸ்டர் மணி. கிறித்துவம் ஒரு மதம். புத்தர் சொன்ன எல்லாவற்றையும், அதற்கு மேலாகவும் கிறித்து சொல்லியிருக்கிறார். புத்தர் அரசமரத்தடியில் நின்றுவிட்டார். கிறித்து அதற்கு மேலும் வழி முழுவதும் சென்றார்."

"ஆனால் அவன் அம்மா..."

"தெரியும், தெரியும்" என்றாள் சகோதரி சேஸ்டிடி. "நான் அவளிடம் பேச முயற்சி செய்திருக்கிறேன். நான் அவளுக்குக் கிறித்துவை அளிக்கும்போது அவள் மௌனமாக இருக்கிறாள், ஊமை போல நடிக்கிறாள். ஒரு நாள் என்னிடம் அவள் தான் இந்துவாக நினைப்பதாகக் கூறினாள். எவ்வளவு மோசமான விஷயம்! அவளுடைய முன்னோர்களும், உங்களுடைய முன்னோர்களும்

எவ்வளவு கொடுமைகளை அனுபவித்திருக்கிறீர்கள்! அதற்குப் பின்னும் அவள் அந்த மதத்தை விரும்புகிறாள்."

"அவளைப் பற்றி உங்களுக்குத் தெரிகிறது" என்று அய்யன் ஏமாற்றமடைந்தவனைப் போலக் காட்டிக்கொள்ள முயன்றுகொண்டே கூறினான்.

"ஆமாமாம், ஆனால் நீங்கள் மிகவும் புத்திசாலி. ஒரு மேதைக்குத் தந்தை. உங்கள் மகனை மிக நன்றாக வளர்த்திருக்கிறீர்கள். அவனுடைய எதிர்காலத்தை எப்படி நீங்கள் பாதுகாக்கப் போகிறீர்கள் என்பதைப் பற்றிச் சிந்திக்க இதுவல்லவா நேரம்?"

"சமாளித்துக்கொள்வேன் என்று நினைக்கிறேன்."

"கல்வி மிகவும் செலவு பிடிக்கும் விஷயம், மிஸ்டர் மணி" என்று அவள் சோகமாக முகத்தை வைத்துக்கொண்டு தன் இருக்கையில் சாய்ந்தபடியே கூறினாள். "கிறித்துவர்களுக்கு அதில் சலுகை கிடைக்கிறது. நீங்கள் ஒரு கிறித்துவரானால், பொருளாதார விஷயத்தில் பிற்பட்டவர் என்ற முறையில் உங்களுக்குப் பல ஆதாயங்களுக்குத் தகுதி உண்டு. உங்களுக்கு அது தெரியும். கல்வியளிப்பவள் என்ற முறையில் அக்கறையோடு இதைச் சொல்கிறேன். இயேசுவை ஏற்றுக்கொண்டால் உங்களுக்குப் பண ஆதாயங்கள் கிடைக்கும் என்பதற்காக உங்களை நான் அவரை ஏற்றுக்கொள்ளச் சொல்லவில்லை, ஆனால் நீங்கள் மாறினால் நிச்சயம் அவை கிடைக்கும்."

இந்தப் பள்ளியின் ஒரு மூலையில், குளோரியா ஃபெர்னான்டஸ், இந்த வகுப்புக்குப் பாடம் நடத்தவேண்டியிருக்கிறதே என்று நினைக்கும்போதே நெஞ்சு உலர்ந்துபோன நிலையில், தன் இனிமையான இசைக்குரலில், பதிமூணு ஒண்ணு பதிமூணு என்றாள். வகுப்பு அவளுக்குப் பின்னால் அதைப் பாடியது. முன் வரிசையில் இருந்த ஒரு பையன்மீது எச்சரிக்கையாகக் கண் வைத்திருந்தாள். இன்றைக்கு அவள் மனத்தில் ஏதோ சரியில்லை. "பதிமூணு ரெண்டு இருபத்தாறு" என்றாள் குளோரியா. பையன் தலையை உயர்த்தினான்.

"இப்ப என்ன ஆதி?"

"நாம ஏன் தசம முறையில் மட்டுமே கற்றுக்கொள்கிறோம்?" என்றான் பையன். "ஏன் பைனரி முறையில் கற்கக்கூடாது?"

கரும்பலகையில் அன்றைய நாளின் சிந்தனை என்பதை உற்றுப் பார்த்தான் அய்யன் மணி. ஒரு கணம் எழுதிய வார்த்தையின் ஆற்றல் பற்றிய வியப்பில் ஆழ்ந்தான்.

பழங்கால இந்தியர்கள்தான் உலகத்தில் பூமிக்கும் சந்திரனுக்கும் இடையிலுள்ள தூரத்தை முதன்முதலில் கணக்கிட்டவர்கள் என்றால், ஏன் அவர்கள் முதலில் அங்கே போய் இறங்கவில்லை? பழங்கால நாகரிகங்கள் தான் இதைச் செய்தேன் அதைச் செய்தேன் என்று சொல்லும் உரிமைக்கூற்றுகளை நான் சந்தேகத்தோடுதான் பார்க்கிறேன் —நீல் ஆம்ஸ்ட்ராங் அய்யன் தானே உண்டாக்கிய இன்னொரு சிந்தனையை எழுதிவிடலாமென்று நினைத்தான். அது கொஞ்சம் அபாயமானது. வாரத்திற்கு ஒருமுறை அல்லது அது போலத்தான் அவன் பொய்யான மேற்கோளைத் தருவது வழக்கம். அப்போது அவன் பார்ப்பனர்களை எதிர்த்துத் தருகின்ற வசவுகள் அவ்வளவாக கவனம் பெறாது. ஆனால் அன்று காலை அந்தக் கவர்ச்சியிலிருந்து அவனால் தப்பமுடியவில்லை. ஏதோ ஒரு காகிதத்தைப் பார்த்து ஒரு புதிய சிந்தனையை எழுதுவதுபோலப் பாசாங்கு செய்தான்.

கீழ்ச்சாதிகளுக்குக் கல்லூரிகளில் இட ஒதுக்கீடு செய்வது மோசமான நடை முறை. அதற்கு ஈடுசெய்ய, பிராமணர்களை மூவாயிரம் ஆண்டுகள் விலங்குகள் போல நாம் நடத்துவதற்கான உரிமை தருவோம். அதன் இறுதியில் அவர்களுக்கு நாம் 15 சதவீத இட ஒதுக்கீடு தருவோம் —வலம்புரி ஜான். அவன் செல்வதற்குத் திரும்பியபோது, அபர்ணா கோஷ்மௌலிக் அன்றைய சிந்தனையைப் படித்துக்கொண்டிருப்பதைப் பார்த்தான். "யார் அது வலம்புரி ஜான்?" என்று கேட்டாள்.

அய்யன் தெரியாது என்பதுபோல் தலையசைத்து மேலே பார்த்தான்.

"நிச்சயமாக ஆசார்யா உன்னை தினசரி சிந்தனை எழுதச் சொல்லியிருக்க மாட்டார்" என்றாள் அவள். தினசரிச் செய்திக்கான விஷயத்தை அவர் தந்துகொண்டிருப்பதைக் கற்பனையில் காண முயற்சிசெய்து சிரித்தாள். மிகவும் பெண்மைபொருந்திய சிரிப்பு, அன்போடு அதிகம் கலந்தது என்று அய்யன் நினைத்தான்.

அனுமதி தந்தது இயக்குநர் அல்ல, நிர்வாகம் என்றான். அபர்ணா தலையசைத்தாள். நிர்வாகம் என்ற சொல்லை இங்கே

எல்லோருமே புரிந்துகொண்டார்கள். ஆனால் ஒருவருக்கும் அது யார் என்றோ அது எங்கே உட்கார்ந்திருக்கிறது என்றோ தெரியாது. அது கண்ணில் காணாத ஒரு சக்தி—மின்சாரம் போல, ஆனால் எல்லாவற்றையும் இயங்க வைத்தது.

அவள் மூலையில் அடித்தளத்திற்குச் செல்லும் படிகள் இருக்குமிடத்திற்குச் செல்லத் தொடங்கினாள். அப்போது அய்யன் அவளை "உங்களுக்கு மராட்டி படிக்கத் தெரியுமா?" என்று கேட்டான். செய்தித்தாளை அவளிடம் காட்டினான். "என் மகன்" என்றான்.

அபர்ணா நேர்மையான ஆர்வத்தோடு அந்தச் செய்தியைப் படித்தாள். அது ஒரு கழியும் கணத்தின் அளவில் அவளை விரும்பச்செய்தது. அவளுடைய உதடுகள் சில கடினமான வார்த்தைகளை முணுமுணுத்தன. ஒவ்வொன்றிலும் ஒரு சிறிய நீல கோளம் தொங்கிய அவளுடைய நீண்ட காதணிகள், சற்றே நடுங்கின. அதைவிடச் சிறந்த காட்சி அவனுக்கு வேறொன்றுமில்லை. இப்போது அவளுடைய நிமிர்ந்த மார்புகளையோ, காற்று எவ்விதம் அவளுடைய மெல்லிய மேலுடையை தட்டையான வயிற்றோடு ஒட்டச் செய்தது என்பதிலோ அவன் அக்கறைகாட்டவில்லை.

"என்னால் இதை நம்ப முடியவில்லை. உன் மகன் ஒரு ஜீனியஸ் என்று எனக்குத் தெரியாது" என்றாள் அவள். "அவனை இங்கே அழைத்துவர மாட்டாயா?"

மூன்றாம் தளத் தாழ்வார எல்லையில், விதிவசமான இயக்குநர் என்ற பலகை இருக்குமிடத்தில், இன்னொரு கதவும் இருந்தது. அதில் துணை இயக்குநர் என்று எழுதப்பட்டிருந்தது. அய்யன் அதை இருமுறை தட்டிவிட்டுத் திறந்தான். வேறு ஐந்து வானியலாளர்களுடன் இரகசியக் கூட்டத்தில் இருந்த ஜனா நம்பூதிரி, முகத்தைச் சுளித்தவாறே அவனைப் பார்த்தார். அவர்கள் ஏதோ நிழலான சதித்திட்டக் கூட்டத்தில் இருப்பதைப்போலத் தோன்றியது. அய்யன் மன்னிப்புக் கேட்டவாறே பின் வாங்கினான். ஆனால் நம்பூதிரியின் முகம் கணத்தில் ஒரு அன்பான வரவேற்புக்கு மாறியது.

"பரவாயில்லை, வா" என்றார்.

அய்யன் அவருக்குச் செய்தித்தாளைக் காட்டினான். நம்பூதிரியின் மேஜைமீது நடுவில் அது வைக்கப்பட்டது. ஒரே

ஒரு வானியலாளருக்குத்தான் மராட்டி தெரியும் என்பதால், அவர் அந்த செய்திவிஷயத்தை உரக்கப்படித்தார். ஆச்சரியத்தின் முணுமுணுப்புகள் தொடர்ந்தன. அவர்கள் அய்யனைப் புன்முறுவல்களோடும் மெல்லிய வியப்போடும் பார்த்தார்கள். ஆனால், உண்மையிலே, இந்த மனிதர்கள் அமைதியிழந்தும், கலக்கமுற்றும்தான் இருந்தார்கள். ஏதோ ஒன்று நடக்கப்போகிறது என்று அய்யனுக்குத் தெரியும்.

"ஆசிரியர்களை ஏன் ஒளியைவிட வேறெதுவும் வேகமாகச் செல்வதில்லை என்று கேட்பானே அதே பையன்தானே இவன்?" என்று கேட்டார் நம்பூதிரி.

"அப்படியா கேட்கிறான்?" என்று யாரோ ஒருவர் நம்பாமலே கேட்டார்.

"அவனை இங்கே அழைத்து வா" என்றார் நம்பூதிரி. "அவனைச் சற்றே பார்ப்போம்." அவ்வளவுதான். முடிந்தது.

முன்னறையில் தன் மூலைக்கு அய்யன் சென்றான். பழைய குஷன், சலவைப்பொருள்களின் காலைநேர வாசனையோடு, ஒரு மெல்லிய இடையறாத வாசனை. அது அவனுக்குப் பழைய சோகங்களை ஞாபகப்படுத்தியது. தன்னைச் சுற்றியிருந்த பலவேறு எந்திரங்களை இயங்கவைத்தான். நம்பூதிரியும் அவர் ஆட்களும் என்ன செய்யப்போகிறார்கள் என்று நினைத்தான். அவர்கள் முகங்களில் ஒரு நோக்கம் தெரிந்தது. அவர்கள் ஏதோ செய்திருக்கிறார்கள், அதன் பலனை எதிர்பார்க்கும் நிலையில் இருந்தார்கள். ஆசார்யாவுக்கு எதிரான போர் தொடங்கிவிட்டது. அயல்கிரக சமிக்ஞைகளை எதிர்பார்க்கும் ஆவலாளர்கள், உண்மை என்பது அவ்வளவு நாடகத்தனமானதல்ல என்று நினைக்கும் ஒரு சர்வாதிகாரிக்கு எதிராக நிகழ்த்தும் போர்.

அரவிந்த் ஆசார்யா, முடிவற்ற தாழ்வாரத்தின் ஊடே மெதுவாக நடந்து வந்தார். அவர் மனத்தில் திடீரென்று பிறந்த குழந்தையாகத் தன் மகள் இருந்த நாட்களின் ஞாபகம். அவர் மனைவியின் படுக்கையில் அமர்ந்து குழந்தையின் தொட்டிலுக்குள் நோக்குவார். சிலசமயங்களில் அவள் கண்கள் வழியாக உலகம் எப்படித் தோன்றும் என்று கற்பனை செய்துகொள்வார். ஒரு மணி நேரம் எப்படித் தோன்றும் என்பதைத் தன் இதயத்தில் உணர முயற்சி செய்வார். அவர் மகள் அப்போது கண்ட உலகத்தின் துணுக்கிற்கு ஏற்ப, ஒரு மணி நேரம் என்பது பரவிக்கிடக்கும்

ஒரு பெரிய இடம். அவருக்கு ஒரு மணிநேரமாக இருந்தது, அவளுக்கு அப்போது ஆயிரத்து ஐந்நூறு பெரியவர்களுக்கான மணிநேரங்களாக இருக்கவேண்டும் என்று அவர் கணக்கிட்டார். யார் அளவிடுகிறார்கள் என்பதைப் பொறுத்து நேரம் சுருங்கியது அல்லது விரிவடைந்தது. அது ஒரு விசித்திரமான, கவர்ச்சியான விசை. ஒரு வகையில், அதைப் புரிந்து கொள்ளும் அறிவு இல்லாதவர்களுக்கு அப்படி ஒன்று அறவே இல்லை. காலப்பிரச்சினைக்கு அதுதான் அவருக்குத் திறவுகோல். காலம் என்பது இன்னொரு விசைக்குள் சேர்த்துத் தைக்கப்பட்டிருந்தது—புலனுணர்ச்சி என்ற விசை. புலனுணர்ச்சி என்பதுதான் வாழ்க்கையின் மேலான பண்பு. ஆகவே காலத்தைப் போலவே, வாழ்க்கையும் பிரபஞ்சத்தின் ஓர் அடிப்படைக் கூறா என்ற சந்தேகம் அவருக்கு ஏற்பட்டது. இந்தச் சிந்தனைப் போக்கில் பல ஓட்டைகள் இருந்தன, இருந்தாலும் அதில் அவர் மகிழ்ச்சியடைந்தார். ஒரு நுண்ணோக்கியில் பார்க்கக்கூடிய அளவான சிறிய உயிரி, எப்படிக் காலத்தை உணரும் என்று கற்பனை செய்ய முயன்றார். அதன் வாழ்க்கையே ஒரு கண நேரம்தான் என்றால், அது அந்தக்கண நேரத்தை மனிதர்களிடமிருந்து முற்றிலும் மாறுபட்ட ஒரு விதத்தில்தான் உணரமுடியும். அதன் வாழ்க்கையை அது அந்தக் கணத்தின் விரிபரப்பினை உணர்ந்தவாறே வாழும்—ஒருவேளை அதற்குச் சலிப்பாகவும் இருக்கக்கூடும்.

ஏதோ ஒன்றினால் தன் அமைதி கலைக்கப்படுவதை உணர்ந்தார். ஆனால் அது என்ன என்று அவருக்குத் தெரியவில்லை. அது அழித்துவிட்ட அழகான சிந்தனைகளின் அழகு சற்றுமற்ற ஒரு பணிவான அழகற்ற குரல்.

யாரோ ஒருவர் 'சார்' என்று கூப்பிட்டதாக உணர்ந்தார்.

சுற்றுமுற்றும் பார்த்த ஆசார்யா தன் அறையில் இருப்பதனை உணர்ந்தார். பிரகாசமான கண்கள் கொண்ட, மிகச்சரியாகத் தன் கருத்த முடியைப் பக்கவாட்டில் வாரியிருந்த, ஒரு கருத்த மனிதன் அங்கே கையில் செய்தித்தாளுடன், இன்னொரு காலப்பகுதியிலிருந்து தோற்கடிக்கப்பட்ட நிலமற்ற அடிமைகளின் மொழியில் பேசிய வாறு நின்றுகொண்டிருப்பதைப் பார்த்தார்.

"என் பையன் போட்டோ பத்திரிகையில் வந்திருக்கிறது சார்" என்றான் அய்யன், தமிழில்.

ஆசார்யாவின் மனம், பனிமூட்டத்திலிருந்து விலகி, வெளியில் எழுந்து, இப்போதுதான் என்ன சொல்லப்படுகிறது என்பதை உணரத்தொடங்கியது. அய்யனிடமிருந்து செய்தித்தாளை வாங்கினார்.

“அது மராட்டியில் இருக்கிறது சார்” என்றான் அய்யன்.

“எனக்கு மராட்டி படிக்கத் தெரியும்” என்று முணுமுணுத்தார் ஆசார்யா. படித்தார். குழப்பமடைந்தார். “உன் மகனா?” என்று கேட்டார்.

அய்யன் தலையசைத்தான்.

“பிரமாதம்” என்றார் ஆசார்யா. “ஏன் ஆங்கிலத்தாள்களில் இதைப்பற்றிய செய்தியை வெளியிடவில்லை?” அந்த ராட்சஸன் செய்தியை மறுபடியும் படித்தார். “ஸ்விட்சர்லாந்தில் அறிவியல் கல்விக்கு ஒரு துறை உண்டா என்று எனக்குத் தெரியவில்லை.”

“இருக்கிறது சார்.”

“அவனை இங்கே திங்கட்கிழமை அழைத்துவா.”

“சரி சார்.”

“நன்றாகப் பார்த்துக்கொள் அவனை. அவனை ஒரு எஞ் சினியராகவோ அந்தமாதிரி ஒரு குப்பையாகவோ ஆக்க முயற்சி செய்யாதே. உன் உறவினர்களையெல்லாம் அவனிடமிருந்து வெகுதொலைவில் வைத்துக்கொள். புரிகிறதா?”

“புரிகிறது சார்.”

“அவன் இருக்கட்டும். அவனுக்குப் புத்தகங்கள் கொடு. நிறையப் புத்தகங்கள். என் அலமாரியிலிருந்துகூட எந்தப் புத்தகம் வேண்டுமானாலும் எடுத்துக்கொள். வெறும் அறிவியல் புத்தகமாகக் கொடுத்துத் தள்ளாதே. காமிக் புத்தகங்களையும் கொடு. உனக்கு ஏதாவது தேவை என்றால் என்னைக் கேள். மறக்காதே, அவனுக்கு நிறைய காமிக் புத்தகங்களைக் கொடு.”

அய்யனின் மேஜைமீது ஒரு தொலைபேசி அடித்தது. கூப்பிட்டவர் ஆசார்யா. ஒரு மின்னஞ்சலின் அச்சீடு வேண்டும் என்று கேட்டார். வழக்கமான அறிவுறுத்தல்தான் இது. ஆசார்யா தன் கடிதங்களைப்

பழைய மாதிரியில் படிப்பதைத்தான் விரும்பினார். எனவே அய்யனுக்குத் தன் மின்னஞ்சல் முகவரியைக் கொடுத்திருந்தார். லாவண்யா123. இப்போது திருமணத்தின் இணைவுறுதி, கடவுச் சொற்களை மாற்றி அர்ப்பணித்துக்கொள்வதுதான். தம்பதிகள், ஒருவருக்கொருவர் இரகசிய உடுக்குறிகளாக மாறிப்போனார்கள். ஆனால் திருமணத்தைப் பொறுத்தவரை வேறொன்றும் மாறவில்லைதான்.

ரிச்சர்ட் ஸ்மூட் என்ற ஒருவரின் மின்செய்தியை அச்சிடுசெய்தான். தலைப்புவரியில் மறைபொருளான செய்தி—$Nf3$ என்றிருந்தது. இரண்டுபேருக்கும் நிகழ்ந்த தொடர்பின் தொடக்கத்தில், அய்யனுக்கு தலைப்புவரியில் $Nf3$, $a6$ அல்லது இம்மாதிரி வேறொன்று அமைந்திருந்ததன் அர்த்தம் புரியவில்லை. ஸ்மூட் முதல்முதல் ஆசார்யாவுக்கு நியூயார்க்கில் ஒரு விரிவுரை வழங்க இயலுமா என்று கேட்டபோது, அவன் தலைப்புவரியில் $e4$ என்று எழுதியிருந்தான் என்பதைப் புரிந்துகொண்டான். இது செஸ் ஆட்டத்தில் முதன்முதலில் காய்நகர்த்தும் ஒரு முறை. அய்யன் காலப்போக்கில், சில விஷயமுள்ள மண்டைகள், ஓர் உரையாடலைத் தொடங்கும்போது இப்படித்தான் $e4$ என்று தொடங்குவார்கள் என்று அறிந்துகொண்டான். ஆசார்யா, அவனுக்கு அந்த விரிவுரை அழைப்பைப் பற்றி இன்னும்கூடுதலாக விவரம் தேவை என பதில் எழுதியபோது, $e5$ என்று தலைப்புவரியில் எழுதினார். செஸ் ஆட்டத்தில் வெள்ளைக் காய் $e4$ என நகர்த்தினால் அதற்கு மரபுரீதியாகக் கருப்பின் எதிர்வினை $e5$ என்பதாக இருக்கும். ஏற்கெனவே இந்த அழைப்பை ஏற்றுக்கொண்டவர்களின் பெயர்களையெல்லாம் தெரிவித்த ஸ்மூட், தலைப்புவரியில் $Nf3$ என்று குறிப்பிட்டிருந்தான். ஸ்மூட்டின் குதிரை இப்போது ஆசார்யாவின் காலாளைத் தாக்க இருந்தது. ஆசார்யா, அதற்கு $Nf6$ என்று எதிர்வினை கொடுத்தார். இப்போது, இந்த இரு பைத்தியக்கார மனிதர்களும், வெறுமனே நீண்ட கடிதப்போக்குவரத்து மட்டும் நடத்தவில்லை, ஒரு செஸ் விளையாட்டுப்போரின் மத்தியிலும் இருந்தார்கள்.

ஒரு பியூன் உள்ளே வந்து ஒரே ஒரு கூரியர் கடிதத்தை அய்யன் மேஜைமீது போட்டான். "பெரிய தலைக்காக" என்றான் அவன். பிறகு குசுகுசுத்த குரலில், "மணி, எனக்கு வசிப்பிடச் சான்று ஒன்று தேவை. நான் வளைகுடா நாட்டில் ஒரு பணிக்காக விண்ணப்பம் செய்ய இருக்கிறேன். இப்போது ஒரு பாஸ்போர்ட் செய்யவேண்டும்."

அய்யன் சிந்தனையில் இருப்பதுபோல் தோன்றினான். எனக்குத் தெரிந்த ஒரு ஆள் இருக்கிறார். சரியாக ரெண்டு நாள் டைம் கொடு.

பியூன் போனபிறகு அய்யன் கூரியர் கவரைப் படித்தான். அடியில் இடது மூலையில் பாதுகாப்பு அமைச்சகம் என்று இருந்தது. கோட்பாட்டு மற்றும் ஆராய்ச்சி நிறுவனம் முதலில் இந்திய அணுத் திட்டத்திற்கு திட்டமிட உருவாக்கப்பட்டதனால், அது இந்தியப் பாதுகாப்பு அமைச்சகத்தின்கீழ் வந்தது. அணு இயற்பியல் மிகவும் காலத்துக்கொவ்வாத அறிவியல் என்றும், கோட்பாட்டு அறிவியலாளர்களின் கவித்துவ இதயங்களைக் கவரும் தன்மை அது ஒரு நடைமுறைப் பயன்பாட்டு அறிவியலாக இருப்பதனால் இல்லை என்றும், அணுதிட்டத்திலிருந்து இந்த நிறுவனம் விலகிக்கொண்டது. ஆனால் பாதுகாப்பு அமைச்சகம் தொடர்ந்து இதற்கான நிதியை வழங்கிவந்தது.

அந்த உறையை வைத்து அய்யன் உருட்டிக்கொண்டிருந்தான். அதில் ஏதோ விஷயம் இருந்தது. அமைச்சகம் இப்போதெல்லாம், பெரும்பாலான கடிதங்களை மின்னஞ்சலில் அனுப்பினாலும், சிலசமயங்களில் அது கூரியர்வாயிலாகவும் விரைவஞ்சல் மூலமாகவும் தபால்களை அனுப்பியது. உணவகத்தில், விஞ் ஞானிகள், எந்தெந்த விஷயங்களை மின்னஞ்சலில் அனுப்பலாம், எவற்றைக் கூரியர் வாயிலாக அனுப்பலாம் என்பதற்கு ஏதாவது மறைவான இயல்பியல் விதியைப் பாதுகாப்பு அமைச்சகம் வைத்திருக்கிறதா என்ற உணர்ச்சிமயமான விவாதங்களில் ஈடுபடு வதை அய்யன் கேட்டிருக்கிறான். அவர்களால் ஒரு திட்டமான வழியைக் கண்டுபிடிக்க முடியவில்லை. ஆனால் பெரும்பாலும் கெட்ட செய்திகள்தான் கூரியரில் வரும் என்று பொதுவாக நினைக்கப்பட்டது.

இழுப்பறையின் கீழ்ப்பகுதியில் பாதுகாப்பு அமைச்சகம் என்று முத்திரையிட்டிருந்த பல காலி உறைகளை அய்யன் வைத்திருந் தான். ஆசார்யாவின் அலுவல் ரீதியான கூரியர் கடிதங்களை அவன்தான் உடைத்து, பிரித்துப்படித்துவிட்டு, பிறகு கடிதங்களைப் புதிய உறைகளில் வைத்து, எழுத்தர்களின் கையெழுத்துகளைக் கிறுக்கி, இரசீதுகளையும் பழையபடியே தைத்து வைத்துவிடுவது வழக்கம். அதைப் பிரிப்பதற்கு முன்னால் அப்போதுதான் வந்திருந்த ஒரு கடிதத்தைப் படித்தான்.

அந்தக் கடிதம் பாஸ்கர் பாசு என்ற தில்லி உயர்அதிகாரியிடமிருந்து வந்திருந்தது.

அவர் ஒருகாலத்தில் இந்த நிறுவனத்தின்மீது தனது கட்டுப் பாட்டைக் கொண்டுவர அபாயகரமான முறையில் பாடுபட்டவர். விஞ்ஞானிகள் தாங்களே நிறுவனத்தை நிர்வகித்துக்கொள்ள அனுமதிக்கக்கூடாது என்ற எண்ணம் உடையவர் அவர். நிர்வகித்தல் என்பது அதிகாரிகளின் வேலை. ஆனால், ஒரு பழங்கதையின் படி, அவர் கட்டுப்பாட்டை நிறுவமுயன்றபோது, எதிர்கால திட்டங்களைப் பற்றி பாசு ஒரு நீண்ட உரையாற்றினார். அதற்குப் பின் ஒரு நீண்ட மோசமான அமைதி. அதை ஆசார்யாதான் உடைத்தார். நீங்கள் சமூகவியலில்தான் பட்டம் பெற்றிருக்கிறீர்கள் என்றார் அவர். வேறொன்றும் அதற்குமேல் அவர் சொல்லவில்லை. கூட்டம் முறிந்தது.

> டாக்டர் அரவிந்த் ஆசார்யா (கடிதம் இப்படித்தான் தொடங்கியது), நீங்கள் நலமாக இருப்பீர்கள் என்று இக்கடிதம் கருதுகிறது. ஒரு கடுமையான பிரச்சினை பற்றி உங்களிடம் பேச அனுமதியுங்கள். பூமிக்கு வெளியிலிருக்கின்ற அறிவுள்ள உயிரிகள் பற்றிய ஆராய்ச்சிக்கு *(SETI)* நீங்கள் அதிகாரபூர்வமற்றமுறையில் விதித்துள்ள தடை பற்றி நான் ஆழமாகக் கவலைப் படுகிறேன்.
>
> நிறுவனத்தில் உயர்வாக மதிக்கப்படுகின்ற பல விஞ் ஞானிகளின் புகார்களை நான் படித்தேன், அதனால் அவர்கள் முறைப்படி நடத்தப்படவில்லை என்ற முடிவுக்கு வந்திருக்கிறேன். இந்தியாவில் புவிப்புறவெளி அறிவு பற்றிய ஆய்வு நடப்பது நாட்டின் பெருமை யையும் பெருமளவு உயர்த்தும் என்று நம்புகிறேன்.
>
> அமைச்சருடன் கலந்து ஆலோசித்த பிறகு, அமைச்சகம், நிறுவனம் ஒரு செட்டி திட்டத்தை நடத்தும், அதற்குத் தனியாக ஒரு துறை அந்தஸ்து வழங்கப்படும், தனியே அதற்கு நிதி ஒதுக்கப்படும் என்ற முடிவுக்கு வந்திருக்கிறது. அதற்குத் தலைவராக ஜன நம்பூதிரி இருப்பார். மேலும் இராட்சஸக்காதுகளின் முழுப் பொறுப்பும் அவரிடம் ஒப்படைக்கப்படுகிறது. அவரும் புகழ்பெற்ற ரேடியோ வானியலாளர் என்பதால்,

இராட்சஸ மீட்டர்அலை ரேடியோ தொலைநோக்கிகளை எவ்வித திட்டங்களில் பயன்படுத்துவது என்றும், வெளி முகமைகளுக்கு எந்தெந்தக் காலங்களில் அவற்றை வாடகைக்கு விடலாம் என்றும் அவரே முடிவுசெய்யலாம் என்றும் தீர்மானிக்கப்படுகிறது. நிர்வாக வசதிக்காகவும், இந்தச் சிறிய விஷயத்தினை மேற்பார்வை பார்க்கும் சுமையைத் தங்களுக்கு அளிக்காமல் இருப்பதற்காகவும், இராட்சஸக்காதுகளைப் பொறுத்தவரை அவர் தங்கள்கீழ் பணியாற்றும் பொறுப்பிலிருந்து விடுவிக்கப்படுகிறார்.

அமைச்சகம் நிதியளிக்கும் பல்வேறு திட்டங்களையும் ஒருங்கிணைந்த ஆற்றலின் கீழ்க் கொண்டுவர (சைனர்ஜைஸ் செய்ய)வேண்டும் என்ற அமைச்சகத்தின் திட்டத்தின் ஒரு பகுதிதான் இது. இதைப்பற்றிய முறைப்படியான கடிதம் தொடரும். உங்களையும் புதிய செடீ குழுவினரையும் சந்திப்பதற்கென நான் நாளைக்கு பம்பாயில்தான் இருக்கிறேன். உங்களை பதினொரு மணிக்குச் சந்திக்கிறேன்.

அய்யன் கடிதத்தை மடித்து இன்னொரு புதிய உறையில் வைத்தான். சைனர் ஜைஸ் என்ற சொல்லின் அர்த்தத்தை ஒரு பெரிய அகராதியில் தேடினான். இந்தச் சொல்லுக்கு அர்த்தம் தேடுவது இது முதல் முறை அல்ல. இருந்தாலும், பல முயற்சிகள் செய்தும், அதன் அர்த்தத்தை முழுமையாக கிரகிக்க முடியவில்லை. மறுபடியும் ஒரு முயற்சி செய்தான். கைவிட்டான். ஆனால் கடிதத்தின் முழு உள்ளர்த்தத்தையும் அவனால் புரிந்துகொள்ள முடிந்தது. அரவிந்த் ஆசார்யாவின் அதிகாரம் சவாலுக்கு உட்படுத்தப்படுகிறது. முதல் அம்பு எய்யப்பட்டுவிட்டது. இந்த இருவர்மோதலை மிகச்சிறந்த இடத்திலிருந்து பார்க்கக்கூடிய வாய்ப்பின் மகிழ்ச்சி அவனை நிரப்பியது. அவன் தனிப்பட்ட வாழ்க்கையில் என்னதான் நடந்தாலும் இனி வரும் நாட்களில் விடுப்புஎடுத்துக்கொள்வதில்லை என்று முடிவுசெய்தான். பிராமணர்களுக்குள்ளான மோதலை அவன் முன்னோர்கள்கூடப் பலசமயங்களில் பல இடங்களில் இரசித்து அதனை நாட்டுப்புறப் பாடலாக்கி நட்சத்திரக் கூரையின்கீழ் பாடி மகிழ்ந்திருக்கிறார்கள். அது இந்த நிறுவனத்திலும் இப்போது நிகழப்போகிறது.

நம்பூதிரி, தனக்கு வெற்றி கிடைக்கும் என்று உறுதியாகத் தெரிந்தால் அல்லாமல் போராடப் புறப்படும் ஆள் அல்ல. ஏனென்றால் அவர் ஒரு கோழை. மாறாக, ஒரு பதவிக்கு (எந்தப் பதவியாகவும் இருக்கட்டும்)—ஒருவேளை நியாயமாகவே வாரிசுகளாக வரவேண்டிய—சிறிய மனிதர்களிடம் எப்படிப்போராடுவது என்பதைச் சற்றும் அறியாதவர். ஆனால் அவரிடம் பயங்கரமான பண்பாகிய உயர்வு, கம்பீரம் என்பதுஇருந்தது. அதை அவருடைய உடன்அதிகாரிகள், தாங்களாகவே அவருக்கு அளித்தார்கள். பிராமணர்களின் சண்டையைப்பற்றி, அய்யன் அது இரத்தம் கலவாததாக இருக்கும், ஆனால் மிகக் கொடியதாக இருக்கும் என்று கேள்விப்பட்டிருந்தான். அவர்கள் அரக்கர்களைப் போலப் போரிடுவார்கள். அவர்கள் ஆயுதங்களே வஞ்சகமும் இலட்சியமும்தான்—இலட்சியம் என்பது நல்ல குடும்பங்களிலிருந்து வரும் மனிதர்களின் ஒருவித ஏமாற்றுவேலைதானே?

அய்யன் கடிதத்துடன் உள்ளறைக்குச் சென்றான். மேஜைமீது நிரம்பியிருந்த காகிதங்களின் மத்தியில் ஒரு தீவில் அதை ஜாக்கிரதையாக வைத்தான்.

"அமைச்சகத்திலிருந்து" என்றான்.

ஆசார்யா ஏறெடுத்துப் பார்க்கவில்லை. இருபது நிமிடங்கள் கழித்துத்தான் அந்தக் கடிதத்தை அவர் திறந்தார். ஒருமுறை மட்டும் படித்தபிறகு, அவர் மேஜை உயரத்திற்குப் பக்கத்தில் இருந்த பெரிய குப்பைக்கூடையில் அதைப்போட்டார். பிறகு ஜன்னலின் பக்கம் திரும்பி கடலைப் பார்க்கலானார்.

ஆசார்யா அந்தக் கடிதத்தைப் படித்துவிட்டாரா என்பதை அறிய அய்யன் சில கோப்புகளோடு வருவதுபோல நுழைந்தான். மேஜைமீது கடிதத்தைக் காணவில்லை, ஆசார்யாவின் முகம் இருக்கும் வழக்கமான அமைதியான தோற்றத்தில் இல்லை. அஸ்தமனச் சூரியனின் பிரகாசத்தில் அவர் கண்கள் எரிந்துகொண்டிருந்தன.

அய்யன் முன்னறைக்குச் சென்றபோது, அவன் மேஜைமீதிருந்த கைப்பேசி அடித்துக்கொண்டிருந்தது. எதிர்முனையில் ஓஜாவின் குரலை அவனால் அடையாளம் காணமுடியவில்லை.

"அவளை எரிச்சிட்டான், அவளை எரிச்சிட்டான்" என்று அழுதுகொண்டே அவள் சொன்னாள். பிடிடிக்கு வெளியேஇருந்த ஒரு தொலைபேசிச் சாவடியிலிருந்து அவள் பேசினாள்.

பின்னணியில் ஹார்ன் ஓசைகளும் மனிதர்களின் சிரிப்புகளும் கேட்டாலும் அவளுடைய நம்பிக்கையற்ற திணறிய மூச்சுகளை அவனால் கேட்கமுடிந்தது.

ஓஜாவின் சோகம் எப்போதுமே அவனை வாடிவதங்கச் செய்தது. தானேயிலிருந்து ஒரு பையன் வந்து கௌரியை அவள் கணவன் எரித்துவிட்டதாகக் கூறினான் என்றாள் அவள். அவளோடு வளர்ந்த அவளுடைய உறவினள் கௌரி. விலை மலிவான கெரசின் தன் மகளின் உயிரைக் குடித்துவிடும் என்று ஓஜாவின் தாய் ஒரு காலத்தில் பயந்துகொண்டிருந்தாள். அது இன்னொரு உயிரைக் குடித்து விட்டது. அய்யனுக்கு அவளைத் தெரியும். அவளுடைய கல்யாணத்துக்கு அவன் போயிருந்தான். குறிப்பிடத்தக்க பண்புகள் அற்ற, அதிகமாகச் சிரித்துக்கொண்டிருந்த பெண் அவள். அவளுடைய மலிவான திருமணச் சிவப்புச் சேலையின் முக்காட்டிற்குள் அவள் முகத்தைப் பார்த்த ஞாபகம் வந்தது. திருமண நேரம் முழுவதும் சிரிப்பைக் கட்டுப்படுத்திக் கொண்டிருந்தாள் அவள். பிறகு கடுமையான அடிஉதை நிறைந்த வாழ்க்கை. இப்போது இது. இரண்டு மணிநேரம் முன்னால் அரசாங்க மருத்துவமனையில் கடுமையான தீக்காயங்களால் அவள் இறந்துபோனாள். அவள் உடல் சவக்கிடங்கில்தான் இருந்தது. ஓஜா அங்கே போக விரும்பவில்லை. எரிந்து போன பிறகு ஒரு பெண் எப்படி இருப்பாள் என்று பார்க்க அவள் விரும்பவில்லை. ஒவ்வொரு பெண்ணும் வளர்ந்துகொண்டிருக்கும் நிலையில் அவர்கள் மனத்தில் வளரும் பேய்க்கனவு அது என்று அவளுக்குத் தெரியும்.

“எரிஞ்சிபோனபெறகு முகம் கருப்பா இருக்காது, வெள்ளையாய் இருக்குமாமே, அதாவது மூஞ்சின்னு ஒண்ணு இருந்தா” என்றாள் அவள் தொலைபேசியில். பிறகு அமைதியாகிவிட்டாள். அதற்குமேல் சொல்ல அவளிடம் ஒன்றுமில்லை, ஆனால் தொலைபேசியை வைக்கவும் மனமில்லை. அவள் மூச்சு விடுவதை அவனால் கேட்கமுடிந்தது.

முக்கியக்கதவு திறந்தது. இரண்டு விஞ்ஞானிகள் உள்ளே நுழைந்தார்கள். ஓர் உரத்த விவாதத்தின் மத்தியில் அவர்கள் இருந்தார்கள்.

“திருத்தும் எண்கள் பெரிதாகிக் கொண்டே போனால், அவற் றின் முடிவை விளக்கக்கூடிய கால—வெளி ஜியோமிதி எதுவும்

கிடையாது” என்றார் ஒருவர். “ஆமாம், அதை ஒப்புக் கொள்கிறேன். கால—வெளி ஜியோமிதியை விளக்கும் சமன்பாடுகள் மிக திட்டவட்டமான சமச்சீர் நிலைமைகளில் அல்லாமல் தீர்வுக்குப் பயனற்றுவிடுகின்றன. ஆனால் என் கருத்து என்னவென்றால்...”. அவர் அய்யனைப் பொறுமையற்று நோக்கி, ஆசார்யாவின் அறைக் கதவைச் சுட்டிக்காட்டினார். “எங்களுக்குச் சந்திப்பு இருக்கிறது” என்றார் அவர் வெறுப்புக்கலந்த நோக்கோடு. இந்தப் பணிவற்ற எழுத்தன் கைப்பேசியில் தங்கள் எதிரில் பேசிக்கொண்டிருக் கிறானே என்ற வெறுப்பாக இருக்கலாம்.

அய்யன் அவருடைய தொலைபேசியை அடுத்த காதில் வைத்து, “சார், டாக்டர் சின்ஹாவும், டாக்டர் மூர்த்தியும் இங்கே வந்திருக்கிறார்கள்” என்றான்.

எதிர்முனையில் ஆசார்யாவின் குரல் உறுமியது. “இன்றைக்கு நான் யாரையும் பார்க்கவில்லை.”

அடுத்த காதில் ஓஜா ஏதோ சொல்வது விழுந்தது. ஆனால் அவளுடைய தொலைபேசிச்சாவடியின் அருகிலுள்ள சத்தத்தினாலும், அவனுக்கு முன்னாலிருந்த விஞ்ஞானிகளின் விவாதத்தாலும், அவள் என்ன சொல்கிறாள் என்பதை அவனால் புரிந்துகொள்ள முடியவில்லை. “கால—வெளி ஜியோமிதி என்பது ஸ்ட்ரிங் கொள்கையில் அடிப்படையானது அல்ல என்பதற்கும், அது நீண்டதூர அளவிகளிலும் அல்லது பலவீனமான இணைப்புகளிலும் கொள்கையில் அது உருவாகக்கூடியது என்பதற்கும் இது ஒரு குறிப்பு ஆகலாம்” என்று ஒருவர் சொல்லிக்கொண்டிருந்தார்.

“நான் இப்ப போறேன், உங்களுக்கு ரொம்ப வேலை இருக்கும்” என்றாள் ஓஜா, மெல்லிய குரலில்.

“ஹலோ” என்றான் அய்யன். ஆனால் தொடர்பு இறந்து விட்டிருந்தது.

தன் கைப்பேசியை இழுப்பறையில் வைத்தான். தோலுறையிட்ட பழங்கால சோபாவில் அமர்ந்திருக்கும் அந்த மனிதர்களைப் பார்த்தான். தங்கள் எளிமையான உடைகளில் மிகுந்த ஞானத்தோடும் ஆறுதலோடும் அவர்கள் இருந்தார்கள்.

அவர்களில் ஒருவர் சொல்லிக்கொண்டிருந்தார், “பிரபஞ் சத்தின் வளைவு, ஹாரிசனின் கருத்தின்படி, நம் வாழ்நாளிலேயே

நிரூபிக்கப்பட்டுவிடும். இது மிகவும் முக்கியமான முடிவு என்று நினைக்கிறேன். காலிடருக்கு அப்பால் நோக்கக்கூடிய சில பேரேனும் இருக்கிறார்கள் என்பது மகிழ்ச்சியாக இருக்கிறது."

இந்த மனிதர்கள் எவ்விதத்திலும் தான் கற்பனை செய்திருந்ததைவிட நிஜமற்றவர்களாக இருக்கிறார்கள் என்று அய்யன் நினைத்துக்கொண்டான். மேலும் அருவருப்பானவர்களாக இருந்தார்கள். அவன் உள்ளறைக் கதவருகில் சென்றான். ஆசார்யா, ஜன்னலின் வழியாகச் சிந்தனையுடன் நோக்கிக்கொண்டிருந்தார்.

"சார், அவர்கள் கண்டிப்பாகப் பார்க்கவேண்டும் என்கிறார்கள்."

ஜன்னலிலிருந்து பார்வையை விலக்கி மேஜையை ஒரு கணம் உற்றுப்பார்த்தார் ஆசார்யா. பிறகு கதவு வரை வந்து அதை மிகுந்த வலிமையுடன் திறந்தார். பிரபஞ்சத்தின் வளைவை விவாதித்துக் கொண்டு காத்திருந்த மனிதர்களிடம், கூச்சலிட்டார். "வெளியே போங்கள். வெளியே போங்கள். இப்போதே. உடனே. வெளியே போங்கள்."

ஸ்ட்ரிங் கொள்கையாளர்கள் குதித்தெழுந்தார்கள். குழப்பமாகவும் அவமானமாகவும் உணர்ந்தார்கள். ஆனால் ஒரு வார்த்தையும் பேசாமல் வெளியேறினார்கள்.

ஆழத்தில் உள்ளுக்குள், அய்யன் சிரியோ சிரி என்று சிரித்தான். அவன் முகத்தில் உதடுகளின் ஓரத்தில் வெட்டியிழுத்த ஒரு அசைவில் அது தெரிந்தது.

ஆசார்யா தனது நாற்காலிக்குத் திரும்பி மீண்டும் தனது அரபிக்கடலைக் கண்காணிக்கும் பார்வையில் ஈடுபட்டார். ஒரு மணி நேரத்திற்குமேல் அப்படியே அமர்ந்திருந்தார். வரை யறுக்கமுடியாத, ஆனால் பரிச்சயமான ஒரு சோகம் அவர்மீது கவிந்தது. மெதுவாக அது இன்னதென்று உணர்ந்தார். லாவண்யா. அவளுடைய கண் பார்வை மங்கிக்கொண்டு வந்தது. அவளுடைய இதயத்திலும் ஒரு வெட்டு இருந்தது. ஆனால் அவளைப் பற்றி ஏன் சிந்தித்துக்கொண்டிருக்கிறார்? ஆமாம், ஆறு மணிக்கு அவளை மருத்துவமனைக்கு அழைத்துச் செல்லவேண்டும். இன்றைக்கு ஓட்டுநர் வரவில்லை. அதனால் அவர்தான் காரை ஓட்டிக்கொண்டு செல்லவேண்டும். அது ஏதோ துக்ககரமாக இருந்தது. ஒரு வயதானவன் தன் வயதான மனைவியை மருத்துவ மனைக்கு அழைத்துச் செல்வது. மிகத் தனிமையானதாக, மிக

சோகமாக, மிக அமெரிக்கத்தனமாக ஏதோ ஒன்று. அவர் எழுந்து தன் டிரவுசர்களை இழுத்து விட்டுக் கொண்டார்.

பேராசிரியர்கள் குடியிருப்பின் முக்கிய வாகனச்சாலையின் இறுதியில், கடினத் தளமிட்ட ஒரு டென்னிஸ் அரங்கு இருந்தது. ஃப்ரில் வைத்த டென்னிஸ் உடை அணிந்த மூன்று பெண்களுக்கு ஒரு பயிற்சியாளர், ஆட்டத்தைக் கற்றுக்கொடுத்துக் கொண்டிருந்தார். மெதுவாக வலையின் குறுக்கே பந்தை அடித்தார். அவர்களில் ஒருத்திக்கு ஆட்டத்தில் சலிப்பு ஏற்பட்டுவிட்டது. பகல் அரங்கில் விழுந்திருந்த மல்லிகைப் பூக்களை அவள் பொறுக்கத்தொடங்கினாள். அழிந்தநிலையில் இருந்த அரங்க எல்லைக்கோட்டில் அவற்றை அடுக்கினாள்.

லாவண்யா அவளைப் பார்த்துக்கொண்டிருந்தாள். இப்போது திருமணமாகிப் பல கண்டங்களுக்கு அப்பால் இருக்கும் ஸ்ருதியை நினைத்துக்கொண்டாள். தான் அநாதையாகிப் போனதுபோல நினைத்துக்கொண்டாள், ஆனால் அடுத்த கணம் வாகனச்சாலையில் உற்சாகத்தோடு வருகின்ற தன் கணவனை நினைத்துக்கொண்டாள். ஒரு வேப்பமரத்தின் கீழே அவள் பழைய ஆகாயநீலநிற ஃபியட்காரின்மீது சாய்ந்த வண்ணம் நின்றிருந்தாள். அந்தக் குடியிருப்பில் ஆசார்யாவின் எளிமையைக் காட்டும் விதமாக நினைக்கப்பட்ட பழைய ஞாபகச்சின்னம் அது. விஷயம் என்னவென்றால், அவருக்குப் புதியகார் வாங்கப் பணமில்லை, தன் பழைய சொத்துகளை விற்று அதில் கிடைத்த பணத்தைவைத்துப் புதுக்காரை வாங்கப் பொறுமையும் இல்லை. ஒரு காலத்தில் அவரது பயனற்ற நிலச் சொத்துகளையும், சிவகங்கையில் தன் மாமனார் மாமியாரின் பிசாசுகள் அலைந்துகொண்டிருக்கும் மிகப் பெரிய வீட்டையும் விற்றுவிடச்சொல்லி அவள் சொல்லிக்கொண்டேயிருப்பாள்.

தன்கடிகாரத்தைப் பார்த்தாள். நேரமாகிவிட்டது, ஆனால் அவரைக்கூப்பிட வேண்டியிருக்காது என்பது அவளுக்குத் தெரியும். அவர் எல்லாவற்றையும் மறந்துவிடுவார், ஆனால் அவளுடைய மருத்துவச் சந்திப்புகளை மட்டும் மிகச் சரியாக நினைவில் வைத்திருப்பார் என்பது ஆச்சரியமான விஷயம். அதோ, வாயிலில் வந்துவிட்டார், அவள் கற்பனை செய்த விதமாகவே வாகனச்சாலையில் வந்துகொண்டிருந்தார். அவருக்கு இப்போது வயதாகிவிட்டது, ஏதோ காரணத்தினால் அதை நினைத்துச் சிரிப்பு வந்தது அவளுக்கு.

ஆசார்யா அவளிடம் எதுவும் சொல்லவில்லை. அது அசாதாரணமானதும் அல்ல. காரில் ஏறிக்கொண்டார்கள். அமைதியாகச் சென்றார்கள். டாக்சிகள் குறுக்கே சந்துகளில் திரும்பிச் சென்றன. பாடிக்கொண்டே சென்ற சைக்கிள்காரர்கள், டயரைக் கடக்கும்போது, தாங்கள் சரியாகச் செல்கிறோம் என்ற பார்வையைத் தந்துகொண்டே சென்றார்கள். கார் பம்பர் அருகிலே பஸ்கள் நின்றன. பாதசாரிகள், சாலையின் மத்தியில் அடுத்த பாதியைக் கடப்பதற்காக நின்றுகொண்டிருந்தார்கள். ஆனால் ஆசார்யாவின் இரத்தஅழுத்தம் இதனால் எல்லாம் உயரவில்லை.

"இந்த நாடே ஒரு வீடியோகேம் ஆயிடுத்து" என்றார். பிரயாணத்தில் மிச்சநேரம் அவர் பேசவில்லை.

பீச் கேண்டி மருத்துவமனையை அடைந்தபோது, காரைவிட்டு இறங்கினார். கதவுகளைப் பூட்டிக்கொண்டு தலைவாயிலுக்குள் நுழைந்தார். வரவேற்பில், காரில் எதையோ விட்டுவந்துவிட்ட உணர்வு ஏற்பட்டது. தனக்குள் முணுமுணுத்துக் கொண்டே காருக்குச் சென்றார். லாவண்யா அமைதியான முகத்துடன் காருக்குள்ளே உட்கார்ந்திருந்தாள்.

"உள்ளிருந்தே அதைத் திறக்கலாமே" என்றார் அவர்.

"தெரியும்" என்றாள் அவள், சிரமப்பட்டு அதிலிருந்து தன்னை விடுவித்தவாறே.

"பிறகு ஏன் வரல்லை. ரொம்ப நாடகத்தனமாக நடக்கிறாயே ஏன்?"

"நானா நாடகத்தனமா நடக்கிறேன்?"

"நீ காருக்குள்ள இருக்கறதை மறந்துட்டேன். அதனால்?"

"அதனால ஒண்ணுமில்ல. சில சமயம் அப்படித்தான் ஆறது. நான் ஏதாவது சொன்னேனா?"

மருத்துவமனையிலிருந்து திரும்பியபிறகு, அன்றிரவு ஆசார்யாவுக்குத் தூங்க முடியவில்லை. நீண்ட குறுகிய பால்கனியில் நின்று இருண்ட கடலையும் அதற்குமேலிருந்த வானத்தையும் பார்த்தவாறு இருந்தார். ஒரு காலத்தில் அந்த நட்சத்திரங்கள் ஒவ்வொன்றும் அவற்றின் பெயர்களுடன் அவருக்கு அறிமுகம். அந்த மாதிரித் தொலைதூர இடங்களிலிருந்து சிலர் சமிக்ஞைகளைத் தேடும் வியப்பிற்காகக்

காத்திருந்தார்கள். ஒரு குழந்தையின் அன்பான தவிப்பினைக் கொண்ட ரொமாண்டிக்கான மனிதர்கள் அல்ல அவர்கள். நடுத்தர புத்தியில் சிக்கித் தவித்து, ரேடியோ வானியலில் பல ஆண்டுகளாக மூழ்கி, எவ்விதப் பெயரையும் அடையாத அழுகிக் கொண்டிருந்த விஞ்ஞானிகள் அவர்கள். ஒரு நாடகத்தனமான முட்டாள்தனத்தினால் கிடைக்கக்கூடிய இலகுவான புகழை அடைய விரும்பினார்கள். அதற்காக அவரிடம் போர் செய்யத் தயாராக இருந்தார்கள். அவர்களுடன் எப்படிச் சண்டையிடுவது என்று அவருக்குத் தெரியும். இன்னொரு போர் என்று நினைத்தார். மிகவும் களைப்பாக உணர்ந்தார்.

நீள்வட்ட மேஜையைச் சுற்றி ஏழுபேர் அமர்ந்திருந்தனர். நரம்பைக்குலைய வைக்கும் நீண்ட அமைதிக்குப் பின், அவர்களால் குளிர்ப்பதன எந்திரத்தின் ஹம் ஓசையையும் கேட்கமுடிந்தது. ஏதோ ஒன்று நிகழ்வதற்காகக் காத்திருந்தனர். வெளியில் ஒரு மிகச் சிறிய ஓசை கேட்டாலும், மூடிய கதவைப் பார்ப்பார்கள், பிறகு இதோ முடியப் போகின்றதென அவர்கள் அறிந்த காத்திருப்பிற்குத் திரும்பினார்கள்.

கதவு திறந்தது. கண்ணால் நன்கு காணக்கூடியதொரு பயம் மற்றும் எதிர்பார்ப்பின் அலை அறைக்குள் ஊடுருவியது. ஆனால் நுழைந்தவள் அபர்ணா கோஷ்மௌலிக். ஓர் ஆசுவாசம் பரவியது. யார் இறந்துபோனது என்று அதிசயித்தவாறே அவள் உட்கார்ந்தாள். அந்தக் கணத்தின் கனத்தினால் அழுத்தப்பட்ட அவளைக் கண்ட களிப்பினூடே, “வந்ததற்கு நன்றி” என்றார் நம்பூதிரி.

“எதைப்பற்றி இதெல்லாம்” என்று கேட்பதுபோலப் புருவங்களை உயர்த்தினாள்.

“விரைவில் புரிந்துகொள்வாய்” என்றார்.

சில நிமிடங்கள் கழித்து பாஸ்கர் பாசு உள்ளே நுழைந்தார். ஒழுங்கான நேர்த்தியான மனிதர், தான் அழகாகவே இருக்கிறோம் என்ற சந்தேகத்தில் இருந்தவர். அவருடைய சாம்பல்நிறத் தலைமுடி நம்பூதிரியின் தலைசூழ்ந்த ஒளிவட்டத்தின் தொலைதூர உறவி னனாக இருந்தது. அவருடைய கண்ணாடியின் பிரேம்கள் தடித்தும் கலைநயத்தோடும் இருந்தன. கண்ணாடிக்குப் பின், அவருடைய சிறிய கண்கள் கூரியமதியையும் சாதிக்கத் தெரிந்தவர்

என்பதையும் காட்டின. வெறுக்கத்தக்க ஆள் என்று நினைத்துக் கொண்டாள் அபர்ணா.

தேடுதலில் ஈடுபட்ட பாசுவின் கண்கள், தவிர்க்கவியலாமல் அவள்மீது அமர்ந்தன. நம்பூதிரியைப் பார்த்து "எங்களை அறிமுகப்படுத்த வேண்டாமா" என்று கேட்டார்.

இந்திய ஆண்களின் இந்த விசித்திரமான பழக்கத்தை அபர்ணாவால் புரிந்து கொள்ளமுடியவில்லை. வெளிப்படையாகவே இவ்வளவுநேரம் பச்சையாக உற்றுப் பார்ப்பவர்கள், அவளையே நீ யார் என்று கேட்டுவிட்டால் தீர்ந்தது. எதற்காக இன்னொருவரிடம் திரும்பி, "எங்களை அறிமுகப்படுத்தவேண்டாமா" என்று கேட்க வேண்டும்? மிகவும் பரிதாபமாக இருந்தது.

"அபர்ணா கோஷ்மௌலிக்" என்றார் நம்பூதிரி. "விண்வெளிஉயிரியல் துறையின் தலைவர்."

"வங்காளிப் பெண்" என்றார் பாசு. உள்ளே ஒரு விளக்கின் சுவிச்சைப்போட்டதுபோல முகத்தில் பிரகாசம் தெரிந்தது. அவளிடம் வங்காளமொழியில் ஏதோ சொன்னார். அவள் பணிவான புன்முறுவலை உண்டாக்கியவாறு ஏதோ கூற முயற்சிசெய்தாள்.

பாசு, தன் முக்கியத்துவத்தைப் பிரபலமாக்கும் முறையில் பகட்டாகக் காட்டிக் கொண்டார். தன் நாற்காலியில் நன்றாகச் சாய்ந்து, தன்னைச் சுற்றியிருந்த விஞ்ஞானிகளின் அமைதியை உடைத்தார்.

"கவலை வேண்டாம். நான் இதன் பொறுப்பை ஏற்றுக்கொள்கிறேன். இங்கே இருக்கிறேன் இல்லையா?" என்றார். "இன்னும் அந்தக்கிழவர் வரவில்லையா? அவரை நாம் கூப்பிடவேண்டும் என்று நினைக் கிறேன்."

"அவர் வருவார்" என்றார் நம்பூதிரி, உஷ்ணமாக. அபர்ணாவின் இருப்பு அந்த அதிகாரிக்குத் தூண்டுதலை உண்டாக்கி, ஒருவித அசிரத்தையை அளித்துவிடும் என்று பயந்தார். அந்த அசிரத்தை, தற்கொலையாக முடிந்துவிடலாம். கொஞ்சம் அவமரியாதையாய் நடத்தப்பட்டாலும், ஆசார்யா எதிர்த்தவன் முகத்தில் அறைந்துவிடும் தன்மை படைத்தவர். அதிகார மாற்றத்தின் முதல் நடுக்கங்களை உணர வேண்டும், பலூன் மிஷன் தோற்கவேண்டும் என்பதற்காகவே அபர்ணா, நம்பூதிரியால் வருவிக்கப்பட்டிருந்தாள். ஆனால் அது

நல்லதுதானா என்று இப்போது வருத்தப்படத் தொடங்கினார். பாசு உச்சத்திற்குப் போய்க்கொண்டிருந்தார்.

ஏற்கெனவே ரேடியோ வானியலாளர்களுக்குச் சுருக்கமாகத் தெரிவிக்கப்பட்டிருந்தாலும், புதிய செடீ துறையின் அமைப்பை பாசு விளக்கத்தொடங்கினார். பேசியபோது அபர்ணாவையே பார்த்துக்கொண்டிருந்தார். அவள் தன் கைப்பேசியோடு விளையாடிக்கொண்டிருக்கலாம் என முடிவுசெய்ததுபோல் இருந்தது. கடைசியில் பேச ஒன்றும் இல்லாத நிலையில் அவராகவே அமைதியாகிவிட்டார். மேலும் எல்லோருமே இறுக்கமாகவும் குழப்பமுற்றும் காணப்பட்டார்கள். மறுபடியும் சிந்தனையில் ஆழ்ந்த காத்திருப்பு. எல்லாக் காதுகளும் கதவின் ஓசைக்காகக் காத்திருந்தன.

அரவிந்த் ஆசார்யா உள்ளே நுழைந்தபோது, விஞ்ஞானிகளில் ஒருவர் தன்னிச்சையாக எழுந்துநின்றுவிட்டார். அதனால் நம்பூதிரி எல்லாருமே கடுமையாக இருக்கவேண்டும் என்று கூறியிருந்தது பெருமளவு வீணாய்ப்போயிற்று. ஆசார்யா இரண்டு ரேடியோ வானியலாளர்களுக்கு மத்தியில் அமர்ந்தார். அவர்கள் இருவரும் தேவையைவிட அதிகமாகவே மேஜையையே பார்த்துக்கொண்டிருந்தார்கள். தன் பழைய நண்பரின் அமைதியைப் பார்த்து நம்பூதிரி சங்கடத்துக்காளானார். ஏதோ தப்பாகப் போய்விட்ட உணர்வு அவருக்கு ஏற்பட்டது.

ஒரு அழகான புன்முறுவலோடு, “வந்ததற்கு நன்றி” என்றார் பாசு. “இப்போது நான்...”

ஆசார்யா தனது கையை உயர்த்தி, “வாயை மூடு” என்றார்.

பாசுவின் அழகான முகம் தன் களையை இழந்துவிட்டதுபோலத் தோன்றியது. வார்த்தைகளை உருவாக்க அவர் முயற்சி செய்தார். “மன்னியுங்கள், எனக்குத் தெரியவில்லை...நீங்கள் என்ன சொல்ல வந்தீர்கள்?”

ஆசார்யா தன் கடிகாரத்தைப் பார்த்தார்.

“எனக்கு இது புரியவில்லை” பாசு தன் குரலை உயர்த்தினார்.

“வழக்கமாக உங்களுக்கு எல்லாம் புரிந்துவிடுகிறதா?” என்றார் ஆசார்யா. அதை அவர் சொன்னமுறை, ஆழமான அமைதியோடு

பழங்காலக் கல்விமான் ஒருவர் பேசுவது போல் இருந்தது. இன்னொரு முறை அமைதி உருவாயிற்று.

ரேடியோ வானியலாளர்கள் தங்களுக்குள் பார்த்துக்கொண்டார்கள். மறுபடியும் ஆசார்யா தன் கடிகாரத்தைப் பார்த்தார். ஒரு கைப்பேசி சைலண்ட் மூடில் அதிர்ந்துகொண்டிருந்த ஒலி காதில் விழுந்தது. தொடர்ந்த துடிப்புள்ள கீச்சொலி. பாசு தன் கோட்டுக்குள் கையைவிட்டு கைப்பேசியை எடுத்தார். எண்ணைப் பார்த்து விட்டு அறையின் கோடிக்குச் சென்றார்.

"சரி சார், சரி சார்" ஒரு அமிழும் குரலோடு அவர் கூறுவது மற்றவர்கள் காதில் விழுந்தது.

"சரி சார், சரி சார்" என்று பாசு பலமுறை கூறினார். அது அதிகாரவர்க்கத்தின் தனிக் கிளைமொழி. அதற்கு வேறு வார்த்தைகள் கிடையாது.

கோட் பையில் கைப்பேசியை பாசு வைத்தபோது, நம்பூதிரி புரட்சி முடிந்து விட்டது என்று உணர்ந்துகொண்டார். முகம் வெளுத்து பாசு தன் இருக்கையில் சாய்ந்தார்.

"இந்தச் சம்பவம் உங்களுக்கு ஏதேனும் வசதிக்குறைவை ஏற்படுத்தியிருந்தால், அதற்காக என்னை மன்னிப்புக் கேட்டுக்கொள்ளுமாறு அமைச்சர் கூறியிருக்கிறார். ஒரு செடீ துறையைத் தொடங்குவதற்கான அறிவிப்பை நாங்கள் கைவிடுகிறோம். நீங்கள் அதற்கு எதிராக இருக்கும் வரையில், அந்தப் பேச்சு தொடங்கப்படமாட்டாது."

இடைவெளியில் தன் மூக்கைத் தேய்த்துக்கொண்ட பாசு, கொஞ்சம் பரிதாபகரமாகவே தொடர்ந்தார். "எனது முயற்சிகள் அறிவியலின் மேன்மைக்காகவே என்பதை நீங்கள் அறிவீர்கள். புறவெளி உலகின் அறிவுக்கான தேடல் உண்மையிலேயே முன்னோக்கிய ஒரு படி என்று நினைத்தேன். அதற்குப் பாதுகாப்பு நோக்கமும் உண்டு என்றும் கருதினேன்... நான் நினைத்தது தவறாக இருக்கலாம், ஆனால் நீங்கள் என் மனத்தில் புகுந்து பார்த்தால்..."

"நான் உங்கள் மனத்தில் புகுந்து பார்த்துவிட்டேன்" என்றார் ஆசார்யா. அது ஒரு சிறிய பயணம்தான்.

பாசு அறையை விட்டு முதலில் சென்றார். அபர்ணா பின் தொடர்ந்தாள். ரேடியோ வானியலாளர்கள் ஒருவர்பின் ஒருவராக

எழுந்து ஒரு துக்க ஊர்வலத்தில் செல்வது போல வரிசையாகச் சென்றனர். ஆசார்யாவும் நம்பூதிரியும் மட்டுமே இருந்தனர். நீள்வட்ட மேஜையின் வளைவு மட்டுமே அநாவசியமாகக் குறுக்கிடுவதுபோல இடையில் இருந்தது. நம்பூதிரி முறுவல் செய்துகொண்டிருந்தார். குழந்தைப் பருவத்தில் தனது நெல்வயல்களில் குடித்துவிட்டுத் தோல்வியுற்று விழுந்த குடிகாரர்களின் சிரிப்பை ஆசார்யாவுக்கு அந்த முறுவல் நினைவூட்டியது.

"அதிகார அரசியலுக்கு அப்பாற்பட்டவன் நீ என்று நினைத்திருந் தேன். ஆனால் நீ சின்னவர்கள் என்று அழைக்கும் எங்களிடமிருந்தும் ஏதோ சில விஷயங்களைக் கற்றுக்கொண்டிருக்கிறாய் என்று தெரி கிறது. நீ எவ்வளவு புகழ் பெற்றவன், மறந்துவிட்டேன் அரவிந்த். யாரைக் கூப்பிட்டாய்? பிரதமரையா? யாரை?"

"நீ வெளியே போவதை விரும்புகிறேன் ஜனா."

ஆசார்யா, தான் வயதானவன் என்பதை அறியாத இந்த வயதான வனுக்காக அனுதாபப்பட்டார். அவருடன் இளமைப்பருவத்தின் பல கோடைகாலங்களை ஒரு குளிர் நாட்டில் கழித்திருந்தார். அப்போது ஒருவர்மீது ஒருவருக்கும், உலகத்தின்மீதும் பெரிய நம்பிக்கை இருந்தது.

"உனக்கு என்னதான் வேண்டும், வேசிமகனே" என்றார் ஆசார்யா, மனவேதனையோடு.

"எனக்கு என்ன வேண்டும்?" நம்பூதிரி கேட்டார், ஒரு சோகமான ச்ச் ஒலியோடு. "நான் உலகிற்கு அப்பாற்பட்டிருக்கின்ற விண்வெளியில் அறிவைத் தேட விரும்புகிறேன் அரவிந்த். மிக எளிமையான விஷயம். உனக்கு என்ன வேண்டும்?"

"எனக்கு என் நிறுவனத்தில் இருப்பவர்கள் உண்மையான அறிவியலில் வேலைசெய்ய வேண்டும். ரேடியோ வானியலாளர்கள் இங்கே பல்சார்களுடன் சலிப்புக் கொண்டு விட்டால், இதைவிட்டுப் போய்த், தங்கள் அப்பாக்களின் தோட்டங்களில் ரப்பர் வளர்க்கட்டும். அயலக சமிக்ஞைகளைத் தேடி ஓடவேண்டாம்."

"ரொம்ப, ரொம்ப காலமாக நாம் இதைத்தான் ஒருவருக்கொருவர் சொல்லிக் கொண்டிருக்கிறோம். மோசமான திருமணத்தில் சேர்க்கப்பட்ட இருவரைப்போல..."

கணிசமான அளவு கருணைநிறைந்த குரலில் ஆசார்யா கேட்டார். "நிஜமாகவே இதைவிட முன்னேறிய ஒரு நாகரிகத்திலிருந்து உனக்கு சமிக்ஞைகள் கிடைக்கும் என்று நீ நம்புகிறாயா?"

"கிடைக்கக்கூடாது என்பதற்குக் காரணம் இல்லை. ஏன் கிடைக்கலாகாது?"

"அது இல்லை நான் கேட்டது. உனக்குக் கிடைக்கும் என்று உண்மையில் நம்புகிறாயா? எதை நம்புகிறாய் நீ? நம்பிக்கை என்ற வார்த்தை ஞாபகம் இருக்கிறதா? இருபதாம் வயதில் உனக்கு இருந்ததே, அது? எதைத்தான் திட்டவட்டமாக நீ நம்புகிறாய்? காலையில் எழுந்திருக்கும்போது, உனக்குத் தெரிந்தது நிச்சயமாக உண்மை என்றா?"

"நாம் எல்லோரும் நம்ப வேண்டுமென்று இல்லை அரவிந்த். நம்மில் சிலர் ஆச்சரியப்படவே முடியும். நல்ல நாட்களில் விசுவாசிக்கலாம். பூமியிலுள்ள எல்லா உயிர்களும் புற வெளியிலிருந்தே வந்தன என்று நீ நிஜமாகவே நம்புகிறாயா?"

"ஆமாம். நான் வெறுமனே நம்பவில்லை. எனக்குத் தெரியும்."

"வால்நட்சத்திரங்களிலும் எரிகற்களிலும் சவாரிசெய்து கொண்டு வந்த மிகச்சிறிய ஸ்போர்களிலிருந்தா?"

"ஆமாம்" என்று ஆசார்யா அமைதியாகச் சொன்னார். "அப்புறம் தெரியுமா? பிரபஞ்சத்தின் வெவ்வேறு உலகங்களில் அவை வெவ்வேறு மூலைகளில் விழுந்து அந்தந்தச் சூழலுக்கேற்ற உயிர்களை உண்டாக்கின என்றும் நம்புகிறேன். நாம் கற்பனை செய்ய முடிந்த உயிரி என்ற விஷயத்திலிருந்து முற்றிலும் மாறுபட்ட உயிர்களை. அசுரத்தனமான வெற்றுப்பருமை உயிரிகளாகவும் கூட உயிர் மாறக் கூடும். மிகப்பெரிய மேகங்களைப்போல. நம்மால் கற்பனை செய்யவே முடியாத விஷயங்கள்."

"அப்படியானால் இந்தக் கருதுகோளை வெளிப்படையாக முன்வைப்பதுதானே?"

"இது கருதுகோள் அல்ல, ஒரு கோட்பாடு."

நிறுவனத்தில் கருதுகோள் என்பது ஒரு நல்ல சிந்தனை. ஆனால் கோட்பாடு என்பது நிதி உதவி தேவைப்படுகின்ற ஒரு நல்ல சிந்தனை.

ஆசார்யா நாற்காலியிலிருந்து ஒரு கணம் இடது முழங்காலைப் பிடித்தவாறே எழுந்தார். அவர் கதவை அடைந்தபோது ஒரு சோகமான குரல், "நான் இங்கே இருக்க ஏதாவது வழியிருக்கிறதா அரவிந்த்" என்றதைக் கேட்டார்.

அய்யன் மணிக்குக் கோபம் கோபமாக வந்தது. இந்த பிராமணர்களின் போர் இவ்வளவு வேகமாக முடிந்துவிட்டது. அதுவும் ரொம்ப மோசமாக முடிந்துவிட்டது. பழையகால அறநெறிக் கதைக்காரர்கள் கதையை முடிக்கத்தெரியாமல் முடிப்பது போலப் பெருமை சிறுமையை வென்றது என்றவிதமாக. அவனுடைய வழக்கமான பணியின் அலுப்பை எதிர்பார்ப்பின் இழப்பு அதிகமாக்கியது. தாங்கமுடியாத சலிப்பின் களைப்பை அவன் உணர்ந்தான். அபர்ணா அவன் மேஜையருகில் நின்று ஆசார்யாவைப் பார்க்கவேண்டுமென்று கேட்டபோது அவளைப் பார்க்கக்கூட இல்லை. உடனே அவரிடம் கேட்டு உள்ளே அனுப்பிவிட்டான்.

அவள் அறைக்குள் நுழைந்தாள். வழக்கம்போல, 'ஏன் அவள் இதயத்துடிப்பை இந்த மனிதரைப் பார்த்தவுடனே கேட்கமுடிகிறது, இந்த பயத்திற்கு வேறுஏதாவது தொல்லைப்படுத்தும் பெயர்கள் இருக்கின்றனவா' என்றெல்லாம் கேட்டுக் கொண்டாள்.

"அந்தக் கூட்டத்திற்கு ஏன் என்னை அழைத்தார்கள் என்பது எனக்குத் தெரியாது என்பதைச் சொல்லிவிட்டுப்போகத்தான் வந்தேன்" என்றாள். "இன்று காலை அவர்கள் என்ன செய்ய இருந்தார்களோ அதில் நானும் சம்பந்தப்பட்டிருக்கிறேன் என்று நீங்கள் நினைக்கக்கூடாது."

"எனக்குத் தெரியும்" என்றார் ஆசார்யா. ஆசார்யா அவளை உட்காரச் சொல்வார், பிறகு அவள் இதில் சிக்கிக்கொண்டது எவ்வளவு துரதிருஷ்டம் என்றெல்லாம் கூறுவார், அல்லது சமீபத்தில் அவர்கள் ஸ்டிரேடாஸ்பியரில் விடப்போகும் பலூனைப் பற்றிப் பேசுவார் என்றெல்லாம் நினைத்து ஏமாந்தாள். ஆனால் அவர் படித்துக்கொண்டிருந்தார்.

அவள் அறையை விட்டுச் சென்றபிறகு, ஆசார்யா ஏதோ ஒன்றை நினைவுக்குக் கொண்டுவர முயன்றார். அதைப் பின்னர் ஞாபகப்படுத்திக் கொள்ளலாம் என்று சொல்லிக்கொண்டார், ஆனால் அந்தக் கணத்தை சரிவரப் பிடிக்க முடியவில்லை. அப்புறம் அது வந்தது. கருத்தரங்க அறையில் அபர்ணாவைப்

பார்த்தபோது ஏற்பட்ட உணர்ச்சி. முதலில் ஒரு சிறிய கத்திக்குத்துபோல, பிறகு காட்டிக்கொடுக்கப்பட்டது போன்ற சிறிய உணர்ச்சி, பிறகு ஏதோ அவள் இறந்துபோய் அவரைத் தனியே விட்டுச்சென்றதுபோல விரிவான ஆழமான வேதனை. எல்லோரும்தான் இறந்தார்கள், குறிப்பாக இளைஞர்கள். ஆனால் இவளுடைய இறப்பு ஏன் அவரைக் கைவிட்ட நிலைக்கு ஆளாக்கவேண்டும்? இந்த விஷயத்தைப் பற்றிச் சில நொடிகள் சிந்தித்தார், பிறகு அந்த நிகழ்ச்சியின் வெற்றியைப் பற்றி மனம் எண்ணியது. இப்போதெல்லாம் எதிர்காலத்துக்கென அவர் திட்டமிட்ட பிரச்சினைகள் அவரிடம் வருவதேயில்லை.

கார் விளக்குகளின் வெளிச்சத்தில் ஆவிகள் பளபளத்தன. அவை நடக்கும் பாதசாரிகளின் மாறும் பேருருக்களைக் காற்றில் உருவாக்கின. பின்மாலைக்கால நெரிசலில், கார்களும் லாரிகளும் அந்தச் சந்தில் அடைந்திருந்தன. ஏதோ வரப் போகும் பேரிடரிலிருந்து தப்பித்து ஓடமுனைவதுபோல அவை காணப்பட்டன. ஜன்னல்களிலிருந்து தலைகள் எட்டிப்பார்த்தன. ஆரன்அடிக்கின்ற வாகனங்களின் நீண்ட வரிசை இணைந்து விரிந்து கடைசியில், எங்கோ எதிரில் ஓரிடத்தில் மிகப்பெரிய அசைவற்ற உலோகமும் புகையும் சூழ்ந்த முடிச்சுபோலத் தோன்றின. இந்த நெரிசலுக்கு மத்தியில் ஒரு ஹோண்டா சிட்டி சிக்கிக்கொண்டிருந்தது. அதன் பம்பர்கள் பிய்த்தெறியப்பட்டிருந்தன. தொப்புளில் வெள்ளிபோலப் பளபளத்த ஒன்றைக்குத்திக்கொண்டு, பொன்னிறத்தில் ஸ்கின்னி பிட்ச் என்று தனது சிறிய மேலுடையில் எழுதியிருந்த, ஒரு பெண் திகைத்தவாறு நின்றாள். கைகள் பரப்பியிருந்தன. பலமுறை திரும்பத்திரும்ப, “வாட் தி ஃப்ரீகிங் ஹெல்” என்பதையே சொல்லிக்கொண்டிருந்தாள்.

யாருமற்ற ஒரு டாக்சி அவள் காரின் பின்புறத்தை முத்தமிட்டுக் கொண்டு நின்றது. ஒரு மனிதன், அவன்தான் டாக்சி ஓட்டுநராக இருக்கவேண்டும்—சாலையின் நடுவில் அவள் எதிரில் கொஞ்சம் கள்ளத்தனத்துடனும் ஏளனமாகச் சிரித்துக் கொண்டும் நின்றான். நடைபாதையில் சென்றவர்கள் மகிழ்ச்சியோடு இதைப் பார்த் தார்கள். குந்தி உட்கார்ந்து வேடிக்கை பார்த்த ஒரு மனிதன், “அவளுடைய பம்பரைப் பார்” என்று கத்தினான். அய்யன் இந்தச் சூழலின் குறுக்கே அமைதியாக நடந்து சென்றான்.

சில மீட்டர் தள்ளி, ஒரு முடிதிருத்தகம், ஹெட்மாஸ்டர் என்ற பெயரோடு இருந்தது. அதற்குப்பக்கத்தில் அலுமினிய மேஜை களுடனும், மர நாற்காலிகளுடனும் ஒரு சிற்றுண்டிச்சாலை. அதன் வாசலில், அய்யன் தம்பியைக் கண்டான். வோர்லி கடல்முகத்தில் ரூபாய்நோட்டுகள் அடங்கிய உறையை அய்யன் கொடுத்தது அவனிடம் தான். ஒரு மேஜையில் உட்கார்ந்து தேநீர் கொண்டுவரச் சொன்னார்கள். "கட்டுரை ரொம்ப நன்றாக இருந்தது. என் பையன் மிகவும் சந்தோஷப்பட்டான்."

தொடைகளைத் தட்டியவாறே, "இதைப் பிற செய்தித்தாள்கள் தொடரக்கூடும்" என்றான் தம்பி. ஒரு பணியாளை நிறுத்தி அந்தக் கடையில் கழிப்பறை இருக்கிறதா என்று கேட்டான். பணியாளன் தலையை ஆட்டிமறுத்தான்.

தம்பி, யுக் சஞ்சிகையின் ஒரு செய்தியாளன். ஒரு பரபரப்பான மனிதன். அவன் செய்த எத்தனையோ காரியங்களுக்குப் பெயர் கிடையாது. தொலைந்த உரிமங்களைத் திரும்ப எடுத்துவருவான், ரேஷன் கார்டுகளை உண்டாக்குவான், அரசாங்கத் துறை எழுத்தர்களின் கைப்பேசி எண்களை ஞாபகம் வைத்திருப்பான்.

"என் பையன் சாதனை பற்றி மிக அழகான வேலையைச் செய்திருக்கிறாய்" என்றான் அய்யன்.

"உன் பையனைப்போன்ற புத்திசாலிப்பையன்களுக்கு ஆதரவு தரவேண்டும்" என்று கூறியவாறே தம்பி தேநீரைச் சாஸரில் ஊற்றினான்.

"என் மகனைப் பற்றி ஆங்கிலப் பத்திரிகையிலிருந்து யாராவது உன்னைத் தொடர்பு கொண்டார்களா?"

"இல்லை. இந்த ஆங்கிலப் பத்திரிகைச் செய்தியாளர்கள் எல்லாம் வெளிவேஷக்காரர்கள். நாங்கள் செய்யும் எதையும் அவர்கள் தொடர்வதில்லை."

"சரி, ஆனால் தம்பி, நீ முதல் பக்கத்திலேயே என் மகன் விஷயத்தைப் போட்டிருந்தால் நன்றாக இருந்திருக்கும். ஒரு பத்து வயதுப் பையன் இந்தமாதிரிப் போட்டியில் வெற்றி பெறுவது ஒன்றும் அற்பவிஷயம் அல்ல."

"தெரியும். ஆனால் முதல் பக்கம்..." வருத்தத்தோடு புன்முறுவல் செய்துகொண்டே தம்பி சொன்னான், "ரொம்பக் காசு பிடிக்கும் விஷயம், மணி."

"எவ்வளவு பணம்?"

"அது நம்ம சக்திக்கு அப்பாலான விஷயம். நான் அங்கே போவதேயில்லை. அது பெரிய ஆட்களுக்கு."

"நீ நண்பர்களுக்கு உதவி செய்கிறாய் என்று உன் பத்திரிகை ஆசிரியருக்குத் தெரியுமா?"

"நான் செய்தி வெளியிடுவதற்குக் காசு வாங்குகிறேன் என்று எனது எடிட்டருக்குத் தெரியுமா என்று கேட்கிறாய், இல்லையா? நேராகவே கேளேன். நாம் இப்போது நண்பர்கள் தானே? அவருக்கு நன்றாகவே தெரியும். உனக்கு என் சம்பளம் எவ்வளவு என்று தெரியுமா? எண்ணூறு ரூபாய். என்னை வேலையில் அமர்த்திக்கொண்ட போது 'நாங்கள் அதிகமாகச் சம்பளம் தர மாட்டோம்' என்றார் அவர். அப்புறம் என் போட்டோ ஒட்டிய அடையாள அட்டையை எடுத்து என்னிடம் கொடுத்தார். 'போ, மார்க்கெட்டில் நுழைந்து என்ன செய்யமுடியுமோ அதைச் செய்' என்றார்."

தேநீரை மௌனமாகக் குடித்தார்கள். பிறகு அந்தச் செய்தியாளன், "நான் இப்போது போகவேண்டும். அதனால்...." என்றான்.

அய்யன் தன் பணப்பையை எடுத்துச் சில நோட்டுகளை எண்ணினான்.

பணத்தைத் தம்பியிடம் கொடுத்துக்கொண்டே, "நட்புக்காக இது" என்றான். "நான் உனக்குக் கொடுத்த முன்பணம்...அதுவும் நட்புக்காகத்தான்."

"நட்புதான்" என்றான் அந்தச் செய்தியாளன். நோட்டுகளை எண்ணியபோது அவன் முகம் தீவிரமாகியது. நிறுவனத்தின் மிகப்பெரிய மனங்கள் காசை எண்ணியபோதும் இதே தீவிரம்தான் அவர்கள் முகத்திலும் இறங்கியது என்பதை நினைத்துப்பார்த்தான் அய்யன்.

"நட்புதான் எல்லாம்" என்றான் தம்பி. அவனுடைய சட்டைப் பாக்கெட்டு ஏற்கெனவே நிரம்பிவழிந்தது. அதற்கிடையில் எப்படியோ

அய்யன் கொடுத்த பணத்தையும் நுழைத்துக்கொண்டான். "நான் உன்னை நம்புகிறேன் மணி. உன் மகன் போட்டியில் வெற்றி பெற்றான் என்று சொன்னாய். நான் நம்பினேன். கேள்வி எதுவும் கேட்கவில்லை. அதுதான் நட்பு."

"அப்படிப்பட்ட நட்பு, என் மகனைப்பற்றி ஆங்கிலச் செய்தித் தாள்களிலும் எழுத வைக்க ஏதாவது வழியிருக்கிறதா?"

வீடு திரும்பும்போது ஒரு பரிச்சயமான வாட்டம் அய்யனை நிரப்பியது. அதிலிருந்து தப்பிக்க வழியில்லை. அவன் ஓஜாவின் முகத்தைக் கற்பனை செய்து பார்த்தான். முதன்முதலில் பையனின் கீழ்ப்படியாத அறிவுத்திறன் பற்றி ஆதியினுடைய ஆசிரியை குறிப்பு அனுப்பியபோது அவள் எவ்வளவு மகிழ்ச்சியாக இருந்தாள் என்பதை நினைத்தான். ஆனால் வாட்டம் என்பது வயிற்றில் பயமாகவே மாறி நிரம்பியது. வாழ்க்கை எப்போதுமே பரிச்சயமான ஒன்றல்ல என்பதால்தான் அச்சம் அவனை நிரப்பியது. அவன் வாழ்க்கையின் மற்ற திட்டங்களைவிட, இப்போது அவன் ஆடும் விளையாட்டு, மிகவும் பெரியது. இந்த விளையாட்டுக்கான பணயம், இந்தச்சமயம், அவன் மகன்தான்.

போனவருடம் ஒரு நாள் மாலையில் ஆதியை ஒரு மேதைப் பையனாக்கும் விஷயம் தொடங்கியது. அய்யன் மாலையில் காலந்தாழ்த்தி வீட்டுக்குச் சென்றான். ஓஜா கண்ணீரோடு கதவைத் திறந்தாள். அதேசமயம் அவள் முகத்தில் மகிழ்ச்சியான முறுவலும் இருந்தது. ஞாபகசக்தியிழந்த அவளுடைய தாய் ஒரு லாட்டரிப் பரிசு அடித்து விட்டாள் என்று அவன் நினைத்தான்.

"என் பையன் கணக்குத்தேர்வில் நூற்றுக்கு நூறு வாங்கியிருக்கிறான்" என்றாள் ஓஜா. "வகுப்பில் நாற்பத்திரண்டு பையன்கள் இருக்கிறார்கள். எல்லாம் சிவப்பாக, பணக்காரன்களாக, கொழுத்து இருப்பார்கள். ஆனால் என் மகன் ஒருவன்தான் நூறு மதிப்பெண் வாங்கியவன்."

வழக்கமாக எந்தவிதமான ஆசையோ நம்பிக்கையோ இல்லாமல் ஓஜா அவனைப் பார்ப்பாள். சிலசமயங்களில் ஒரு இறுக்கமான நரகத்தில் மாட்டிக்கொண்டோம் என்ற துக்கத்தோடும் இருப்பாள். அப்படிப்பட்டவள், இப்போது மகிழ்ச்சியின் எல்லையில், கண்ணீர்தான் அந்த மகிழ்ச்சியை முழுமையாக வெளிப்படுத்தும் என்ற நிலையில் இருக்கிறாள். அன்றிரவு அவள் ஆதியை ஐஸ்கிரீம் சாப்பிடுவதற்கு அழைத்துப்போனாள். வோர்லி கடல்முகத்தில் அவர்கள் நடந்துகொண்டிருந்தபோது, பையன் தன்னைக்

கடந்து சென்ற, அல்லது அங்கே நிறுத்திவைக்கப்பட்டிருந்த ஒவ்வொரு காரின் பெயரையும் சொல்வதைப் பார்த்தான். காரின் முன்புறத்தையோ பின்புறத்தையோ பார்த்தால் போதும், உடனே அது என்ன வகை என்பதைச் சொல்லிவிடுவான். கொஞ்சம் வித்தியாசமானதாகத் தோன்றியது, ஆனால், அய்யனுக்கு அது, பையன்கள் பெற்றிருக்கும் சாதுரியத்தின் ஒரு சிறிய கீற்றுதான் என்பது நன்றாகத் தெரியும். தங்கள் குழந்தைகளின் சாதுரியத்தைப் பற்றி ரயிலில் ஆயிரக்கணக்கான முறை மனிதர்கள் பேசுவதை அவன் கேட்டிருக்கிறான். "என் மகனுக்கு மூன்று வயதுதான் ஆகிறது. ஆனால் அவன் கம்ப்யூட்டரைப்போட்டு, ஈமெயில் அனுப்புகிறான். அவன் ஒரு ஜீனியஸ்." "என் மகளுக்குப் பத்துவயதுதான் ஆகிறது, ஆனால் அவள் உலகத்திலுள்ள அத்தனை ஏரிகளின் பெயர்களையும் சொல்கிறாள். அந்த வழியில் ஆதியும் புத்திசாலிதான். சிடி, அம்பாசடர், ஜென், எஸ்டீம், சிடி...பையன் உலவு பாதையில் சொல்லிக்கொண்டே வந்தான். அய்யனின் விழிப்பான மனம், ஒரு எளிய திட்டத்தை வகுத்தது. கொஞ்சம் வேடிக்கை. பிடிடியின் தப்பிக்க இயலாத துன்பங்களிலிருந்து சற்றே விடுபடுதல்.

அந்த இரவிலிருந்து ஆதியுடன் ஒரு ஒப்பந்தம் செய்துகொண்டான். "நமது ரகசியம்" என்று தன் மகனிடம் சொல்லி, பிறகு அவன் தன் ஆசிரியர்களைக் கேட்க வேண்டிய கேள்விகளை மனப்பாடம் செய்துகொள்ளச் சொல்வான். அய்யன் எளிய கேள்விகளாக வகுத்தான். புவிஈர்ப்பு எதனால் ஆகியது மிஸ்? அல்லது இலைகள் ஏன் பச்சையாக இருக்கின்றன? வகுப்பில் எந்தச் சமயத்தில் வேண்டுமானாலும் இந்தக் கேள்விகளைக் கேட்கச் சொல்லி ஆதியைத் தூண்டினான். சூழல் எதுவாக இருந்தாலும் பரவாயில்லை. அது தமாஷாக இருக்கும் என்றான் மகனிடம்.

முதலில், பையனின் கேள்விகள் அவனிடம் அன்பை உண்டாக்கின. ஆசிரியர்கள் அவனைச் சிந்திப்பவனாகவும், அறிவுள்ளவனாகவும், ஆர்வமிகுந்தவனாகவும் நோக்கினார்கள். மெதுவாக, ஆதியின் கேள்விகள் சிக்கலானவை ஆயின. தாவரங்கள் ஒளியை உண்ணுகின்றன. அப்படியானால் ஒலியை உண்ணுகின்ற பொருள்கள் ஏன் இல்லை? அல்லது சில சமயங்களில் ஒரு குறிப்பு வார்த்தை காதில் படும். உதாரணமாக, சமுத்திரம் என்ற சொல். அதைக் காதில் கேட்டவுடனே, சமுத்திரங்களின் சராசரி ஆழம் 3.7 கி.மீ., ஏன் ஏரிகள் அவ்வளவு ஆழமாக இருப்பதில்லை? என்று கூச்சலிடுவான். அவனுடைய விசித்திரத்தன்மையால் கவரப்பட்ட

ஆசிரியர்கள், அவனை ஒளி பற்றி, அல்லது ஒலி, அல்லது சமுத்திரம் பற்றி ஒரு உரையாடலில் ஈடுபடுத்த நினைத்தால், அவன் பேசாமல் ஆகிவிடுவான், காரணம் தன் தந்தை சொல்லிக் கொடுத்த கேள்விக்கு மேல் அவனுக்கு எதுவும் தெரியாது. அவனுடைய அமைதி ஆசிரியர்களுக்கு ஆச்சரியமளிக்கவில்லை. அவனும் ஒரு சிறு பையன்தானே? ஒரு விசித்திரமான, செறிவான சிறிய பையன்—பாதி செவிடும்கூட.

இது தொடங்கியபோது, ஆதி தன் அம்மாவிடம் தன் தந்தையுடன் ஒரு இரகசிய ஒப்பந்தம் இருப்பதைப் பற்றி முணுமுணுப்பான். அவள் அதை ஏதோ தந்தைக்கும் மகனுக்குமிடையிலுள்ள பிதற்றல் என்று புறக்கணித்துவிட்டாள். காலப்போக்கில், பள்ளியில் தனக்குக் கிடைக்கும் கவனத்தை ஆதி சந்தோஷமாக நோக்கத்தொடங்கினான். சாதாரணமாக ஊனமுற்றவர்களை தனியானவர்கள் என்பார்களே, அப்படி அல்லாமல், தன்னை அசாதாரணமாக நினைக்கிறார்கள் என்பதை உணர்ந்துகொண்டான். தன் அப்பாவுடன் செய்துகொண்ட ஒப்பந்தத்திற்கு முக்கியத்துவம் கொடுக்க ஆரம்பித்தான், அது ஏன் இரகசியமாக இருக்கவேண்டும் என்பதைக்கூட ஓரளவு உணர்ந்துகொண்டான். அவனும் அவன் தந்தையும் விளையாடும் இந்த விளையாட்டை அவன் தாய் ஏற்றுக்கொள்ளமாட்டாள் என்று தெளிவின்றி அவனுக்குப் புரியவும் செய்தது. அவன் பள்ளியில் கொஞ்சம் கொஞ்சமாக ஏற்றிருந்த அந்தஸ்தினை அவளுடைய எதிர்ப்பு அழித்துவிடும் என்பதும் தெரிந்தது.

எல்லாவகுப்புகளிலும் தொல்லைகொடுக்கவேண்டும் என முடிவுசெய்தான். அந்தத் தொல்லைகள் அவன் ஆசிரியர்களுக்குப் பிடிக்காமல் போயிற்று. அவனுடைய கேள்விகளால் அவர்கள் மேலும் மேலும் குழப்பமடைந்தார்கள். அவனுடைய நோட்டுப்புத்தகத்தில் பெற்றோர்களை வரச்சொல்லிக் குறிப்புகள் எழுதலானார்கள். அவை வீட்டில் மகிழ்ச்சியையும் பயத்தையும் மாறிமாறி உண்டாக்கின. ஓஜா கவலைப்பட்டாள், ஆனால் தன் மகன் ஒரு மேதை என்பதில் அவளுக்கு மகிழ்ச்சியும் இருந்தது. அவன் சாதாரணமாக இருக்கவேண்டும் என்பாள், ஆனால் அவன் புத்திசாலித்தனத்தைப்பற்றி எல்லோரிடமும் சொல்லியும் வருவாள். கண் திருஷ்டி பட்டுவிடக்கூடாது என்று அவனுக்கு திருஷ்டி சுற்றிக் கரும்பொட்டு கன்னத்தில் இட்டாள். ஒரு குழந்தை ஜீனியஸ் என்ற பிம்பத்தை உண்டாக்குவது மிகவும் எளியது என்று கண்டுகொண்டான் அய்யன். குறிப்பாகப் பையன் புத்திசாலியாகவும், காதில்

கேட்கும் கருவி அணிபவனாகவும் இருந்தால் இன்னும் எளிதுதான். வாரத்திற்கு ஒருமுறை வகுப்பில் புதுமையாக ஏதோ ஒன்றைச் சொல்லிவிட்டு, அந்தக் கதையைக் காப்பாற்றவேண் டியதுதான்.

அது எளியதாகவும் வேடிக்கையாகவும் இருந்தது. ஆனால் அய்யனுக்கு இன்னும் கொஞ்சம் போதை தேவைப்பட்டது. எனவேதான் ஒரு கட்டுக்கதையை ஆதியைச் சுற்றி உருவாக்கி அதைச் செய்தித்தாளில் வரச்செய்தான். இன்னும் விளையாட்டு எளிமையாகத்தான் இருந்தது. காரணம், எந்தச் சமயத்திலும் அதிலிருந்து விடைபெற்றுக் கொள்ள முடியும். ஏதோ ஒரு நாள் அது முடிந்துதான் தீரவும் வேண்டும். அவர்கள் பிடிபடுவதற்கு முன்னால் அது முடிந்துவிடவேண்டும். இப்படியே கொஞ்சநாள் இருந்து விடுபட்டு விடலாம் என்று மனத்தில் நினைத்தான். தன் மகன் ஒரு மேதை என்ற கட்டுக்கதையை உருவாக்கியவன் தான் மட்டுமல்ல என்பதில் அவனுக்கு ஒரு ஆறுதலும் இருந்தது. பலபேர்—குறிப்பாகத் தாய்மார்கள், தங்கள் மகன்களைப் பற்றி அதிக அதிகமாகச் சுற்றிவிட்டவர்கள் இருந்தார்கள். மீனு ட்ருவெட் என்ற ஃபிரெஞ்சுப் பெண்ணை (அவள் பெயரை அவனால் உச்சரிக்கமுடியவில்லை)ப் பற்றி அவன் ஒருசமயம் படித்தான். எட்டு வயதாகும்போதே அவள் தன் கவிதைத் தொகுதியைப் பிரசுரம் செய்தாள். அவள் கவிதைகள் ஃபிரெஞ்சு இலக்கிய மேதைகளை நிலைகுத்தி நிற்கச் செய்தன. ஆனால் கடைசியில் சிலபேர், அவள் எழுதவில்லை கவிதைகளை, அவள் தாயார்தான் எழுதுகிறாள் என்றார்கள். சிறுமி மீனு சோதிக்கப்பட்டாள். பலபேர் முன்னிலையில் கவிதை எழுதுமாறு பணிக்கப்பட்டாள். அவள் செய்தாள். ஆனால் முழு விஷயமும் கடைசிவரை வெளிவரவேயில்லை. இன்றும்கூட அவள் ஒரு மேதைச்சிறுமியா, அல்லது அவள் தாயாரின் ஏமாற்றா என் பதைக் கண்டுபிடிக்கமுடியவில்லை. இன்னொரு பெண். இவள் ரஷ்யாவைச் சேர்ந்தவள். நடாஷா டெம்கினா. அவளுக்கு எக்ஸ்ரே பார்வை இருப்பதாக அவள் தாய் கூறினாள். நடாஷாவுக்கு அந்தத் திறன் இருப்பதாகப் பல மருத்துவர்கள் ஒப்புக் கொள்ளவும் செய்தார்கள். ஆனால் அவள் ஒரு ஏமாற்றுக்காரி என்று சொன்னவர்களும் இருந்தார்கள். அய்யன் அந்த அற்புதமான தாய்மார்களைச் சந்திக்க விரும்பினான். அவர்களைத் தான் புரிந்துகொண்டதாகவும், அவர்கள் செய்தனவற்றை ஏன் செய்தார்கள் என்று தெரிந்துகொண்டதாகவும் அய்யன் நினைத்தான்.

ஆனால் அவன் ரொம்பதூரம் செல்லமாட்டான். அவனுடைய விளையாட்டு சீக்கிரம் முடிந்துவிடும். அவன் மகன் எவ்வளவு தயார்நிலையில் அவனுடைய விளையாட்டை ஏற்றுக்கொண்டான் என்பது அவனுக்குச் சிலசமயங்களில் தொந்தரவு அளித்தது. சிலசமயங்களில், அதெல்லாம் ஒரு விளையாட்டு என்பதைப் பையன் மறந்து விடவும் செய்தான். தான் உண்மையிலேயே ஒரு மேதை என்று நினைக்க ஆரம்பித்துவிட்டான். ஜீனியஸ் என்ற வார்த்தையை அவன் விரும்பினான். அவன் தூக்கத்தில் அதைச் சொல்லவும் செய்தான்.

ஓஜாவின் கள்ளமற்ற முகம், முன்னிரவில் அவள் மஞ்சள்பூசிக் கொண்டிருந்த நிலையில், திடீரென ஒரு அசாதாரணமான வாழ்க்கை பற்றிய மாயை, இவையெல்லாம் அய்யனைத் தூங்கவிடாமல் செய்தன. அவளுக்கு உண்மை தெரியவேகூடாது, ஏனென்றால் அவனை அவள் மன்னிக்கவே மாட்டாள். அவன் இதுவரை சொன்ன பொய்களே அவள் மனத்தில் ஒரு கற்பனைக் கட்டுமானத்தை உருவாக்கியிருந்தன. அதிலிருந்து பின்வாங்க இப்போது முடியாது. காலதாமதம் ஆகிவிட்டது. அவள் இந்தப் பொய்களுடன்தான் வாழ்ந்தாக வேண்டும். ஒரு பெண்ணைத் தான் ஒரு முறை ஏமாற்றிவிட்டோம் என்பதைச் சொல்லாமலே அவளுடன் வாழ்நாள் முழுவதும் வாழ்கின்ற நிலை அவனுக்கு பயத்தை ஏற்படுத்தியது. ஈவிரக்கமற்ற நடைமுறைத் தன்மையால் அவன் உலகத்தில் பிழைத்தாலும், ஒருவனுக்குத் தன்மனைவியுடன் உள்ள தொடர்பு என்பது அதிகப்படியான தர்க்கஅறிவினால் பாழ்பட்டுவிடக்கூடாது என்று அவன் நம்பினான். திருமணத்திற்கு ஒழுக்கமதிப்புகளின் அபத்தத்தன்மை தேவைதான். அவன் வீட்டுக்கு வெளியிலிருந்த உலகத்தில் எதுவும் சரியோ தவறோ கிடையாது. ஒவ்வொருகணமும் ஒரு போராட்டம்தான், அதில் நரித்தனம் மிகுந்தவர்கள் வென்றார்கள். ஆனால் உலகத்தைப்போல வீடு அவ்வளவு பொருட்படுத்தத் தகாதது அல்ல. அவள் மகன் ஒரு மேதை என்று ஓஜாவை நம்பவைத்து முட்டாளாக்குவது ஒரு குற்றம். அதற்கு தண்டனை இல்லாத அளவுக்கு மிக தீவிரமான குற்றம். ஆனால் இந்த விளையாட்டு மிகப்பெரிய கவர்ச்சியாகவும் இருந்தது. அதை அவன் நேசித்தான்.

அதுதான் அவனுக்கு பயமாக இருந்தது. தன் மகனைச் சுற்றி அவன் கட்டியிருக்கும் கட்டுக்கதையின் கொடூரத்தன்மையில் அவனுக்கே வெறுப்பு இருந்தாலும், ஒருவேளை நிறுத்தமுடியாமல் போகுமோ என்ற பயமும் அவனுக்கு இருந்தது. மிக பயங்கரமான

கவர்ச்சியாக இருந்ததால், விளையாட்டின் போதையில் அவன் முழுகிக் கொண்டிருந்தான். சாராயம் குடித்த தனது சகோதரர்களைப் பற்றி நினைத்தான். அவர்களுடைய கண்களில் தப்பிக்கவேண்டும் என்ற வெறி தெரிந்தது. ஆனால் அவர்களின் வாழ்க்கையின் ஜீவனைவிட சாராயத்தின் சக்திமிகுந்த போதை மிகுதியாக இருந்ததால் அவர்களால் தப்பிக்கமுடியவில்லை. மேதைப் பையன் என்ற கட்டுக் கதையை உருவாக்குவதில் இருந்த போதை— அவனுடைய சிறிய குடும்பத்தை அவனுடைய ஓரறை வீட்டில் கட்டிப்பிடித்து உறங்கவைத்த கதைகள்—இவை எதையும் அவன் இழக்க விரும்பவில்லை. அவர்களிடம் இருந்தவை அவைதான். ஆகவே ஒருவன் என்ன செய்வது?

ஒரு சாதாரண மனிதன், தன் மனைவி, தன் வாழ்க்கையில் ஒரு கிளர்ச்சியை அனுபவிக்கவேண்டும் என்று நினைக்கிறான். எந்த ஒரு மனிதனாகப் பிறந்தவனும். சகித்துக்கொள்ளமுடியாத ஏழ்மையில் அவன் பிறந்தான். முனிசிபாலிடி விளக்குகளின் அடியில் அறிவின் துணுக்குகளை அவன் பொறுக்கிக்கொண்டான். தனக்கும் தன் குடும்பத்திற்கும் உணவு கிடைக்கச் செய்யவேண்டிய ஏமாற்றுகளைக் கற்றுக் கொண்டான். ஆனால் இவ்வளவுதூரம்தான் ஒரு தோட்டியின் மகன் செல்லமுடியும் என்பதால் இப்போது தடைப்பட்டுவிட்டான். அய்யனுக்கு அசாதாரணமான திறமை எதுவும் இல்லை. ஆனால் நம்பிக்கையின் பயனின்மை, எந்தவகையிலும் குறிப்பிட்டுச் சொல்லமுடியாத எதிர்கால வாழ்க்கையின் சோகம் ஆகியவற்றைப் புரிந்துகொள்ளும் அளவுக்கு புத்திசாலித்தனம் அவனிடம் இருந்தது. அப்போது ஒரு மனிதன் என்னதான் செய்வது? அவன் மகன் மேதை என்ற விளையாட்டு இல்லாமல், தனது வழக்கமான நடைமுறை வாழ்க்கை தன்னை மூச்சடைக்க வைத்துவிடும் என்பதை அவன் அறிவான். இல்லாவிட்டால், எதிர்காலம் எப்படி என்பது நன்றாகத் தெரிந்தே இருந்தது. நிறுவனத்திலிருந்த பார்ப்பனர்களுக்காகக் கடிதங்கள் எழுதுவான், அவர்களுக்கான தொலைபேசிகளைக் குறித்துக்கொள்வான், அவர்கள் உண்மையின் தேடலை சகித்துக்கொள்வான். அப்புறம் ஒவ்வொரு நாளும் பிடிடியின் நெட்டான காலனியப் படிகளில் ஏறுவான். அதன் சாவற்றவர்களின் ஊடாகக் கடந்து செல்வான். அப்புறம், அவனை இப்போதெல்லாம் பார்க்கவே செய்யாத ஒரு பெண்ணின் எந்திரம் போன்ற காதலில் அடைக்கலம் புகுவான். சொல்ல முடியாத அளவுக்கு மிகச் சாதாரணமான, ஓரறை வீட்டில், (மேலிருக்கும் கள்ளப் பரண் உட்பட) அதன் நூற்றி

எண்பது சதுர அடிப்பரப்பில் அவன் மொத்த வாழ்க்கையையும் கடத்துவான்.

அய்யன் இப்போது வேகமாக நடைபோடத் தொடங்கினான். ஏனென்றால் அப்படிச் செய்வது அவன் வாழ்க்கையின் துக்கங் களையும் பயங்களையும் அழியச் செய்தது. பிடிடி சாள்களை அவன் அடையும்போதெல்லாம் ஒரு குறித்த நோக்கம் உள்ளவனாகவே தோன்றினான். அதனால் ஒடிந்தபாதைவழிகளில் கிடந்த குடிகாரர்களின் தோல்வியுற்ற கண்கள் அவனைப் பொறாமை யுடனே நோக்கின. அங்கே, நோக்கத்துடன் இருந்த மனிதர்கள் அதிர்ஷ்டசாலிகள். உச்சித்தளத்தின் மஞ்சள் சுவர்க ளைக் கடந்து அவன் சென்றான். திறந்திருந்த கதவுகளின் ஊடாகப் படிகளை உணர்ந்தான். தாழ்வாரத்தில் பிள்ளைகள் விளையாடிக்கொண்டும் கத்திக்கொண்டும் இருந்தார்கள். கனவற்ற பெண்கள் தங்கள் தலைகளை மெதுவாக வாரினார்கள். வயதால் மூத்துத் தளர்ந்து கூன்போட்ட அமைதியான விதவைகள், தங்கள் கண்கள் ஏதோ ஒரு பழங்காலத்தில் நிலைத்திருக்க, வாசற்படிகளில் உட்கார்ந்திருந்தார்கள்.

தாழ்வாரத்தின் திறந்த கதவுகளின் ஊடே செல்லும்போதெல்லாம், ஒவ்வொரு அறையிலும் வாழ்க்கையின் ஒலிகளைக் கேட்கவே செய்தான். ஒரு பெண் இனிமேல் தான் வெங்காயமே வாங்கப்போவதில்லை என்று சொல்லிக்கொண்டிருந்தாள்—ஏன் என்று அவனுக்குத் தெரியாது. அடுத்தவீட்டில், ஒரு பியூன், தன் அலுவலகத்தில் யாரோ ஒருவரது பிறந்தநாள் கொண்டாட்டத்தில் யாரிடமிருந்தோ அமுக்கிய மிச்சமிருந்த கேக்கினைப் பகிர்ந்துகொண்டிருந்தான். கொஞ்சம் தள்ளி, யாரோ ஒருவன் தன் கைப்பேசியில் மாருதி ஜென்னின் விலை கேட்டுக்கொண்டிருந்தான். இவையெல்லாம் அவன் வழக்கமாகக் கேட்கும் குரல்கள்தான். ஆனால் அந்நியமான தொரு மொழியை இப்போதுதான் கேட்டான். ஒரு தாய் தன் மகனை அடிப்பதைக் கேட்டான். பையன் கூச்சலிட்டான். அவள் அவன்முதுகில் ஒரு அடி கொடுத்தாள். அந்தப் பையன் வாயிலடித்துக்கொண்டு தாழ்வாரத்தில் ஓடினான். பிறகு தன் வலியிலிருந்து தப்பிக்க விரும்புபவன் போல, அங்குமிங்கும் வேகமாக நடந்தான். இதுவரையில் அசாதாரணமான விஷயம் ஒன்றும் இல்லை. இப்போது அந்தப் பையனின் ஓலங்களுக்கும் மேலாக அவன் தாய் கத்துவது கேட்டது—“வீட்டுப்பாடத்தைச் செய், இல்லாவிட்டால் கொன்றுவிடுவேன்.”

இந்த இடத்தில் முன்னர் இதைக் கேட்டதே இல்லை. அப்படியானால், ஓஜா அவனுக்குச் சொன்னது உண்மைதான். ஆதியின் படம் எப்போது செய்தித்தாளில் வெளிவந்ததோ, அப்போதிருந்து, இந்தப்பகுதியிலிருந்த தாய்மார்கள் பைத்தியம் பிடித்ததுபோல் ஆகிவிட்டார்கள். தன் மகன் இப்போதிருப்பதைவிட இன்னும் இயல்புக்கு மாறானவனாக ஆகிவிடக்கூடாதே என்று ஓஜா அவனுக்காகப் பட்டங்கள், கிரிக்கெட் மட்டைகள், காமிக்குகள் வாங்கிக்கொண்டிருந்தபோது, அந்தப் பெண்கள் தங்கள் மகன்களை அடித்துப் படிக்கச் சொன்னார்கள்.

இரவு உணவுக்குப் பிறகு மூவரும் தார் பூசிய மேல்மாடிக்குச் சென்றார்கள். அரைச் சந்திரனின் கீழ் ஏற்கெனவே பல மங்கிய உருவங்கள் நிதானமாக நடந்துகொண்டிருப்பது கண்ணில் பட்டது. தூரத்து நிழலில் ஒரு தனிக் குடிகாரன் காதலையும் விடுதலையையும் பற்றிப் பாடினான். பருவ வயதுப்பெண்கள் குழுவாக நின்றுகொண்டு பையன்களைப் பார்த்து சிரித்துக்கொண்டிருந்தார்கள். வெளுத்தும் ஒல்லியாகவும் இருந்த பையன்கள் உணர்ச்சிமயமானதோர் நிலையில் இருந்தார்கள். பெண்களின் கவனத்தைக் கவரத் தங்களுக்குள் வேடிக்கைச் சண்டைகளில் ஈடுபட்டார்கள். மஞ்சள், மிளகாய் ஆகியவற்றின் அழியாத கறைகளோடுகூடிய இரவு உடைகளிலிருந்த இளம்தாய்மார்களான பெண்கள்கூட்டத்தில் ஓஜா கலந்துகொண்டாள். அந்தப் பெண்கள் ஓஜாவை பாசத்துடனோ, வெறுப்புடனோ பார்த்தார்கள். எது என்று அய்யனால் கண்டுபிடிக்கமுடியவில்லை. ஆனால் முன்னைவிட அவளைக் கூர்மையாகப் பார்த்தார்கள். இப்போதெல்லாம் ஓஜாவும், புற்றுநோயால் பாதிக்கப்பட்ட சிறார்களைப் பார்க்கச் செல்லும்போது ஓர் உலக அழகி மேற்கொள்ளுவது போன்ற ஒரு பாவனையான தன்னடக்கத்தையும், நேர்த்தியையும் மேற்கொண்டாள். அய்யன் தன் பையனின் சுட்டுவிரலைப் பிடித்துக்கொண்டு ஒரு தனித்த மூலைக்குச் சென்றான். தன் பழைய நண்பர்களை விலக்குவதற்காகத் தன் கைப்பேசியை ஆராய்வதுபோன்ற பாவனையில் இருந்தான். இருந்தாலும் அவர்கள் வரவே செய்தார்கள். அவன் அவர்களை வரவேற்கும் முறையில் புன்முறுவல் செய்தாலும், கைப்பேசியிலிருந்து கண்களை எடுக்கவில்லை.

ஒரு ஜலதாரையில் சிக்கியிருந்த டென்னிஸ்பந்தை ஆதி பார்த்துவிட்டான். வேறு எவரேனும் அதைப் பார்த்தார்களா என்று நோட்டமிட்டான். தன் விரலைத் தன் அப்பாவின் பிடியிலிருந்து விடுவித்துக்கொள்ள முயன்றான், ஆனால் முடிய

வில்லை. கஷ்டப்பட்டு இழுத்தான். ஆனால் வலுபோதவில்லை. இப்போது அப்பனும் மகனும் சிரித்துக்கொண்டிருந்தார்கள். ஆதி தன் அப்பனின் கையைக் கடித்துப்பார்த்தான். அதுவும் பயன்படவில்லை. "நான் போறேன்" என்றான்.

தன் தந்தை "சூபர்நோவான்னு சொல்" என்று சொல்வதை அவன் கேட்டான். இந்த விளையாட்டு அவனுக்கு மிகவும் பிடித்த மானது. ஆகவே டென்னிஸ் பந்தை மறந்துவிட்டான்.

"சூபர்நோவா" என்றான் அவன் அப்பன்.

"சூபர்நோவா" என்றான் ஆதி. "ஈசி."

"நட்சத்திரங்கள் எப்படி இறக்கின்றன மிஸ்?" என்றான் அய்யன்.

"நட்சத்திரங்கள் எப்படி இறக்கின்றன மிஸ்?"

"சூபர்நோவா ஆவது அன்றியும், நட்சத்திரங்கள் எப்படி இறக்கின்றன மிஸ்?"

"சூபர்நோவா ஆவது அன்றியும், நட்சத்திரங்கள் எப்படி இறக்கின்றன மிஸ்?"

"சூபர்நோவா ஆவது அன்றியும், நட்சத்திரங்கள் எப்படி இறக்கின்றன மிஸ்?"

"சூபர்நோவாக்களாக அன்றியும், நட்சத்திரங்கள் எப்படி இறக்கின்றன மிஸ்?"

"சூபர்நோவாக்களாக ஆவது அன்றியும்."

"எப்படி நட்சத்திரங்கள், சூபர்நோவாக்களாவது அன்றியும், இறக்கின்றன மிஸ்?"

"புத்திசாலிப் பையன்."

ஆதி தன் தந்தையின் கையிலிருந்து விடுபட்டு ஜலதாரையில் அடைபட்டிருந்த பந்தை எடுக்க ஓடினான். தரையில் படுத்துப் பந்தை இழுத்து எடுப்பதற்கு முன்னால் கபடமில்லாமல் சுற்றிலும் பார்ப்பதுபோலப் பார்த்தான். கொஞ்சநேரம் அதை வைத்து விளையாடினான். பிறகு தன் அப்பனைப் பார்த்து "எனக்கு பிரைம் நம்பர்கள் பிடிக்கும்" என்றான்.

அய்யன் அவனை கவனியாததுபோல இருந்தான்.

"பிரைம் நம்பருங்களை முன்கூட்டியே கணிக்க முடியாதுண்றதால அது எனக்குப் பிடிக்கும்" என்று சர்வசாதாரணமான உரையாடல் தொனியில் சொன்னான் ஆதி.

"எங்கிட்ட இப்படிப் பேசத் தேவையில்ல ஆதி."

"எப்படிப் பேசத் தேவையில்ல?"

"இப்ப எப்படி பிரைம் நம்பருங்களப்பத்திப் பேசினியோ அதுபோல."

"பிரைம் நம்பருங்களை முன்கூட்டியே கணிக்க முடியாதுண்றதால அது எனக்குப் பிடிக்கும்."

"சரி ஆதி, ஆனா இதுபோல எங்கிட்ட நீ பேசத் தேவையில்ல. சில சமயங்கள்ல மட்டும் தான் நாம இந்த கேம் விளையாடுவோம். எப்பவும் கூடாது. புரியுதா?"

3
அடித்தள 'அயிட்டம்'

அபர்ணா கோஷ்மௌலிக்கிற்கு அந்த நிகழ்ச்சி வேடிக்கையாக இருந்தது. இரத்தச் சிவப்பான திரைச்சீலை. தூக்கக்கலக்கத்தில் செல்வதுபோல மடிப்புகளாகக் கலைந்தது. எங்குபார்த்தாலும் எதிர்பார்ப்பின் அமைதி. இந்த நாடகம் எல்லாம், எவரோ ஒரு வருகைதரு விரிவுரையாளர் 'குவாண்டம் மெக்கானிக்ஸின் விளக்கங்கள்' என்ற தலைப்பில் பேசப்போகிறார் என்பதற்காக. இப்போது விளக்குகளும் மங்கலாகி விட்டன. பேச்சு தொடங்கிவிட்டது. ஒவ்வொரு ஆண்டும் வெளிச்செல்லும் ஆய்வு மாணவர்களை கௌரவிப்பதற்காக ஏற்பட்ட நிகழ்ச்சி இது. இந்த நிறுவனத்திற்குப் பட்டமளிப்புவிழா போன்றதொரு நிகழ்ச்சி என்றும் சொல்லலாம். ஆனால் பட்டமளிப்பு விழாவுக்குரிய கவுன்களோ, நிஜமான உலகில் இனிமேல்தான் இந்த ஆய்வாளர்கள் அடியெடுத்து வைக்கவேண்டும் என்ற அறிவுரைகளோ அற்ற விழா.

அரங்கம் நிறைந்திருந்தது. பக்கப்பகுதிகளில் நிழல்உருவங்கள் தெரிந்தன. சில பேர்களுக்கு மட்டும் அனுமதி மறுக்கப்பட்டு, வெளியிலே நின்றிருந்தார்கள். அவர்களுக்கு குவாண்டம் மெக்கானிக்ஸின் விளக்கங்கள் தேவையில்லை. அவர்கள் வாட்டமுற்ற நிலையில் இருந்தார்கள். பக்கவாட்டில் உட்கார்ந்து கொள்கிறோம் என்று கோபமாக மன்றாடினார்கள். ஆனால் இப்போது பக்கப்பகுதிகளும் நிரம்பி விட்டன. இது ஒரு புதிய இணை உலகம்.

இப்போது காதைச் செவிடாக்கும் கையொலி கேட்டது. மேடை மீது ஒரு சுமுகமான வெள்ளை மனிதரும் அரவிந்த் ஆசார்யாவும் தோன்றினர். இருவரும் மேடையின் நடுவிலிருந்த ஒளிவட்டத்தில் பிரம்பு நாற்காலிகளில் அமர்ந்தனர். அந்த மேடையின் பரப்பு ஒரு பாலே நடனத்தையே நடத்தும் அளவுக்கு இருந்தது. ஆனால் நிறுவனம், விரிவுரைகளை மட்டுமே அனுமதித்தது. நீளமான நேரான தன் கூந்தலின்மீது அளவற்ற ஈடுபாடு கொண்டிருந்த ஓர் அழகான பெண், உரையாற்றுமிடத்தில் தோன்றினாள். 'என் கூந்தலைப் பாருங்கள்', 'என் கூந்தலைப் பாருங்கள்' என்று அவள் சொல்லப்போகிறாள் என்று அபர்ணா நினைத்தாள். மாறாக அந்தப் பெண், "அறிவியல் என்பது மனித மனத்தின் பரிணாமம். மனித இனத்தின் உண்மையான வரலாறு அதுதான்" என்று ஆரம்பித்தாள். இந்தமாதிரிச் சில வரிகளுக்குப் பிறகு மேடையிலிருப்பவர்களுக்கு எந்த அறிமுகமும் தேவையில்லை என்றாள். பிறகு அவர்களை அறிமுகப்படுத்தத் தொடங்கினாள்.

அந்தப் பெண் நிறுவனத்தைச் சேர்ந்தவளல்ல. அவளை எங்கிருந்து இந்த மனிதர்கள் பிடித்தார்கள் என்று நினைத்தாள் அபர்ணா. விருந்தினரை அறிமுகப்படுத்தி அவர்களிடம் பூங்கொத்துகளை அளிக்கமுடியுமா என்று தன்னிடம் ஜனா நம்பூதிரி கேட்டதை நினைத்தாள். 'அங்கே கொஞ்சம் அழகு வேண்டும்' என்றார் ஜனா. அவரை மறுக்கவேண்டும்போலத் தோன்றியதால், அவள் அந்த வேண்டுகோளை ஏற்கவில்லை. ஆண்களின் அற்பத்தனத்தையும், இந்த மாதிரி நிகழ்ச்சிகளில் பெண்கள் கொண்டுவரக்கூடிய அழகியல் மேம்பாடுகளையும் அவள் அறிந்திருந்தாலும், பெண்களை சடங்குத்தனமான பொம்மைகளாகப் பயன்படுத்துவதில் அவளுக்குத் தனிப்பட்டமுறையில் உடன்பாடில்லை. அப்போது அவளுக்குப் பிடிபடாத சில காரணங்களால், நிழலில் மறைந்திருந்து ஆசார்யாவை நோக்குவது என்றும் முடிவுசெய்துகொண்டாள்.

அவரிடம் தொடக்கத்தில் காணப்பட்ட இணக்கத்தன்மை இப்போது மறைந்து விட்டது. அவருடைய சிவந்த கன்னங்கள் இளகியதுபோலத் தோன்றின. அவருடைய குழந்தைப்பருவ மொட்டைத்தலை விளக்குகளின் ஒளியில் பளபளத்தது. பார்வை யாளர்களைக் கலக்கத்தோடு பார்த்தார். பேச்சாளர் கீபிள் தன் நாற்காலியிலிருந்து எழுந்து பேச்சுமேடைக்குச் சென்றார். இரண்டு டம்ளர் தண்ணீர் குடித்தார். உயரமான, ஒல்லியான மனிதர். வயது முதிர்ந்தவராகவும் இனிமையானவராகவும் தோன்றினார். "இந்த மாதிரியான ஒரு கூட்டத்தில் பேசுவது மிகவும் சந்தோஷத்தைத்

தருகிறது" என்று ஆரம்பித்தார். பிறகு ஆசார்யாவைப் பார்த்தார். கொஞ்சம் அச்சத்தையும் அளிக்கிறது என்றார்.

அரங்கத்தில் ஒரு மென்மையான சிரிப்பலை ஊடுருவிச்சென்றது. சிலபேர் தாங்கள் அந்த வேடிக்கையைப் புரிந்துகொண்டோம் என்று காட்டுவதற்காகக் கடைசியாக உரக்கச் சிரித்தார்கள். கீபிள் தன் விரிவுரையைத் தொடங்கினார். பேச்சு முழுவதும் ஆசார்யா எப்படி நடந்துகொண்டார் என்பதை அப்படியே பின்பற்றி, அபர்ணா குவாண்டம் மெகானிக்ஸின் விரிவுரைகளைப் பொறுத்துக்கொண்டாள். தன்வயமற்ற நிலையில் அவர் வாயைத் திறப்பார், அல்லது கூரையை வெறித்துப்பார்ப்பார். அல்லது ஒரு குவளை நீர்வேண்டும் என்று யாருக்காவது சமிக்ஞை செய்வார். அல்லது அவர் முகத்தில் கீபிள் சொன்ன ஏதாவதொன்றைப் பற்றி வெளிப்படையான சிரிப்பு தோன்றும்.

ஒரு குறிப்பிட்ட சமயத்தில், அவர் கீபிளை மிகக் கோபமாகப் பார்த்தார். அவள் பயந்துபோனாள். முட்டாள்தனமாக அவர் எதுவும் செய்துவிடக்கூடாது என்று அவளுக்குத் தோன்றியது. கீபிள் காலத்தைப் பற்றிப் பேசிக்கொண்டிருந்தார். ஓர் ஆபத்தான முடிவுக்குச் சென்றுகொண்டிருந்தார். "ஸ்டீபன் ஹாகிங்ஸுக்குத் தான் முன்னால் சொன்னதைப்பற்றிச் சந்தேகங்கள் இருந்தாலும், காலமெனும் அம்பு இருபுறமும் போகிறதென்றே நான் கருதுகிறேன். சில நிலைமைகளில் நாம் கடந்த காலத்தை அல்ல, எதிர்காலத்தை மட்டுமே நினைக்கிறோம். அலை எழுந்த பிறகும் கல் விழக்கூடும். காலத்தைப் பின்னோக்கிச் செலுத்தலாம்."

ஆசார்யாவின் ஆழமான நாடகத்தனமான குரல் எழுந்தது. "முடியாது." அடுத்த முறை சற்றே மென்மையாகக் கூறினார், "அது முடியாது."

கீபிள் கொஞ்சம் சங்கடத்துக்கு ஆளானதுபோலத் தோன்றினார். ஆனால் பார்வையாளர்களின் தன்னிச்சையான மூச்சுத்திணறல்கள், பிறகு சிரிப்பு, பிறகு எழுந்த விழாக்கால முணுமுணுப்புகள் ஆகியன அதிர்ச்சியைக் குறைத்தன. மேலும் ஆசார்யாவின் குரலில் எவ்விதக் குரோதமும் இல்லை. ஆசார்யாவின் எதிர்ப்புரை, அறிவியலின் மெய்யான பொருளை ஒருவிதத்தில் எழுப்புவதாக இருந்தது. அவ்வாறு தான் அது புரிந்துகொள்ளவும் பட்டது.

"நாம் இதைப் பற்றிப் பின்னால் பேசுவோம் அரவிந்த்" என்றார் கீபிள், சுமுகமாக. "உங்களுக்கு நேரமிருந்தால் நாம் நேற்று சந்திக்கலாம்."

பிறகு ஆசார்யா தன் கால்சட்டைகளை இடுப்பைச் சுற்றி இறுக்கிக்கொண்டு பேச எழுந்தார். அபர்ணா சிரித்தாள். அவளை அடுத்திருந்த மனிதர், அக்கறையோடு தன் கண்களை எதிர்பார்ப்புடன் மேடைக்குத் திருப்புவதற்கு முன் அவளை விசித்திரமாகப் பார்த்தார். ஆசார்யா ஒரு யானையைப்போலப் பேச்சுமேடைக்குச் சென்றார். தன்னைச் சுற்றியுள்ள உலகம் அமைதியில் ஆழ்வதை அபர்ணா கவனித்தாள். ஒரு மாயமான, முழுமையான அமைதி. அவர் மைக்கை மென்மையாகத் தட்டியபோது ஏற்பட்ட கீச்சொலியில் அது மறைந்தது.

"ஹென்றி கீபிள் எனக்கு மிகவும் பிடித்தவர், அதனால் குவாண்டம் இயற்பியலின் இறுதி நெருங்குகிறது என்று சொல்ல மனம் உறுத்துகிறது" என்றார். அவர் குரல் ஆண்மையும் ஆற்றலும் கொண்டதாக இருந்தாலும், கள்ளமின்றி, முரட்டுத்தனமாக, தூயதாக இருந்தது. "மிகப்பெரிய ஹேட்ரன் காலிடர் உண்மையிலேயே புதிதாகச் சொல்லப்பட்ட பல்வேறு துகள்கள் உண்மையில் இல்லை என்பதை உறுதிப்படுத்துகிறது. ஆனால் முப்பது வருடங்களாக இந்தக் குப்பையைத்தான் நம்மில் பலர் பேசிவந்திருக்கிறோம். ஒருவேளை இன்று இயற்பியலாகக் கருதப்படாத பல விஷயங்களைப் புரிந்துகொள்ளாமல் குவாண்டம் இயற்பியலை நம்மால் புரிந்து கொள்ளமுடியாது என்பதாக இருக்கலாம். அந்த விஷயங்கள்...." அவர் நிறுத்தினார். அதைச் சொல்லவேண்டுமா என்ற கேள்வி அவருக்குள் எழுந்ததுபோல் இருந்தது. அதைச் சொல்லவில்லை.

"இன்று ஒரு புதிய இயற்பியல் எழவேண்டிய நேரம் வந்து விட்டது என்று நினைக்கிறேன்" என்றார். "உண்மையாக, இந்தப் புதிய இயற்பியல் எவ்வாறு இருக்கும் என்பது பற்றி எனக்கு ஒன்றும் தெரியாது. எப்படியிருப்பினும், அந்தப்புரட்சியில் நான் பங்குகொள்ளப்போவதில்லை. எனக்கு வயதாகிவிட்டது. ஒருவேளை இந்த அரங்கில் இருப்பவர்களில் ஒருவர் எதிர்காலத்தில் ஒருநாள் அதை நமக்கு அறிமுகப்படுத்தலாம். ஆனால் இது அல்ல இன்று நான் பேச வந்த விஷயம்.

இங்கே ஆராய்ச்சிமாணவர்கள் இருக்கிறார்கள். அவர்கள் நம்மைவிட்டு இந்த ஆண்டு செல்லப்போகிறவர்கள். பிற பல்கலைக்

கழகங்களில் அவர்கள் தங்கள் ஆர்வங்களைத் தேடிக்கொள்வார்கள். நான் முக்கியமாக ஒன்றை உங்களுக்குச் சொல்ல வந்தேன். மனிதன் இப்போதுதான் மேற்புறத்தைச்சுரண்டத் தொடங்கியிருக்கிறான் என்ற நினைவோடு வெளியே செல்லுங்கள். அது ஆழமான சுரண்டல்தான், அதற்காக நாம் பெருமைப்படவேண்டும். ஆனால் இனிமேலும் செய்யவேண்டிய வேலைகள் ஏராளமாக இருக்கின்றன. நான் இப்போது உங்கள் வயதில் இருக்கலாகாதா என்று நினைக்கிறேன். அவ்வளவு இருக்கிறது, செய்வதற்கு. ஆனால் நீங்கள் என்ன செய்ய வேண்டும் என்று நான் யூகக்குறிப்புகளைத் தரலாகாது. உண்மையில் நீங்கள் என்ன செய்யக்கூடாது என்பதைத்தான் நான் இங்கே சொல்லவந்தேன். அதைச் சொல்வ தற்கு இனிமையான வழி எதுவும் இல்லை. எனவே என் வழியிலேயே அதைச் சொல்கிறேன். உங்களில் பெரும்பாலோர் உண்மையில் எதையும் கண்டுபிடிக்காமல் இருக்கலாம். இந்தப் பிரபஞ்சத்தை உலகுக்கு விளக்கக்கூடிய சமன்பாடுகளுக்கு நீங்கள் எதையும் கண்டுபிடித்துக்கொடுக்காமலும் இருக்கலாம். ஆனால் உங்களுக்கு அசாதாரணமான புத்திக்கூர்மை உடைய மனிதர்ளைச் சந்திக்கும் வாய்ப்புக் கிடைக்கும். உங்களைவிட அறிவில் சிறந்தவர்கள். அவர்களுடைய வழியில் குறுக்கிட வேண்டாம். மனநிறைவற்று குழுக்களாகச் சேர்ந்து ஆட்டங்களில் ஈடுபடவேண்டாம். திறமைக்கு, நிஜமான திறமைக்கு மதிப்புக்கொடுங்கள். அதை வணங்குங்கள். புத்திசாலிகள் எப்போதுமே வெறுக்கப்படுவார்கள். அதை வைத்து வீழ்த்தி உயரத்திற்குச் செல்ல வேண்டாம். சாத்தியப்பாடுகளின் விதிகளின்படி உங்களில் பெரும்பாலோர் நடுத்தரமாகத்தான் இருப்பீர்கள். அதை ஏற்றுக்கொள்ளுங்கள். நடுத்தரத்தன்மையின் அவலம் என்னவென்றால், அவர்கள்தான் தலையை ஆட்டிக் கொண்டு, தரம் வீழ்ச்சியடைந்துவிட்டது என்பார்கள். எனவே குழப்பாதீர்கள். எப்போது குறுக்கிடாமல் விலக வேண்டும் என்பதைத் தெரிந்துகொள்ளுங்கள். உண்மையை கம்பீரமாக வெளிக் கொண்டுவருவதில் உங்களில் பெரும்பாலோர் பக்கக்காட்சிகளாக, உதிரிகளாகத் தான் இருப்பீர்கள். அதனால் என்ன? அதை நீங்கள் ஒப்புக்கொண்டு சிறந்த மூளைகள் தங்கள் பணியைச் செய்யட்டும் என்று விட்டுவிட்டால், அறிவியலுக்கும் மனித இனத்திற்கும் உங்கள் சேவையைப் புரிந்தவர்கள் ஆவீர்கள்."

அரங்கத்திலிருந்த முகங்களை அபர்ணா பார்த்தாள். அதில் வலியும் தெரிந்தது, ஒப்புதலும் இருந்தது. அவர்கள் கண்களிலிருந்த ஒளியைப் பார்த்தாள். அது வாழ்க்கையில்

அவள் என்றும் மறக்கமுடியாத ஒரு கணம். அவர்கள் ஒரு மந்திர உச்சாடனத்தின் மயக்கத்தில் இருந்தார்கள். தன் மனத்தை வெளிக்கொட்டிக்கொண்டிருக்கும் ஒரு பழங்கால மேதையின் கருணையை எதிர்பார்த்திருந்தார்கள் அவர்கள். ஆசார்யா வேறு தலைப்புக்கு மாறியவுடனே இறுக்கம் நெகிழ்ந்தது. அவர் பலூன் மிஷனைப் பற்றிப் பேசத்தொடங்கினார். மிகநுணுக்கமான விண்வெளிஉயிர்கள் பூமிக்கு விழுந்து கொண்டே இருக்கிறார்கள் என்ற தன் கொள்கையை அவர்கள் மனத்தில் விதைத்தார்.

"அவற்றைக் கண்டுபிடிப்போம்" என்றார் ஆசார்யா.

இந்தப் பேச்சுகளுக்கு இரண்டு நாட்கள் பின்னர் பலூன் மிஷனுக்கான பணி தீவிரமாகியது. தூங்கிக்கிடந்த மெஷின்களும், பெட்டிகளும், அடித்தளத்தில் இருந்த கடன் வாங்கிய பணியாளர்களும் உயிர்பெற்றார்கள். நிறுவனத்தின் அடிவயிற்றில் இருந்த ஆராய்ச்சியகம் தீவிரச் செயல்பாட்டின் களமாக மாறியது. நிறுவனத்திலேயே அதுதான் இப்போது மிக முக்கியமான இடம். அதன் செயல் இணைப்பு மூன்றாவது தளத்திலிருந்த ஆசார்யாவின் அறையில் இருந்தது. அவர் நிறுவனத்திற்குக் காலை ஒன்பது மணிக்குள் வரத் தொடங்கினார். முன்னைவிட அதிக இலட்சியங்களுடன் வேகமாகத் தாழ்வாரங்களில் நடந்தார். வால்நட்சத்திரத்தின் வால்போல அவருக்குப் பின்னால் ஆய்வு உதவியாளர்கள் பலர் பின்தொடர்ந்தனர். உலகின் பல பகுதிகளிலும் இருந்த ஆசார்யாவின் நண்பர்கள் சிறிதுகாலம் தங்கி உதவி புரிவதற்கென வந்தனர். பழைய நண்பர்களின் மத்தியில் அவரால் சற்று ஆசுவாசமாக இருக்கமுடிந்தது. உலகத்தை வெறுத்த தன் மனநிலையிலிருந்து சற்றே தளர்ந்திருக்கவும் முடிந்தது. ஒரு காலத்தில் அவர் எப்படியிருந்திருப் பார் என்பதை அபர்ணாவால் ஓரளவு யூகிக்க முடிந்தது.

வெகுதொலைவில் எப்போதும் பதிந்திருக்கும் அவரது கண்கள், இப்போது உடனாளர்களின் மீதான அன்புடன் காட்சியளித்தன. தன் வழியில் வந்த நண்பர்களை அழுத்தமாகத் தழுவிக்கொண்டார். விழாக்கால ஒன்று சேர்தல் போன்று அமைந்த கூட்டங்களில், தங்கள் பொற்கால நாட்களைப் பற்றி வயதானவர்கள் பேசினர். ரொம் பச் "சாதாரணமானவர்"களுடன் அவர்கள் போடவேண்டியிருந்த சண்டைகளைப் பற்றிக் கூறினர். ஆசார்யாவுடன் தங்குவது எளிதாக இருந்தது. பலூன் மிஷனுக்கு ஒரு பெயர் வேண்டுமென்று யாரோ தெரிவித்தபோது அதை அற்பத்தனம் என்று அவர் கருதவில்லை. அதைப்புரிந்துகொண்டு மகிழ்ச்சியாக இருந்தார். ஒரு குறுகிய

அமைதியில் அவர் திளைத்து, சூபர்மேன் என்று கத்தினார். அவருடைய அதிரடிச் சிரிப்பு, அவர் தொந்தியை ஊஞ்சலாடச் செய்தது. ஒரு பட்டன் தெறித்தது. அவர்கள் பல பெயர்களை விவாதித்தார்கள். கடைசியாக அதை பலூன் திட்டம் அல்லது பிபி என்றே அழைப்பது என்ற முடிவுக்கு வந்தார்கள்.

ஆசார்யாவினுடைய அலுவலகம், ஒரு சந்தடி மிக்க இடமாக மாறியது. அய்யன் மணி இப்போதெல்லாம் தன் ஊடகப்பணியைச் செய்வதில்லை. எல்லாவிதமான ஆட்களும் நேராக வந்துபோனார்கள். ஆனால் தொடக்கச் செயல்களுக்குப் பிறகு, பழைய நண்பர்கள் தங்கள் வாக்குறுதிகளை நிறைவேற்றிய பிறகு, தங்கள் தங்கள் நாடுகளுக்குச் சென்றுவிட்டார்கள். ஆசார்யாவினுடைய அறை தன் பழைய அமைதிக்கு வந்தது. அய்யன் கொஞ்சம் கொஞ் சமாகப் புற உலகத்திற்கும் ஆசார்யாவுக்கும் இடையிலான சுவரை மறுபடியும் உருவாக்கினான். ஆனால், நிகழ்ச்சிகளின் இயல்பான விசை, அபர்ணாவுக்கு ஆசார்யாவின் அறைக்குள் எப்போது வேண்டுமானாலும் நுழையலாம் என்ற மறுக்க முடியாத உரிமையைக் கொடுத்ததால், அய்யன் மணியின் முக்கியத்துவம் சற்றே குறைந்துபோயிற்று. ஆசார்யா தனது நேரத்தில் பெரும்பகுதியை அவளுடன் கழிக்கத் தொடங்கினார். அவ்வப்போது இரவுநேரங்களின் அமைதியினூடேயும் அவர்கள் ஒன்றாகப் பணிசெய்தார்கள்.

நள்ளிரவைக் கடந்த நேரம். நிறுவனத்தில் பெரும்பாலும் அவர்கள் மட்டும்தான் இருந்தார்கள். அவருடைய அறையிலிருந்த தனியொரு ஜன்னல் சாத்தப்பட்டிருந்தது. ஆனால் வரப்போகும் பருவமழையின் வாசனை காற்றில் இருந்தது. உப்புமணம், ஈரமண்வாசனை இவற்றின் வீச்சு, தூக்கத்தை உண்டாக்கியது அல்லது பழைய மழைகளின் ஞாபகத்தைக் கொண்டுவந்தது. ஆசார்யா வந்து சேரவேண்டிய ஆய்வக உபகரணங்களின் நீண்டதொரு பட்டியலை வாசித்துக்கொண்டிருந்தார். கடைசியாக அவற்றிற்கு ஓய்வுதரவேண்டி பட்டியலிலிருந்து கண்களை எடுத்தார். கண்ணாடிகளை அகற்றி, தன்னுடைய பரந்த கருப்பு நாற்காலியில் சாய்ந்து கைகால்களை நீட்டித் திமிர் விட்டார். தனக்கு எதிரில் மேஜையின் குறுக்கே உட்கார்ந்திருந்த பெண்ணைப் பார்த்தார்.

அவளுடைய தலை ஆழ்ந்த கவனத்தில் கவிந்திருந்தது. அபர்ணா, 'எலிமெண்டரி டிஸ்கிரிப்ஷன்ஸ் ஆஃப் நான் கல்ச்சுரபிள்

பாக்டீரியா' என்ற புத்தகத்தை வாசித்துக்கொண்டிருந்தாள். அச்சத்தைப் போக்கக்கூடிய, பெருமளவு இனியதொரு காட்சியாகத் தென்பட்டாள். எந்தவிதக் குறிப்புமற்ற ஒரு மகிழ்ச்சி அவள் இதயத்தில் இருந்தது. எளிதாகச் சிரித்தாள். முன்பே அவள் அந்த வேடிக்கைத் துணுக்கைக் கேட்டிருந்ததுபோலவும், இருந்தாலும் அதை விரும்புவது போலவும், அவளுடைய சிரிப்பில் ஏதோ ஒரு பெண்மைப் பொறுமை காண இருந்தது. அவள் 'ச்சுக்'கொட்டியபோது, குறிப்பாக பலூன் மிஷனுக்கு ஒரு பெயரைக் கண்டுபிடிக்க ஆண்கள் திண்டாடியபோது, அவள் ஒரு கையால் வாயைப் பொத்திக் கொண்டு சற்றே வளைவாள். மேலும் அவளிடம் எப்போதுமே எலுமிச்சையின் ஒரு மணம் இருந்தது. ரொம்பவும் விலை உயர்ந்த எலுமிச்சை. லாவண்யாவை விடச் சில அங்குலம் உயரம் குறைவுதான், ஆனாலும் உயரம் அதிகம்போலக் காணப்பட்டாள். ரொம்பவும் திடம், பலம், சுறுசுறுப்பு. மிகவும் நேர்த்தியும்கூட. அவளுடைய பெரிய ஆலிவ்பச்சை நிறப் பையிலிருந்து எப்போதும் திசுக்களைக் காட்டிக்கொண்டிருப்பாள்.

'சிறுபெண்' என்று நினைத்தார் அவர். பிறகு, அவள் சிறு பெண்ணாக ஒருகாலத்தில் இருந்ததால், இப்போதும் அப்படி நினைப்பது முட்டாள்தனம் என நினைத்தார். ஆனாலும் அவள் இறந்தால், ஒருவேளை மர்மமாகக் கொலை செய்யப்பட்டு இறந்து போனால், செய்தித்தாள்கள், 'முப்பதுவயதுப் பெண் சந்தேகத் துக்கிடமான சூழ்நிலையில் இறந்து கிடந்தாள்' என்றுதான் செய்திவெளியிடும். முப்பது வயதைப் பெண்ணாக, பெண்மணியாகக் குறிப்பவர்கள், இளம்பெண் அல்லது சிறுபெண் என்று ஏன் குறிப்பதில்லை என வியப்படைந்தார். அவளும்கூட ஒருநாள் இறந்துபோகலாம், ஆனால் இயற்கை அதுதான் என்பதற்காக வருத்தம் அடைந்தார். அவளுக்குள் அவ்வளவு உயிர்ப்பு, அவ்வளவு அழகு குடிகொண்டிருந்தது. அதிர்ச்சி தரக்கூடிய முகம் அவளுக்கு. அதை இப்போது உடனே காணமுடியவில்லை. வருத்தத்தோடு, எழுச்சி பெற்றிருந்த மார்புகளைப் பார்த்தார். அவளுடைய நீண்ட விரல்கள், அவளுடைய நீண்ட இளம் கழுத்திலிருந்த ஒரு பொன்சங்கிலியுடன் விளையாடிக்கொண்டிருந்தன. அவளுடைய கால்களைக் காண முயற்சி செய்தார். ஆனால் அந்தக் கோணத் திலிருந்து அவை தென்படவில்லை. அவளுடைய மெல்லிய காலணிகள்மீது மென்மையான கால்விரல்கள் பதிந்த நேர்த்தியை அவர் இரசித்தார். அவளுடைய கால்நகங்கள் எப்போதுமே

சிவப்பு(ப்பூச்சு)தான், ஆனால் கைவிரல் நகங்கள் இளம்சிவப்புநிறத்தில் இருந்தன. இன்னும் குனிந்தேயிருந்த அவள் தலைமீது கவனத்தைச் செலுத்தினார். அவளுடைய அடர்த்தியான நிஜமான கருமைநிற முடி நன்கு இழுத்து இறுக்கமான குதிரைவாலாகப் பின்னால் கட்டப்பட்டிருந்தது. அதை வேடிக்கையென உணர்ந்தார்.

“உன்னுடைய தலைமுடியை நான் வாசித்தால், இசை எழக்கூடும்” என்றார்.

அபர்ணா நிமிர்ந்து பார்த்தாள். அவர்களுடைய கண்கள் சந்தித்தபோது, அவளைப் பார்க்கக்கூடாது என்று தோன்றியது ஏன் என்று அவருக்குப் புரியவில்லை. “சும்மா, உற்றுப்பார்த்தேன்” என்று பேப்பர்வெயிட்டைப் பார்த்தபடி கூறினார்.

“சாரி, ஏதாவது சொன்னீர்களா?”

“ஒன்றும் சொல்லவில்லை. ஒன்றும் முக்கியமானதல்ல, உண்மையில்.”

சிரித்துவிட்டு, அவள் ‘எலிமெண்டரி டிஸ்க்ரிப்ஷன்ஸ் ஆஃப் நான்கல்ச்சுரபிள் பாக்டீரியா’வுக்குத் திரும்பினாள். ஆனால் அவள் படிக்கவில்லை. கொஞ்சநேரமாகவே அவள் படிக்கவில்லை. “வாசித்துப்பார்க்கவேண்டும் நீங்கள்” என்று சொல்ல விரும்பினாள். அவளை அறியாமலே ஒருவிரல் கன்னத்தில் விழுந்த ஒரு முடியைச் சுருட்டியது. அவர் பார்க்கிறார் என்பது அவளுக்குத் தெரியும். அவளுடைய இதயம் அடித்துக்கொண்டிருந்தது. அவள் நெஞ்சு உலர்ந்துபோயிற்று. தான் குழப்பமுற்றிருந்ததையும் தனக்கு எவ்வித நம்பிக்கையும் இல்லை என்பதையும் ஒப்புக்கொள்ளத் தயாராக இருந்தாள். இந்த நாட்டில் எத்தனையோ கவர்ச்சிவாய்ந்த இளைஞர்கள் இருந்தார்கள், எல்லாம் நல்ல கூர்மையான ஷூக்களையும் அணியத்தொடங்கியும் இருந்தார்கள். ஆனால் இங்கே இவள், ஓர் அரக்கன்போன்ற வானியலாளர்— அவருடைய தொந்தியால் சட்டைப் பொத்தான்கள் அறுந்துவிழும் நிலையில் இருப்பவர்—இவளை இன்னும் கூர்மையாகப் பார்க்கவேண்டும், இவள் தலைமுடியை ஏதோ செய்யவேண்டும் என்று எதிர்பார்க்கிறாள். ஆனால் அவருக்கு மிக அழகான முகம்தான். சிலசமயங்களில் குழந்தைபோல நோக்குகின்ற தூய ஒளிமிகுந்த கண்கள். எவ்வளவு தூரம் ஓர் ஆண் பெண்ணைப் பைத்தியமாக்க முடியும் என்பதை அவள் அறிவாள். அதற்காக பயப்படவும் செய்தாள். ஆனால் அவளால் என்ன செய்ய முடியும்?

ஒரு மணிநேரம் கழித்து அவர்கள் முன்னறைக்குச் சென்றார்கள். அய்யன் நீண்ட நேரத்திற்கு முன்னாலேயே போய்விட்டான். இப்போது முற்றிலும் காலியாக இருந்த தாழ்வாரத்தின் வழியே சென்றார்கள். அவர்கள் மௌனமாகச் சென்றது, அவர்களை குற்றத்தின் உடனாளிகள் போல ஆக்கியது.

வாகனவழியின் பக்கத்திலிருந்த அவளுடைய வெள்ளிச்சாம்பல்நிற பாலினோ காருக்கு ஆசார்யா அவளுடன் நடந்துசென்றார். அசிரத்தை என்று அவள் நினைத்த முகத்தோடு அவள் காரில் ஏறி உட்கார்ந்தாள். அவள் புறப்பட்டுச் சென்றபோது அவர் கையசைத்தார். பிறகு இரவுக்காவல்ஆளின் குழப்பமான முகத்திலிருந்து, கருப்புவாயில்கள் வழியே அவள் சென்று நீண்ட நேரம் கழித்தும் தான் கையை அசைத்துக்கொண்டே இருந்ததைப் புரிந்துகொண்டார். பின்னோக்குக் கண்ணாடி வழியாக அபர்ணா தன்னைப் பார்த்துச் சிரித்தாளா என்று கேட்டுக்கொண்டே வீட்டுக்குப் போனார்.

அவள் காருக்குள் ஒரு வார்த்தையும் பேசாமல் ஏறி உட்கார்ந்தது புதுமையாக இருந்தது. தனிப்பட்டதொரு அபிப்பிராயத்தைச் சொன்னதற்காக ஒருவேளை அவள் கோபமாக இருந்திருக்கலாம். அவளைத் தொலைபேசியில் கூப்பிட்டுக் 'கோபமாக இருக்கிறாயா' என்று கேட்கவேண்டுமென நினைத்தார், ஆனால் அது சுத்தமான முட்டாள்தனம். சாவியை நுழைத்து, தன் வீட்டுக்கதவை மிக மெதுவாகத் திறந்தார். லாவண்யா எழுந்துவிடக்கூடாது. இருட்டில் கூடத்திலிருந்து படுக்கையறை வரை தடவிக்கொண்டே சென்றார். தன் கையை நெற்றியில் வைத்துக்கொண்டு படுக்கையில் லாவண்யா படுத்திருப்பது நன்றாகத் தெரிந்தது. மேலும் கேரளாவின் குணமாக்கும் எண்ணெய்களின் வாசனையும் அவரிடம் வந்துசேர்ந்தது.

கண்ணாடிகள் திறந்தே இருக்க, மெரீன் டிரைவ் வழியாக அபர்ணா காரை ஓட்டிச் சென்றாள். சாலை காலியாக இருந்தது. எலுமிச்சை மஞ்சள் நிறத் தெருவிளக்குகளின் ஒளியில், மிதமான தூறல் அலைந்துகொண்டிருப்பதைப் பார்த்தாள். ஆசார்யாவின் கண்களைப் பற்றி நினைத்துக்கொண்டிருந்தாள்.

ப்ரீச் கேண்டியில், ஓர் உயர்ந்து நின்ற கட்டடத்தின் வாயிலில் ஒரு பாதுகாப்புக் காவலன் அவளை உள்ளே விட்டான். அவனுடைய சிறிய நகர்ப்புறக் கண்கள், இவ்வளவு காலதாமதமாக வீடு திரும்பும் ஒரு பெண்ணைப்பற்றிய வெறுப்பைக் காட்டின.

லிஃப்ட் கதவுமூடிக் கொண்டு நிலைக்கண்ணாடியானதும், அபர்ணா அதை எச்சரிக்கையாக உற்றுநோக்கினாள். அவள் தலைமுடி தாறுமாறாகக் கலைந்திருந்தது, அவளுடைய நீண்ட மேலுடை மிகவும் கசங்கியிருந்ததில், ஏதோ ஒரு செயலாளி போலத் தன்னை உணர்ந்தாள்.

தன் அடுக்குக் குடியிருப்பில் அவள் நுழைந்தபோது தான் ஏன் இவ்வளவு ஒளிவுமறைவாக மாறிவிட்டோம் என்று யோசித்தாள். ரொம்பவும் மகிழ்ச்சியான ஒரு தவறினைச் செய்ததுபோல. தன் பெற்றோரின் படுக்கையறையை நோக்கி மெதுவாக முன்விரல்களால் நடந்து கதவு இடைவெளியின் வழியாக நோக்கினாள். அவர்கள் குறட்டை விட்டுக்கொண்டிருந்தார்கள். அதில் தந்தையினுடைய குறட்டை நீண்ட ஸ்ஸ் என்ற ஒலியுடன் வந்தது. தன்னறைக்குச் சென்றாள். அதில் மெல்லிய ஊதாநிறமான ஒளி. மிகமெல்லிய திரைச்சீலைகள் காற்றில் அலைந்துகொண்டிருந்தன. தன் உடைகளைக் களைந்தபோது வெட்கப்பட்டாள். படிக்க முயன்றபோது தனக்குத்தானே சிரித்துக்கொண்டாள்.

இரவு வெகுநேரம் அவருடைய குழந்தை முகத்தையும் கபடற்ற கோபத்தையும் நினைத்தபடி தூக்கமின்றியே படுத்திருந்தாள். நுண்ணுயிரிகளின் உலகை அவர் எவ்வளவு எளிதாகப் புரிந்து கொண்டார். ஒரு முட்டாள்தனமான தோல்வி, என்று எண்ணினாள் அவள். எல்லாம் காலையில் சரியாய்ப்போகும்.

இப்படித்தான் எல்லாக் காதலர்களும் தங்கள் சித்திரவதைகள் எல்லாம் காலையில் சரியாகப் போகும் என்று நினைக்கிறார்கள். ஆனால் அப்படிப்பட்ட வசதியான ஆறுதல் அவர்களுக்குக் கிடைக்கும்நேரத்தில் காலை ஏற்கெனவே புலர்ந்து விட்டிருக்கிறது.

அவளுடைய தாய் அவளை எழுப்பினாள். எழுப்பியதற்குக் காரணமும் இருந்தது. தன் மகளின் தூக்கத்தைக் கெடுத்தாயிற்று என்பதை உணர்ந்துகொண்ட பின்னர், தேநீர்க் கோப்பையுடன் அவள் திரும்பி வந்து, “ஒரு மாப்பிள்ளைவீடு தேடி வந்தார்கள்” என்றாள். சற்றே திறந்த அபர்ணாவின் கண்கள் இறுக மூடிக் கொண்டன. ஊக்கப்படுத்தும் விதமாக, அவள் தாய், “பையன் மென்பொருள்துறையில் இல்லை” என்றாள். பிறகு சற்றே பொறுமையற்ற நிலையில், “இப்போது நீ ஒரு லெஸ்பியன் என்று சொல்லாதே” என்று கூறினாள்.

நிறுவனத்தின் எல்லையுள்ள தாழ்வாரத்தில், நான்கு வானியலாளர்கள் பரபரப்பாகப் பேசிக்கொண்டிருந்தார்கள். பிரபஞ்சத்தில் இரட்டை நட்சத்திர அமைப்புகள் இயல்பாகக் காணப்படுபவையா என்பது கேள்வி. அப்போது தொலைவில் ஒலித்த குதிகால் செருப்பொலி அவர்கள் கவனத்தைக் கலைத்தது. அவர்கள் மௌனமாகி, வரும் திசையைப் பார்த்தார்கள்.

கூந்தல் பறக்க, முகம் வியர்க்க, அபர்ணா தோன்றினாள். அவள் முதன்முதலாக அணிந்திருந்த விண்நீலச் சட்டை அவள் மார்பின் வடிவத்தை நன்றாக எடுத்துக் காட்டியது. அதைப்பற்றிய படிப்பு எதிர்காலத்தில் டோபாலஜி என்று அழைக்கப்பட இருந்தது. நீண்ட கருப்பு டெனிம் பாவாடையை அணிந்திருந்தாள். அது தொடைப்பகுதியில் ஒரு பூ அல்லது அதுபோன்ற ஒன்றின் வடிவத்தில் தையல்வேலை செய்யப்பட்டிருந்தது. ஒரு கள்ளமற்ற சிரிப்போடு அவர்களைக் கடந்து சென்றாள். அவள் முதுகையே முறைத்துப்பார்த்தார்கள் அவர்கள். குதிகால்செருப்பொலி தேய்ந்து மறைந்தது. அதை டாப்ளர் விளைவு என்று சொல்வதாக அவர்கள் அறிவார்கள்.

“பிறந்த நாள்?” என்று கேட்டான் அய்யன் மணி.

“உன்னுடையதா?” என்றாள் அபர்ணா.

“இல்லை. உங்களுடையதா?”

“இல்லை” என்றாள் அபர்ணா. “யாராவது அவருடன் இருக்கிறார்களா?”

“இல்லை.”

அவளை ஒரு காலத்தில் பயமுறுத்திய கனமான கதவைத் திறந்துகொண்டு சென்றாள். என்ன செய்யவேண்டும் என்பது அவளுக்குத் தெரியும். அவள் ஒரு பெண்ணாக இருந்து அவர் தானாக வழிக்கு வரும் வரை காத்திருக்கலாம். ஆனால் தன்னை யறியாமலே பல மாதங்களாகவே இந்த விளையாட்டில் தான் ஈடுபட்டு வருவதாக இப்போது அவளுக்குத் தோன்றியது. அதை அவளால் தாளமுடியவில்லை. ஆசார்யா தலையை உயர்த்தி அவளைப் பார்த்தார். யூனிஃபைடு தியரியைத் தற்செயலாகக் கண்டுபிடித்துவிட்டதுபோல ஒரு கணம் அவருக்குத் தோன்றியது. அவர் பார்வையைத் தாழ்த்திக்கொண்டு, மேஜைமீதிருந்த

ஏதோ ஓர் ஆவணத்தைப் படிப்பது போல் தோன்றியது. அவரை நோக்கியிருந்த நாற்காலியில் அவள் உட்கார்ந்தாள். கால்மேல் கால்போட்டுக்கொண்டாள். உடலை வளைத்தாள். அவரை விருப்பத்தோடு நோக்கினாள். அவள் கண்களில் அவர் நோக்கினார். அதன் வாயிலாக அவளுடைய சிறப்பான ஒளியைப் புரிந்துகொள்ள முயற்சிசெய்தார்.

பேப்பர் வெயிட்டோடு விளையாடிக்கொண்டிருந்த அவர், எப்படி இன்னும் கிரயோஜெனிக் சேம்ப்ளர் அமெரிக்காவிலேயே சிக்கிக்கொண்டிருக்கிறது என்பது பற்றிப்பேசினார். "நாம் இதில் அமைச்சகத்தை ஈடுபடுத்தினால்தான் முடியும்" என்று பேப்பர்வெயிட்டுக்குச் சொன்னார்.

அய்யன் மணிக்கு ஏதோ மாற்றம் நிகழ்ந்திருப்பது புரிந்தது. அபர்ணா ஒரு முடிவுக்கு வந்துவிட்டாள் என்பதையும் அவனால் காணமுடிந்தது. அன்று காலை அவளிடம் ஒரு சக்தி இருந்தது. அழகான பெண்களிடம் வழக்கமாகக் காணப்படும் ஓர் அமைதி யான அகம்பாவம் இருந்தது. அதுதான் அவள் இயல்பான முகமென்று அவன் அறிந்துகொண்டான். இந்த ஆண்களின் ராச்சியத்தில் நீண்ட வடிவற்ற மேலுடையும், ஜீன்சும் அணிந்து அவள் மேற்கொண்ட நிழல்தோற்றம், எல்லாச் சூழ்நிலைகளையும் அடக்கமாக ஏற்றுக்கொள்ளுகின்ற தன்மை ஒரு போலி என்பது அவனுக்குத் தெரிந்தே இருந்தது. தனதுவேலையில் குறுக்கிடும் அந்தத் தொலைபேசி ஏற்பியைக் காதில் வைத்துக் கேட்கலானான்.

"மாசுபடுதல் என்பது ஒரு கடினமான பிரச்சினை" என்று சொல்லிக்கொண்டிருந்தார் ஆசார்யா. "மிஷனுக்கு முன்னும் பின்னும் சாம்ப்ளர் மாசுக்கு உட்படவே கூடாது என்ற உறுதிப் பாட்டை உருவாக்கவேண்டும். நூற்றுக்கு நூறு சதவீதம் கிரையோ சாம்ப்ளரை நுண்கிருமிகளின்றித் தூய்மைப்படுத்துவது கடினம் என்றால், விண்வெளிஓடங்கள் மாசுபடுதலுக்கு எவ்வளவு எளிதாக வயப்படும் என்பதைப் புரிந்துகொள்ளலாம். நாம் நிலவில் இறங்கியபோது, அல்லது செவ்வாய் கிரகத்துக்கு ரோவர்களை அனுப்பியபோது, அங்கே பூமியின் நுண்ணுயிரிகளை விட்டுவந்தோம்."

"என்னைப் பார்க்காமலிருக்க முயற்சி செய்கிறீர்களா?" என்று அபர்ணா கேட்டாள்.

பெண்களின் கீழ்ப்படிதலின்மை, சமயங்களில் அதீத காதலுணர்வின் ஒரு வெளிப்பாடு என்பதை அவர் காலப்போக்கில்

புரிந்துகொள்ளக்கூடும். ஆனால் அன்று காலைநேரத்தில் அவள் கேள்வி ஒரு பிறழ்ச்சியாகத் தோன்றியது. சற்றே பயத்தோடு, வயிற்றில் ஒரு பரிச்சயமற்ற உணர்ச்சி தோன்ற, "நீ என்ன சொல்ல வருகிறாய் அபர்ணா?" என்று கேட்டார்.

"நீங்கள் என்னை விரும்புமளவு பார்க்கலாம்."

"உன் நடத்தை எனக்குப் புரியவில்லை. விசித்திரமாக இருக்கிறது."

"நீங்கள் நேற்றிரவு தூங்கினீர்களா?" என்றாள்.

"எந்த விதத்தில் அது முக்கியமானது?"

"காஸ்மிக் ஆன்செஸ்ட்ரி தியரிக்கா? இல்லை. முக்கியமானதில்லை. கேட்கவேண்டுமென்று தோன்றியது, எல்லாமே எப்போதும் முக்கியமானதாகத்தான் இருக்க வேண்டுமா?"

"இல்லை."

"எனக்குத் தூக்கமில்லை."

"அதனால்?"

"உங்களால்தான்."

"நீ என்ன சொல்லவருகிறாய் என்று எனக்குப் புரியவில்லை."

ஆசார்யாவின் மனம் இளமைப்பருவத்தில் தான் ஒரு மீன் இறந்ததைக் கண்ட ஒரு நாளுக்குத் தாவியது. இறுதியான அதன் வெறிகொண்ட துடிப்புகள். அந்த நிலையில்தான் அவருடைய இதயம் இப்போது இருந்தது. பேப்பர்வெயிட்டோடு விளையாடினார். அபர்ணா அவருக்கு அளித்த மௌனத்தில் தூரத்துத் தொலைபேசிகள், அவ்வப்போதான ஹார்ன் ஒலிகள், காக்கைகள் கத்துவது, தான் கண்டறிய முடியாத சில தனித்த ஒலிகள் ஆகியவற்றைக் கேட்டார். இந்த மௌனம் ஒரு விபரீத நிலையை அடைந்தால் அதன்பின் அது உரையாடலின் ஓர் அங்கமாக இருக்காது. தானே ஒரு காதடைக்கும் பேய்சக்தியாக மாறிவிடும். ஆனால் அவர் பேச முன்வரவில்லை. அபர்ணா எழுந்துபோகத் தயாரானாள். குறும்பும் பணிவின்மையும் சேர்ந்த கிறுக்குத்தனம் அவள் முகத்தை விட்டு அகன்றது. கதவைநோக்கிச் சென்றாள். அவரை நோக்கினாள். அந்தப் பார்வையில் ஒரேசமயத்தில் நம்பிக்கையும்

சோகமும் கலந்த அன்பு இருந்தது. ஒளி எப்படி ஒரேசமயத்தில் துகளாகவும் அலையாகவும் இருக்கிறதோ அதுபோல.

அவள் போனபிறகு, திடீரென ஏற்பட்ட தனிமையில், தனக்குள்ளான குழப்பத்தினை அவர் புரிந்துகொள்ள முயற்சிசெய்தார். ஒரு தெளிவற்ற பயத்தை அவர் உணர்ந்தார். ஆனால் நல்லநிலையிலும் இருந்தார். நிஜமான மகிழ்ச்சியின் அடையாளமாக அவர் ஒரு எளிய மானிடச் சிரிப்பையே நினைத்திருந்தார். ஆனால் ஒரு சிரிப்பு என்பது உண்மையில் அற்பத்தனமானது, பயனற்றது என்று தோன்றியது. ஆழமான உண்மையான இன்பத்தின் வெளிப்பாடு ஓர் உணர்ச்சியற்ற கண்டிப்புநிலையாகத்தான் இருக்கமுடியும்.

அவளுக்கு என்ன நிகழ்ந்தது என்று அவருக்குப் புரியவில்லை. அவள் ஒரு தடித்த கிழட்டு மனிதனை வம்புக்கு இழுத்துக்கொண்டிருந்தாள். ஒருவேளை அவள் கருமுட்டையை வெளிப்படுத்துகின்ற காலத்தில் இருக்கலாம். அந்தச் சமயத்தில் ஆண்கள் பெண்களுக்குக் கவர்ச்சியாகத் தோன்றுகிறார்கள் என்று படித்திருந்தார். இது போய்விடும். ஆனால் இது போய்விடுமே என்று அவர் அச்சப்பட்டார்.

ஒரு துறவிபோல் கவனத்தைக் குவிப்பதில் அவருக்கிருந்த ஆற்றல் போய் விட்டது. அவர் மனத்தை ஆட்கொண்ட அவள் முகத்திலிருந்து கவனத்தைப் பிய்த்து இழுத்துவரவேண்டியிருந்தது. பெருவெடிப்புக் கொள்கையின் ஆதரவாளர்களைப் பற்றி நினைக்க முயற்சிசெய்தார். ஏனென்றால் அவர்களுடைய சிந்தனைகள் அவருக்குள் ஒரு வெறித்தனமான மூர்க்கத்தை ஏற்படுத்தின. ஆனால் பழைய வெறுப்பின் இடத்தில் இப்போது எல்லோருக்கும் மன்னிப்புதான் இருந்தது. அபர்ணாவின் முகம், ஒரு பின்னணி அசுர ஆன்மாவைப்போல அவரது முதிர்ச்சியைப் பாராட்டிக்கொண்டிருந்தது. டோபாலோவின் சூபர்மேன் கதையைப் படிக்க முயற்சி செய்தார். ஆனால் அவர் அந்த வன்முறைசார்ந்த அடித்தளக் காமிக் கதையைப் படிப்பதைப் பார்த்தால் அவள் என்ன நினைப்பாள் என்று கேட்டுக் கொண்டார். அவர் என்ன செய்ய முயற்சி செய்தாலும், அங்கு அபர்ணாவின் முகம் வந்து நின்றது. ஆர். கே. லக்ஷ்மணின் சாதாரண மனிதனைப்போல ஒவ்வொரு கட்டத்திலும் அவள் இருந்தாள். இந்த கவனச்சிதறலைத் தவிர்க்க வேறொரு கவனச் சிதறலை அவர் தேடினார். ஆனால் அவருடைய ஜுரத்தைத் தணிக்க வழி எதுவும் இல்லை.

கால்போனபோக்கில் நடக்க முடிவு செய்தார் ஆசார்யா. நிறுவனத்திலிருந்து செல்லும் அமைதியான சந்தில் அவர் நடந்தார். நேவி நகரின் ஊடாக மெரீன் டிரைவ் வரை நடந்துசென்றார். அகன்ற கடல்முகப்பில் நின்று கொந்தளிக்கும் கடலைப் பார்த்தார். வானம் சாம்பல்நிறமாகிவிட்டிருந்தது, காற்று பலமாக வீசியது. அது உப்புக்கரித்தது. கொஞ்ச தூரத்தில், கடல் முகப்பின் வளைவில், கடல் கரையில்கட்டியிருந்த சுவர்களில் மோதிப் பனிப்பூக்களாகச் சிதறியது.

வெற்றுக் கடல்விளிம்பில் அவரால் பருவமழையின் வருகையைக் காண முடிந்தது. சாம்பல்நிற மூடுபனிபோல அது வந்துகொண்டிருந்தது. சாலையில், மாலை நேர நெரிசலில் ஒரு பெருங்குழப்பம் தோன்றியிருந்தது. ஏதோ ஒரு நோய் எச்சரிப்பு அளிக்கப்பட்டதுபோல எல்லாரும் பறந்தோடிக் கொண்டிருந்தனர். காற்று இன்னும் பலமாகி, புழுதி, இலைகள், பழைய செய்தித்தாள்கள், ஒரு விட்டுவிடப்பட்ட நீலக் கைக்குட்டை ஆகியவற்றை அடித்துவந்தது. பிறகு மழை வந்தது. முதலில் ஒரு தூறல். சில மாலைநேர நடையாளர்கள் உடற்பயிற்சியின் வேகத்திலிருந்து, புகலிடத்துக்கு ஓடுகின்ற வேகத்திற்கு மாறினர். முகந்தெரியாத ஒரு விவேகத்தினால் வயதான பெண்கள் தங்கள் குடைகளை விரித்தனர். உண்மையில் ஒரு குடை என்பது எவ்வளவு முழுமையானது, எவ்வளவு இறுதியானது என்ற எண்ணம் தோன்றியது. ஒரு தொழில்நுட்பமாக அது இனியும் வளர்ச்சியடையமுடியாது.

தூறல் பெருமழையாகியது. வளைகுடாப்பகுதியின் தொலைதூரக் கட்டடங்கள் இப்போது பார்வைக்குப் புலப்படவில்லை. ஒரு கால்பந்து விளையாட்டுக்காரன் தொடக்கப் பயிற்சிகளின்போது செய்வதுபோல, ஒரு கிழவன் தன் மெலிந்த தொடைகளினூடே விதைகள் பந்தாட, ஒரு பஸ் நிற்கும் நிழற்குடைக்கு ஓடுவதைப் பார்த்தார்.

மழைக்காக வந்த இளம் பருவத்தினர் கூக்குரலிட்டனர். மழையில் அசையாமல் நின்றனர். வெறுமனே நின்றிருப்பது விசித்திரமாக இருந்ததால் ஒரு திரைப்பட அசைவு போலச் சிலர் கைகளை விரித்துக்கொண்டு நின்றனர். இளம் பெண்கள் தங்கள் சட்டைகள் பார்வை ஊடுருவும் விதமாக நனைந்துவிட்டதோ என்று கவலைப்பட்டனர். ஆனால் உயரத் தூக்கிய முகங்களில் மழைத்தாரையை ஏற்றுக்கொண்டனர். ஒரு சானிடரி நேப்கின்

பொறுப்புமிக்க மனிதர்கள்

விளம்பரத்தில் தோன்றுவதுபோல அவர்கள் சிரித்தனர், தாவினர், ஓடினர்.

உடனே மழை நின்றுவிட்டது. மேகங்கள் கலைந்தன. மெரீன் டிரைவில் ஒரு புதிய வெளிச்சம் தோன்றி எல்லாவற்றிற்கும் ஒளியூட்டியது. ஆசார்யா தனது பார்வை முன்னைவிட நன்றாக இருப்பதாக நினைத்தார். மாலைநேர நடையாளர்கள் திரும்பினர். பழைய தம்பதிகள் ஒன்றுசேர்ந்தனர். அவர்கள் ஈரமான பதியப்பெற்ற ஓடுகள்மீது எச்சரிக்கையாகக் கால்வைத்து நடந்தனர். ஒரு சிறிய வழுக்கல்கூட மரணத்தை ஏற்படுத்திவிடலாம் என்ற பக்குவத்தை அவர்கள் அடைந்துவிட்டிருந்தனர். நான்கு கைகள் சேர்த்துப்பிடித்த குடை காற்றில் சாய, மெதுவாக நடந்தனர். பழைய மழைக் காலங்களைப் பற்றி, பலப்பல மழைக்காலங்களைப் பற்றி அவர்கள் நினைத்திருக்க வேண்டும். அவர்கள் இளைஞர்களாக இருந்தபோது, மழைகள் இவ்வளவு சோர்வாகத் தோன்றாதபோது.

முற்றிலும் நனைந்து, சட்டையின் முழுக்கைகள் பார்வைக்கு ஊடுருவ, அவருடைய கால்சட்டைகள் ஈரத்தின் பிடிமானத்தினால் மட்டுமே இடுப்பில் தாழ்ந்து தொங்க, வீட்டை அடைந்தார். லாவண்யா தன் தலையில் அடித்துக்கொண்டாள். "நீங்கள் யார்? ஆர்க்கிமிடிஸா?" என்றாள். ஒரு துவாலையினால் அவரைத் துடைத்தாள். அது மிதச்சூடாக இருந்தது. அப்போது அவளைப் பார்த்தார். நெற்றியிலிருந்த தோல் திரைத்து, சாயமேற்றிய தலைமுடி மெலிந்து, அவள் மிக மெலிதாகத் தோன்றினாள். அவளுடைய கழுத்தில் பதின்மூன்று சுருக்கங்களை எண்ணினார். ஒரு மனிதன் என்னதான் செய்வது?

பின்வந்த நாட்களில் அவர் அபர்ணாவைப் புறமொதுக்க முயற்சிசெய்தார். அதுதான் தீர்வு என்று நினைத்தார். அவர் அவளைக் கூப்பிடுவதேயில்லை. அவளாக அழைக்காமலே வருவாள். அவளைப் பார்க்கும்போதெல்லாம் வயிற்றினுள் ஓர் பய வுணர்ச்சியை அறிந்தபோதும், பலூனை ஹைதராபாத்திலிருந்து செலுத்துவதற்கான வசதிகள் பற்றிப் பேசுவார். அல்லது பலூனின் மிகச் சரியான அளவு பற்றி. அல்லது வேறு எதையேனும். அவள் அவரைப் பார்த்தவாறே இருப்பாள். 'லாமினர் ஏர்ஃப்ளோ கேபினட் இருக்கிறதே, அதன் வாயிலைப் பூட்டவேண்டும்' என்பார். 'பல விஷயங்களை நாம் பூட்டவேண்டும்' என்பாள் அவள். இன்றைக்கு ஒரு கடிதம் வந்தது. 'கார்டிஃப் இந்த மிஷனில்

பங்கேற்கிறதாம்' என்பார். அவள் ஏதாவது அற்பக் காரணத் திற்காகக் கோபித்ததுபோல் அறையைவிட்டு வெளியேறுவாள்.

ஒவ்வொரு இரவும் தன் பால்கனியில், ஒன்பது தளங்கள் தரை யிலிருந்து உயரத்தில், அபர்ணாவின் வெறியில் தன்னை இழந்து நிற்பார். சிந்தனையிலாழ்ந்த அவரது நிலையை அவர் மனைவி உண்மைத்தேடலில் அவருக்கிருக்கும் தீர்க்க முடியாத ஆவலாக நினைத்துக்கொள்வாள். தூக்கத்தில் ஓரிரவு அவர் சிரித்தபோது லாவண்யாவுக்குக் குழப்பம் ஏற்படவே செய்தது. சிலசமயங்களில் அவர் தன்னைத் தானே கண்ணாடியில் தீவிரமாகப் பார்ப்பதையும் கண்டாள். நேற்றுக்காலை, மீண்டும், ஃப்ரீசரிலிருந்து ஐஸ் என்று நினைத்துக் காய்கறித்தண்டுகளை எடுத்தார். முன்னமே அப்படிச் செய்திருக்கிறார், ஆனால் இப்போது வித்தியாசம் எதுவும் தோன்றாமல் அவற்றின் சாற்றை விழுங்கிவிட்டார்.

லாவண்யா, தன் தாயினால் ஆண்கள் உறுதியற்றவர்கள், அவர்களைச் சந்தேகிக்க வேண்டும் என்று குணப்படுத்தஇயலாத அளவு உருவேற்றப்பட்டவள்தான். இருந்தாலும், பெருவெடிப்புக் கொள்கையின் பழைய எதிரி, மனிதன் நிலவில் காலடி வைத்தபிறகு பிறந்த ஒரு பெண்ணின் சிந்தனையில் மூழ்கியிருப்பார் என்று யூகிக்க முடியாதுதான்.

நிறுவனத்தில், அபர்ணா இப்போதெல்லாம் ஒரு கொண்டாட்டம் தான். ஒவ்வொரு நாளும் ஒவ்வொரு விதமாக இருந்ததால், அபர்ணாவின் தலைமுடி இயக்கவியலானது என்றார்கள் விஞ் ஞானிகள். அவளுடைய நீண்ட பூப்போட்ட பாவாடைகள், இறுக்கமான மேற்சட்டைகள், அவளுக்கெனவே பொருந்திய ஜீன்ஸ்கள், அவ்வப்போது அவள் அணிந்த சேலைகள்—மழைக் காலங்களில் இவற்றை அணிவதன் முட்டாள்தனத்தைப் பற்றி ஸ்டெனோக்கள் மகிழ்ச்சியற்றுக் கருத்துரைகள் கூறினார்கள்—இவையெல்லாம் அவள் இதுவரை அனுபவித்துவந்த பெயரற்ற அறிமுகமற்ற நிலையைப் போக்கிவிட்டன. இதை அறிந்தவள்தான், ஆனால் இப்போது தன் ஆடவனைச் சுற்றி மாயவலை வீசுகின்ற ஒரு முட்டாள்பெண்ணாகவே அவள் இருக்க விரும்பினாள்.

ஆசார்யா தொடர்ந்து அவளைப் புறக்கணித்துவந்தார். அவளைப் புறக்கணிப்பதற்காகவே சில சமயங்களில் அடித்தள அறை வரை நடந்துசெல்வார். உபகரணங்களைப் பார்வையிடுவார். அங்கிருந்த டஜன் ஆய்வு உதவியாளர்களிடம் பேசுவார். கேள்விகள் கேட்பார்.

அபர்ணா அவர் வருகைக்குக் காத்திருப்பாள். அவர் அவளைக் கடந்து ஒரு சொல்லும் பேசாமல் செல்வார். அவள் அவரிடம் சென்று 'நான் உங்களை அரவிந்த் என்று கூப்பிடலாமா?' என்றோ, 'இன்றைக்கு நீங்கள் பிரமாதமாக இருக்கிறீர்கள்' என்றோ, இதுபோல ஏதாவதொன்றோ முணுமுணுப்பாள். இந்த விளையாட்டு தொடர்ந்தது. மழை பருவமழையாக மாறியது. சாலைகள் கருப்பாகவும் சுத்தமாகவும் தென்படலாயின. மனிதர்கள் குடைகளில் ஊர்வலமாகச் சென்றார்கள். காற்று குளிராகவும் மயக்கம் தருவதாகவும் மாறியது. ஒரு நாள் திடீரென அபர்ணா வைக் காணவில்லை.

அவள் அவரைத் தேடி வரவில்லை. அவளைப் புறக்கணிப்பதற்காக அடித்தள அறைக்குச் சென்றபோது அவள் அடையாளமே இல்லை. மதியம் வரை காத்திருந்து பார்த்தார். பிறகு அவளைக் கூப்பிடுமாறு அய்யனிடம் சொன்னார். "ஐஎஸ்ஆர்ஓவிலிருந்து ஏதாவது செய்தி வந்ததா என்று தெரிந்துகொள்வதற்காகத்தான், வேறொன்றுமில்லை" என்று சொல்லிவிடு என்றார். ஆனால் அய்யனுக்கு இது காதலின் மூர்க்கம் என்று தெரியும். மாலைநேரம் முழுவதும் அவள் கைப்பேசிக்குத் தொடர்புகொள்ள முயன்றான். ஆனால் அவள் எடுக்கவில்லை. பத்துநிமிடத்திற்கொருமுறை அய்யனிடம் அவர் அவள் எங்கிருக்கிறாள் என்று கேட்பார். கைப்பேசி அடிக்கிறது சார் என்பான் அய்யன். அவரைத் தொந்தரவு செய்ய என்றே "ஒருவேளை உடல் நலமாக இல்லையோ" என்று சொல்வான்.

"அவள் லேண்ட்லைனுக்கு முயற்சி செய்" என்றார் ஆசார்யா.

"அந்த நம்பர் இல்லை சார். இதிலேயே முயற்சி செய்கிறேன்."

தன் அறையிலேயே இங்குமங்கும் நடக்கத் தொடங்கினார். மனம்புண்பட்டு, கோபத்துடன் அவள் ஒருவழியாக நிறுவனத்தை விட்டே சென்றுவிட்டாள் என்று நினைத்தார். ஒருவேளை இறந்துவிட்டிருக்கலாம் என்றும் நினைத்தார். மழையின் தனிமைத் துக்கத்தை உணர்ந்தார். அது அவரிடம் ஒருவார்த்தையும் சொல்லாமல் மறைந்துவிட்ட பல நண்பர்களை நினைவூட்டியது. ஆனால் அவர்கள் எல்லோரும் மரியாதைக்குரிய மனிதர்கள்தான். தனது நேர்த்தொலைபேசியிலிருந்து அவளை அழைக்க ஆரம்பித்தார். அவரிடம் கைப்பேசி கிடையாது. இருந்திருந்தால் கைப்பேசியில் செய்திஅனுப்புகின்ற முட்டாள்தனத்தையும் சகித்துக்கொண்டிருப்பார்.

மாலை நேரம் வருகின்ற சமயம், அவளுடைய நினைப்பில் ஏறத்தாழப் பைத்தியமாகிவிட்டிருந்தார். ஒரு இளைஞனுடன் அவள் இருப்பதாகக் கற்பனை செய்துகொண்டார். அவன் ஏற்கெனவே பழைய காலத்தில் அவளை எப்போதும் தொடர்ந்தவனாகவும், இப்போது ஒரு வயதான முட்டாளால் புறக்கணிக்கப்பட்டதனால் அதிர்ஷ்டம் பெற்றவனாகவும் கற்பனை செய்தார். அவளை அழைத்துக்கொண்டே இருந்தார். கோபத்தோடு காத்திருந்தார். கேட்பியைத் தன் காதிலேயே வைத்திருந்தார். அது "பேபி, கேன் ஐ ஹோல்ட் யூ?" என்று பாடியது.

கடலுக்கு இருபது தளங்கள் உயரத்தில், அபர்ணா பரக்கத் திறந்திருந்த ஜன்னலின் வழியே பார்த்துக்கொண்டு தன் அறையில் நின்றிருந்தாள். மெல்லிய ஊதா நிறத் திரைச்சீலைகள் காற்றில் படபடவென அடித்துக்கொண்டன. நீலநிற ஜீன்ஸும், ஒரு மகிழ்ச்சியான அமீபா வரையப்பட்ட டீ—ஷர்ட்டும் அணிந்திருந்தாள். தன் கைப்பேசியைக் கையில் வைத்திருந்தாள், சிரித்துக்கொண்டிருந்தாள். ஒவ்வொரு முறை தொலைபேசி அடித்தபோதும் பைத்தியக்காரத்தனமாக வாய்க்குள் சிரித்தாள். மாலைநேரம் இருட்டாகிச் சுற்றியுள்ள பிரம்மாண்டமான கட்டடங்களில் உள்ள லட்சக்கணக்கான ஜன்னல்கள் ஒளிபெறும் வரை அப்படியே நின்றுகொண்டிருந்தாள். நட்சத்திரங்களற்ற வானத்திலிருந்து ஒரு மாயக்குறிப்பு கிடைத்ததுபோல, அவள் தன் கார்ச்சாவிகளைத் தேடினாள்.

அய்யன்மணி அன்றைக்குவேலைமுடிந்து புறப்பட்டுவிட்டான். முன்னறை காலியாகக் கிடந்தது. கைவிடப்பட்ட தொலைபேசிகள் அடித்துக்கொண்டிருந்தன. அபர்ணா உள்ளறையின் கதவைத் திறப்பதற்கு முன்னால் சற்று யோசனையுடன் நின்றாள். ஆசார்யா தன் முழங்கைகளை மேஜையில் ஊன்றியவாறு, உள்ளங்கைகளில் முகவாயை வைத்து அமர்ந்திருந்தார். அவள் உள்ளே நுழைந்து அறையின் நடுவில் நின்றபோதும் அவர் அசையவில்லை. அவளுக்குப் பின்னால் கதவு மூடப்படும் சத்தம் கேட்டது. "எல்லாம் சரிதான், நான் இப்போது வந்துவிட்டேன்" என்றாள்.

"எங்கிருந்தாய் நீ?" அமைதியாகக் கேட்டார்.

மேஜையின் குறுக்கே ஒரு நாற்காலியில் அமர்ந்தாள். அவருடைய பார்வையைத் திருப்பினாள். "என்னிடம் கோபமா அரவிந்த்?" என்று கேட்டாள். "என்னை அடிக்க விரும்புகிறீர்களா?"

ஒரு கனமான அமைதியினூடே அவர்கள் நோக்கிக்கொண்டார்கள். அந்த அமைதியை காதலின் களைத்துப்போன ஒப்புதல் என்று சொல்லிக்கொண்டார்கள்.

"அரவிந்த், நான் இங்கே வந்தது, நீங்கள் நாளைக்கு என்னைத் தேடக்கூடாது என்று சொல்லிவிட்டுப் போகத்தான். நான் இங்கே இருக்கமாட்டேன். ராத்திரி பத்து மணிக்கு அடித்தளத்துக்கு வாருங்கள். அங்கே யாரும் இருக்கமாட்டார்கள். நானும் நீங்களும்தான். நான் சொல்வது உங்களுக்குப் புரிகிறதா?"

"ஆம்."

ஒரு நீலநிற உறையை மேஜைமீது வைத்துவிட்டுச் சென்றாள். முத்திரையிட்டும், மணமூட்டியும் இருந்தது அது. "இதெல்லாம் என் படங்கள். உங்களுக்காகக் கொண்டு வந்தேன். பத்திரமாக வைத்திருங்கள். எல்லாரும் என்னை இம்மாதிரி பார்க்க அனுமதி கிடையாது."

அந்த உறையை மிகக் கவனமாக, தேநீரில் தோய்ந்த ரொட்டித்துண்டை எடுப்பது போல எடுத்தார். தன் இரண்டாவது இழுப்பறையைத் திறந்து இண்டர்ஸ்டெல்லார் டஸ்ட் க்ளவுட்ஸ் பற்றிய சமீபத்திய வாசிப்புகளுடன் ஒன்றாக வைத்தார்.

"நாளை இரவு பத்துமணிக்கு" என்றாள். கதவைநோக்கி நடந்தாள். அவள் முதுகைப் பார்த்தார். அவள் தோள்களின் உறுதியை, இறுக்கத்தால் இழுபட்டிருந்த அவள் ப்ரா பட்டைகளின் அழுத்தத்தை, உயர்குதிகால் காலணிக்கேற்ப அசைகின்ற சதைப் பற்றான அவள் பிருஷ்டங்களைப் பார்த்தார்.

"என்னைப் பார்த்துக்கொண்டிருந்தீர்களா?" என்று கதவிடமிருந்து, ஒரு வெட்கப் புன்முறுவல் ஒளிவீசக் கேட்டாள்.

தன் பெரிய தோல் நாற்காலியிலிருந்து கடைசியாக ஆசார்யா எழுந்தபோது ஏறத்தாழ நள்ளிரவு. நாள்முழுதும் அழுதவர்போலத் தோன்றினார். அவர் நெஞ்சு உலர்ந்தும், கண்கள் வறண்டும் இருந்தன. அவர் மார்பில் அமைதி இருந்தது. முழுமையான அமைதியின் ஊடே மூன்றாம் தளத்தின் நீண்ட தாழ்வாரத்தின் வழியே நடந்து சென்றார். இந்த அமைதியின் கவர்ச்சி, யாருமற்ற தாழ்வாரம் ஒரு மாயம்போல அவர் முன்னால் விரிந்துகிடந்த நிலை, முன்பகுதி நெருங்கியும், பின்பகுதி விலகியும் சென்ற நிலை,

அவரை வேகமாக நடக்கச் செய்தது. இந்த மாயக் காட்சியை அவர் விரும்பினார். ஆனால் இடது முழங்காலில் திடீரென ஒரு வலி. வேகம் தளர்ந்தது. பின்னால் திரும்பி, அபர்ணாவின் ஆவி எங்கேயாவது ஒளிந்து நின்று அவருடைய மூட்டுவலியைப் பார்த்துக்கொண்டிருக்கிறதா என்று பார்த்தார்.

ஒரு மனிதனை வயதானவன் ஆக்குவது எது என்று யோசித்தார். அவர் தூக்கிச் செல்லும் இந்த உடம்பு, அதன் மூட்டுகளில் உள்ள வலி, அதன் தசைகளின் பலவீனம், இவையெல்லாம் அவர் மனத்தினுள் கொள்ளவில்லை. ஒரு வயதானவன் எல்லா வகையிலும் ஓர் இளைஞன்தான். ஆனால் இளைஞர்கள் செய்யக்கூடியதை அவன் உடல் செய்ய முயன்றால் அழகற்றதாகவும் கௌரவமற்றதாகவும் தோன்றும். மனநலத்தைப்போல, வயது முதிர்ச்சியின் அழகும், மக்கள் எதிர்பார்ப்பதுதான். ஆனால் அந்தக்கணத்தில், அவர் தாழ்வாரத்தில் நடந்துகொண்டிருந்த நிலையில், மற்றவர்கள் அவர்மீது சுமத்திய பழமையை அவர் உணரவில்லை. ஒரு பெண்ணின் நேசத்தை ஏற்றுக்கொண்ட இன்னொரு இளைஞனாகவே தன்னை உணர்ந்தார். இன்னொரு இளைஞன். இளமையாக இருப்பது முக்கியமானது. இளைஞர்கள்தான் நேசிக்க முடியும். ஏனென்றால், இளமையின் மூடத்தனம்தான் காதலின் வானவில். இப்போது அதை அவரால் தெளிவாக உணரமுடிந்தது. 700 நானோமீட்டர் அலைநீளமுள்ள ஒவ்வொரு ஒளிக்கற்றையும் சிவப்புதான் என்பதுபோலக் காதலில் ஈடுபட்ட ஒவ்வொருவனும் இளைஞன்தான்.

முன்விறாந்தையில், கடலின் அமைதியில், ஈரமண்ணின் மணத்தில், அவர் மழையைப் பார்த்தவாறு நின்றார். ஒரு காவலர் அவரைப்பார்த்ததும் கையில் குடையோடு ஓடிவந்தார். ஆசார்யாவை விட ஓரடி உயரம் குறைந்த சிறிய மனிதர் அவர். அவர் குடையை ஆசார்யாவின் தலைக்கு மேல் உயரத்தூக்கிப் பிடித்தார். அந்த ராட்சஸன் அதைத் தானே கையில் பிடித்துக்கொள்வார் என்று அவர் நினைத்தார்போலும். ஆனால் ஆசார்யா மயக்கநிலையில் இருப்பதுபோல காவலருடன் நடந்தார். காவலர், ஏற்கெனவே தன் கையை மிக உயரத் தூக்கிப் பிடித்த முயற்சியில் களைப்புற்றதனால், முற்றிலும் நனைந்துவிட்டார்.

தன் குடியிருப்புக்குள் நுழைந்து, உடைமாற்றி, லாவண்யாவின் மூலிகை மருந்துகளின் ஆவியில் தூங்கத் தொடங்கினார். அன்றிரவு மிக நன்றாகத் தூங்கினார். ஒரு அழகான பெண்ணைக்

கனவுகண்டார். அவரது கனவின் வெற்றிடங்களை அவளுடைய வெள்ளிக் கொலுசின் நாதம் நிரப்பியது. திறந்திருந்த அவள் முகம், அவள்தான் தலைவி எனவும் அவர் ஒன்றும் அறியாத பயிற்சியாளன் எனவும் அவரை வேடிக்கையான விதத்தில் நோக்கியது. இன்னொரு காலத்திலிருந்து வந்த லாவண்யாவின் முகம் அது.

விடியற்காலையில் எழுந்து படுக்கையில் ஒரு ராட்சஸக் குழந்தை போல, அருகில் படுத்திருந்த தன் மனைவியின் உருவத்தைப் பார்க்க மறுத்து, உட்கார்ந்திருந்தார். யாருமற்ற நெடுந்தாழ்வாரத்தில் நடந்து, ஒரு மாயத்தோற்றமான முதுமையினால் செயலற்றுப்போன ஓர் உடம்புக்குள், தனக்கு ஒரு இளமையின் ஜீவனை அளித்துக்கொண்ட முன்னிரவின் தெளிவு, இப்போது போய்விட்டது. அன்றிரவு அடித்தள அறைக்கு இறங்கிச் செல்வது ஒரு தவிர்க்கவியலாமை என்று அவருக்குத் தெரிந்ததால் பயமுற்றார். தன் உடையற்ற உடலை நன்கு பார்த்துக் கொள்வதற்காகக் குளியலறைக்குள் சென்றார். ஒரு குறித்த கோணத்தில் பார்த்தால், அவர் முகம் அழகாகத்தான் இருந்தது. பளிச்சிடும் கண்கள், வளமான தோல், சதைப்பற்றான ராஜ உதடுகள், தலையில்தான் அவ்வளவாக முடியில்லை, ஆனால் ஏராளமான முகம். குளிர்நீர்க் குளியல், தொடையிடுக்கில் கள்ளத்தனமாக ஷாம்பூ இட்டுக் கழுவினார். அடிமேலடி வைத்து படுக்கையறைக்குச் சென்று எச்சரிக்கையுடன் அலமாரியின் கதவைத் திறந்தார். லாவண்யா எழுந்திருப்பதற்கு முன்னால் புறப்பட்டுவிட வேண்டும் என்று நினைத்தார். அன்று காலையில் அவளைப் பார்க்க விரும்பவில்லை.

அலுவலகத்தை அவர் அடைந்தபோது ஏழு மணி. நாற்காலியில் அமர்ந்து திடீரென்று அந்நியமாகிவிட்ட ஓர் உலகின் சப்தங்களைக் கேட்டுக்கொண்டிருந்தார். காலையின் தனிமை வேறு, இரவின் தனிமை வேறு. விசித்திரமான பறவைகள் பாடின, தூரத்தில் பொருள்கள் சத்தமாக விழுந்து எதிரொலித்தன, எங்கோ சிரிப்பின் மங்கலான பதிவுகள் கேட்டன. வாசனைகூடப் புதியதாக இருந்தது. ஈரமான விரிப்புகள், மரம் ஆகியவற்றின் மணம். ஜன்னலைத் திறக்கப்போனார். முன்னறையில் பையன்களின் ஆட்டமும் பாட்டமும் கேட்டன. தனிப்பட்ட களிப்பிலிருந்த சுத்தம் செய்யும் பையன் கள் நான்குபேர் அவர் அறைக்குள் வேகமாக ஓடிவந்தார்கள். அவரைப் பார்த்த உடனே அவர்களுடைய மகிழ்ச்சியான முகங்கள் தொங்கின. அதிர்ச்சியில் ஓடிவிட்டார்கள். ஆனால் ஒருவன்மட்டும் ஒரு ஒளிஊடுருவும் வாளியுடன் உள்ளே வந்து,

அவரை அவ்வப்போது கள்ளத்தனமாகப் பார்த்துக்கொண்டே தரையைத் துடைக்கலானான். ஆசார்யா அந்தப் பையனைக் கூர்ந்து பார்த்தார். ஒருசமயம் இருவர் கண்களும் சந்தித்தன, கொஞ்சநேரம் ஒன்றின. அவருக்கு நிறுவனத்தில் சுத்தம் செய்யும் பணியாளர்கள் இருந்ததே தெரியாது.

கொஞ்சம் கொஞ்சமாகக் காலை பரவியது. பரிச்சயமான உலகம் பார்வைக்கு வந்தது. அய்யன் மணி சுத்தமாகவும், ஒழுங்காகவும், அறைப் புத்துணர்ச்சி அளிப்பானின் வாசனையோடும் உள்ளே நுழைந்தான். அவனுடைய அடர்த்தியான கருநிறமுடி எண்ணெயிட்டுப் படிய வாரப்பட்டிருந்தது.

“காப்பி” என்றார் ஆசார்யா.

தொலைபேசி அழைப்புகளை ஏற்காமலும், பார்வையாளர்களை விலக்கியும் அவர் முழுநாளும் தன் அறையில் உட்கார்ந்திருந்தார். அவர் உலகம் ஒருநாளைக்குத் தன்னை விலக்கிவைப்பதை விரும்பினார். ஆனால் அவர் தாக்குதலின்கீழ் அகப்பட்டிருந்தார். சின்னமனிதர்களின் சக்திகள் கதவுக்கு வெளியே காத்திருந்தன. அவை அறைக்குள்ளே முதலில் தீய சகுனத் தொலைபேசி அழைப்புகளாக ஊடுருவின. பிறகு ஏதோ தெரிந்ததுபோலக் காணப்பட்ட, உதடுகளின் ஓரத்தில் விஷமப் புன்முறுவலோடிருந்த தெளிவான வெள்ளைக் கண்கள் கொண்ட தங்கள் கருப்பான தூதுவனை உள்ளனுப்பினர். “அவர்கள் வந்திருக்கிறார்கள் சார்” என்றோ, “அவர்கள் காத்திருக்கிறார்கள் சார்” என்றோ அய்யன் அடிக்கடி உள்ளே வந்து கூறியவாறிருந்தான். மத்தியானம் அளவில் ஆசார்யா விட்டுக்கொடுத்துவிட்டார்.

பலூன் மிஷன் மூர்க்கமான இயக்கநிலையில் இருந்தது. அன்றைக்குத் தவிர்க்க இயலாத சிலர் வந்து கருப்புசோபாவில் உட்கார்ந்திருந்தார்கள். வேண்டா வெறுப்பாக அவர்களை உள்ளே அழைத்துக் கூட்டம் நடத்தினார். அது நீண்ட மௌனங்கள் கொண்டதாக இயக்கமற்றுப்போனது. வந்தவர்களை வெற்றுப்பார்வை பார்த்தார். ஒரு கேள்வி ஏற்கெனவே கேட்கப்பட்டது அவர் காதில் விழவில்லை. ஒரு சிந்தனைக்கான தெளிவு, ஒரு கருத்து எதிர்பார்க்கப்பட்டது என்பதையும் உணரவில்லை. மாலை அளவில் இந்தத் தாக்குதல் மறைந்தது, டோபாலாவின் சூபர்மேன் கதையில் தற்காலிக நிவாரணம் தேட முயன்றார். ஆனால் அதில் மனத்தைச் செலுத்த முடியவில்லை. இழுப்பறையைத்

திறந்து முன்னாள் அபர்ணா தந்துவிட்டுப்போன நீல உறையை எடுத்தார். அவர் அதை இதுவரை பார்க்கவில்லை. அவை எனது படங்கள் என்று அவள் சொல்லியிருந்தாள். எல்லாருக்கும் என்னை இவ்விதம் பார்க்க அனுமதி கிடையாது. உறையைத் திறத்தல் என்பது விஷயத்தை ஒப்புக்கொள்வதாகும், ஆனால் லாவண்யாவின் நினைவு அவரைச் சித்திரவதை செய்தது.

அடித்தளத்தில் காதல்செய்ய உறுதிப்படுத்திய நேரத்திற்கு மூன்று மணிநேரம் முன்னால், அரவிந்த் ஆசார்யாவின் மனதில் காலம் தொடர்ச்சியாக ஒரு நேர்க்கோடு போல ஓடுகிறதா, அல்லது புள்ளிக் கோடுபோல குதித்துகுதித்து ஓடுகிறதா என்ற ஆராய்ச்சி பிறந்தது மிக அவசியமானது. நிஜமான கருத்த முடிகொண்ட ஒரு தொல்லை தரும் பெண்ணால் மயக்கப்படுகின்ற சிக்கலுக்கு முன்னால் அவருக்கு நிஜமாகவே ஒரு பிரச்சினை தேவைப்பட்டது. அந்தச் சிக்கல் மூன்று மணி நேரத்திற்குள் தீர்க்கப்பட முடியாததாக இருக்கவேண்டும். ஆனால் அனுமதிக்கப்பெறாத அபர்ணாவின் உடலை, அவருக்காக நுண்ணோக்கிகள், டிரான்ஸ்இல்யூமினேட்டர்கள் ஆகியவற்றிற்கிடையில் (ஆஸ்ட்ரோபயலாஜி துறையின் ஒரு பகுதியாக அமையாத மணமூட்டிய மெழுகுவத்திகள் அங்கே இருக்கக்கூடும்) காத்திருக்கின்ற அந்த உடலைத் தொடப்போகின்ற சிந்தனைகளிலிருந்து அவரால் விடுபடமுடியவில்லை.

ஆனால் மனநிலைதிரிந்த ஒரு சோகமும் அவருக்குள் உண்டானது. அது நாற்பதாண்டுகளாக அவருடன் வாழ்ந்து வருகின்ற—அந்தச் சமயத்தில் வழக்கமான சோகத்துடன் துணிகளை அவள் மடித்துவைத்துக்கொண்டிருக்கக்கூடும்—அவருடைய மனைவிக்காக. துயரம் என்பது அவர் இதயத்தில் இல்லாமல் வயிற்றில் இருப்பது அவருக்கு ஆச்சரியமாக இருந்தது. அது ஒரு இருண்ட, உள்ளீடற்ற வகையான உணர்ச்சி. மிகவும் சந்தோஷகரமான ஓர் உலகத்தில் லாவண்யா இறந்து, அவரை கைம்மை மனிதராக விட்டுச்சென்ற உணர்ச்சி. அது மனசாட்சியின் குத்தல் அல்ல. அவளுக்கில்லாமல் தானே ஒரு பொருளைத் தனியே அனுபவிக்கின்ற வெறுமை உணர்ச்சிதான் அது. லாவண்யா இல்லாமல், விபசாரம் செய்கின்ற சந்தோஷம்கூட முழுமையற்றதுதான். அது அபத்தமானது. இதை அவரால் மேலும் தாங்க முடியவில்லை. அவருக்கு வயிற்றில் இருந்த இருள் தனக்கு மேல் எதிர்பாராத ஒரு மகிழ்ச்சிகரமான வீக்கத்தை உண்டுபண்ணியது.

தன் நாற்காலியிலிருந்து எழுந்து கால்சட்டைகளைச் சரிசெய்து கொண்டார். அந்த அறையிலிருந்த காற்று ஓட்டமின்றி நிலையாக இருந்தது. ஆனால் ஏன் எழுந்து கொண்டோம் என்பதை மறந்து விட்டார். தன் நாற்காலிக்கு அருகிலேயே ஆணி அடித்த மாதிரி நின்றார். அடித்தளத்திலிருந்த ஒலியமைப்பைப் பற்றி நினைத்தார். மனிதர்கள் ஏன் திருமணம் செய்துகொள்கிறார்கள்? ஏதோ இன்னொரு தீபாவளிச் சக்கரம் போன்றதொரு காலக்ஸியில், அதனுடைய வெளிப்புறக் கரத்தில், ஏதோ ஓர் இடத்தில் இருக்கும் ஒரு நடுத்தர முக்கியவரிசை நட்சத்திரங்களில் ஒன்றினைச் சுற்றுகின்ற ஒரு மிகச் சிறிய கிரகத்திலிருந்துகொண்டு திருமண விசுவாசத்தின் மிக உயர்ந்த இடத்தைப் பற்றிப் பேசுகிறோம்.

கொஞ்சநேரத்தில் ஜன்னலைத் திறந்து கடல்காற்றின் முதல் வீச்சை அனுபவித்தார். வெளியில் இருட்டாக இருந்தது. ஆனால் அவரால் கடலைக் கேட்க முடிந்தது. மிகவும் மூர்க்கமாக இருந்தது. மேலும் அன்றைய காற்றும் ஒருமாதிரித்தான் இருந்தது. அது மழைகளுக்கெல்லாம் பெரியமழையை முன்னறிவித்தது. தனக்குப் பின் கதவு திறந்ததை அவர் கேட்டார்.

"உன்னைப் பார்க்க நினைத்தேன்" என்றது ஜனா நம்பூதிரியின் குரல், கொஞ்சம் சாந்தமாக. கலகத்தின் தோல்விக்குப் பிறகும், மன்னித்தலின் அவமானத்தை ஏற்றுக் கொண்ட பிறகும் அவர் கொஞ்சம் அடங்கியே இருந்தார்.

திரும்பி அந்தக் குறுக்கீட்டை எதிர்கொள்ளும் நிலையில், சரியான நேரத்தில், அவர் அபர்ணாவின் சிந்தனை எழுப்பிய இளமை உணர்ச்சிகளை இன்னும் சரியாக அடக்கவில்லை என்பதைப் புரிந்துகொண்டார்.

"ஜனா", என்றார் ஜன்னலை விட்டு அசையாமலே. "நாளைக்கு வா."

இதைக் கேட்கும்போதே நம்பூதிரி அறைக்குள் வந்துவிட்டிருந்தார். கொஞ்சம் குழப்பத்தோடு நின்றார். பிறகு புரிந்துகொள்ள முயற்சி செய்யாமலே போய்விட்டார்.

கதவு மூடியதும், ஆசார்யா தன் இருக்கைக்கு அவசரமாகச் சென்றார். ஒரு கணத்தின் ஓட்டத்தில் தன்னையே வாயைப் பிளந்துகொண்டிருக்கும் ஒரு ரேடியோ தொலைநோக்கி போல உணர்ந்தார். நம்பிக்கை தருகின்ற அகலமான தனது

மேஜைக்குப் பின் அமர்ந்தார். காலமோ, எதுவோ, எதுவாயினும் போகட்டும் என்று காத்திருந்தார். தன் பெரிய தொடைகளால் எழுச்சியை அடக்க முயற்சிசெய்தார். அதன் இரத்த ஓட்டத்தைக் குறைத்து, இறுக்கத்தை விடுவிக்க முயன்றார். மிகவும் வயதான மனிதன் ஒருவனின் தற்செயலான, இனிய மருந்தில்லாத, இந்த எழுச்சியைக் கொல்லுவது கடினம், முன்னுதாரணம் இல்லாதது என்று சந்தேகித்தார். இந்த எழுச்சிக்கான தேடல், இளைஞர்கள் மத்தியிலும்கூட, பலகோடி டாலர் தொழிலாக மாறியிருந்தது. வரலாற்றின் ஒரு கணத்தில், நிகோலாஸ் கோபர்நிகஸ், சூரியமையக் கொள்கையைக் கொன்று, வாடிகனின் எண்ணத்திற்கேற்ப, பிரபஞ்சத்தின் மையம் பூமியே என்று கூறியதை நினைத்தார்.

ஆனால் ஆசார்யாவின் பிரச்சினை முடியவில்லை. ஒரு சிற்பத்தின் மாறாநிலை போல நிமிர்ந்து நின்றது. இந்தச் சூழ்நிலையைச் சிக்கலாக்க, ஒன்றுக்குப்போக வேண்டும் என்றும் திடீர் உணர்வு ஏற்பட்டது. அவருக்குத் தனியாக ஒரு கழிப்பறை கிடையாது. நிர்வாகம் முன்பு வலியுறுத்தியபோதெல்லாம், அப்படி ஒரு அறையைச் சேர்த்தால் ஏற்படக்கூடிய அறைஉடைப்பினை மனத்தில்கொண்டு வேண்டாம் என்று சொல்லிவிட்டார். முன்புத்தி இல்லாமற்போனதற்காகத் தன்னை இப்போது சபித்துக் கொண்டார். இப்போது அவர் வெளியே நீண்ட, ஆரவாரமிக்க தாழ்வாரத்தில் பாதி வழி போகவேண்டும். மேஜைமீது கிடந்த டைம்ஸ் ஆஃப் இந்தியா செய்தித்தாளை முன்னால் முழுதும் மறைக்குமாறு பிடித்துக்கொண்டு படிப்பதுபோலச் சென்றார்.

அய்யன் மணி இந்த ராட்சஸ உருவம் தன்னைவிட்டு அகன்று செல்வதைப் பார்த்தான். காதல் ஏற்படுத்தும் மூளைக்கோளாறு இப்படியா ஒருவரை விசித்திரமாக நடக்கவைக்கும் என்று எண்ணிக்கொண்டான். விஞ்ஞானிகள் என்று எழுதப்பட்ட கழிப்பறைக்குச் சென்றார் ஆசார்யா. உலர்த்துவான்மீது பத்திரமாகச் செய்தித்தாளை மடித்து வைத்தார். ஏனென்றால் திரும்பிச் செல்லும்போது ஒருவேளை அது தேவைப்படலாம் என்று பயந்தார். நீல ஓட்டுத்தளமிட்ட சுவரில் ஐந்து சிறுநீர்க்கழிப்புக்குழிகள் பொருத்தப்பட்டிருந்தன. இடையில் ஒவ்வொரு குழி மீதமிருக்க சரியாக மூன்று வானியலாளர்கள் அவற்றில் நின்றுகொண்டிருந்தார்கள். இரண்டுபேருக்கு மத்தியில் ஆசார்யா சென்றார். சிறுபிள்ளைத்தனமாக அவர்களை பயமுறுத்தலாமா என்ற பைத்தியக்காரத்தனமான ஆசை அவருக்குத் தோன்றியது. கழுத்தின் பின்புறம் கையை வைத்துக்கொண்டு, முழங்கைகளை உயர்த்தி, திமிர்விடுவதுபோல

நின்றார். அவருடைய சிறுநீர் வேகமாகக் குழிக்கு உயரத்தில் சென்று அடித்தது. ஒருவர் ஒருவராக மற்றவர்கள் இதைக் கண்டனர். ஆசார்யா அவர்களை எப்போதுமே பணியச் செய்தவர்தான், ஆனால் இந்தமாதிரியாக அல்ல.

மேஜைமீதுள்ள பொருள்களை அடுக்கிவைத்தவாறே, தன் அறையில் காத்திருப்பதைத் தொடர்ந்தார். அபர்ணா கொடுத்த வாசனையிட்ட உறையை எடுப்பதற்காக இழுப்பறையைத் திறந்தார். அடித்தளத்தில் காதல் செய்ய அளிக்கப்பட்ட சந்தர்ப்பத்தை இனிமேல் மறுக்க அவருக்குத் துணிவில்லை. எனவே உறையைத் திறந்து பார்க்கலாம் என்று எடுத்தார். இரண்டு கருப்புவெள்ளை நிழற்படங்கள் அதிலிருந்து விழுந்தன. ஒரு சிறு பெண் குளியல்தொட்டியில் இருந்தாள். அவளுக்கு ஒருவேளை நான்கு வயதிருக்கலாம்.

பத்தாக ஐந்து நிமிடம் இருக்கும்போது தன் அறையைவிட்டு வெளியே வந்தார். எப்போதும்போல, ஒரு யானையைப் போல. இன்னும் தாழ்வாரத்தில் ஜனநடமாட்டம் இருப்பதைக் கண்டு ஏமாற்றமடைந்தார். மழையின் காரணமாக, நிறுவனம் ஆளரவமற்றுப்போயிருக்கும் என்று நினைத்தார். உண்மையின் தேடல், சில நாட்கள் காத்திருந்தால் என்ன? லிஃப்டில் ஆட்கள் திணிந்திருந்தார்கள். அவர்களிடையே தலையை குனிந்துகொண்டு அதன் கண்டிப்பான அமைதிக்கிடையில் சென்றார். தரைத் தளத்தில் லிஃப்ட் நின்றபோது, அவர் லிஃப்டின் வாயிலில் பாதியை அடைத்துக் கொண்டு அசையாமல் நின்றதால், ஒருவரும் வெளியேறவில்லை. அவர் வெளியே செல்வதை எதிர்பார்த்து நின்றார்கள். ஆனால் அவர் அசையாமலே நின்றார். எனவே ஒருவர் பின் ஒருவராக அவரைச் சுற்றிக்கொண்டு, பாறையைச் சுற்றி ஓடை செல்வது போல, சென்றார்கள். கடைசியாக லிஃப்ட் காலியானது. அது அவருக்கு அமைதியைத் தந்தது. பி என்று குறிக்கப்பட்ட பொத்தானை அழுத்தினார்.

அடித்தளச் சுழல்வழிகள் பக்கவாட்டில் வெற்று வெள்ளைச் சுவர்களால் சூழப்பட்டிருந்தன. எப்போதும் மென்மையாக ஒலிக்கும் கண்காணாத மோட்டார்களின் ஒலியால் சூழப்பட்டிருந்தன. என்ன அணிந்திருப்பாள், எப்படி உட்கார்ந்திருப்பாள், என்ன திட்டங்கள் வைத்திருப்பாள் என்றெல்லாம் சிந்தித்தார். முன்பே திட்டமிடப்பட்ட இருளில், அவள் அசையாத கோட்டுருவமாக அமர்ந்திருப்பாளா? முன்பு ஏற்பட்டு மறைந்துபோன எழுச்சி மீண்டும்

ஏற்பட்டது. செவ்வாய் கிரகத்தில் இறங்கிய முட்டாள்தனமான ரோவர் தன் துதிக்கைபோன்ற உறுப்பால் நீரையும் விலங்குகளையும் தேடுவதுபோல அது அவரை வழிநடத்திக்கொண்டு சென்றது.

ஆய்வகக் கதவு அருகில் வந்ததும் வயிற்றில் இருந்த துன்பம் அதிகரித்தது. லாவண்யாவின் ஆவியுரு தோன்றியது. குற்றம்சாட்டும் முகத்தோடு அவள் துணிகளை மடித்துவைக்கும் தோற்றம் மனக்கண்ணில் தோன்றியது. அவள் மான்குட்டிபோல நடந்த வாழ்க்கையின் பழங்கால நாட்களை நினைத்துப்பார்த்தார். அட்லாண்டிக் மீது எல்லையற்றுப் பறந்தபோதெல்லாம் அவளுடைய நீண்ட கூந்தல் அவருடைய மூக்கை எப்படி வருடியது என்பதை நினைத்தார். குழந்தைமாதிரி அவள் தூங்கும்போது அவள் தலை தன்தோள்மீது பதிந்திருந்த நிலை. அவர்கள் திருமணத்தின் முதல்சில அழகான மாதங்களை நினைத்தார். அவர்களுடைய காதலுறவுக்குப் பெயரே கிடையாது. ஏனென்றால் அப்போது அதற்குப் பெயர்வைக்க வேண்டிய தேவை இல்லை.

இழந்துபோன கடந்தகாலம். அவரால் அந்த நாட்களை இப்போது தெளிவாகக் காணமுடிந்தது. ஒரு மணப்பெண்ணாக எவ்வளவு அழகாகக் காட்சியளித்தாள். அப்போதும் அவர் மாணவர்தான். சிவகங்கையில் திருமணம் முடிந்தபிறகு, சென்னைக்கு அவளை அழைத்துச்செல்லும் நேரம்வந்தபோது, கண்ணீர்விடும் நிலையிலிருந்த ஒரு உறவினர் கூட்டம் அமைதியாக இரயில்நிலையத்திற்குப் பின்தொடர்ந்தது. கிளர்ச்சியோடு இரயில் வருவதற்காக அவர் காத்திருந்தபோது லாவண்யாவின் அத்தைகளில் ஒருத்தி, அவர் தன் விடுதி அறைக்கு அவளை அழைத்துச் செல்கிறாரா என்று விசாரித்தாள். அழுதுகொண்டே வந்த கூட்டம், மனம்விட்டுச் சிரிக்கக் கண்ணீரை ஒரு சாக்காகப் பயன்படுத்திக்கொண்டது.

சென்னையில், தன் புதிய வீட்டின் தனிமைப்பாட்டில், தன் தாய்க்கு நீண்ட மகிழ்ச்சியற்ற கடிதங்களை எழுதலானாள். அவளுக்குத் தெரியாமலே முதல் கடிதத்தைப் படித்தார். "பொருள்கள் ஏன் கீழே விழுகின்றன என்று கண்டுபிடிக்க விரும்புகிறார்" என்று கடிதத்தில் குறிப்பிட்டாள். அவர் அண்ணாமலைப் பல்கலைக்கழகத்தில் ஆய்வுசெய்துகொண்டிருந்தார். அதுதான் முழு ஆராய்ச்சி விஷயமும் என்பதை அவள் கேலிக்கூத்தாக உணர்ந்தாள். "ஆனால் ரொம்ப பிரயோசனமான மனுஷர். ஒரு ஸ்டூல் மேலே ஏறாமலே அரிசி மூட்டையெல்லாம் தூக்கி லாஃப்டிலே வைக்கறார். ரொம்பவும் அமைதியா, பதவிசா

நடந்துக்கிறார். அதனாலே சும்மா வேடிக்கைக்கு அவர வேலை செய்யறமாதிரி நடத்தறேன். அவருக்கு நான் மரியாதை தரணும், ஆனா அவர் ரொம்ப வேடிக்கையாருக்கார். நேத்து, கோயிலில, அவர் கால்ல விழ குனிஞ்சேன். அப்படியே ஆகாசத்துல எகிறிட்டார். அவருக்கு எல்லாம் மேற்கத்திய ஐடியாதான்" என்று எழுதினாள்.

அந்தக் காலம் வேறுமாதிரி. தெருவில் கையைப் பிடித்தவாறு நடக்கமுடியாது. ஆனால் அவர்கள் எவ்வளவு தூரம் அதை விரும்பினார்கள். காதலை மட்டுமல்ல, குணப்படுத்த. சென்னையின் சந்துபொந்துகளில், கடைக்காரர்கள், டாக்சி டிரைவர்கள், பாதசாரிகள் எல்லாரும் அவர்களைப் பார்த்து ஈவிரக்கமின்றிச் சிரித்தார்கள். அந்தக் காலத்தில் இவர்கள் மிகவும் உயரமான ஜோடி. பெரும்பாலான தமிழர்கள் உருவத்தில் சிறியவர்கள், மற்றவர்களைப் பற்றி ஏதோ ஒன்றைத் தவறு என்று முடிவு கட்டுவதற்கு மரபணுரீதியான தன்மை உடையவர்களாகவும் இருந்தார்கள். எனவே இவர்கள் இருவரும் சேர்ந்து வெளியே செல்வது ஒரு காட்சியாகவே இருந்தது. அழும் குழந்தைகளைக் கையில் ஏந்திய தாய்மார்கள் தங்கள் வீட்டு 'கேட்'டில் நின்று, இவர்களைக் காட்டினார்கள். குழந்தைகளும் அழுவதை உடனே நிறுத்திவிடுவார்கள். அரவாணிகள் கூட்டம் கூட்டமாக அவர்களைச் சுற்றிப்பாடினார்கள். லாவண்யாவை அவர் விரும்பினால் தங்களையும் விரும்புவார் என்று பாடினார்கள். தெருச்சிறுவர்கள் அவர்களைப் பார்த்து எல்ஐசி எல்ஐசி என்று கத்திக்கொண்டே பின்னால் ஓடிவந்தார்கள். (அந்தக்காலத்தில் சென்னையில் இருந்த மிக உயரமான பதினான்குமாடிக் கட்டடம். பல ஆண்டுகளுக்கு அது சென்னையின் மிகஉயரமான கட்டடமாகவே இருந்தது).

ஓர் உறவினரின் செல்வாக்கினால்—அவருடைய ஆஸ்த்மாவோடு சேர்ந்த பேச்சு அதற்கு ஒரு தீவிரத்தை அளித்தது—ஆசார்யா தன் படிப்பை விட்டுக் கேரளாவில் மிக இரகசியமாக தும்பா என்ற ஊரில் ஆரம்பிக்கப்பட்ட இந்திய விண்வெளி ஆராய்ச்சி நிறுவனத்தில் சேருவது என்று தீர்மானித்தார். ஆனால் விரைவிலேயே இந்திய அரசாங்கம் எவ்வளவு ஏழையாக இருந்தது, உலகமே முன்னால் விரைந்து சென்ற போது, இந்த விண்வெளி ஆசை, உலகில் தன் மரியாதையைத் தக்கவைத்துக்கொள்ள ஓர் இரங்கத்தக்க தேசத்தின் பரிதாபகரமான முயற்சி என்பதை உணர்ந்துகொண்டார். உயர்ந்த பனைமரங்களின் ஊடே ஓடிய சரளைக்கல் சாலைகளில் அவர் மறைந்திருந்த ஒரு பட்டறையிலிருந்து ராக்கெட்டின்

பாகங்களை சைக்கிளில் வைத்து ராக்கெட்விடும் தளத்திற்கு எடுத்துச் செல்லவேண்டியிருந்தது. அந்தக் காலத்தில் வாழ்க்கை எவ்வளவு எளிமையானதாக இருந்ததென்றால், ஒருநாள், ஒரு ராக்கெட் கூம்புமுனையையே தன் மனைவிக்குக் காட்டுவதற்காக எடுத்துக்கொண்டு வந்துவிட்டார். அதில் அவர் மனைவி அவர்கள் பெயரையெல்லாம் பொறித்துவைக்க, பிறகு அதை அறியாமலே அந்த முகப்பு ஒரு ராக்கெட்டில் பொருத்தப்பட்டு விடப்பட்டது. முதல் தலைமுறை ராக்கெட்டுகளில் ஒன்றாகிய அது, தோல்வியுற்றுக் கடலில் விழுந்துவிட்டது. எல்லா எளிமைக்கும் மேலாக, கேரளாவின் சிவந்த புழுங்கலரிசி ஆசார்யாவுக்குத் தெளிவை உண்டாக்கிவிட்டது. விண்வெளித்திட்டத்தில் ஒரு சில மாதங்களே இருந்தபிறகு, அவர் லாவண்யாவையும் அழைத்துக்கொண்டு, பிரின்ஸ்டன் பல்கலைக்கழகத்திற்குப் பிரபஞ்சவியல் படிக்கச் சென்றார். பிறகு காலப்போக்கில் ஈர்ப்புக்கொள்கையில் அவர் கவனம் சென்றது. "அது அவனை ஈர்க்கிறது" என்று அவருடைய தந்தை அடிக்கும் ஜோக்கை அவருடைய பல உறவினர்கள் புரிந்துகொள்ளவேயில்லை.

இப்போது பல ஆண்டுகளாக, தான் காதல்செய்யும் வயதைத் தாண்டிவிட்டோம் என்ற கருத்தை ஏற்றுக்கொண்டுவிட்டார். ஆனால் இப்போது அவர் ஒரு பெண்ணின் கடை வாயிலில் நிற்கிறார். அபர்ணா தன் கடைக்கண்ணைக் காட்டினால் போதும் (அல்லது இன்றைக்குப் பயன்படுத்தும் சொற்களைப் போட்டுக்கொள்ளவும்) எவனையும் அவள் வீழ்த்திவிடுவாள். இப்போது அவள் வெற்றுஉடலைத் தொட்டுத் தழுவி அவளுடைய சொந்த உடல் வாசனையை (முன்பு இளமையின் பொதுவான மணம் என்று அதற்குப் பரிதாபப்பட்டார்) அனுபவிக்கக் காத்திருக்கப் பொறுமையில்லை. கதவருகில் இப்போது நின்றார். அதன் வெண்குமிழில் அவர் கை பதிந்தது.

ஒரு கணம் நின்றார். பிறகு திரும்பி நடக்கலானார்.

படிகளில் ஏறி, முன்பகுதியில் நின்று, முக்கியப் புல்தரையைச் சுற்றிச் சென்ற பாதைகளில் நடந்து, வாயிலைநோக்கிச் சென்றார். அங்கு துடிப்பாக இருந்த பாதுகாவலர்கள் அவருக்கு சல்யூட் அடித்தார்கள். எங்கும் நோக்காமலே பாதையைக் கடந்து பேராசிரியர்களின் இருப்பிடத்திற்கு வந்துவிட்டார். லிஃப்டில் இரண்டு முதுநிலை விஞ்ஞானிகளும் அவருடன் வந்தார்கள். அவர்கள் பணிவாகப் புன்முறுவல் செய்தார்கள். அவர்களால்

அவர்மீது அபர்ணாவின் வாசனையைக் கண்டுபிடிக்கமுடியுமா என்று கேட்டுக்கொண்டார். லாவண்யாவால் அவர் கண்களைப் பார்த்து, 'அவர் ஒரு கதவின் குமிழைப்பிடித்திருந்தார், அது அவர்களுக்கிடையே இருந்த ஏதோ ஒன்றை—அது எதுவாக இருந்தாலும், முடிவுக்குக் கொண்டு வந்திருக்கும்' என்று யூகிக்க முடியுமா? லிஃப்டிலிருந்து தன்னுடைய குடியிருப்புக்குச் சென்றபோது, அவருடைய இதயம் ஏன் பலமாக அடித்துக்கொள்கிறது என்பதை உணர முடியவில்லை. ஒரு நெருக்கிநோக்குகின்ற தருணத்தின் தெளிவில், அவர் வரலாற்றுக்காலத்திற்கு முன்பு காடுகளில் சில இனங்கள் இருந்திருக்கலாம், அவற்றின் இதயத்துடிப்பு காடுகளில் எதிரொலித்திருக்கலாம், ஓடைகளில் நீர் சலசலவென்று கூழாங்கற்கள்மீது ஓடுவதுபோலவே அவற்றின் இரத்தக்குழாய்களில் இரத்தம் ஓடியிருக்கலாம் என்று யூகித்தார். அப்போது வாழ்க்கையே ஒரு கச்சேரியாக இருந்திருக்கும் அல்லவா? ஆனால் அந்த உடலின் ஒலிகளெல்லாம், இரைதேடும் மிருகங்களுக்கு அவற்றை எளிதாகக் காட்டிக்கொடுத்திருக்கும். எனவே காலப்போக்கில் எந்த மிருகங்களின் இதயஒலி மிகவும் பலமாக இல்லையோ, எவற்றின் இரத்தம் சத்தமின்றி ஓடுகிறதோ அவை மட்டுமே எஞ்சி நின்றிருக்கலாம்.

அவருடைய வீட்டின் கதவுக்குமிழை அவர் கையில் பிடித்தபோது, அபர்ணா அந்தச்சமயம் என்ன செய்துகொண்டிருப்பாள் என்று எண்ணினார். திடீரென்று கதவு வேகமாகத் திறந்தது. கண்களில் நீரோடு லாவண்யா எதிரில் நின்றாள். அவள் கைகளில் திசுக்களின் (மெல்லிய துணிகளின்) ஒருபை. "எங்க இருந்தீங்க?" என்று கேட்டாள்.

உள்ளே நுழைந்து, அவர் கதவை அடைத்தார். அப்போதுதான் இந்த விஷயத்தை எவருக்கும் தெரியாமல் முடித்துக்கொள்ளமுடியும்.

"நான் உங்க நம்பருக்குத் தொடர்ச்சியா ஃபோன் பண்ணிக் கொண்டேருந்தேன்" என்று மூக்கைத் துடைத்துக்கொண்டாள். "அஞ்சு செத்துப் போயிட்டா அரவிந்த்."

"என்ன?"

"அஞ்சு காலமாய்ட்டா."

லாவண்யாவின் மெல்லிய தோள்கள் குலுங்கின. அவள் அழ ஆரம்பித்தாள். முன்பு அவர் கயிறுமீது நடந்த ஒரு கையற்ற

சிறுவனைப் பார்த்ததுபோல, அவள் முழுமையற்று இருந்தாள். அவர் கைகள் அவளைச் சுற்றியிருக்க விரும்பினாள். ஆனால் அவர் அவளைத் தொடுவதற்குத் தான் மிக அழுக்காக இருப்பதாக உணர்ந்தார். அவளைத் தனியே அழவிட்டார்.

காதில் விழாததுபோல, "நான் செக் பண்ணினேன்" என்றாள். "சென்னைக்கு இன்னும் ரெண்டு மணி நேரத்தில ஒரு ஃப்ளைட் இருக்கு. நான் புறப்படணும்."

"நான் உன்னோடு வரவேண்டாமா" என்று கேட்டார்.

"உங்களுக்கு வரப் பிரியமில்லன்னு எனக்குத் தெரியும்."

"வர்றேன்."

"வேணாம். அப்படித்தான். அவ செத்துண்டுதான் இருந்தா. ஆனா அழறது சரின்னு படறதினாலே அழறேன். இல்லேன்னா எனக்கு ஒண்ணுமில்லே."

"நான் உன்னோட வர்றேனே."

"நிஜமா, நான் தனியாப் போகத்தான் நெனக்கறேன். எனக்கு இது ஒரு லீவு."

"லீவா?"

"ஆமாம். நான் எவ்வளவோ ஒடம்புநன்னா இல்லாதவள் தானே."

அவர் மழையில் கார் ஓட்டக்கூடாது என்று அவள் சொல்லிவிட்டதால், அவர்கள் ஒரு டாக்சி பிடித்து விமான நிலையத்துக்குச் சென்றார்கள். அவர்களுடைய காரைப் போலவே அதுவும் ஒரு கருப்பு—மஞ்சள் வண்ணமடிக்கப்பட்ட பழைய கால ஃபியட் கார்தான். அவர் தான் ஓட்டுவதாகச் சொன்னார், ஆனால் வழக்கம்போலவே இம்மாதிரி விஷயங்களில், அவள்பேச்சுதான் எடுபட்டது.

பின்இருக்கைகளில் உட்கார்ந்துகொண்டபிறகு, "உங்களுக்குத் தெரியாது, உங்களால நன்னா பார்க்கமுடியல" என்றாள்.

"நான் நன்னாப் பாக்க முடியும்டீ" என்றார்.

"நீங்க எப்படித் திரும்பிப்போப்போறேள்னு பிளேன்ல நெனச்சுண்டேயிருப்பேன். என்னச் சுத்தியிருக்கறவால்லாம் செத்துப்போற மாதிரி எனக்கு இன்னிக்குத் தோணுது."

"எப்ப திரும்பி வர்ற?"

"பத்து நாள்" என்றாள். "இல்ல, கொஞ்சம் கூட. கொஞ்சம் சடங்கெல்லாம் இருக்குமே. எனக்கு ஒரு விடுதல வேணும்."

"எதுலேர்ந்து?"

"ஒங்க கிட்டயிருந்துதான்" என்றாள்.

மழைகாரணமாக டாக்சியின் ஜன்னல்கள் முற்றிலும் மூடப்பட்டிருந்தன. உள்ளே இறுக்கமாக இருந்தது. ஈரப் பஞ்சின் நாற்றம் வேறு.

கண்ணுக்குத் தெரியாத பூச்சிகள் பிருஷ்டத்தில் கடிப்பதுபோல உணர்ந்தார். அவற்றை நசுக்கிவிடுவதுபோன்ற நடனஅசைவில் ஈடுபட்டார். அதற்கு லாவண்யா "ச்சு" என்றாள். துக்கத்தில் பித்தாகி விட்டாள் என்று நினைத்து "என்ன" என்று கேட்டார்.

"ஒண்ணுமில்ல" என்றாள். கொஞ்சநேரம் மௌனமாகவே பயணம் செய்தார்கள். பிறகு கையைநீட்டி அவள் கையைப் பிடித்தார். அது ஏதோ ஒரு மாயமான மர்ம உத்தி போல, அவள் தலை சோர்வுடன் தானாகவே அவர்மீது சாய்ந்தது.

புறப்பாட்டு முனைக்குச் சென்ற மக்கள்திரள் ஒரு இலகுவான சரிவில் சென்றது. ஆசார்யா ஒரு நல்ல தேவதைபோல சூட்கேஸை எடுத்துக்கொண்டு நடந்தார். அது அவர் கையில் சிறியதாகவே தோற்றமளித்தது. ஒரேஒரு சூட்கேஸை வைத்திருப்பது விசித்திரமாகத் தோன்றியது. கள்ளத்தனமாக ஓடுபவர்கள் இப்படித்தான் எளிமையாகச் செல்வார்கள்.

பையனாக இருந்தபோது, ஒருசமயம், மற்றப் பையன்களுடன் சேர்ந்து நீராவி ரயில்களை எண்ணுவதற்காக நடைமேடைக்குச் சென்றார். அக்கால நேரோகேஜ் இரயில்வே நடைமேடைக்கு வருகின்ற ஒற்றையடிப்பாதையில் ஓடிவருகின்ற காதல் ஜோடியைப் பார்த்தார். உலகமே தங்கள் பின்னால் துரத்தி வருவதாக நினைத்து ஓடி வந்தார்கள். அந்தப் பையன் ஒரு ப்ரீஃப் கேஸ் வைத்திருந்தான். பெண், ஒரு துணிப் பையை வைத்திருந்தாள். அதற்குப் பின்

பல ஆண்டுகளுக்கு, இந்த மழை இரவின் போதுகூட, ஆசார்யா காதலை இலகுவான தன்மைக்கும், திருமணத்தை அதிகப்படியான லக்கேஜுக்கும் தொடர்புபடுத்தியிருந்தார். வழக்கமாக, அவரும் லாவண்யாவும் விமானநிலையத்துக்கு வந்தால், ஹோட்டல் ஹவுஸ்கீப்பிங் வீட்டுக்கு வருவதுபோல, அவர் அதிகப்படியான சுமைகொண்ட டிராலியைத் தள்ளிக்கொண்டுவருவார். இந்த ஏற்றத்தில் அவர் நடந்தபோது விசித்திரமாக நினைத்ததற்கு வேறொரு காரணமும் இருந்தது. லாவண்யாவைத் தனியாக அனுப்புவது இதுதான் முதல்முறை. வழக்கமாக, அவள்தான் அவரை அனுப்புவாள். அல்லது அவரோடே வருவாள், அது ஒரு விஷயம்தான். அவள் எப்போதுமே அவரைத் தோள்பையைத் தூக்கவிட்டதில்லை. அவர் சூட்கேஸ்களைத்தான் தூக்கிவரவேண்டும். அப்போதுதான் துணிகள் கசங்காது என்பாள். அவளுடைய தர்க்கத்தை இரகசியமாக அவர் வியந்தார். அவள் செய்தது சரியென்றுகூட ஒப்புக்கொண்டார். ஆனால் அவருக்கு ஒரு பை என்பது நாடோடித்தனமான சுதந்திரத்திற்குக் குறியீடு. பிரயாணம் முக்கியமல்ல, சேருமிடம் பற்றிக் கவலையில்லை என்று எடுத்துரைத்த ஒரு முழுமையற்றதன்மை. மாறாக, சூட்கேஸ் என்பது கம்பீரமான புறப்பாடுகள், சுயமுக்கியத்துவம் வாய்ந்த வருகைகள் ஆகியவற்றைக் குறிப்பது. ஒரு பகட்டான ஆளின் சட்டையைப்போல, வாழ்க்கை முக்கியமானது என்று ஒப்புக்கொள்வது. ஒரு சமயம், லாவண்யாவுக்கு இதைப்பற்றிச் சொன்னபோது, அவள், "ஆஹா! என்ன கவிஞர் நீங்கள்! பிசினஸ் வகுப்பில்தானே பிரயாணம் செய்கிறீர்கள், இல்லையா?" என்று கூச்சலிட்டாள்.

எல்லையிடத்தின் கண்ணாடிக் கதவுகளை அடைந்தபோது மூன்று காவலர்கள், அங்கே இல்லாத ஒரு மூத்த அதிகாரியைத் திட்டிக்கொண்டே, பயணச்சீட்டுகளைச் சரிபார்த்துக் கொண்டிருந்தார்கள். ஆசார்யா லாவண்யாவின் டிக்கெட்டைத் தனது பாக்கெட்டில் தேடினார். அப்போதுதான் அவர் கவுண்ட்டரிலிருந்து வாங்கி வந்திருந்தார். அதைக் கண்டுபிடித்ததும் மகிழ்ச்சியடைந்தார், மனைவியிடம் அதைக் கொடுத்து அசட்டுச் சிரிப்புச் சிரித்தார். அவள் அவரைக் கவலையோடு நோக்கினாள். எப்படி இவர் தன்னைப் பாதுகாத்துக்கொள்ளப்போகிறார்?

"வேலைக்காரிகளுக்கான கதவைத் திறந்து வையுங்கோ. மீனு மொபைல் நம்பர் எங்கிட்ட இருக்கு. ஒவ்வொரு நாளும் அவளுக்குச் சொல்றேன்."

“மீனு யாரு?”

லாவண்யா, வெறுப்படைந்து சொன்னாள், “அவள் நம் சமையல்காரி.”

சூட்கேஸின் தள்ளுகைப்பிடியை இழுத்து அவளிடம், ஆழமான, முறைத்த முகத்தோடு, அது ஏதோ ஒரு வாழ்நாள் சாதனை விருதுபோலக் கொடுத்தார். அவள் மூக்கை உறிஞ்சிக்கொண்டே, சிவந்து போன தன் மூக்கின்மீது ஒரு கைக்குட்டையை அழுத்திய வாறு, அதை இழுத்துக்கொண்டு சென்றாள். டெர்மினலை அடைவதற்கு முன்னால் அவரைப் பார்ப்பதற்காகத் திரும்பினாள். அவளைப்பார்த்து அவர் கையசைத்தார். அவளுக்குப் பின்னால் நின்ற இளம் தம்பதியினர், அவள் கண்ணீரை, பிரிவின் ரொமாண்டிக்கான துயரமாக எடுத்துக்கொண்டனர். முதியவர்களுக்குத் தங்கள் பாராட்டினைப் பார்வை மூலமாகத் தெரிவித்தனர். அந்தப் பெண் “மிகவும் நேர்த்தி” என்றாள்.

லாவண்யா எக்ஸ்ரே கருவிகளுக்குப் பின்னால் மறைந்துபோனாள். சின்ன வயதில் அஞ்சல்பெட்டியில் தபால்களைப் போட்டு விட்டுப் போகும்போது ஏற்படுகின்ற உணர்ச்சி இப்போது திரும்பும் போதும் ஆசார்யாவுக்கு ஏற்பட்டது. ஒருவிதமான ஆசுவாசம் ஏற்பட்டாலும், கையில்வைத்திருந்த எதையோ இழந்துவிட்டதைப் போன்ற ஒரு இடைஞ்சலான சந்தேகமும் ஏற்பட்டது.

ஆசார்யா வீட்டை அடைந்தபோது பின்னிரவு இரண்டுமணி. வீட்டின் பரந்த சீரான அறைகளின் இருளை அவர் எதிர்பார்த்தார். ஒன்றாக இருப்பதன் அமைதியை விட, ஏதோ ஒருவிதத்தில் வித்தியாசப்பட்ட தனிமையின் அமைதியின் ஊடுருவலையும்.

படுக்கையறைக்குச் சென்று முழுஒலியளவில் பாவரோட்டியின் இசையை வைத்தார். பாதுகாப்பாக அவள் போய்ச் சேர்ந்தாளா என்று கேட்பதற்காக ஒரே ஒரு தடவை அவர் ஒலியளவைக் குறைத்தார். அவருடைய கேட்பு அவளுக்கு ஆச்சரியத்தை உண்டாக்கியது. அவளுடைய உரத்த உறவுக்காரர்களின் சத்தப் பின்னணியில் அவள், ஒருவேளை தன் கணவர் எவ்வளவு அக்கறை எடுத்துக்கொள்கிறார் என்று காட்டுவதற்காக இருக்கலாம்—“நான் வந்துவிட்டேன்” என்று உரக்கச் சொன்னாள்.

சூரியன் உதித்தபோது பால்கனியில் நின்றுகொண்டிருந்தார். இன்னும் வீடு பாவரோட்டியின் புலம்பல்களில் திளைத்துக்கொண்டிருந்தது.

ஓர் அரையா முடிந்து தற்காலிகமாக ஏற்பட்ட குழப்பமான அமைதியில், கதவுமணி அடிப்பதைக் கேட்டார். கதவைத் திறந்தார். வேலைக்காரி நின்றாள். அவள் உள்ளே வர முயன்றபோது பாவ ரோட்டியின் கொலைகார உச்சக்குரல் உயர்ந்து அவளை நடுங்கச் செய்தது. அவள் சரியாவதற்குள் அவர் முகத்திலறைந்தாற்போலக் கதவைச் சாத்தினார். சமையல்காரி வந்தபோது கதவைத் திறக்கவேயில்லை.

லாவண்யாவின் குறுக்கீடுகளும், அவளுடைய விடாப்பிடியான மெட்ராஸ் ஃபில்டர் காப்பியும், நைக் ஷூக்கள் அணிந்தும் ஏன் நடக்காமல் நின்றிருக்கிறார் என்ற தர்க்கமற்ற வசவும் இல்லாமல், காலைமுழுவதும் பால்கனியிலேயே நின்றிருந்தார். ஒருவேளை அன்றைய நாளின் பிற்பகுதியில் அவள் கூப்பிட்டால் அவளைத் தாஜா செய்வதற்காக, தனது டிராக்சூட்டை அணிந்து, பம்ப் ஆக்ஷன் (அல்லது அது போல ஏதோ ஒன்று) உள்ள ஷூக்களையும் அணிந்து, வெளியே சென்றார். நேவிநகரின் உள்சந்துகளில் நடக்கவேண்டும் என்று நினைத்தவர், பத்தே நிமிடங்களில் திரும்பி விட்டார். வயதான மாலுமிகள், தங்கள் வெள்ளைக் காற்சட்டைகளில் பணிக்குச் சென்றார்கள். அவர்களுடைய மயிர்நிறைந்த கால்கள் சைக்கிளை மிதித்தன அல்லது பைக் ஓட்டிச்சென்றன. அதை அவரால் தாங்க முடியவில்லை. மேலும் பருவமழைக் காலத்தில் வெள்ளைக் கால்சட்டை அணிகின்ற மக்களிடம் முட்டாள்தனமாக ஏதோ இருந்ததெனத் தோன்றியது. வீட்டுக்குத் திரும்பிச் செல்ல மனம் வரவில்லை. ஆகவே குடியிருப்புக்குள்ளாகவே நடந்தார். அதன் தெளிந்த நீலநிறக் குளம் காலைவேளைகளில் பயன்படுத்தப்படுவதை அறிந்தார்.

குளத்தின் ஒருபுறம் பருத்த பெண்களுக்காக எனத் தடுப்பு வேலியிட்டுப் பிரிக்கப்பட்டிருந்தது. ஏதோ ஒருவித கேலிக்கிடமான ஏரோபிக் பயிற்சியில் அவர்கள் நடனஅசைவுகளைச் செய்துகொண்டிருந்தார்கள். எட்டுப்பேர் இருந்தார்கள். அவர்களுடைய பயந்த பார்வைகள், அவர்களுடைய பெண்பயிற்சியாளரிடமிருந்து அவர்மீது பதிந்தன. அவர் நின்ற இடத்திற்கு அருகில், ஒரு சிறுபெண் மிதவைகள் இல்லாமல் நீந்த முயற்சிசெய்வதைப் பார்த்தார். அவள் பயந்திருந்தாள். அவள் அருகில் நீந்தி வரும் ஒவ்வொருவரிடமும், "நான் உங்கள் ஃபிரெண்ட், இல்லையா?" என்று கேட்டுக் கொண்டிருந்தாள். அவருக்கு ஸ்ருதியின் ஞாபகம் வந்தது. அவள் கண்களைப் பார்த்து முறுவல் செய்ய முயன்றார். ஆனால் அதற்குள் குளத்தில், தன் தாயாருக்கு எப்படி நீந்துவது

என்று கற்றுக்கொடுக்க முயன்றுகொண்டிருந்த ஒரு பெண்ணால் அவரது கவனம் கலைந்தது.

"மம்மா, நீ பயந்திருக்கே. உன் வயித்தில இருக்கற பயம் தெரியுது" என்று தன் அம்மாவிடம், ஒரு மகளின் நேசத்திற்கான கடுமையோடு சொல்லிக்கொண்டிருந்தாள் அவள். "வயித்தில இருக்கற பயம் விலா எலும்புக்கு வரணும்" என்று தன் கையைத் தாயின் வயிற்றின்மீது வைத்து மென்மையாக ஆட்டினாள். "பெறவு அதை உன் நெஞ்சுக்குக் கொண்டுவரணும். இப்ப உன் பயம் எனக்குத் தட்டுப்படுது. அது நெஞ்சில இருக்கு. அதைத் துப்பிடு, துப்பிடு" என்றாள்.

சுருங்கிப்போன வயதான தாய்—அவள் அணிந்திருந்த உடை இளமையில் அவளை ஒரு வேசியாகக் காட்டியிருக்கும்—அசௌகரியமாக அவள் கையில் துப்பினாள். பயத்தோடு குளத்தை ஒரு சுற்றுப் பார்த்தாள்.

"நான் உன் பயத்தை எடுத்திட்டேன். இப்ப நீஞ்சு" என்றாள் மகள்.

குளத்தின் எதிர்மூலையில், ஆசார்யா நீச்சல் உடையில் இருந்த ஒரு பெரிய பருத்த மனிதரைப் பார்த்தார். அவருக்கு மார்புகள் இருந்தன. அவர் அருகில், நிறைய பருத்த பெண்மணிகள் டைவ் அடிக்கத் தயாராக இருந்தார்கள். ஒருவேளை இளையவர்கள் இப்போதெல்லாம் நீந்துவதில்லை போலும்.

இந்த எல்லாச்சமயத்திலும் அபர்ணா, ஒரு முன்னறிவிப்புப் போல அவருடைய மனத்திலேயே இருந்தாள். அவர் பணிக்குச் சென்று, அவள் முன்னால் வந்து நின்றால், என்ன சொல்வது என்று அவருக்குத் தெரியவில்லை. பழையபடியே நீண்ட வடிவமற்ற மேலுடையின் கடுமைக்கு அவள் மாறினாலும், முன்னைவிடக் கவர்ச்சியாக இருந்தாள். அவருடைய அதிர்வுகள் நிறைந்த அமைதியினுடே இளம் சதையின் வாசனை திரும்பத்திரும்ப வந்து உலுக்கிக்கொண்டிருந்தது. நம்பமுடியாதவிதத்தில் எவ்விதம் அவளுக்கு அவர் காதலனாக இருக்கும் உரிமையை வழங்கிவிட்டாள் என்பதை நினைத்துக்கொண்டே இருந்தார். அவர்களின் கண்கள் ஒருநொடிதான் சந்தித்தன. பிறகு அவள் தன்கைகளில் இருந்த உதிரித்தாள்களைப் பிரித்துவைத்தாள். அவர் மேஜை மீதிருந்த பொருள்களை ஒழுங்குபடுத்தினார். அவளை உட்காருமாறு

சொன்னார். உட்கார்ந்தாள். இந்தச் சமயம், அவர்கள் ஒருவரை ஒருவர் பார்த்தனர், ஆனால் நீண்ட நேரத்திற்கு.

"உன்னை நேற்றிரவு பார்க்க முடியவில்லை. சாரி" என்றார்.

"கிரையோ சேம்ப்ளரில் சற்றே முன்னேற்றம் இருக்கிறது" என்றாள் அவள். அவரிடம் ஒரு மின்னஞ்சலின் அச்சீட்டைக் கொடுத்தாள். அப்படித்தான் தொடர்ந்துவந்த நாட்களிலும் இருந்தாள். அவளுக்குள் ஏதோ செத்துவிட்டது. அதை அவள் கண்களில் அவரால் காணமுடிந்தது.

முன்பெல்லாம் அவள் அவரைப் புதியகாதலின் பளிச்சிடலோடு பார்ப்பது வழக்கம். இப்போது அது நம்பிக்கைத் துரோகம், அவமானம் ஆகியவற்றின் மௌனமான உறுத்தலினால் இடம் பெயர்ந்துவிட்டது. அவள் அவரை துன்பப்படுத்தினாள். ஆனால் அந்தத் துன்பம் தன் அறைக்கு அடிக்கடி வரவேண்டும், அது பிளேடானிக் காதலிலிருந்து விடுபட்டதன் துறவு உடையான அவளுடைய நீண்ட மேலுடையும் ஜீன்ஸுமாக இருந்தாலும் பரவாயில்லை என்றுதான் அவர் நினைத்தார். அவள் அவரிடம் வேலையைப் பற்றித்தான் பேசினாள். தன் தியாகத்தைப் பற்றியே மிகவும் உறுதியாகவும் பலமாகவும் இருந்ததால், அவளிடம் தன்னைப் பற்றியோ, எந்தச் சூழ்நிலையால் அடித்தள அறைச் சந்திப்பு இயலாமல் போனது என்பதைப் பற்றியோ பேசுவதற்கு அவருக்கு வாய்ப்பே கிடைக்கவில்லை.

ஆனால் அவளுடன் இருப்பதற்கான வாய்ப்புகளை உருவாக்கிக் கொண்டார். அற்பமான விஷயங்களுக்கும் அவளை அனுப்புமாறு அய்யனிடம் கூறினார். அவர் கூப்பிட்டபோதெல்லாம் அவளும் வந்தாள். சில நாட்களில் அவர் அவளைத் தேவையின்றிப் பலமுறை அழைத்துவிட்டதாக அவரே உணர்வார், அதனால் அவரைப் பார்ப்பதைத் தாங்க இயலாமல் அவள் நிறுவனத்தை விட்டுப் போய்விடுவாளோ என்றும் பயப்படுவார். அச்சமயங்களில் அவர் விஞ்ஞானிகளும் ஆய்வுஉதவியாளர்களும் பங்கேற்கக்கூடிய குழுக்கூட்டங்களுக்கு அழைப்பார். அவள் அவரை உற்று நோக்குவதில்லை, ஆனால், அவர் எச்சரிக்கையாக அமைத்துக்கொண்ட எந்திரத்தனமான பார்வை தன்மீது விழும்போதெல்லாம் அவளுக்கு அவர் பார்க்கிறார் என்று தெரியும். அவளுடைய துறவுமுகமூடி அப்போதெல்லாம் சற்றே விலகும். தரையை உற்று நோக்குவாள். அல்லது தன்னையறியாமல் மூச்சை இழுத்துக் கொள்வாள்.

எனவே அவளைப் பார்ப்பதற்குப் புதிய வழியொன்றை அவர் கண்டுபிடித்தார்.

லாவண்யாவினுடைய இலேசான முகவர்கள் வந்து ஒவ்வொரு நாள் காலையும் ஆர்க்கிடுகளை அடுக்கிச்செல்லும் சிலிண்டர் வடிவக் கண்ணாடி ஜாடியின் நிலையைச் சற்றே மாற்றிவைத்தால் அவரால் அபர்ணாவின் பிரதிபலிப்பைக் காண முடியும் என்று புரிந்துகொண்டார். அவருடைய அலுவலகத்தை இன்னும் அழகாக மாற்றலாம் என்று முயற்சி செய்து தோற்றுப்போனபின் லாவண்யா அந்த ஜாடியைப் பல ஆண்டுகளுக்கு முன்னால் வாங்கினாள். இப்போது அவருடைய கள்ளத்தனமான காதலுக்கு அது துணையாக இருந்தது. அதன் ஒளிவிலகல் எண் அதிகமாக இருக்கும் என்று தோன்றியது. அதனால் அவள் முகத்தின் பிம்பம் முற்றிலும் கெடாமல் தெரிந்தது. இப்படித்தான் நீண்ட குழுக்கூட்டங்களில் அவளை அவர் பார்த்துக்கொண்டிருப்பார். அந்த ஜாடியின் வழியாகப் பார்க்கும்போது, சில சமயங்களில் அன்போடு அவரை அவள் பார்த்துவிட்டு யாரேனும் கண்டுபிடித்துவிடுவார்கள் என்ற பயத்தில் உடனே திரும்பிக்கொள்வாள். ஒருநாள் அபர்ணா அவரையும் ஜாடியையும் உற்றுப் பார்க்கும் வரை இந்த உத்தி அவருக்கு ஆறுதலை அளித்துவந்தது. எப்படியோ அவள் இந்த உத்தியைத் தெரிந்துகொண்டாள். ஒருவர் பலூனின் ஏற்புடைய பரிமாணங்களைப் பற்றி ஒரு கூட்டத்தில் பேசிக்கொண்டிருந்தபோதே நடுவில் அவர் எழுந்து அறையின் கோடிக்கு இந்த ஜாடியைத் தூக்கிச் சென்றார். வெள்ளை சோபாக்களுக்கு மத்தியில் இருந்த சிறுமேஜையில் அதை வைத்தார். இதற்கு அபர்ணாவின் பாராட்டை எதிர்பார்த்து அவளை நோக்கினார், ஆனால் அவள் தரையைப் பார்த்துக்கொண்டிருந்தாள்.

அந்த வாரம் முழுவதும் ஆசார்யா மிக இரங்கத்தக்க நிலையில் இருந்தார். நாள் முழுவதும் அவர் வேலைசெய்து அபர்ணாவின் இடைவிடாத செல்வாக்கிலிருந்து தப்ப முயற்சிசெய்வார். பசிக்கும் விழிப்புக்கும் வீட்டுக்குச் செல்வார். வீடு என்பது முற்றிலும் தன் மனைவியின் ஆட்சிப்பீடம் என்பதை உணர்ந்துகொண்டார். ஷர்ட்டுகளும் டிரௌசர்களும் அவருக்கு எடுத்துவைப்பதற்கு ஆளில்லை. ஒரு பஃபே போல அவருக்காக முன்னால் படுக்கைமீது அவருடைய உள்ளாடைகள் எடுத்துவைக்கப்பட்டிருக்கும். இப்போது அது இல்லை. அவரால் எதையும் கண்டுபிடிக்கமுடியவில்லை. இறுதிச்சடங்கு சார்ந்த சோகமான வழிபாடுகளுக்கு மத்தியிலும், துக்கம் கொண்டாட வந்தவர்களுக்கு உணவு பரிமாறிக்

கொண்டிருப்பதற்கு மத்தியிலும், லாவண்யாவுக்குத் தொலைபேசி அழைப்புகள் வரும். அவள் "நெய்ல்கட்டர், புலித்தோல் பெட்டியில இருக்கு... படுக்கையில எம்பக்கத்து நைட்ஸ்டாண்டில ரெண்டாவது டிராயர்ல, போல்கா டாட்ஸ் பைக்குள்ள அந்தப் பெட்டி இருக்கு... போல்கா டாட்ஸ்னா என்னன்னு இப்ப நான் உடனே சொல்லமுடியாது... ஆமாம், நெறயப் புள்ளிகள் இருக்கும் பைமேலே... அதை ஏன் டாட்ன்னு சொல்லாம போல்கா டாட்ன்னு சொல்றான்னு நேக்குத் தெரியாது...நெய்ல் கட்டர மறுபடி அதே எடத்துல வைக்க மறந்துடாதீங்கோ... குளிச்ச பெறகு நன்னா தொடச்சுக்கோங்கோ... அப்புறம், வேலக்காரிங்களுக்கு ஏன் கதவத் தெறக்கல?"

அவருடைய நிலைமை எப்படியிருந்தாலும், பலூன் மிஷன் ஒரு முக்கியக் கட்டத்தை அடைந்துவிட்டதென்று ஆசார்யாவுக்குத் தெரியும். உபகரணங்கள் வாங்குவதில் இருந்த சிக்கல்கள் மெது வாகக் களையப்பட்டன. நாசாவிலிருந்த அவருடைய நண்பர்கள், போக்ரான் அணுச்சோதனைகளுக்குப் பிறகு அமெரிக்க அரசாங்கம் கருப்புப் பட்டியலில் வைத்திருந்த உபகரணங்களை விடுவித்து அனுப்புவதில் உதவிசெய்தனர். காதலின் சித்திரவதைகள், காலத்தைப் போகாமல் செய்வதில் அதற்குள்ள மயக்கும் மனக்குழப்பங்கள் ஆகியவை ஒருபுறம் இருந்தாலும், மிஷனின் மிகநுட்பமான பகுதிகளில் அவர் கடினமான பணியாற்றவே செய்தார். அரசாங்க அதிகாரிகளிடம், விஞ்ஞானிகள், வானிலையாளர்கள் ஆகியோரிடம் பேசினார். விஞ்ஞானக்கருவிகளின் அமைப்பு, பயன்பாட்டினை மறுஉருவாக்கம் செய்தார். நாற்பத்தொரு கி.மீ. உயரத்தின் இயற்பியலை ஆராய்ந்தார். மிஷனின் இறுதியில் மாதிரிகளைச் சோதனை செய்வதற்கு ஏற்றவாறு நிறுவனத்தின் அடித்தளஆய்வகம் சிறப்பாக அமைவதற்குத் தன்னுள்ளிருந்த ஆற்றல் எல்லாவற்றையும் பயன்படுத்தினார். ஆனால் அமைதியையும் உயர்ந்த சிந்தனைக்கென அளிக்கப்பட்ட உரிமைகள், வாழ்க்கையின் சிறுமைகளிலிருந்து அவரைக் காக்க என இருந்த தனிமை ஆகியவற்றையும்கூட இழந்துவிட்டார். தன் நோயறிகுறியாக அவர் கண்டுபிடித்த சாதாரண மோகம் என்பது அவருக்குள்ளிருந்த சிறந்த மேதைமையை அழுகச் செய்துவிட்டது. ஆனால் அவருடைய மனத்தின் துன்பத்தில் இருந்த ஒரு சிறு உடைசலின் வழியாக அவர் தனது முடிவான விண்வெளிகளிலிருந்து எப்போதும் நுண்ணுயிரிகள் உலகில் விழுந்துகொண்டே இருக்கின்றன,

அவைதான் ஒருகாலத்தில் பூமியில் உயிர்களை உருவாக்கின என்பதன் அழகை இரசிக்கமுடிந்தது.

உயிர்த்தோற்றத்தின் ஆதாரங்கள் பற்றிய ஆலோசனை அவருக்குச் சிலசமயங்களில் அபர்ணாவின் மீதுள்ள மையலைக் குறைக்க உதவிசெய்தது. வாழ்வுக்கும் சாவுக்கும் வேறுபாடு—ஒரு நுண்ணுயிரியிலிருந்து இன்னொரு நுண்ணுயிரி—அவ்வளவுதான். காதல் என்பது முக்கியமானதல்ல, அது ஒரு விலகலான பரிணாமக் கருவி, அவ்வளவு தான். வேறொன்றுமில்லை. இந்தச் சிந்தனைகள் அவருக்கு ஆறுதல் அளித்தன, ஆனால் கொஞ்ச நேரத்திற்குத்தான். பலூன் மிஷன் செயல்பாடுகள் தங்கள் இலக்கை அடையவேண்டும் என்ற அவருடைய இடைவிடாத, புதுப்பிக்கப்பட்ட முயற்சிகளுக்குப் பின்னாலிருந்த தவிர்க்க முடியாத தூண்டுதல் அபர்ணாதான் என்பதைக் கடைசியாக, அவர் உணர்ந்துகொண்டார், அவள் அந்தத் திட்டத்தில் ஆழமாக ஈடுபட்டிருந்தாள்—மையக்குழுவின் மையமாக. அவளுடைய தொழில்வாழ்க்கையின் மிக முக்கியமான காலம் அது. அதனால்தான் ஏற்கப்படாத காதலின் துன்பத்திற்கு இடையிலும் அவள் நிறுவனத்தைவிட்டுச் செல்லவில்லை. திட்டத்தில் ஏதேனும் கடுமையான குறை ஏற்பட்டால் அது அவளை ஏமாற்றத்திற்கு ஆளாக்கும். அதனால் அவரையும் சங்கடப்படுத்தும். அதனால் என்ன நடந்தாலும் சரி, பலூன் மேலே சென்று கீழேவரும், காற்றுக்குடுவை ஆய்வு செய்யப்படும். இந்தத் தீர்மானம் அவரைப் பைத்தியக்காரன் மாதிரி வேலைசெய்ய வைத்தது. பூமிக்கு அப்பாலிருந்த புறவுலகுகளிலிருந்து உயிரிகள் வந்தன என்ற ஒரு பழைய குணப்படுத்தமுடியாத நம்பிக்கையின் வெற்றிக்கெனவும், அபர்ணாவை என்றென்றைக்குமாக இழந்துவிடுவோம் என்ற பயத்திலும், அவர் தளராது முயன்றுகொண்டிருந்தார். காலப்போக்கில் அவளை இழந்துவிடத்தான் வேண்டும் என்ற வேதனைதரும் நிச்சயம் அவருக்குத் தெரியாமல் இல்லை. ஒரு மனிதனுக்கு மனைவி என்பவள் யார் என்ற குழப்பத்திலும், அய்யன் மணி அவருக்கு வாங்கி வந்த பயங்கரமான உணவின் பிறகு நாக்கில் ஏற்படும் கசப்பிலும், தூக்கமின்மையின் பயங்கரமான களைப்பிலும் அவர் போராடினார். கடைசியாக, லாவண்யா தன் சகோதரிக்கென துக்கம் கொண்டாடச் சென்று எட்டு நாளான பிறகு, அவருக்குள் ஏதோ ஒன்று சொடுக்கியது.

தன் மேஜை மீதிருந்த எல்லாவற்றையும் தரையில் தள்ளினார். நாற்காலியிலிருந்து எழுந்தார். அப்போது நேரம் என்ன என்பது

அவருக்குத் தெரியவில்லை. அதைப் பற்றிக் கவலையும் இல்லை. அடித்தளத்தில் அபர்ணா இருந்தாள் என்பது தெரியும். இருக்கத் தான் வேண்டும்.

ரொம்ப நேரத்திற்கு முன்னாலேயே அய்யன் மணி கைவிட்டுச்சென்ற முன்னறையின் வழியாக வெளியே வந்தார். அதன் பிசாசுத்தனமான தொலைபேசிகள் அடித்தன, ஃபேக்ஸ் எந்திரங்கள் ஏப்பம்விட்டன. தாழ்வாரத்தில் ஒரு பிராணியும் இல்லை. இலையுதிர்காலக் காதலுக்கு ஒரு தெய்வீகப்பாலம்போல அது நின்றது. அடித்தளத்துக்கு இறங்கிய லிஃப்டின் சத்தம், அதன் எதிரொலி ஆகியவற்றை அவர் கேட்டார். அந்தக் குறுகிய தாழ்வாரத்தின் ஒரு கோடியிலே இருந்த ஓர் இளம் உடலை மீறச்செய்வதன் அவசத்தை உணர்ந்தவாறு வெற்று வெள்ளைச் சுவர்களின் அருகே அவர் நடந்தார். மற்றவர்கள் பல ஆண்டுகளாக அவருக்கெனக் கட்டிவைத்திருந்த ஒரு புகழின் கோட்டையிலிருந்து அவரை ஒரு துன்பகரமான நரகத்திற்குள் கீழே தள்ளி விட்டதற்காக அவள் மீது ஒரு வெறித்தனமான கோபத்தில் இருந்தார். அந்த நரகத்தில் அவரைப்போன்ற பிற வயதான மனிதர்கள் வயிற்றில் ஊர்ந்துவந்து இளம் பெண்களை ஓர் அன்புப் பார்வை தா எனக் கெஞ்சினார்கள். ஆனால் அதைவிட அவருக்குக் கோபத்தை உண்டாக்கியது, உண்மையான காதல் இப்போது, இந்தக் காலம் கடந்த காலத்தில் வந்திருக்கிறதோ என்ற வலிதருகின்ற ஐயப்பாடுதான்.

சில வாரங்களுக்கு முன்னால் வரை, காதல் என்பதை ஒருகாலத்தில், திருமணமான புதிதில் அவர் லாவண்யாமீது கொண்ட குறுகியகால இளம் வயதிற்குரிய உணர்ச்சி என்று ஒதுக்கிவிட்டு அவர் அமைதியில் இருந்தார். அது ஒரு எளிய வலியற்ற விஷயம். தேடலும் கிடையாது, மோதலும் கிடையாது. அவள் காலையிலும் இருந்தாள், மாலையிலும் கிடைத்தாள். அவளே தேர்வுசெய்துகொண்ட சில நாட்களில் அவள் நிர்வாணமாகவும் ஆனாள். காதல் என்பது எப்போதும் ஏற்பாடு செய்யப்பட்ட ஒன்று என்று நினைத்தார். குடிகாரக் கவிஞர்கள் அதன் துயரத்தை மிகைப்படுத்தி விட்டார்கள் என்று நினைத்தார். ஆனால் இப்போது அவர் அதன் வேதனையையும், புறக்கணிக்கப்படுவதன் பித்துக்கொள்ளித்தனமான பயத்தையும் அனுபவித்தார்.

ஆய்வகத்தின் கதவை வேகமாகத் திறந்தார். ஏறத்தாழ இருட்டாகவே இருந்தது. முக்கியமான பணிமேஜை அதன்

பாதியளவை நிரப்பியது. அதன் அடியில் அபர்ணா தரையில் உட்கார்ந்திருந்தாள். மேஜைக்கு மேலிருந்த ஒரு வெளிச்சம் போதாத விளக்கைத் தவிரப் பிறவற்றை எல்லாம் அவள் அணைத்துவிட்டிருந்தாள். நுண்ணோக்கிகள், பிற ஒளிக்கருவிகள் ஆகியவற்றின் அசுரத்தனமான நிழல்களை அது வீசியது. அவை விசித்திரமாக ஒளிந்து நோக்குபவர்களைப்போலக் காத்திருந்தன. அவள் ஏற்றுக்கொண்ட துறவு உடையான நீண்ட மேலுடை, கீழே நீலநிற ஜீன்ஸ் ஆகியவற்றில் இருந்தாள். அவளுடைய கூந்தல் பின்னால் கட்டப்பட்டிருந்தது. அவள் பக்கத்தில் சென்று, தன் முழங்கால் அவள் தோள்மீது உரசுமாறு நின்றார்.

"ஏன் இப்படி என்னைச் செய்கிறாய்?" என்று கேட்டார்.

அவள் பதில் பேசவில்லை. அவளுடைய கைகளைப் பிடித்துத் தூக்கினார். முத்தமிட்டார் அல்லது கடித்தார் (எது என்று அவருக்கு ஞாபகமில்லை). ஒரு குவியலாகக் கீழே விழுந்தார்கள். முத்தமிட்டார்கள், நக்கினார்கள், யுத்தம் செய்தார்கள். அவளுடைய மேலுடையைக் கிழித்தார், ஜீன்ஸை அகற்றினார். தான் தடுக்கிறோமா, உதவிசெய்கிறோமா என்று அறியாமலே அவள் சண்டையிட்டாள். எல்லா உடைகளையும் அவர் நீக்கிய பிறகு அவள் சண்டையிடுவதை நிறுத்திவிட்டாள். முகம் தரையை நோக்கியிருக்க, ஒரு முழங்கை இந்தக் காட்டுமனிதனிடமிருந்த அதை மறைக்க, பெருமிதமான மார்புகள் எங்கே நிலைகொள்வதெனத் தவிக்க, அவளுடைய பித்தளை நிற முதுகு சாயங்கால வெளிச்சத்தில் ஒரு மணல்மலையின் தம்பம் போல எழுச்சியும் வீழ்ச்சியும் காட்ட, அவளுடைய நீண்ட உறுதியான கால்கள் சோர்வுற்றுக் கிடக்க, வெட்கத்தின் ஒரு குத்தலில், அவரிடமிருந்து திரும்பிக்கொண்டாள்.

தன்னை அவள் பார்க்குமாறு அவள் தோளைப் பிடித்து இழுத்தார். அவளுடைய பெருமிதமான முகம் இப்போது கட்டுப்படுத்தப்பட்டு, உதவியற்ற நிலையில் இருப்பதைக் காண நினைத்தார். ஆனால் முக்கிய மேஜையின் காலை விடாப்பிடியாகப் பற்றிக்கொண்டு அவள் முகத்தை இன்னும் ஆழமாக முழங்கைகளுக்குள் புதைத்துக் கொண்டாள். கைப்பிடியில் அவள்முடியை இறுகப்பற்றி, தன் அமைதியைக் குலைத்த முகத்தைக் காணவேண்டுமென முயன்றார். அவளுக்கு அதற்குமேலும் தடுக்கச் சக்தியில்லை. அவளுடைய கை மேஜையின் காலைவிட்டது. அவள் தோள்கள் அவருக்குக் கீழ்ப்படிந்தன, தோல்வியுற்று, ஒழுங்குகுலைந்து அவர் பக்கம் திரும்பினாள். அவளுடைய தலைமுடி காட்டுத்தனமாக இருந்தது.

அதைக்கட்டியிருந்த நாடா எங்கோ சென்றுவிட்டிருந்தது. ஒரு காட்டுத்தனமான முத்தத்தினால் அவர் அவளை மூச்சுத் திணறவைத்தபோது அவள் கண்களை மூடிக்கொண்டாள். அவள் கால்களைப் பிடிக்க முயற்சி செய்தார். ஆனால் அவை வியர்வையில் நனைந்து அவர் கைகள் வழுக்கின. அது அவளைச் சிரிப்புக்குள்ளாக்கியது. ஆனால் கடைசியாக அவள் கால்களை நெம்பித்திறந்து அமானுஷ்யமான ஒரு சக்தியோடு அவர் உள்ளே புகுந்து முடித்த நிலையில் அவளது கிறுக்குத்தனமான சிரிப்பு ஓலமாகியது. ஆனால் அது ஒரு கணநேரத் தாக்குதல்தான். ஒரு நிமிடத்திற்கும் குறைந்த நேரத்திற்குள் அவர் அவள் மார்பின்மீது விழுந்து மூச்சிறைக்கச் சிரித்தவாறே புரண்டார்.

இழிவிலக்கியத்தில் தவிர இப்படிப்பட்ட இன்பமயமான வன்முறை அனுமதிக்கப்படுகிறதா என்பது அவருக்குத் தெரியாது. லாவண்யாவின் ஒரு களிப்பான புன்முறுவல், ஒரு பொறுமையான ஜென் குரு தன் மாணவனின் குற்றங்குறைகளைப் பொறுத்துக் கொள்வது போன்ற பார்வை, இவைதான் காதல்செய்யும் பெண்ணின் முகத்தில்தோன்றும் உணர்ச்சிகள் என்று நினைத்திருந்தார். ஆனால் இப்போது நடந்தது வேறு.

கடுமையாகக் கையாளப்பட்ட தன் மார்புகளின்மீது படுத்துக்கொண்டு, கனமாக மூச்சுவிட்டவாறே அபர்ணா அவரைப் பார்த்துக்கொண்டிருந்தாள். அவளும் ஆசார்யாவும் ஏதோ தாங்கள் சாகப்போவது போலவும் அதை ஏற்றுக்கொண்டது போலவும் ஒருவரை ஒருவர் பார்த்துக்கொண்டிருந்தனர். அவர்களுக்குள் பேச்சுவர ரொம்ப நேரம் ஆயிற்று.

"என்ன செய்துவிட்டோம்?" என்று ஒரு சிரிப்போடு கேட்டாள்.

"என்ன செய்துவிட்டோம்?" என்று அவளைவிட சீரியசாக ஆசார்யா கேட்டார். "இப்போது என்ன?"

"இப்போது என்ன? ஒரு பெண்ணின் கால்வழியை நீங்கள் திருடக்கூடாது. அதற்கு அனுமதியில்லை."

"பெண்ணின் கால்வழியா?"

"ஆமாம். எப்படியிருந்தாலும், அதை இப்போதே சொல்ல முடியாது." அவர் பக்கமாகப் புரண்டு, அவர் மார்பின்மீது தலைவைத்துக்கொண்டாள். அவளுடைய விரல் அவர் தொப்புளை

ஆராய்ந்தது. "ஒரு பெரிய தொப்புள் உங்களுக்கு" என்றாள். "ஆழமாகவும் இருக்கிறது. நிறைய அழுக்கும் இருக்கிறது." அவள் தோண்டிஎடுத்ததைக் காட்டினாள்.

"உங்கள் மனைவி வெளியே போயிருக்கிறாளா?"

"ஆமாம். உனக்கு ரொம்ப அனுபவம் போலிருக்கிறது."

"எதிலே?" எப்படியோ அந்தக் கேள்விக்குச் சரிவராத விடைகள் தான் இருந்தன.

"உனக்கு எத்தனை காதலர்கள் இருந்திருக்கிறார்கள்?" என்று கேட்டார்.

கூந்தலை அளைந்தவாறே கூரையைப் பார்த்தாள். "நமக்குப் பத்துவிரல்கள் இருப்பதால்தான் நாம் தசமமுறையைக் கையாளு கிறோமா?"

"நம்மில் பலருக்கு எட்டுவிரல்கள் தான் உண்டு."

கொஞ்சம் குழப்பமடைந்தாள். பிறகு புரிந்துகொண்ட வெளிச்சம் முகத்தில் தெரிந்தது. "எட்டுவிரல்கள், இரண்டு கட்டைவிரல்களா?"

"ஆமாம். தசம முறையைப் பற்றி இப்போதென்ன அக்கறை?"

"நான் தொடர்புகொண்ட ஆண்களை எண்ணினேன்" என்றாள். "எட்டு விரல்களும் இரண்டு கட்டைவிரல்களும் போதவில்லை." தலையைத் தூக்கி அவரைப் பார்த்தாள். "இவ்வளவு பேரோடு படுத்திருக்கிறேன் என்பது உங்களுக்கு வேதனையாக இருக்கிறதா?"

"ஆமாம். நான் அவர்களை வெறுக்கிறேன்."

"ஒரு பெண்ணுக்குச் சொல்ல இதுதான் மிகச் சரியானது" என்றாள் அவள்.

அவரை விருப்பத்தோடு பார்த்தாள். இறுகத்தழுவிக்கொண்ட அரக்க சீல்பிராணி மாதிரி இருந்தார். வழக்கமாக ஒளியோடும் கோபத்தோடும் காணப்படும் அவருடைய கண்கள் இப்போது அன்பு அல்லது நன்றியின் மிதமான ஒளியுடன் இருந்தன. அப்படியே மௌனமாக ஒரு மணிநேரத்திற்கு மேல் தரையில் கிடந்தார்கள். திடீரென அவள் மனத்தில் ஏதோ உறைத்தது.

“அந்த உரையாற்றுதலின்போது” என்றாள். “அந்த உரையின்போது நீங்கள் ஆற்றிய சொற்பொழிவு ஞாபகம் இருக்கிறதா?”

“அங்கே இருந்தாயா?”

“உங்களைப் பார்க்க வந்திருந்தேன்” என்றாள். “அப்போது ஒன்று சொன்னீர்கள். ‘இயற்பியல் என்று இன்று கருதப்படாத பிற விஷயங்களைப் புரிந்துகொள்ளாமல் ஒருவேளை நம்மால் குவாண்டம் அளவில் இயற்பியலைப் புரிந்துகொள்ள முடியாது. அந்தப் பிற விஷயங்கள்....’ அப்புறம் நிறுத்திவிட்டீர்கள். நீங்கள் ஏதோ சொல்ல வந்தீர்கள், ஆனால் அதைச் சொல்வது சரியில்லை என்று விட்டுவிட்டீர்கள் என்று நினைத்தேன்.”

“அது அவ்வளவு தெளிவாகத் தெரிந்ததா?”

“என்ன சொல்ல வந்தீர்கள்?”

சிந்தனையில்மூழ்கித் தொலைவுக்குப் போய்விட்டார். தன் முகவாயை அவர் மார்பின் மீதுவைத்து அவர் முகத்தைப் புரிந்துகொள்ள முயன்றாள். அழகான உதடுகள் என்று நினைத்தாள், நிறைவாக ஆனால் பெருமிதமாக. ஒரு பெண்ணின் முத்தத்தைத் தனது உரிமை என்று ஏற்றுக்கொள்பவைபோல. அதனால் அவள் கோபமடைந்தாள். விட்டுக்கொடுப்பதற்குமுன் இன்னும் அவரை வேதனைப்படுத்தியிருக்கவேண்டும். ஒரு நோபல் பரிசைப் போலவோ வேறெதையும் போலவோ தன்னை அவர் உரிமை என்று நினைத்துவிடக்கூடாது.

“சொல்லுங்கள்” என்றாள்.

“என்னைப் போன்ற ஒரு மனிதன் வெளிப்படையாகச் சொல்லமுடியாத விஷயங்கள் இருக்கின்றன” என்றார். “இயற்பியல் தனது என்று ஏற்றுக்கொள்ளாத பல விஷயங்கள் இருக்கின்றன. அதனால்தான் அப்போது சொல்லவில்லை.”

“என்னிடம் சொல்லலாம். ஒரு ஆடவன் நிர்வாணமான பெண்ணிடம் எதையும் சொல்லலாம்.”

மிக நீண்ட நேரம் என்று தோன்றிய அளவுக்கு அவர் எதுவும் பேசவில்லை. அவள் காத்திருந்தாள்.

"நான் யாருக்கும் இதைச் சொன்னதில்லை" என்றார் அவர். மறுபடியும் மௌனமாகி விட்டார். எப்படியோ ஒருவித வேடிக்கை யாகத் தோன்றிய ஒரு நிர்வாணத்தின் ஈரத்தில், அதுவும் உலகியலான காதலின் வேதனைக்கு அப்பால் தான் உணராத ஒருத்தியிடம். இப்போது அதைச் சொல்வதை விசித்திரமாக உணர்ந்தார்.

தனது சொத்திலிருந்து விடுபட விரும்புகின்ற ஒரு மரணத் துறுவாயிலுள்ள புரட்சிக்காரனைப் போல "இயற்பியல் செல்லவேண்டிய காலம் வந்துவிட்டது" என்றார், அவர் சொல்லப்போவது இயற்பியல் பற்றியதுதான் என்பதை அவள் உணர்ந்திருந்தாலும், இந்தக்கூற்று அவளுக்கு ஏமாற்றமளித்தது. அது வேறு ஏதோ ஒன்றைப் பற்றியதாக இருக்கும் என்று நினைத்தாள்.

"யாரும் ஒத்துக்கொள்வதில்லை, ஆனால் இயற்பியல் சிக்கிக் கொண்டுவிட்டது. எனவே அது மாறவேண்டும்" என்றார். "இப்போதுள்ள விதிகள் போதாது. அதற்கு வேறு ஒன்று வேண்டும். அல்லது வேறொன்றை ஏற்க வேண்டும். ஒன்பதாயிரம் கோடிரூபாய் காலிடாரில் மோதிக்கொள்ளும் துகள்கள் பயனற்றவை. அதை அது ஒப்புக்கொள்ளவேண்டும். இன்னும் அதிகமாக. நாம் ஆராய முற்படுகின்ற எல்லாவற்றிலும் வாழ்க்கையும் பிரக்ஞையும் ஒரு மறைவான பகுதியாக இருந்துகொண்டிருக்கின்றன என்பதை அது ஒப்புக்கொள்ளவேண்டும். இதைப் பொதுமன்றத்தில் என்னால் சொல்ல இயலாது, ஏனென்றால் பைத்தியம் பிடித்த விஞ்ஞானி களுக்கு மட்டுமே கிடைக்கின்ற சலுகை அது."

அவர் மனத்தில் இருந்தது மிகவும் எளியதாகவும் தெளிவானதாகவும் இருந்தது. ஆனால் முதல்தடவையாகக் கேட்டபோது அதைச் சொல்வது, மொழியின் போதாமைகளின் ஊடே மிகவும் கடினமாகவும், சாதாரணவிஷயமாகவும்கூட இருந்தது.

"பிரபஞ்சத்துக்கு ஒரு திட்டம், ஒரு நோக்கம் இருக்கிறது என்று நினைக்கிறேன். அது என்னவென்று தெரியாது, ஆனால் இருக்கிறது." பிறகு திடீரென்று, நயமற்ற முறையில், "லைபெட் பற்றிக் கேள்விப்பட்டிருக்கிறாயா?" என்று கேட்டார். அது அவளுக்கு ஆச்சரியமளித்தது. ஆசார்யாவின் பெயரை லைபெட்டோடு தொடர்புபடுத்துவதற்கு வாய்ப்பே இல்லை.

பெஞ்சமின் லைபெட் ஆண்களுக்கான மோஸ்தர்விஷயங்களில் ஒருவர். காலப் பயணம் போல. எதிர்ப்பொருள் போல. அவர்பெயர் பொதுவாக பியரும் தத்துவமும் இணையும் இடங்களில்

கேட்கப்படும். சாராயத்தில் சிக்கிய மனிதர்கள் "நாம் யார்?" என்று ஆழமாகக் கேட்கும் சமயத்தில்.

அபர்ணா உட்கார்ந்தாள். "லைபெட்?" என்றாள், சிரித்தாள்.

"ஆமாம், லைபெட்தான்."

"எப்போது அவர் செயல்பட்டுக்கொண்டிருந்தார்? அறுபதுகளிலா? எழுபதுகளிலா?"

"எழுபதுகளில், எண்பதுகளில்."

"அவர் கலிஃபோர்னியாப் பல்கலைக்கழகத்தின் உடலியல் துறையோடு சம்பந்தப்பட்டவர்தானே?"

"அவரை நன்றாகத்தான் உனக்குத் தெரிந்திருக்கிறது" என்றார் ஆசார்யா.

"சில விஷயங்கள் ஒட்டிக்கொள்கின்றன" என்றாள். "மனித பிரக்ஞையை அல்லது அதுபோன்ற ஏதோ ஒன்றை ஆராய்ந்தார் அல்லவா? பிறகு ஃப்ரீவில் (தன்சுய இச்சையோடு தேர்ந்தெடுக்கும் விருப்புறுதி) இல்லை என்ற முடிவுக்கு வந்தார். ஆனால் இப்படிப் பட்ட ஒன்றை ஒருவர் எப்படி நிரூபிக்கமுடியும்?"

"தன்னிச்சையாக சோதனைக்கு ஒப்புக் கொண்டு வந்தவர்கள் மண்டையில் எலெக்டிரோடுகளைச் செருகினார்" என்று ஆழமாக, அமைதியாகச் சொன்னார் ஆசார்யா. "பிறகு அவர்களைச் சாதாரணமான செயல்களை—விரல்களை உயர்த்துவது, பொத் தானை அமுக்குவது போன்றவற்றைச் செய்யச்சொன்னார். பிரக்ஞைபூர்வமாக ஒரு செயலைச் செய்யவேண்டும் என்று அவர்கள் முடிவெடுப்பதற்கு முன்னாலேயே அவர்களுடைய மூளைகள் அந்தச் செயலை நிறைவேற்றுவதற்கான செயல்முறையை நரம்புகள் வாயிலாகத் தொடங்கிவிட்டிருந்தன என்று நிரூபித்தார். அதாவது, ஒருவன் தன் விரலை உயர்த்தும்போது, அவன் அந்த முடிவைச் செய்ததான மாயையில்தான் இருக்கிறான் என்றாகிறது. ஆனால் உண்மையில் அந்தச் செயல் முன்திட்டத்தி னால்தான் உருவாகிறது. லைபெட் கூறியது சரியென்றால், மக்கள் ஒப்புக்கொள்ள விரும்பாத ஒரு விளக்கம் இருக்கிறது. அதாவது, உலகிலுள்ள ஒவ்வொரு செயலும்—தலையைத் திருப்புவது, நாய் குரைப்பது, ஒரு பூ விழுவது, எல்லாமே முன்திட்டப்படி நடக்கின்ற செயல்கள்தான். ஒரு படத்திலுள்ள காட்சியைப் போல."

மடத்தனம் என்று சொல்ல அபர்ணா நினைத்தாள் ஆனால் அவர் கூரையைப் பார்த்துக்கொண்டிருந்த முறையில் ஏதோ இருந்தது. அவருடைய கண்கள் ஏதோ ஒரு பழைய ஞாபகத்தினால் மிருதுவாகவும் மயக்கத்திலும் இருந்தன. தான் ஒரு பெண் என்றும் புரிந்துகொள்வேன் என்றும் தனக்குத்தானே சொல்லிக் கொண்டாள். எவ்வாறாயினும் அது அவளுடைய நிரந்தர பலவீனம். அவள் நேசித்த ஆண்களின் விஷயத்தை அவர்கள் நோக்கில் பார்ப்பது.

"மிக நீண்டகாலத்திற்கு முன்னால் நான் அவருடன் கொஞ்ச நாட்கள் வேலை செய்தேன். சில வாரங்கள்" தன் கண்ணைக் கூரையைவிட்டு எடுக்காமலே ஆசார்யா சொன்னார். "அவருடைய சோதனைகளில் நான் அவருக்கு உதவிசெய்தேன்."

அபர்ணாவுக்கு ஆச்சரியமாக இருந்தது. ஆனால் முதலில் அறிவியல் பூர்வமாக ஒரு ஆட்சேபணையைத் தெரிவிக்கவேண்டியிருந்தது. லைபெட்டின் உபகரணங்கள் பழங்காலத்தியவை. அவற்றில் தவறுகள் இருக்கக்கூடும்.

ஆசார்யா இவ்வித ஆட்சேபணைகளை ஆயிரம் முறை கேட்டிருக்கிறார். ஆனால் அறிவியலின் இதயத்தில்கிடந்த ஒரு மர்மத்தில் லைபெட் தடுக்கிவிழுந்திருக்கிறார் என்று நிச்சயமாகக் கூறுமளவுக்கு ஆசார்யாவுக்கு ஏதோ தெரிந்திருந்தது. அவருடைய கண்களில் ஒரு திரையை, ஒரு மூடலான மாறாத விசுவாசத்தை அபர்ணா பார்த்தாள். அது சாதாரணமாக அவளை எரிச்சலூட்டி யிருக்கும். ஆனால் இந்த இருண்ட அறையில், லைபெட் ஒருவேளை அவ்வளவு மோசமாக இல்லாமல் இருந்திருக்கலாம் என்ற நம்பிக்கையை ஏற்படுத்தியது.

"சரி, அப்போது லைபெட்டுடன் என்ன செய்துகொண்டிருந்தீர்கள்? பெருவெடிப்புக் கொள்கையை உடைத்து நொறுக்கவில்லையா நீங்கள்?"

"அவர் என்ன செய்துகொண்டிருந்தார் என்று கேட்டதும் எனக்கு ஆர்வமேலிட்டது" என்றார். அவளைப் பார்த்தார். "அபர்ணா, நான் ஒருவருக்கும் இதைப் பற்றிச் சொன்னதில்லை" என்று கூறியபோது நினைத்தது லைபெட்டுடன் எனக்கிருந்த தொடர்பினை அல்ல. அது வேறு விஷயம்.

அவரிடம் நெருக்கமாகத் தன்னை இழுத்துக்கொண்டாள். "அப்போது அது என்ன?"

"எனக்கு ஒன்பது வயதானபோது ஏதோ ஒன்று நேர்ந்தது என்றார். எழுந்து உட்காரமுயன்றார், ஆனால் அவருடைய வியர்வையால் தரை வழுக்கலாக மாறியிருந்தது. அவருக்கு உதவி செய்தாள். அவர் மேஜையின் காலில் முதுகைச் சாய்த்து உட்கார்ந்தார். நான் ஒரு சர்க்கஸுக்கு என் குடும்பத்துடன் போய்க்கொண்டிருந்தேன். அன்றைக்குக் கார் புறப்படவில்லை. வீட்டிலிருந்து சர்க்கஸ் கூடாரம் ஒரு கிலோ மீட்டர்தான் இருக்கும் என்பதால் எல்லோருமே நடக்கலாம் என்றார் அப்பா. நிறையப் பேர் சாலையில் நடந்துகொண்டிருந்தோம். நாங்கள் ஒரு பெரிய குடும்பம். என் அம்மா கையில் வேர்க்கடலை அடங்கிய பெட்டி ஒன்றை வைத்திருந்தாள். என் கையில் ஒரு குவியலைத் தந்தாள். திடீரென்று என் மனத்திற்கு ஒன்றுமே புலப்படவில்லை. எல்லாம் இருட்டாகிவிட்டது. சிவப்பு டீ ஷர்ட்டும், வெள்ளை அரைக்கால் சட்டைகளும் அணிந்த ஒரு குள்ளனைக் கண்டேன். அவன் ஒரு யானை மீது உட்கார்ந்திருந்தான். ஒரு நீலப்பறவை அவன் தலையைச் சுற்றிப் பறந்தது. உடனே அவன் கீழே விழுந்து யானையின் காலில் நசுங்கிப்போனான். இதை என் மனத்தில் பார்த்தேன். என் அம்மா பக்கத்தில் வந்துகொண்டிருந்தாள். நான் பார்த்ததைச் சொன்னேன். அவள் சிரித்து என் தலைமயிரைக் கோதினாள். "கவலைப்படாதே" என்றாள். கூடாரத்துக்குச் சென்றோம். எல்லா இருக்கைகளும் நிரம்பியிருந்தன. ஆனால் எங்களுக்கு முன்பதிவு செய்திருந்ததால் முன்வரிசையில் எங்கள் இருக்கைகள் காலியாக இருந்தன. வழியில் நடந்து மிகச் சிறந்த இருக்கைகளில் நாங்கள் அமர்ந்த போது எல்லாருமே பார்த்தார்கள். நான் என் பெற்றோர் மத்தியில் அமர்ந்தேன். என்ன நடக்கப்போகிறது எனத் தெரியும் என்பதால் பாதுகாப்பாக இருக்க விரும்பினேன்.

"காட்சியின் இடையில் மேடையில் ஒரு யானை நடந்துவந்தது. சிவப்பு டீ ஷர்ட் அணிந்த குள்ளன் ஒருவன் அதன்மேல் அமர்ந்திருந்தான். நான் என் அம்மாவைப் பார்த்தேன். அவள் நான்தான் ஏதோ தந்திரம் செய்ததுபோல என்னைப் பார்த்தாள். எப்படி எனக்குத் தெரியும் என்று யோசித்துக்கொண்டிருந்தாள். என் தொடையைக் கிள்ளி, "நேத்து இங்கே வந்து ஒளிஞ்சிருந்து பாத்தியா? சொல்லு, உங்கப்பாகிட்டச் சொல்லமாட்டேன்" என்றாள். ஒரு சிறிய நீலப்பறவை எங்கிருந்தோ பறந்துவந்து பயத்துடன் பார்வையாளர்கள் தலைமீது பறந்தது. அது மிகவும்

அழகாக இருந்ததால் எல்லாருமே கூச்சலிட்டனர். அது குள்ளனின் தலைக்குமேல் பறந்து, கடைசியாகக் கூரையிலிருந்த ஒரு ஓட்டை வழியாகப் பறந்துபோய்விட்டது. உடனே குள்ளன் யானை மேலிருந்து விழுந்துவிட்டான். யானை நிச்சயமாக அவனை உதறவில்லை. அது அமைதியாக இருந்தது. அது பயந்திருக்கவும் இல்லை. அல்லது அதற்கு மதம்பிடிக்கவும் இல்லை. ஏதோ சர்க்கஸ் காட்சியின் ஒரு பகுதிபோல, அந்த யானை குள்ளன்மீது ஏறி அவன் மார்பின்மீது காலை வைத்தது. குள்ளனின் தலை ஒரு கணம் உயர்ந்து, பிறகு தாழ்வதைப் பார்த்தேன். அந்தத் தரையிலேயே அவன் செத்துப்போனான். ஒரு பெரிய அமளி ஏற்பட்டது. எல்லாரும் ஓட முயற்சி செய்தார்கள். அப்போது என் தாயின் முகம் ஞாபகத்தில் இருக்கிறது. அவள் என்னை பயத்தோடு பார்த்தாள். நாங்கள் வீட்டுக்குத் திரும்பியபோது அப்பாவிடம் நான் சொன்னதைச் சொன்னாள். அவர் அவள் சொன்னதையோ என்னையோ நம்பவில்லை. பிறகு எப்படியோ அந்தச் சம்பவம் மறந்துபோய்விட்டது. பிறகு ஒருபோதும் என் மனம் அப்படி இருண்டுபோனதில்லை. மறுபடியும் ஒருபோதும் எதிர்காலத்தைக் கண்டதில்லை. ஆனால் அன்றைக்கு என் மனத்தில் ஒருமாற்றம் ஏற்பட்டுவிட்டது. அதன் பிறகு அப்படியேதான் இருக்கிறேன்."

ஆசார்யாவின் மனம், தன் குழந்தைப்பருவத்திலிருந்து ஒரு சம்பவத்தை நினைவுபடுத்திச் சொன்னதில், அந்தத் தொலைவிலேயே நிலைத்துவிட்டிருந்தது. பிற பிம்பங்களையும் நினைத்துப்பார்த்தார். வாராவதிக்குக் கீழே ஊளையிட்டுக் கொண்டு சென்ற நீராவி ரயில்கள், கஞ்சிபோட்டுத் துவைத்த தன் விறைப்பான சட்டை, அவருடைய கால்சட்டையின் முன்புறத்திறப்பை மூடிய அவர்தாயின் ஊக்கு, நெல்வயல்களில் பறக்கின்ற தும்பிகளின் வாலில் நூலைக் கட்டி அவற்றை உயிருள்ள பட்டங்களாகப் பறக்கவிட்ட பையன்கள். இதைப் பார்த்து திட்டிய பெண்கள். வண்ணாத்திப்பூச்சிக்கும் இப்படித்தான் செய்வோம் என்று பையன்கள் சொன்னபோது அவர்களுடைய அழுகை. செத்துப்போனவர்களின் இறுதிஊர்வலம். துணிவைத்து அடைத்த மூக்குத் துளைகள். மஞ்சள்பூத்த அவர்கள் முகங்கள். பாடையை எடுத்துச் செல்லும் முகங்களின் தீவிரம். அல்லது சிலசமயம் பிணத்தை நாற்காலியில் உட்கார வைத்துத் தூக்கிச் செல்வார்கள். அந்தப் பிணங்கள் உட்கார்ந்திருக்கும் வேடிக்கை. சிறுவயது வீட்டின் வெயில் நிறைந்த முற்றம். செஸ்பலகைபோலக்

கோடிட்ட தரைகள். பெரிய நகர்த்தமுடியாத கதவுகள். நன்றாகச் செதுக்கப்பட்ட தூண்கள். அவை ஒருவேளை பேய்களைவிட வயதானவையோ என்னவோ? வெளியிலேயிருந்த குறுகலான கவர்ச்சியான சந்து. அது பிற பெரிய நேசமிக்க வீடுகளின் நிழல்களின் ஊடாகவும் சென்றது. அம்மாதிரி வீடுகளை இன்று பாரம்பரியமாக ஒருவேளை அடையலாம், ஆனால் கட்டமுடியாது. அவற்றின் ஓட்டுக்கூரைகளின்மீது எவரின் ஆதிக்கமும் இன்றி மயில்கள் நிலையாக உட்கார்ந்திருக்கும். ஒருகாலத்தில் அதுதான் அவருடைய வாழ்க்கை. எல்லாம் இப்போது திரும்ப நினைவுக்கு வந்தது.

"ஆக, கடவுள் ஒரு பழைய படத்தைத்தான் இன்னமும் ஓட்டிக்கொண்டிருக்கிறார்?" என்றாள் அபர்ணா. அவள் நாக்கு நுனியில் இன்னொரு கேள்வி வந்தது. இதைவிட மனப்பூர்வமான கேள்வி. ஆனால் அதை வெளிப்படுத்துவதில் சற்றே முட்டாள்தனமாக உணர்ந்தாள். ஒரு பேதைத்தனமான பார்வையுடன், "உயிர் இருக்கிறது என்று ஏன் நினைக்கிறீர்கள்?" என்றாள். ஒரு நிர்வாணமான மனிதன் அருகில் உட்கார்ந்திருக்கும் நிர்வாணமான பெண் "வாழ்க்கையின் அர்த்தம் என்ன" என்று கேட்கிறாள். ஓர் இழிகலைப்படத்தில் மிக தீவிரமான ஒரு கட்டம்—கலைப்படமாக மாற முயற்சிசெய்கின்ற தருணம் போல. இருந்தாலும் அவர் என்ன சொல்கிறார் என்பதில் ஆவலாக இருந்தாள்.

"எனக்கு ஒரு கருதுகோள் இருக்கிறது" என்றார். கருதுகோள் என்ற வார்த்தை அவளை முன்புறம் குனிந்து சிரிக்கவைத்தது. தளர்ந்த கூந்தல் முன்புறம் விழுந்து முகத்தை மறைத்தது. அவர் அதை விளையாட்டாக எடுத்துக்கொண்டார். அவரும் சிரித்தார். "எனக்கு ஒரு கருதுகோள் இருக்கிறது" என்றார் மறுபடியும். இன்னும் ஒரு முறை அவள் சிரிப்பாள் என எதிர்பார்த்து முகத்தை நோக்கினார். பிறகு அவருடைய சிரிப்பு கொஞ்சம்கொஞ்சமாக ஓய்ந்து முற்றிலும் மறைந்தது.

"வாழ்க்கைமுழுதும், பிரக்ஞையாக மிகப்பெரிய அளவு ஆற்றலைக் குவிப்பதன் மூலம் பிரபஞ்சம் முழு நட்சத்திர அமைப்புகளை உருவாக்கும் சிரமத்திலிருந்து தன்னைக் காத்துக்கொள்கிறது. ஒரு தவளையை உருவாக்கமுடியும்போது, ஏன் வியாழன் கிரகத்தை உருவாக்கவேண்டும்?"

"வியாழனுக்கும் ஒரு தவளைக்கும் ஒரே அளவு ஆற்றல் இருக்கிறதா?"

"அப்படித்தான் நினைக்கிறேன்."

"இதை டாக்டர் அரவிந்த் ஆசார்யா பொதுமக்களிடையே சொல்லவே கூடாது."

"சொல்லமாட்டேன்."

தன் தலையை அவர் தோள்மீது வைத்துக்கொண்டாள். இந்த நெருக்கத்தில் ஒரு குணப்படுத்தும் தன்மை இருந்தது, அதனால் அவளுடைய காயங்கள் எல்லாம் ஞாபகத்திற்கு வந்தன. இந்த மனிதர் தன் குழந்தைப் பருவத்தைப் பற்றியும் அவற்றின் விளக்கங்களைப் பற்றியும் கூறியது அவளை உலுக்கியிருக்கவேண்டும். எல்லாமே தப்பிக்கமுடியாத, முன்கூட்டியே திட்டமிடப்பட்ட வகையில் நடந்த இந்தச்சுருள்வில் பொம்மை உலகத்தின் ஒருபகுதியாக அவர் மட்டும்தான் இருக்கமுடியும் என்று அவள் எவ்விதத்திலோ கற்பனை செய்துகொண்டாள். மற்றவர்களுக்கு நிகழ்ந்த ஓர் இருண்மைதான் முழுமையான உண்மை என்பது. அவரைப்போல. அவருக்கு இது பொருந்தியது. உண்மையின் நீண்ட தேடலில் வாழ்க்கை விளையாட்டை உடைக்க முயன்றபடி, யுகங்களின் ஊடே நட்சத்திர மண்டலங்களில் நடக்கும் அரவிந்த் ஆசார்யாவை கற்பனை செய்து பார்க்க முடிந்தது. மற்றவர்களின் ஊடாகப் பிரபஞ்சம் தன்னைப் புரிந்துகொள்ள முயன்றதைவிட ஒருவேளை அவர்மூலமாக எளிமையாக முயன்றதுபோலும். இப்போது வெளியின் மிகப்பரந்த இடத்தையும் எல்லையற்ற காலத்தையும் கடந்து ஓடும் இரவு ஒன்றில் இந்தத் தற்செயலான சந்திப்பில் தங்குவதற்காக. பிறகு தன் தனிமைப் பயணத்தைத் தொடர்வதற்காக இப்போது ஒரு களைப்புற்ற பயணியாக அவர் அவளருகில் கிடக்கிறார். அவ்வளவு தனியாக அவர் காணப்பட்டார். திடீரென ஒரு விசித்திரமான பயத்தை உணர்ந்தாள். இன்னொரு நிலையற்ற காதலனைத் தேடும் களைப்பு அது. இந்தக் காதலன் நீங்குவதில் அவளுக்கு விருப்பமில்லை.

கடைசியாகத் தன் கடிகாரத்தைத் தரையில் அவள் கண்டு பிடித்தபோது விடியற்காலை மூன்று மணி ஆகியிருந்தது. நான் போகவேண்டும் என்றாள். தரை முழுவதும் தூவிக் கிடந்த தங்கள் உடைகளை இருவரும் தேடினர். தலைமுடிகட்டும் கயிற்றிற்காக தரையில் ஊர்ந்து மேஜைகளுக்கு அடியில் எல்லாம் தேடினாள்.

கடைசியாக ஒரு நாற்காலியின் கீழ் அதனைக் கண்டபோது "இங்கேதான் இருக்கியா" என்றாள். தன் தலைமுடியைப் பின்னால் தள்ளி நன்றாகக் கட்டிக்கொண்டாள்.

அவள் தன் ப்ராவை அணியும்போது அவர் பார்த்தார். மிக நேர்த்தியாக அணிகிறாள் என நினைத்தார்.

"ஆங்கிலத்தில் மிக அருவருப்பான வார்த்தை இதுதான். ப்ரா: ரொம்பவும் பயங்கரமாக ஒலிக்கிறது."

"கொஞ்சம் புத்தியோடு இருங்கள். உலகத்தில் 85 சதவீதம் பெண்கள் தவறான அளவுள்ள ப்ராவை அணிந்து எப்போதும் அசௌகரியத்திலேயே வாழ்கிறார்கள் என்று ஆப்ரா வின்ஃப்ரே சொல்கிறார்." பிறகு ஒரு போலியான அக்கறையில், அவருக்கு ஒருவேளை தெரியாத யாரோ ஒருவரைப் போலிசெய்யும்விதமாக, "பாவம் பெண்கள். நாம் ஆண்களைத் தாங்க வேண்டும், நமது தொழிற்பணிகளில் வெற்றி பெறவேண்டும், நல்ல வீடுகளை உருவாக்கவேண்டும், எல்லாம் இந்தத் தவறான அளவுள்ள ப்ராக்களை அணிந்து" என்றாள்.

"இது உனக்குச் சரியாகப் பொருந்துகிறாற்போல் தோன்றுகிறது" என்றார்.

"இல்லை, இல்லை, இல்லை" என்றாள், வெறுப்பின் சுளிப்போடு. "இது மிகவும் கொடுமையானது. என்னுடைய ஆசையெல்லாம் பெண்கள் ப்ரா அணியத் தேவையற்ற ஒரு பண்புள்ள நாட்டில் வாழவேண்டும் என்பதுதான்."

"ஸ்டான்ஃபோர்டிலேயே நீ தங்கிவிட்டிருக்கலாம்."

"ஆனால், வேலைக்காரிகள் இல்லாமல் என்னால் இருக்கமுடியாது, உங்களுக்குத் தெரியுமா?" என்றாள்.

இப்போது முழுமையாக உடையணிந்து அவர் நின்றிருந்தார். அவள் தரையில் உட்கார்ந்து, தன் கிழிந்த மேலுடையைப் பிடித்தவாறு அவரைக் குற்றம் சாட்டுவது போலப் பார்த்துக்கொண்டிருந்தாள். அவளுடைய கடுமையான பார்வையில் அவர் சங்கடம் கொண்டார்.

"எப்படி நான் இப்போது வீட்டுக்குப் போவதாம்?" என்றாள்.

பத்துநிமிடங்கள் கழித்து, அவர்கள் இருவரும் அவள் பாலினோ நிறுத்தப்பட்டிருந்த வழியில் சென்றார்கள். அவருடைய மிகப்பெரிய அனோரக்கை அவள் அணிந்திருந்தாள். அது அவள் கால்முட்டிவரை வந்தது.

"சோளக்கொல்லைப் பொம்மைபோல இருக்கிறேனா?" என்றாள்.

"ஆமாம்" என்றார்.

அவள் காருக்குள் புகுந்தபோது ஒரு நேசமிக்க தந்தையைப்போலத் தலையை நீட்டினார். அவள் ஜன்னலை இறக்கினாள்.

"நாளைக்குப் பார்க்கலாம்" என்றார்.

"நமக்கு நிறைய வேலை இருக்கிறது" என்றாள்.

"ஆமாம். நிறைய்ய வேலை."

காரின் எஞ்சினை உசுப்பிக்கொண்டே, "ஒன்று சொல்லுங்கள்" என்றாள். "இந்த ஸ்ட்ரேடாஸ்பியரில் உயிரிகளைத் தேடும் வேலை... இதெல்லாம், உங்களுக்குத் தெரியுமே... இயற்பியலின் தொலைந்து போன இணைப்பு, இதோடெல்லாம் சம்பந்தம் இருக்கிறதா?"

"இல்லை."

அவள் கார் செல்ல காவலாளிகள் கதவைத்திறந்து விட்டார்கள். அது சென்ற பிறகு நீண்ட நேரம் கழித்தும், ஆசார்யா ஓட்டுவழியில் நின்று குளிர்ந்த காற்றையும் கடலின் ஓலத்தையும் கேட்டு இரசித்தவாறு இருந்தார். தனியாக இருப்பதில் ஆசுவாசம் கொண் டார். அவருடைய இதயத்தில் ஒரு இன்பஉணர்வு இருந்தது. மிகவும் நேசத்திற்குரிய குறும்பு ஒன்றைச் செய்த மகிழ்ச்சி இருந்தது. இதை ஒப்புக்கொள்ளாமல் லாவண்யா சிரிப்பதாக நினைத்தார். தூறல் போட ஆரம்பித்தது. வாசலை நோக்கி ஓடினார். இரவுசெக்யூரிடி வேகவேகமாக சல்யூட் அடிக்க எழுந்தார். வாயிலின் வழியாகச் சென்றபோது அவரும் ஒரு காவலாளியும் ஒருவர்க்கொருவர் சந்தேகப் பார்வை ஒன்றைப் பார்த்துக்கொண்டனர்.

வீட்டிற்குள் நுழைந்து, கூடத்தின் விளக்குகளைப் போட்டபோது அவருடைய எளிய மகிழ்ச்சி மறைந்துவிட்டது. மிகவும் அழுக்காகவும் மலிவாகவும் உணர்ந்தார். படுக்கையறைக்குள் செல்ல பயந்து, தோலுறையிட்ட சாய்வுநாற்காலியில் உட்கார்ந்

தார். தன் சூட்கேஸை எடுத்துச்செல்வதற்கு முன்னால் இடமில்லை என ஒதுக்கிய லாவண்யாவின் உடைகள் படுக்கை மேலேயே சிதறிக்கிடந்தன. அவளுடைய ஹோமியோபதி மாத்திரைகள் அடங்கிய புட்டிகள் நைட்ஸ்டாண்டு மேலே இருந்தன. அவளுடைய உடற்பயிற்சி எந்திரம். அவளுடைய பொருட்கள். எல்லாம் அவரைப் பார்த்துக்கொண்டிருக்கும். ஆகவே கூடத்தில் சாய்வு நாற்காலியிலேயே தூங்கிவிட்டார். அவர் மகளின் வழக்கமான 7.45 அலாரம் அவரை எழுப்பியது. அது இன்று காலை தானாகவே நோயுற்றதுபோல நின்றுவிட்டது. ஒரு சின்னப் பெண்ணின் உடைந்த பொம்மைபோல. ஒரு வேலியின் அந்தப்புறமிருந்து வந்த குரலாக அந்த அலாரம் தோன்றியது. அதற்கு அப்பாலிருந்து அவருடைய மனைவி, மகள் இருவரின் கடுமையான முகம்கொண்ட பேயுருக்கள் காயத்துடனும் கோபத்துடனும் அவரைப் பார்த்துக்கொண்டிருந்தன. ஆனால் காலையில் நேரம் ஆக ஆக அபர்ணாவைப் பார்க்கும் ஆசை அவரை நிரப்பியது.

இப்படித்தான் வரும் நாட்களிலும் அவர் இருந்தார். தன் மனைவியையும் மகளையும் கொலைசெய்துவிட்ட கடுந்துயரத்தில் தூக்கத்திலிருந்து விழிப்பார். பிறகு போய் அபர்ணாவுக்காகக் காத்திருப்பதற்காகப் பொறுமையின்றி உடைகளைத் தேடுவார்.

சாதாரணமாகக் காதலர்களைப் பீடிக்கும் பயநோயின் காரணமாக, வேலை காரணமாகச் சந்திப்பதற்கான காரணம் இருந்தாலும், ஆசார்யாவும் அபர்ணாவும் அவருடைய அறையில் அதற்குமேல் சந்திப்பதில்லை. கண்கள் பார்த்தன, காதுகள் கேட்டன. அய்யன் மணியின் எங்கும் ஊடுருவிய பார்வை, அபர்ணா மிகவும் அர்த்தம் கொண்டதாக நினைத்த அவன் புன்முறுவல் ஆகியவற்றிற்கு அவர்கள் பயந்தனர். பலூன் மிஷனில் ஈடுபட்ட விஞ்ஞானிகளும் ஆய்வுஉதவியாளர்களும் குழுக்கூட்டங்கள் இப்போதெல்லாம் மிக அடிக்கடியும், மிகநீண்டும் இருக்கின்றன என்று உணரத் தொடங்கினர். அந்தக் கூட்டங்களில் ஆசார்யாவும் அபர்ணாவும் வருவித்துக்கொண்ட கடுமையோடு ஒருவருக்கொருவர் நோக்கினர். கண்களால் சிரித்துக்கொண்டனர், சாரமற்ற விசாரணைகளால் தங்கள் காதல் மொழியைப் பேசினர். இரவில் அவள் தன் ஆளரவற்ற அடித்தள அறையில் காத்திருப்பாள். அவர் ஒரு நிழலைப்போல வருவார்.

அந்த நிலவறையிலேயே காதல், உணவு உட்பட ஒரு ஞாயிற்றுக் கிழமை உள்பட ஒருவாரம் இப்படி நடந்தது. அபர்ணா ஒரு மின்சார டோஸ்டர், ரொட்டி, பழங்கள், போர்வைகள்கூட, கொண்டுவந்தாள். நாள்முழுவதும் தழுவிக்கிடந்தனர். செவ்வாய்க் கிழமை லாவண்யா கூப்பிட்டாள்.

அய்யன் மணி தொலைபேசி ரிசீவரை ஒரு பிசாசுத்தனமான சிரிப்புடன் கீழே வைத்தான். ஒவ்வொரு காதல் கதையின் முடிவும், ஒன்றாக இருந்து அழுகுவது அல்லது பிரிவின் வேதனையில் உருகுவது என்று அவனுக்குத் தெரியும். இப்போது இறப்பதைவிடப் பின்னால் இறக்கலாம் என்ற மாயையான ஞானத்தில் மக்கள் முன்னதையே தேர்ந்தெடுக்கிறார்கள். புதிய காதலின் ஏமாற்றுதலில், இந்தப் பைத்தியக்காரத்தனம் காலத்தினால் மாறக்கூடியது என்பதை மறப்பதோடன்றி, அவர்கள் உறவு கள்ளத்தனமானது என்றும் நினைத்துக்கொள்கிறார்கள். அலுவலக உடைகளில், நள்ளிரவின் நிர்வாணத்தை மறைத்துவிடலாம் என்று கனவுகாண்கிறார்கள். அவர்கள் அந்தரங்கத் தொடர்பை எச்சரிக்கையான தொலைவு என்ற சாதனத்தால் மெல்லியதாகப் பரப்பிவிடுகிறார்கள். கண்களால் தாங்கள் பரப்பும் காதல் ஜ்வரத்தைத் தாங்கள் மட்டுமே அறிவோம், தீர்ப்போம் என்று நினைத்துக்கொள்கிறார் கள். ஆனால் உண்மையில், காதல் ஒரு விலக்கப்பட்ட செல்வம் போன்றது. அதன் ஒளியை மறைக்கமுடிவதில்லை. இப்போதோ எப்போதோ எல்லாருக்கும் அது தெரிந்துவிடுகிறது. முழு அரங்கக் காட்சிகளாக ஓடும் திரைப்படத்தில் தாங்கள்தான் நாயகர்கள் என்பது அவர்களுக்குத் தெரிவதில்லை.

பிரபஞ்சத்தைப் பற்றிச் சிந்திக்கும் பிராமணர்களுக்கு இந்த விஷயம் தெரியுமோ தெரியாதோ, பாதுகாப்புக் காவலாளிகள், பியூன்கள், பெருக்குபவர்கள் ஆகியோர் பெரிய மனிதர் இந்த அடித்தள 'அயிட்டத்தை' வம்பு பண்ணுகிறார் என்பதை நன்றாகவே அறிவார்கள். அடித்தளக் கதவிற்குப் பின்னால் யாரோ இருப்பதாக இந்தக் காதலர்கள் நினைத்தது, அய்யனின் நீண்ட கைகள்தான். முழுவாரமும், ஆய்வகத்திலிருந்து கேட்ட முனகல்கள், முணுமுணுப்புகள் ஆகியவற்றைப் பற்றி அவன் தெரிந்துகொண்டான். ஆசார்யா அடித்தளத்துக்குச் சென்ற நேரம், இருவரும் வெளிவரும் நேரம், அவள் கார் ஜன்னலின்மீது அவர் எவ்வளவு பாசமாகச் சாய்ந்து குட்பை சொன்னார், என்பதெல்லாம் அவனுக்குத் தெரியும். இப்போது இந்த காதல் விவகாரத்தை

முடிவுக்குக் கொண்டுவரும் நேரம். இது தொடர்ந்து நீடிக்கும் என்பதற்கான அதிர்ஷ்டம் இல்லை என்று அவன் யூகித்தான். லாவண்யா ஆசார்யா சென்னையிலிருந்து இப்போதுதான் பேசியிருக்கிறாள்.

"அவர் இருக்கிறாரா?" என்று கேட்டாள்.

"இல்லை மேடம்" வேண்டுமென்ற ஓர் இடைவெளிவிட்டு அய்யன் சொன்னான். இந்த இடைவெளி அவளுக்குத் தொந்தரவு தரும் என்று தெரியும். அவளுடைய கணவர், வேலையிலிருக்கும்போது அவளை விரும்புவதில்லை என்று அவளுக்குச் சந்தேகம்.

"எங்கே இருக்கிறார்?"

"எங்கேன்னு தெரியாது மேடம்" என்றான் அய்யன் (ஆசார்யா அந்தச் சமயத்தில் அவர் அறையில்தான் இருந்தார்). "ஏதாவது செய்தி உண்டா?"

"நான் ஏழுமணி விமானத்தில் வருகிறேன் என்று சொல். ஒன்பதுக்கு முன்னால் வந்து விடுவேன். ரொம்ப மழை பெய்கிறதா?"

"ஆமாம். ரொம்பவும்."

"சாலைகளில் எல்லாம் வெள்ளமா?"

"ரயில்கள் ஓடுகின்றன."

"சாலைகள்?"

"நெரிசல் சென்றுகொண்டுதான் இருக்கிறது."

"அவர் விமானதளத்திற்கு வரவேண்டாம் என்று சொல். ஒரு ஃப்ரெண்ட் என்னை அழைத்துவருகிறார்."

அய்யன் கடைசியாக வந்த தபால்களையும், ஃபேக்ஸ் செய்திகளையும் எடுத்துக் கொண்டு ஆசார்யாவின் அறைக்குள் போனான். அவர் குறிப்பேட்டில் ஏதோ எழுதிக் கொண்டிருந்தார். அது ஏதோ நீண்ட கணிதக் குப்பை. எண்கள், குறிகள். உண்மையின் தேடல் போலும்.

"ஏதாவது எனக்கு வேலை உண்டா சார்?" என்று கேட்டான்.

ஆசார்யா தலையை அசைத்தார்.

"அப்படியானால் நான் போகிறேன்."

அய்யன் அவருக்கு அவர் மனைவியின் அழைப்பைப் பற்றிச் சொல்லவில்லை. அவள் இன்னும் சில மணிநேரங்களில் வீட்டுக்கு வந்துவிடுவாள், அவரை அழைக்க முயற்சி செய்வாள். ஆனால், அப்போது அதைக் கேட்கமுடியாத தூரத்தில், அடித்தளத்தில், அவர் தன் காதலியுடன் நிர்வாணமாக இருப்பார். காதலின் மயக்கத்தில் விடியற் காலையில் வீட்டுக்குச் செல்வார், அங்கே தன் மனைவியின் பயங்கரமான பிம்பத்தைப் பார்ப்பார். அவருக்கு ஏன் அய்யன் அந்த அழைப்பைப் பற்றிச் சொல்லவேண்டும்?

அன்றிரவு ஒரு ஊதாநிற விரிப்பின்மீது காதலர்கள் சுருண்டு கிடந்தார்கள். இரண்டு அடைப்புக்குறிகளைப்போல. விதைகளற்ற திராட்சை கொண்ட ஒரு கிண்ணம் அவர்கள் அருகில் இருந்தது. "ஜங்க் டிஎன்ஏ பற்றிக் கேள்விப்பட்டிருக்கிறாயா?" என்று அவர் கேட்டார்.

"ஆமாம்" என்றாள். "மனித ஜீனோமில் 98 சதவீதம் குப்பை, அது எதுவும் செய்வதாகத் தெரியவில்லை. ஜங்க் ஜீனோம் என்பது அர்த்தமில்லாமல் இருக்கிறது."

"ஏதாவது காரணம் இருக்கவேண்டும்" என்றார். ஒரு திராட்சையை எடுத்தார். "என்னிடம் ஒரு கருதுகோள் இருக்கிறது." அவர் கருதுகோள் என்று சொல்லும்போதெல்லாம் அவளுக்கு வேடிக்கையாக இருக்கும், சிரிப்பாள் என்று நினைத்தார். ஆனால் அவள் கூர்ந்து கேட்டுக்கொண்டிருந்தாள். உயிர்கள் பிரபஞ் சத்தில் மிக நுட்பமான ஸ்போர்களாக ஆஸ்டிராய்டுகளின்மீது சவாரி செய்து பரவுகின்றன. அவை வெவ்வேறு உலகங்களில் விழுகின்றன. அந்தந்த உலகத்தின் நிலைமைக்கேற்ப ஜீனோமின் வெவ்வேறு பகுதிகள் பயன்படுகின்றன. பூமியில் ஒரு சிறுபகுதிதான் பயன்படுகிறது.

"எங்கிருந்து அந்த ஸ்போர்கள் வருகின்றன?" என்று கேட்டாள்.

இன்னொரு திராட்சையை எடுத்துக்கொண்டே சொன்னார், "எனக்கு அனைத்தும் தெரியாது."

விடியற்காலை இரண்டு மணிக்கு அவர் வீட்டுக்குப் போனார். மழை நன்றாகப் பெய்து கொண்டிருந்தது. மகிழ்ச்சியில்திளைத்த ஒரு குடிகாரன்போல அதைப்பற்றிக் கவலைப்படாமல் சென்றார்.

இளநீலநிறச் சட்டை அவருடைய மிருதுவான உடலின்மீது பொருந்தியிருந்தது. அவருடைய டிரவுசர்கள் உடலின் கீழ்ப்பகுதியில் நிச்சயமற்றுத் தொங்கின. (பெல்ட்டை அடித்தளத்திலேயே விட்டுவிட்டார்).

பூட்டில் சாவியைவிட்டுக் குமிழைத் திருகினார். கூடத்தில் விளக்கெரிந்தது. கதவை மூடிவிட்டு சோபா அருகில் நின்றார். ஏன் விளக்கு எரிந்தது என்பதற்கான காரணத்தைத் தெரிந்துகொள்ளவேண்டும். பிறகுதான் அறை சீராக இருப்பதைக் கவனித்தார். திரைச்சீலைகளும் மேஜைவிரிப்பும் மாற்றப்பட்டிருந்தன. சோபாமீது அவர் விட்டுச் சென்றிருந்த புத்தகங்கள் மறைந்துவிட்டிருந்தன. படுக்கையறைக்கு அமிழும் இதயத்தோடு சென்றார். ஒரு போர்வைக்குள் தூங்குகின்ற உருவத்தை அவரால் காண முடிந்தது.

லாவண்யா கனவு கண்டுகொண்டிருந்தாள். இப்போதெல்லாம் கனவு காண்கிறாள் என்பது அவளுக்குத் தெரிந்தே இருந்தது. ஒரு மழைக்காட்டிற்குள் அவள் நடந்து கொண்டிருந்தாள். அவள் மழைக்காட்டைப் பார்த்ததில்லை, ஆனால் அது மழைக் காடுதான். மிகப்பெரிய அடிமரங்கள், கருப்பாகவும் ஈரமாகவும், உருவங்கள்போல நின்றன. தரை காட்டுக்கொடிகளின் விரிப்பாக இருந்தது. மழைக்காடு என்று எழுதப்பட்ட அறிவிப்புப்பலகையும் இருந்தது. கனமழை பெய்துகொண்டிருந்ததால் கையை நீட்டினால் முழங்கைக்கு அப்பால் தெரியவில்லை. ஆனால் அவள் மட்டும் நனையவில்லை. ஏனென்றால் நனைவது அவளுக்குப் பிடிப்பதில்லை. மெரூன் நிறக் கைப்பை ஒன்றை எடுத்துக்கொண்டு முந்திரிப்பருப்பு விற்கும் கடை ஒன்றைத் தேடினாள். மழையின் அடர்த்தியான புகைமூட்டத்திலிருந்து ஒரு யானைத் தலை தோன்றியது. உடலின் மற்றப்பகுதிகள் மழையில் மறைந்துவிட்டிருந்தன. மிகுந்த அறிவுள்ள, நேசிக்கக் கூடிய யானை அது. ‘அரவிந்த்’ என்றாள். ‘இங்கே என்ன செய்கிறீர்கள்?’ கண்களைத் திறந்தாள்.

படுக்கையின் அந்தப் பக்கத்தில் அவருடைய பெரிய கோட்டுருவம் அசைந்து கொண்டிருப்பதைக் கண்டாள். தனது நைட்ஸ்டேண்டின் மேலுள்ள ஸ்விச்சைத் தேடினாள். படுக்கையிலிருந்து எழுந்துகொண்டே நனைந்திருக்கிறீர்கள் என்றாள். அலமாரியைத் தூக்கக் கண்ணோடேயே திறந்து ஒரு டவலை எடுத்தாள். “எதுக்கு நனையறீங்கன்னு நேக்குத் தெரியலை” என்று டவலைத் தலையருகில் கொண்டு சென்றாள். “வீடே ஒரு குளறுபடியாக இருந்தது, அரவிந்த். நீங்க என்ன பைத்தியமா, அல்லது வேணுமின்னே

நேக்குத் தொல்லைகொடுக்க இப்படிச் செய்யறிங்களா? நான் உள்ளே நுழைஞ்சப்போ ஒரே குப்பையா இருந்தது. இனிமே சாவியை வேலைக்காரிங்ககிட்ட கொடுக்கப்போறேன்." அவர் தலையையும் முகத்தையும் அவள் துடைத்து முடிக்கும் வரை அசையாமல் நின்றார்.

"என்னப்பாத்ததிலே உங்களுக்குச் சந்தோஷம்தானே?"

"நீ இல்லாம கஷ்டமா இருந்தது."

"ரொம்ப நேரம் கண்முழிச்சு வேலை பாக்கறீங்களா? பலூன் விஷயமா?" என்றாள் அவள். அவள் தோள்கள் வலித்தன. அதனால் துடைப்பதை நிறுத்தினாள். "இப்ப பாத்ருமுக்குப் போய் டிரஸ் மாத்திக்குங்கோ. ஈரத்துணிய வாஷிங் மெஷின்ல போடுங்கோ." அவர் அறையைவிட்டுச் செல்லும்போது அது என்ன வாசனை என்று நின்றாள். அது இனிமையாகவும், அவள் வெகுகாலத்துக்கு முன் அறிந்த ஒன்றாகவும் இருந்தது. ஆனால் அவளால் அது என்ன என்பதைக் கண்டுபிடிக்கமுடியவில்லை. ஒரு வேளை ஆடவன் உடல்மீது மழை வீசும் வாசமா?

நன்றாக உலர்த்திக்கொண்டும் ஒழுங்காகவும் ஒரு தளர்ச்சியான ஸ்போர்ட்ஸ் உடையில் உள்ளே வந்தார். மார்பு திறந்திருந்தது. படுக்கையில் படுத்துக் கூரையைப் பார்த்தார்.

"உங்களுக்கு என்ன மனசில அரவிந்த்? என்ன நடந்தது?"

"ஒண்ணுமில்ல."

"அப்றம் என்ன இது? டியோ ஸ்ப்ரே பண்ணிங்களா?" என்று ச்ச்க்கொட்டினாள். "ரெண்டுவாரம் நான் இல்ல. அதுக்குள்ள பைத்தியமாயிட்டிங்களா?"

அவருடைய மார்பில் ஈரம் உலராமல் இருந்தது. படுக்கையை ஈரமாக்கறார் என்றவாறே அதைத்துடைத்தாள். தன்னை அறியாமலே தொப்புளைச் சுரண்டினாள். அழுக்கு ஒண்ணுமில்லையே? அறையின் மூலைக்குச் சென்று டவலை தூரப்போட்டாள். "இந்தத் தொப்புள் கிணத்துக்குள்ள தூர் இல்லாம எப்படி இருக்கமுடியும்? ஏதாவது பொம்பளைய வச்சிருக்கிங்களா என்ன" என்றாள்.

"ஆமாம்" என்றார் அவர்.

லாவண்யா பால்கனிக்குச் சென்று டவலைக் கம்பிமீது போடலாமா அல்லது இப்போதைக்குத் தரையில் போட்டுவைக்கலாமா என்று நினைத்தாள். பால்கனிக்குப் போகலாம் என்றால் தூக்கக் கலக்கமாக இருந்தது. ஆனால் டவலைப்போட தரை சரியான இடமில்லை. டிரஸர்மீது போட மனம்வரவில்லை. நல்ல பாலிஷ்செய்த மரம் மீது ஈர டவலா? அப்புறம் அந்த வார்த்தை ஏன் ஒரு சோகத்தைப்போலக் காற்றில் கவிந்திருக்கிறது என்று யோசித்தாள். "ஆமாம்" என்று சொல்லிவிட்டார் அவர். மெதுவாக அவரை நோக்கித் திரும்பினாள்.

"அவ பேர் அபர்ணா. என்னோட வேலை செய்றா."

"லாவண்யா மெதுவாகத் தளர்ந்து படுக்கையின் விளிம்பில் உட்கார்ந்தாள். இது என்ன விக்கலுக்கு மருந்தா என்றாள்."

"உனக்கு விக்கலா எடுக்குது?"

"குழப்பமாயிருக்கு. என்ன சொன்னேள்? நீங்க சொன்னதுதான் என்ன?"

அது ஏதோ அவளைச் சரியாக்கிவிடும் என்பதுபோல நைட் ஸ்டாண்டுக்குப்போய் தன் கண்ணாடியைத் தேடி எடுத்தாள். கண்ணாடியைப் போட்டுக்கொண்டே "என்ன சொன்னிங்க அரவிந்த்?" என்றாள். மறுபடியும் படுக்கை ஓரத்தில் உட்கார்ந்தாள்.

"அவள் பேர் அபர்ணா."

ஜன்னல் வெளியே மழை மிகவேகமாக அடித்தது. அவர்கள் அந்த சத்தத்தைக் கேட்டுக் கொண்டிருந்தார்கள். கனவுலகில் இருப்பவள்போல "நம்பமுடியலியே. நீங்களா? உங்களுக்கு ஒண்ணும் தெரியாது. உங்க மூக்கு நீளமாக குட்டையான்னுகூடத் தெரியாது."

அந்த நிலைமைக்கும் அவரது மூக்குக்கும் என்ன சம்பந்தம் என்று அவருக்குப் புரியவில்லை. ஆனால் அவள் சொன்னது சரியென்று பட்டது. 'யாராவது உங்க மூக்குப் பத்திச் சொல்லுங்கன்னு' கேட்டா அவருக்கு என்ன சொல்வதென்று தெரியாது.

"எவ்ளோ நாளா நடக்குது இது?"

“நீ போன பிறகு. உண்மையிலே அதுக்கு முன்னாலேதான். ஆனால் ஒருவிதத்தில நீ போன பிறகுதான்.”

மௌனம் திரும்பியது. மழை இன்னும் வேகமாகச் சாடுவதுபோலத் தோன்றியது. அவர் கூரையைப் பார்த்தார். அவள் டிரஸரைப் பார்த்தாள்.

“சாரி. உன்னக் கொன்னுட்டதுபோலத் தோணிச்சு எனக்கு.”

“வயசில சின்னவளா?”

“ஆமாம்.”

“அழகாருக்காளா?”

“ஆமாம்.”

“வயசு எவ்வளோ?”

“ஸ்ருதி வயசு இருக்கும்னு நெனக்கறேன்.”

“இங்க அழைச்சிண்டு வந்தீங்களா?”

“இல்லை.”

“அவளோட படுத்தீங்களா?”

“ஆமாம்.”

“எங்க?”

“நிறுவனத்தின் அடித்தளத்தில.”

“ரொம்ப மோசம்” என்றாள். டவலை மடிக்க ஆரம்பித்தாள். “அவளை விரும்பறீங்களா?”

“தெரியல.”

லாவண்யா படுக்கையறையைவிட்டு வெளியே சென்றாள். அவர் ஏதோ சொல்வது காதில்விழுந்தது. கொஞ்ச நேரம் கழித்துத் தான் அது என்னவென்று புரிந்தது. “ஆனா நீதான் இன்னும் என் ஈமெயில் பாஸ்வேர்ட்.”

சப்பணம்போட்டுக் கூடத்திலிருந்த சோபாவில் உட்கார்ந்தாள். ஈமச்சடங்குக்குப் போயே அசதியாகிவிட்டது என்று நினைத்தாள். அப்படியானால் யார் இப்போது செத்துப்போனது? அவர் செத்துப்போனது போலத் தோன்றவில்லை. அவருடைய இருப்பின் வியாபகத்தை இப்போதும் உணரமுடிந்தது. அவள் வாழ்க்கையில் ஒரு ஆணின் அமைதியான ஆவேசத்தை உணரமுடிந்தது. ஆனாலும் யாரோ செத்துப் போனதுபோல இருந்தது. பறவைகள் ஒலி கேட்கும் வரை, பால்கனியில் தொங்கவிட்டிருந்த கொடிவிரிப்புகளுக்கு ஊடாகத் தெரிந்த சிவந்த வானத்தின் முதல் ஒளிக் கீற்று தெரியும்வரை மீதி ராத்திரி முழுதும் அப்படியே உட்கார்ந்திருந்தாள். தனது காயம் என்ன என்று இப்போது அவளுக்குத் தெரிந்தது. அவளுடைய பயம்தான் அது. துயரத்தால் வரும் பயம் அல்ல. அவர்போய் ஒரு விஷயத்தில் ஈடுபடுகிறார் என்று கற்பனை செய்வது அதிர்ச்சி தருவதாக இருந்தது. அது ரொம்பப் பரிதாபமானது. அது அவளுக்குத் துன்பத்தை ஏற்படுத்தவில்லை. அது அவளுக்கு பயத்தைத்தான் கொடுத்தது. மக்கள் பொதுவாக எதிர்காலத்தை நினைத்து பயப்படுகிறார்கள். ஆனால் இந்த பயம் எதிர்காலம் குறித்தது அல்ல. ஏன் கவலையில்லை என்று அவளையே கேட்டுக்கொண்டாள். போதிய அளவு இந்த மனிதனை அவள் நேசிக்கவில்லையா? நாற்பது வருடங்களுக்கு மேலாக அவர்களிடையே இருந்தது என்ன? இன்னொரு ஏற்பாடா? ஆனால் அவரை நேசித்தாள் என்பதும் அவளுக்குத் தெரியும். இப்போது ஒரு அந்நியர்போலத் தெரிந்தார், ஆனால் பழைய ஞாபகங்களில் அவர் தெரிந்த போது, அந்த ஞாபகத்தை நன்றாக நேசிக்கமுடிந்தது. உண்மையில் அவரிடம் சென்று அவருடைய வழுக்கைத் தலையில் கையைத் தடவி, சரிப்பா எல்லாம் சரியாப்போச்சுன்னு சொல்லத் தோன்றியது. அவர்மீது ஒரு இதயபூர்வமான கருணை தோன்றியது. அன்றைக்கு இருந்தது போல—ஒரு சிறியவயது மாப்பிள்ளையாக, என்னவோ காரணத்திற்காக "லாவண்யா, நோக்குத் தெரியுமா, பூமி நொடிக்கு நாப்பது கிலோமீட்டர் வேகத்துல சுத்தறது" என்று சொன்ன அன்று இருந்ததுபோல அவர் சந்தோஷமாக இருக்கவேண்டுமென்று விரும்பினாள்.

கூடத்தையும் சமையலறையையும் இணைத்த நடையில் ஒரு நிழலை அவள் கண்டாள். படுக்கையறையின் கதவருகே அவர் நின்றார். அவரைப் பார்க்கமுடியவில்லை, ஆனால் அவரது நிழலைப் பார்க்கமுடிந்தது. அவருடைய தலை எட்டிப் பார்த்தது. அவள்

சோபாவில் அமர்ந்திருந்ததைப் பார்த்து ஆச்சரியப்பட்டார். ஒருவரை ஒருவர் பார்த்துக்கொண்டு முகத்தைத்திருப்பிக் கொண்டார்கள். கொஞ்சநேரம் கழித்து அந்த நிழல் கூடத்திற்கு வந்து அவள்அருகில் நின்றது. அவள் அவரைப் பார்க்கவில்லை. அவள் உணவுமேஜைக்குச் சென்று ஒரு நாற்காலியில் உட்கார்ந்தாள். எப்போதாவது அவர் அவளைப் பார்க்கத் திரும்பினார். ஏழேமுக்காலுக்கு, ஸ்ருதியின் அலாரம் அவர்கள் மௌனத்தைக் கிழித்தது. இரண்டுபேருமே ஒளிந்துகொள்ளவேண்டும் என்பதுபோல் உணர்ந்தார்கள்.

கூடத்திலேயே காலை முழுவதும் ஒரு ஸ்பூனோடு விளையாடிய வாறு, அல்லது செய்தித்தாளின் ஓரத்தைக் கசக்கியவாறு, அல்லது வேலைக்காரி கூடத்தைப் பெருக்க வேண்டிக் காலைத் தூக்கியவாறு, பிறகு அவள் தரையைத் துடைக்கவந்தபோது மறுபடியும் காலைத் தூக்கியவாறு, அமர்ந்திருந்தார். லாவண்யா சமையல்காரியுடன் இருக்க சமையலறைக்குப் போய்விட்டாள். ஏதோ அந்த நாற்காலியைப் பிடித்துக் கொண்டிருப்பதுபோலவும், எழுந்தால் இடம் பறிபோய்விடும் என்பதுபோலவும் அங்கிருந்து எழுந்திருக்காமலேயே, அவர் காப்பி குடித்தார், பிறகு காலைஉணவையும் சாப்பிட்டார். மதிய அளவில் குளிக்கச் சென்றார். முழுநாளும் வீட்டிலேயே கழித்தார். மாலைவேளைகளில் சமையல்காரி வருவதில்லை. லாவண்யாவும் அன்றிரவு சமைக்கவில்லை. எனவே ஃப்ரிட்ஜைத் திறந்து உணவைத் தேடினார். எது கிடைத்ததோ அதை வெப்பப்படுத்திச் சாப்பிட்டார்.

அப்படித்தான் அந்த வாரம் முழுவதும் சென்றது. அவர் எழுந்து ஒரு நாற்காலியில் மௌனமாக உட்கார்ந்துகொள்வார். அல்லது பால்கனியில் நிற்பார். ஒரு வார்த்தையும் பேசுவதில்லை. மேஜையில் என்ன வைக்கப்பட்டதோ அதைச் சாப்பிடுவார். உணவு அவரைத் தேடி வராவிட்டால் அதைத் தேடி அவர் செல்வார்.

அவர் வெளியேற்றப்பட்ட மூன்றாவது நாள் காலை, லாவண்யா கூடத்தில் செய்தித்தாள் படித்துக்கொண்டிருந்தாள். வேலைக்காரி அவளையே உற்றுப்பார்ப்பதை அறிந்தாள்.

ஒரு முகச்சுளிப்போடு "ஃபோன்" என்றாள் அவள்.

லாவண்யா மீண்டும் செய்தித்தாள் படிக்கப்போய்விட்டாள். ஸ்டூல் டபுள் ஹெலிக்ஸ் தாங்கியில் இருந்த தொலைபேசி கொஞ்ச நேரம் அடித்துவிட்டு ஓய்ந்தது. கடந்த மூன்றுநாட்களாகவே எந்த அழைப்பையும் அவர்கள் ஏற்றுப்பேசவில்லை. அன்று

காலை தொலைபேசி விடாமல் அடித்துக்கொண்டேயிருந்தது. லாவண்யாவுக்கு ஏன் என்று தெரியும். அது ஒரு வேசியின் துணிகரம்.

தொலைபேசி மீண்டும் அடித்தது. லாவண்யா அடிக்கட்டும் என்று விட்டாள். ஆசார்யா தொலைபேசியை ஒருமுறை பார்த்துவிட்டுத் தலையைச் சோகமாகத் திருப்பிக் கொண்டார். அவள் அதைப் பார்த்தாள். நாள் முழுவதும் மழையின் அமைதியிலும், அதன் குளிர்ந்த காற்றின் ஆறுதலிலும் தொலைபேசி அடிக்கடி அழைப்பதால் அடிக்கடி எரிகின்ற காயத்தின் இடைவிடாத அமைதியிலும் கழிந்தது. அன்று மாலை, தொலைபேசி அடித்தபோது லாவண்யா இறுதியாக அதை எடுத்தாள்.

எதிர்முனையில் மௌனம்.

"அபர்ணாவா" என்று லாவண்யா கேட்டாள்.

"ஆமாம்" என்றது குரல்.

"இது எங்கள் வீடு. எங்களுக்கு யாருடைய தொல்லையும் வேண்டாம். மறுபடியும் கூப்பிடாதே."

கேட்பியைக் கீழே வைத்து ஒயரை அதன் துளையிலிருந்து பிடுங்கினாள். உணவு மேஜை அருகில் உட்கார்ந்துகொண்டிருந்த கணவரைப் பார்த்தாள். அவர் முதுகு வளைந்திருந்தது, தலை சற்றே இடப்புறம் சாய்ந்திருந்தது. ஒரு குழந்தைக்கு ஒரு சிறிய மகிழ்ச்சியை மறுத்துவிட்டதைப்போல ஒரு வலி ஏற்பட்டது. அன்றிரவு அவருக்குச் சாப்பாடுபோட்டாள்.

"மழையில் நல்ல மீன் கிடைப்பதில்லை" என்றாள். ஓடுள்ளவற்றை மீன் என்று கூறமுடியுமா என்ற கேள்வி அவளுக்கு. அவர் அதைப் பற்றி ஏதோ முன்பு சொல்லியிருந்தார்.

திங்கட்கிழமை காலை அவர் பணிக்குச் சென்றார். புல்தரை மத்தியிலிருந்த நடைபாதையில் அவர் பிறர் தன்னை கவனிப்பதை உணர்ந்தார். கடலின் மிதமான ஓசை, மெல்லப்பேசும் குசுகுசுப்புபோல ஒலித்தது. ஜீன்ஸ் அணிந்திருந்த இரண்டு இளைஞர்கள் அவரைக் கடந்துசென்றபோது எச்சரிக்கையுடன் கூடிய மரியாதையுடன் —ஆனால் அது அவருடைய விஞ்ஞான அந்தஸ்துக்குச் சம்பந்தப் பட்டதல்ல—அவரைப் பார்த்ததாகத் தோன்றியது.

மனு ஜோசப்

அய்யன் மணி வழக்கம்போல பாதி எழுந்து நின்றான். அவனுடைய உதடுகள் விஷயத்தை அறிந்துகொண்ட புன்னகையில் மடிந்தன.

"அபர்ணாவை வரச்சொல்" என்று கூறியவாறே தன் அறைக்குள் சென்றார்.

ஆசார்யாவுடைய அசாதாரணமான அமைதியை நினைத்தவாறே எண்களை அய்யன் அமுக்கினான். தன் அப்பா இறந்து இரு வாரங்களுக்குப் பிறகு அவன் மனத்தில் ஏற்பட்ட அமைதியை அது ஒத்திருந்தது. எவ்வளவு எளிதாக ஒரு வேதனை தீர்ந்து விட்டது என்பதைக் காட்டுகின்ற ஒரு மூர்க்கமான ஆறுதலின் அமைதி அது.

"இயக்குநர் உங்களை வரச்சொல்கிறார்" என்றான் அபர்ணாவிடம். தொலைபேசி உடனே வைக்கப்பட்டதை அறிந்தான். நேரத்தைக் குறித்துக்கொள்ள கடிகாரத்தைப் பார்த்தான். மூன்று நிமிடங்களுக்குள் அவள் வந்தால், படிக்கட்டின் சில இடங்களிலோ அல்லது தாழ்வாரத்தின் சில பகுதிகளிலோ அவள் ஓடிவந்தாள் என்பதைக் காட்டிவிடும். காதலர்களின் வேதனை என்பது வேடிக்கையாகத்தான் இருக்கிறது. இயக்குநரின் அறையில் கேட்க முடிகிறதா என்று காதில் கேட்பியை வைத்துக்கேட்டான். இன்றைக்கு அந்த அறையில் நடக்கும் எதையும் அவன் விடுவதாக இல்லை.

அய்யன் கூப்பிட்ட மூன்று நிமிடங்களுக்குள் அவள் உள்ளே வந்தாள். ஆனால் அமைதியாக, ஒருவேளை, சோம்பேறித்தனமாக இருப்பதுபோலக் காட்சியளித்தாள். அய்யன் சோபாவைக் காட்டினான். அவள் முகத்தை ஆராய வேண்டுமென நினைத் தான். அவளைப் பார்த்து ஒருவாரத்திற்குமேல் ஆகிவிட்டது. ஒரு அமைதியான எதிர்ப்புடன் அவள் உட்காராமல் நின்றாள். நேராகவே கதவைத்திறந்து செல்ல விரும்பினாள், ஆனால் இனிமேல் அவளுடைய இடத்தைப் பற்றிய சந்தேகம் ஏற்பட்டு விட்டது. அய்யனால் அதைக் காணமுடிந்தது.

ஒரு எண்ணைச் சுழற்றி, அது செல்லாததற்காகப் புருவத்தை நெரிப்பதுபோலச் செய்தான். அப்படியே அவளை எச்சரிக்கையாக நோக்கினான். ஆக, ஒரு விடுதலை பெற்ற பெண் இதயம் உடையும் போது இப்படித்தான் இருக்கிறாள். கருவளையங்கள், கண்களில் தோல்வி, தலைமுடி வாரப்படாமல். இப்படி ஒரு ஆடவன் அவளை ஆக்க விடுவாள். அபர்ணா கோஷ்மௌலிக் விடுவாள்.

மறுபடியும் மறுபடியும். ஆனால் பிடிடியில் பல கன்னிகைகள், எந்த ஆடவனும் அவர்கள் இதயத்தை உடைக்க விடமாட்டார்கள். உண்மையில், பிடிடி சாள்களில் அதிக எண்ணிக்கையிலான பெண்கள், குறிப்பாக மிக ஏழையாக இருந்தவர்கள், தாங்கள் அமைதியாக வாழவேண்டும் என்று கல்யாணம் செய்வதைத் தவிர்த்துவிட்டார்கள். ஆக, அபர்ணா மாதிரியான பெண்களுக்கு என்னதான் அவர்களது பலம் என்று அறிய அய்யன் விரும்பினான். சாள்களிலிருந்த ஏழையான பெண்களை உயர்த்த விரும்பிய அபர்ணா, அவளைப்போன்ற பிற எலுமிச்சை வாசனைத் தோழிகள், இவர்கள்தான் பலமின்றி அதிகமாக ஆண்களைச் சார்ந்தவர் களாக இருந்தார்கள். அவர்கள் அற்புதமான விஷயங்களைச் செய்தார்கள், ஆனால் அவர்களுக்குத் தேவை ஒரு ஆண். ஆசார்யா வையும், நம்பூதிரியையும், கல்லீரல்கள் இரத்தம் கசிந்த பிடிடிக் குடிகாரர்களையும், அவர்கள் பாரம்பரியமாக வாழ்ந்த கடலோரக் குடில்களின் வெள்ளிநிற விந்தணுக்களையும், மை வே பாடலைக் கேட்டவர்களையும், மாலைவேளைகளில் ஆண்கள் பெட்டியில் காணப்பட்ட பரிதாபமான முகங்களையும் நினைத்தான். ஆண்களின் உணர்ச்சிகளையும் காதலையும் சார்ந்திருக்கவேண்டிய ஒரு நிலையை நினைத்து நடுக்கம் அடைந்தான். மிகவும் பயங்கரமான நினைப்புதான் அது.

"அபர்ணா வந்திருக்கிறார்" என்று தொலைபேசியில் சொல்லி விட்டுக் கதவைக் காட்டினான்.

அரவிந்த் ஆசார்யாவுக்கு அந்த உருவெளித்தோற்றம் ஏன் எப்போதும் தன்னை பலவீனப்படுத்துகிறது என்று புரியவில்லை. தன் மனத்தில் உருக்கொடுத்துக் கொண்டிருந்த வார்த்தைகள், பிரிவை உணர்த்தும் மகிழ்ச்சியற்ற கூற்று, மறைந்துவிட்டது. ஒரு திடீர்க்காற்றால் அடித்துச் செல்லப்பட்ட சொற்பொழிவாளரின் குறிப்புகளைப்போல. தனது நீண்ட உருவமற்ற மேற்சட்டையிலும் ஜீன்ஸ் கால்சட்டையிலும் ஒளிவீசுபவளாக அவள் நின்றாள். அவள் கண்கள் மூச்சடைக்கவைக்கும் நிலையில் தளர்ந்திருந்தன. அவள் முகம் தளர்ச்சியாகவும், பலமின்றியும், போற்றக்கூடியதாகவும் இருந்தது. அவளைப் பிடித்து, பெண்களை ஆண்கள் தோள்மீது தலைசாயச் செய்த மர்மமான இடத்தைத் தொட விரும்பினார்.

ஜன்னலருகில் அவர் நின்றார். அவரிடம் சென்று அவர் கையைப் பிடித்தாள். "ஏன் என்னை அழைக்கவில்லை?" என்று கேட்டாள்.

"அப்படிச் செய்ய மனத்தில் தோன்றவில்லை அபர்ணா," என்றார்.

"செய்யத் தோன்றவில்லையா?"

"அதுதான் உண்மை."

"ஒரு தொலைபேசிஅழைப்பு என்னைப் பைத்தியமாகாமல் தடுத்திருக்கும்."

"எல்லாம் சரியாகிவிடும்."

"சரியாக இருப்பதற்கு நான் விரும்பவில்லை."

"ஆனால் அதுதான் நம் இருவருக்கும் நல்லது."

அவர் கண்களில் தன்முடிவின் நிச்சயத்தினை அவள் கண்டாள். மற்ற ஆண்கள் கண்களிலும் அவள் கண்டிருக்கிறாள். ஒரு மோகத்தின் இறுதி, அவர்கள் திடீரென்று தங்கள் மனசாட்சி, சுதந்திரம், குடும்பம், வேலை அல்லது இன்னொன்று என்று எந்தச் சாக்கையாவது சொல்வது. இப்போது அவளுக்குச் சோர்வு மேலிட்டது. காதல் மற்றும் பிரிவின் வன்முறையின் சோர்வு. அவர் கையைத் தேடித் தன் கைவிரல்களைக் கோத்துக்கொண்டாள். தரையைப் பார்த்து விசும்பினாள். அழக்கூடாதென்று முயற்சிசெய்தாள், ஆனால் அழுதாள். கண்களை இறுகமூடிக் கொண்டாள். அவள் சொல்வதை அவரால் சரிவரக் கேட்க இயலவில்லை. உங்கள் மனைவி வீட்டில் இல்லாதபோது எடுத்துக்கொள்ளும் விடுமுறை அல்ல நான் என்பதாக ஒருவேளை அவள் கூறியிருக்கலாம். அவர் கையிலிருந்து தன்விரல்களைப் பிரித்துக்கொண்டு, குழந்தையைப் போலக் கண்ணீரைத் துடைத்துக்கொணடாள். பிறகு வெளியே சென்றுவிட்டாள்.

அன்று மட்டும் நான்கு முறை திரும்பத்திரும்ப அவரிடம் கெஞ்சுவதற்காக வந்தாள். அவளுடைய மனத்தீர்வுக்கு எதிராகவே. ஒவ்வொருமுறையும் காதல் பிச்சை கேட்டதன் தோல்வியின் அவமானத்தில் திரும்பிச் சென்றாள். அதையே அடுத்த மூன்று நாட்களும் செய்தாள். கடைசியாக ஆசார்யா அவளிடம், இனிமேல் இதைத் தொடர முடியாது. ஒன்று நானாவது செல்ல வேண்டும், அல்லது நீயாவது செல்ல வேண்டும் என்று கூறிவிட்டார். அவர் மேஜைமீதிருந்த அஞ்சல் குப்பைகளை அவள் தள்ளினாள். மனம் பிறழ்ந்ததுபோலத் தோன்றினாள். ஆனால் இன்னும் அதிகமாகக்

கோபப்படுபவர் ஆசார்யா. அந்தக் கணத்தின் சினத்தில், அங்கிருந்த புறாக்களெல்லாம் ஜன்னலைவிட்டுப் பறக்கின்ற விதத்தில் "வெளியே போ, வெளியே போ" என்று கத்தினார்.

முன்னறையிலிருந்த அய்யன் மணி, 'நற்பண்பு என்பது இரத்த அழுத்தம்' என்று சொல்லிக்கொண்டான்.

பிறகு அபர்ணா பலநாட்களுக்கு மூன்றாம் தளத்திற்கு வரவே யில்லை. ஆனால் ஒரு புதன்கிழமை அவள் வந்தாள். ஆசார்யாவிடம் சென்றாள். "அது முடிந்துவிட்டது, தெரியும். என்னால் அதை ஏற்கமுடியும். ஒரு முட்டாள்போல நடந்துகொண்டேன், சாரி. இப்போது எல்லாம் சரியாகிவிட்டது."

"சாரி" என்றார் ஆசார்யா சலிப்புடன். "நான்தான் இதற்கெல்லாம் பொறுப்பு. ஆனால் இப்போது என்ன செய்வது சரியானது என்றுதான் எனக்குத் தெரியவில்லை."

"அதைப்பற்றிக் கவலைப்படவேண்டாம். எனக்குச் சரியாகி விட்டது."

"சரியாகிவிட்டதா?"

"ஆமாம். மிஷனை முடித்துவிடுவோம். நம் இருவருக்குமே அது மிகவும் உயர்வானது. அதற்குப் பிறகு பார்க்கலாம்."

அவரும் மென்மையாக "அதற்குப் பிறகு பார்க்கலாம்" என்றார்.

அவள் கண்கள் கொஞ்சம் கொஞ்சமாக ஒளி பெற்றன. அவள் திரும்பி அறையைவிட்டு வெளியேறினாள். அவர் தனிமையை உணர்ந்தவாறே, இன்னும் திரும்பிக்கொண்டிருந்த கதவைநோக்கியவாறு நின்றார். ஒரு காலத்தில் யானைமீது கண்ட குள்ளனை நினைத்தார். அவர் விதியும் ஊழிக்காலங்கள் முன்பே, நிர்ணயிக்கப்பட்டுவிட்டது. நட்சத்திரங்களின் பிறப்புப் போல. கிரகங்களின் மோதல் போல. நம் கதைகளும் இப்படித்தான் அபர்ணா, இவ்வளவுதான். உண்மை இதுதான். ஆனால் இந்த உண்மையில் சற்றே நயமற்ற தன்மை இருந்தது.

4
முதல் ஆயிரம் பகாஎண்கள்

அடைமழை பெய்துகொண்டிருந்தது. டாக்சி ஓட்டுநரால் எதையும் பார்க்க முடியவில்லை. ஆனால் ஆரன் அடித்துக்கொண்டே ஈரமான சாலையில் வேகமாகப் போய்க் கொண்டிருந்தான். முன்புறக் கண்ணாடியில் வைப்பர்கள் இல்லை. ஆனால் ஒன்று அவன் எதிரே டாஷ்போர்டில் கிடந்தது. ஏதோ முணுமுணுத்துக் கொண்டே அதை எடுத்தான். ஒருகையால் ஸ்டியரிங்சக்கரத்தைப் பிடித்துக்கொண்டே இன்னொரு கையால் ஜன்னலின் வழியே முன்புறக் கண்ணாடியைத் துடைக்கமுயன்றான். சரியான நேரத்தில் தனக்குமுன்னால் சிக்னலில் நிற்கும் கார் ஒன்றின் பின்புறவிளக்குகளைக் கண்டான். பிரேக்கின்மீது முழுபலத்தையும் பிரயோகித்துக்கொண்டே "தாயோளி" என்று கூச்சலிட்டான். டாக்சி அந்தக் காரிலிருந்து சில அங்குலங்களில் நின்றது. ஆதி அப்பனைத் தாயோளி என்றால் என்ன என்று கேட்டான்.

"சொல்லு" அய்யன் ஓட்டுநரிடம் சொன்னான். அவன் அசட்டுச்சிரிப்பு சிரித்தான்.

வழக்கம்போலவே, பின்இருக்கையின் இடது கண்ணாடிஓரம், தன் நல்ல காதை அப்பன் பக்கமாக இருக்க, அமர்ந்திருந்தான். திடீர்திடீரென மழை பெய்தாலும், செப்டம்பரில் புத்துயிர் பெற்ற வெப்பம் அந்தப் பழைய ஃபியட் காரினுள் ஆவியெழச் செய்தது. வியர்வையால் இருவரின் சட்டைகளும் நனைந்திருந்தன. ஆனால்

இதுகூடச் சற்றே வீட்டைவிட வெப்பம் குறைவுதான். அறையைக் குளிர்ச்சியாக்க, ஓஜா மின்விசிறியின்கீழ் ஒரு வாளி தண்ணீரை வைப்பாள். சென்ற கோடைகாலத்தில் அதற்காக அம்மாவிடம் அறை வாங்கிய பிறகு, ஆதி அதில் ஒண்ணுக்குப் போவதில்லை.

ஆதி தன் காதுக்கருவியைக் கழற்றி அவ்வப்போது துடைத்துக் கொண்டேயிருந்தான். அவனுடைய எண்ணெயிட்ட தலைமுடியிலிருந்து வியர்வை வழிந்து அவன் காதில் பாய்ந்து காதுக்கருவியை நனைத்தது. ஆனால் அதை அவன் பொருட்படுத்தவில்லை. ஒருவேளை அதை வசதிக்குறைவாக அவன் நினைக்கவில்லை போலும். வானிலை மாற்றத்தின் சித்திரவதைகூட அவனுக்கு ஒரு விளையாட்டாகவே இருந்தது. கன்னத்தில் வழிந்த வியர்வையை அவன் நக்கிக்கொண்டிருந்தான்.

"மெர்சிடிஸ்" என்று கூச்சலிட்டான். ஒரு நீண்ட வெள்ளிநிறக்கார் டாக்சியின் அருகில் வழுக்கி நின்றது. பின்சீட்டில் மங்கலாக ஒரு மனிதஉருவம் தெரிந்தது. அவன் சப்பணமிட்டு சிந்தனையோடு முழங்கையைத் தொடைமீதும் விரலை உதட்டிலும் வைத்து உட்கார்ந்திருந்தான். ஆதி அவனைப்போலவே செய்தான். காரிலிருந்த மனிதன் சிரித்தான். ஆதியும் அவனைப்பார்த்துச் சிரித்தான். சிக்னல் பச்சைக்கு மாறியது. "ஒரு மெர்சிடிஸ் எவ்வளவு?" என்று தந்தையைக் கேட்டான்.

"என்ன மாடல்?"

"சி—கிளாஸ். 220 சிடிஐ."

"அது மலிவானதுதான்."

"எவ்வளவு?"

"முப்பது லட்சம்."

ஆதி உறுமினான். "எக்ஸ்பென்சிவ்" என்று ஆங்கிலத்தில் சொன்னான்.

"அவ்வளவு விலை அல்ல."

"நீங்க பணத்தைச் சேமிக்கணும். நாம டாக்சி வச்சிகிட்டுப் பள்ளிக்கூடம் போகக் கூடாது."

“நாம் மழைவர்றப்ப மட்டும்தான் இதைச் செய்றோம். இருபது ரூபாய்தான்.”

ஆதி வாயைக்குண்டாக்கி, குசுவிடுவது போன்ற ஒலி எழுப்பினான். பிறகு இருவரும் சிரித்தார்கள்.

“இப்ப சொல்லு ஆதி, என்ன செஞ்சே நீ?”

பையன் எரிச்சலோடு தலையில் கைவைத்துக்கொண்டான். “நான் எத்தன தடவை சொல்றது? ஒண்ணுமேயில்ல.”

“அப்றம் எதுக்கு பிரின்சிபல் என்னப் பாக்கச் சொல்லுது?”

“எனக்குத் தெரியாது” என்றான் ஆதி. “நேத்து நான் ஒண்ணுமே பண்ணல. நேத்திக்கு முந்திய நாளும் ஒண்ணும் பண்ணல. நேத்திக்கு முந்தியநாளுக்கு முந்திய நாள், நான் டீச்சரப் பாத்து ஃபைவ் டு தி பவர் ஆஃப் ஜீரோ ஒண்ணா டீச்சர்னு கேட்டேன்.”

“அப்ப ஏன் பிரின்சிபல் என்னக் கூப்பிடுது?”

“எனக்குத் தெரியாது.”

“அது உன் கையேட்டில ‘கம் வித் தி பாய் டு மை ரூம்’னு எழுதியிருக்கு.”

“எனக்கு அதைப் புடிக்கல” என்றான் ஆதி.

“போய் நீ என்ன செஞ்சேன்னு பாக்கலாம்.”

“நீங்க என்ன செய்ணும்னு சொல்றீங்களோ அதைத்தான் செய்றேன்.”

“நல்ல பையன்.”

“யாராவது கண்டுபிடிச்சிட்டா என்ன ஆவறது?”

தந்தை தன் தலைமுடியை விளையாட்டாகத் தடவிக்கொடுத்தபோது பையன் முகம் தீவிரமாகியது. “உங்கம்மா இவ்வளோ தேங்கா எண்ணயத் தலையில ஊத்திவிடறா.” அந்த எண்ணெய் பையனின் நெற்றியையும் காதுகளையும் மினுமினுப்பாக்கியது. நல்ல அழகான ஆரோக்கியமான பையன் என்று நினைத்தான் அய்யன். அவன் கையில் அடுத்தகாதிலிருந்த உயிரற்ற காதுக்கருவி கடினமாகத் தட்டுப்பட்டது.

சகோதரி சேஸ்டிடியின் முகத்தில் சிடுசிடுப்பு. மேஜைமீதிருந்த சில காகிதங்களை அடுக்கிவைத்துக்கொண்டிருந்தாள். அவற்றின் குளறுபடியில் சிக்கிக்கொண்டாள். அவளுக்குப் பின்னாலிருந்த ஏசுநாதரின் உருவம் முன்னைவிட அதிகப்படியாகச் சாய்ந்திருந்ததாக அய்யன் நினைத்தான். அது அவள் என்ன செய்கிறாள் என்று எட்டிப் பார்ப்பதுபோல் இருந்தது. அவள் மேஜையின் எதிரில் இரண்டு மகிழ்ச்சியற்ற ஆடவர்களும் பருத்திச் சேலையணிந்த ஒரு பெண்ணும் அமர்ந்திருந்தனர்.

ஆதி "குட்மார்னிங் சிஸ்டர்" என்றான். மற்ற மூன்று ஆசிரியர் களையும் உடனே நோக்கி, "குட்மார்னிங் சார்", "குட்மார்னிங் சார்", "குட்மார்னிங் மிஸ்" என்றான்.

களைத்தமுகத்தோடு முகத்தை உயர்த்தினாள் சகோதரி சேஸ்டிடி. தந்தையையும் மகனையும் பார்த்தஉடனே சற்றே பிரகாசம் தோன்றியது. "வந்தீர்களா" என்றாள். 'சரியாக ஓர் ஐந்து நிமிடம்' சென்றுவிட்டு வாருங்கள் என்று மற்ற ஆசிரியர்களுக்கு விடைகொடுத்தாள். அந்த ஆசிரியர்கள் தங்கள் தங்களுக்குரிய தாள்களை மேஜைமீதிருந்து எடுத்துக்கொண்டார்கள். அந்த உதிரித் தாள்களை அவர்கள் கையாண்டவிதம் அய்யனின் ஆர்வத்தைத் தூண்டியது. அவர்கள் அந்தத் தாள்களைக் கோப்பில் வைப்பதற்கு முன் அவனால் கண்டுபிடிக்க முடிந்ததெல்லாம் ஒவ்வொரு தாளிலும் எண்களிட்ட கேள்விகள் இருந்தன என்பதைத் தான். ஆசிரியர்கள் தந்தை—மகனைப் பார்த்து ஒரு தெரிந்த புன் முறுவலோடு அறையைவிட்டுச்சென்றார்கள்.

சகோதரி சேஸ்டிடி அவர்களுக்கு நாற்காலிகளைக் காட்டினாள். எதிர்பார்ப்பில் கைகளைத் தேய்த்துக்கொண்டாள். பையனையும் அவன் தந்தையையும் பார்த்தாள். பிறகு ஓர் ஆர்வமிக்க நோக்கில் பையனை மீண்டும் பார்த்தாள். அவர்களுக்கிடையில் இருந்த தாள்களின் கொத்துகளால் அவள்கவனம் சிதறியது. அவற்றைத் தள்ளினாள். "பேப்பர்களே இனிமேல் பயன்படுத்தத் தேவையிருக்காது என்று சொல்லி ஒரு கணினியைக் கொடுத்தார்கள். இப்போது நான் அச்சீடுகளாகக் கோப்புகளில் சேகரித்து வைக்கவேண்டியிருக்கிறது. மிஸ்டர் மணி, உங்கள் வீட்டில் கணினி இருக்கிறதா?"

"இல்லை" என்றான் ஆதி.

"நான் உன் தந்தையிடம் பேசுகிறேன் ஆதி. எப்படி நடந்துகொள்வ தென்று உனக்குத் தெரியவேண்டும்."

"சாரி சிஸ்டர், நான் பாவம் செய்துவிட்டேன்."

"அது 'சாரி, தந்தையே, நான் பாவம் செய்துவிட்டேன்'ன்னு சொல்லணும். பெரிய மேதை நீ, எளிய விஷயங்களெல்லாம் தெரியவில்லை?"

"சாரி சிஸ்டர்."

"என்ன சொல்லிக்கிட்டிருந்தேன்? ஆமாம். மிஸ்டர் மணி, உங்கள் வீட்டில் கணினி இல்லையா?"

"இல்லை" என்றான்.

"செயின்ட் ஆண்ட்ரூ சர்ச், அதன் பங்கிலுள்ள ஏழைகளுக்கு பழைய கணினிகளை மிகவும் குறைந்தவிலையில் தருகிறது" என்றாள் அவள். "ஒரு பெரினியம் டூ—விற்கு ஆயிரம் ரூபாய்தான்."

"பெண்டியம்" என்று சரிசெய்தான் ஆதி.

"ஆமாம், பெண்டியம். ஆதி, நான் உன் அப்பாவிடம் பேசிக்கொண்டிருக்கிறேன்."

"சர்ச் செய்வது மிக நல்ல செயல்" என்றான் அய்யன்.

"நல்ல செயல்தானே? உங்களுக்கு செயிண்ட் ஆண்ட்ரூ சர்ச் எங்கிருக்கிறது என்று தெரியுமா?"

"தெரியாது."

சகோதரி சேஸ்டிடி தன் தலையைச் சோகமாக அசைத்துக் கொண்டாள். "கிறித்துவ வாழ்க்கையின் மகிழ்ச்சிகள் எல்லோருக்கும் கிடைக்கின்றன. ஆனால் பிரபு மூடுவதற்கு முன் ஒருசிலரே கண்ணைத் திறந்து பார்க்கிறார்கள்." அய்யன் அமைதியாக அவளைப் பார்த்தான். "இப்போது, மிஸ்டர் மணி, நான் விஷயத்துக்கு வருகிறேன். நாங்கள் பள்ளிகளின் ஊடாக நடத்தும் வினாவிடைப்போட்டியைப் பற்றி உங்களுக்குத் தெரியுமா?"

"தெரியாது சிஸ்டர்."

கண்களை அகல விரித்தாள் அவள். "விளம்பரங்களைப் பார்க்கவில்லையா?"

"இல்லை."

“இரண்டு வாரத்திற்கு மேலாக முக்கிய வாயில் தகவல் பலகையில் போஸ்டர்களை வைத்திருக்கிறேன். நீங்கள் எப்போதுமே தகவல் பலகையைப் பார்க்கவேண்டும் மிஸ்டர் மணி. மூன்று நாட்களில் நாங்கள் வினாவிடைப்போட்டி இறுதிநிகழ்வுகளை நடத்த இருக்கிறோம். கிராண்ட் ஃபினாலி என்பார்கள் அதை. ஐம்பது பள்ளிகளிலிருந்து ஐந்நூறு பத்தாம் வகுப்பு மாணவர்கள் முதலில் நீக்குப்போட்டிகளில் எழுதிப் பங்கேற்றார்கள். இறுதி நிகழ்ச்சிக்கு ஆறு குழுக்கள் தேர்ந்தெடுக்கப்பட்டுள்ளன. கிராண்ட் ஃபினாலிக்காக.” அய்யன் ஆர்வத்துடன் தலையாட்டினான். “நீங்கள் வந்த போது உண்மையில், நாங்கள் கேள்விகளை இறுதியாக்கிக் கொண்டிருந்தோம். அந்த வினாவிடைக்குழுவினர்தான் வெளியில் காத்துக்கொண்டிருக்கிறார்கள்.”

“நான் யாரையும் வெளியில் பார்க்கவில்லையே” என்றான் அய்யன்.

“அந்த மூன்று ஆசிரியர்கள் மிஸ்டர் மணி”, மிகப் பொறுமையான முகத்தோடு சகோதரி சேஸ்டிடி கூறினாள். “இப்போதுதானே போனார்கள் அவர்கள்? அவர்கள் தான் வினாவிடைக் குழு.”

“ஓகே” என்றான் அய்யன். “பெற்றோர்கள் வந்து நிகழ்ச்சியைப் பார்க்கலாமா?”

“பெற்றோர்கள் கட்டாயம் வரவேண்டும். நாங்கள் நிகழ்ச்சியை முக்கிய அரங்கத்தில் வைத்திருக்கிறோம்.” (பள்ளியில் ஒரே ஒரு அரங்கம்தான் இருந்தது, என்றாலும் முக்கிய அரங்கம் என்று சொல்வது அவள் வழக்கம். அதேபோல, ஒரே ஒரு வாயில்தான் பள்ளிக்கு. அவள் முக்கிய வாயில் என்றுதான் சொல்வாள்.)

“நாங்கள் வந்துவிடுகிறோம்” என்றான் அய்யன்.

“ஆதியுடன் உங்களை வரச் சொன்னதற்குக் காரணம் இருக்கிறது” என்றாள் மென்மையாக. “எங்கள் பள்ளியின் குழு இறுதிச்சுற்றிற்குத் தேர்வாகி வரமுடியவில்லை. முதற்சுற்றிலேயே அவர்கள் தோற்றுவிட்டார்கள். நாங்கள் எவ்வளவு நேர்மையாக நடந்துகொள்கிறோம் என்பதைப் பார்த்தீர்களா? எங்கள் குழுக்களை வெற்றி பெறவைக்க மறைவாக எதையும் செய்யமாட்டோம். நாங்கள்தான் நிகழ்ச்சியை நடத்துபவர்கள், எங்கள் குழுக்கள் அவ்வளவு சிறந்தவை அல்ல என்று நேர்மையாகவே ஏற்றுக்கொண்டுவிட்டோம். ஆனால் இது துக்கமாக இருக்கிறதா, இல்லையா?”

“துக்கமாகத்தான் இருக்கிறது.”

“மிகவும் துக்கமானது இது. ஆனால் எனக்கு ஒரு சிந்தனை” என்றாள் முகத்தில் ஒளி படர. “எங்கள் பள்ளியிலிருந்து ஒரு சிறப்புப் பங்கேற்பாளனுக்கு அனுமதி வழங்க என்னால் முடியும். அவன் பரிசுக்காக அல்ல, கவுரவத்திற்காகப் போட்டியில் பங்கேற்பான்.”

“அந்தச் சிறப்புப் பங்கேற்பாளனாக ஆதி இருக்கவேண்டும் என்கிறீர்களா?”

“ஆமாம்.”

அய்யன் சிந்தனைவயப்பட்டான்.

ஆதியைப் பார்த்தவாறே, “அதில் என்ன பிரச்சினை?” என்றாள் அவள். “ஒரு சிறிய புத்திசாலிப் பையன், நகரத்தின் மிக புத்திசாலிகளான பதினேழுவயதுப் பையன்களுடன் போட்டியிடுகிறான். அது மிகவும் சிறப்பானது. உனக்கு எவ்வளவு வயதாகிறது ஆதி?”

“பதினொன்று. பதினொன்று என்பது பகாஎண்.”

அன்போடு அவன் சொன்னதை சகோதரி சேஸ்டிடி திருப்பிச் சொன்னாள். “பதினொன்று. பதினொன்று என்பது பகா எண். இந்தப் பையன் ஒரு விசித்திர தெய்விகன்.”

அய்யன் தயக்கத்தோடு “அவன் ஒரு சிறுபையன், சும்மா ஏதோ சொல்லிக்கொண்டு திரிகிறான்” என்றான்.

“ஆனால் அவன் ஒரு மேதை.”

“அவனுக்கு மேடை பயம் உண்டு.”

“மேடை பயமா?”

“ஆமாம். அதிக எண்ணிக்கையில் அந்நியர்களை ஒருசேரப் பார்க்கும்போது அவனுக்கு பயம் ஏற்படுகிறது.”

“அவனுக்கு பயமில்லாமல் இருக்க நாங்களெல்லாம் அங்கே இருப்போம்” என்றாள். அவள் முகம் தன் பிரகாசத்தை இழக்கத் தொடங்கியிருந்தது.

“பட் தேர் ஈஸ் சம்திங் வி ஹேவ் டு திங்க்” என்று எச்சரிக்கையாக ஆங்கிலத்தில் அய்யன் அவளிடம் கூறினான். (சிலசமயங்களில் பயிற்சிக்காக அவளிடம் ஆங்கிலத்தில் அவன் பேசுவதுண்டு.)

“யு மீன் தேர் ஈஸ் சம்திங் வி ஹேவ் டு கன்சிடர்” என்றாள் கடுமையாக. பையனிடம் அனுதாபப் பார்வை வீசினாள்.

“ஆமாம். நாம் ‘கன்சிடர்’ செய்ய வேண்டியது ஒன்று இருக்கிறது” என்றான் அய்யன்.

“என்ன அது?”

“திங்க்: ஆதி மேடையில் உட்கார்ந்துகொண்டிருக்கிறான். சாரி, இமேஜின்: ஆதி மேடையில் இருக்கிறான். பிறகு கேள்விகள் வருகின்றன. ஆதி அவற்றிற்கு பதிலளிக்கிறான். அது சிறப்பாக இருக்கும் என்கிறீர்கள்.”

“ஆமாம். அது சிறப்பாக இருக்கும்.”

“இருக்காது.”

“இருக்காதா?”

“சிறுபையன் விடையளிப்பது நம்புவதற்குரியதாக இருக்காது. அதற்கு பதிலாக மக்கள் அவன் உங்கள் பள்ளிக்கூடப் பையன் என்பதால் நீங்கள் கேள்விகளை அவனுக்குத் தெரிவித்துவிட்டீர்கள் என்பார்கள்.”

அவன் ஆங்கிலப்பேச்சிலிருந்த பிழையை சகோதரி சேஸ்டிடி மன்னித்துவிட்டாள். அவன் சொன்ன விஷயத்தை கவனித்தாள். தலையசைத்தாள். “நான் இந்தக் கோணத்தில் பார்க்கவில்லை” என்றாள்.

அய்யன் அவள் மேஜைமீதிருந்த காகித அடுக்குகளைப் பார்த்தான். வினாவிடைக்கான கேள்விகள் எங்கிருக்கின்றன என்று யோசித்தான். ஒருவேளை வெளியில் காத்திருக்கும் மூன்று ஆசிரியர்களிடம் இருக்கலாம். அல்லது இங்கேயேயும் இருக்கலாம்.

“நீங்கள் சொல்வது சரிதான்” என்று மூச்சை வெளிவிட்டாள். “ஓகே தென். வகுப்புகள் தொடங்கப்போகின்றன. ஆதி நீ போக வேண்டும்.”

"இறுதிச்சுற்றில் எத்தனை குழுக்கள்" என்றான் அய்யன்.

"ஆறு" என்றாள்.

"பெண்களும் பையன்களும்?"

"ஆமாம்" என்றாள் பொறுமையின்றி. "பெரும்பாலும் பையன்கள்தான். ஆனால் ஒரு குழுவில் முற்றிலும் பெண்கள்." இங்கே விஷயம் இருக்கிறது என யோசித்தான் அய்யன். ஒரு வாய்ப்பு. "கணினி ஆய்வகத்தை விரிவாக்கும் திட்டம்—அதில் முன்னேற்றம் இருக்கிறதா?" எனக்கேட்டான்.

"பெற்றோர்களுக்குத் தெரியப்படுத்துவோம்" என்றாள், இப்போது வெளிப்படையான எரிச்சலுடன்.

"கணினி ஆய்வகத்தினால் ஏதாவது கட்டணம் அதிகரிப்பு உண்டா?"

"அந்த வகையில் நாங்கள் எதுவும் இதுவரை யோசிக்கவில்லை. இப்போது மிஸ்டர் மணி, நீங்கள்...."

அவளுடைய தொலைபேசிகளில் ஒன்று அடித்தது. "அப்படியா, எங்கே, இதோ வருகிறேன்." தொலைபேசியை வைத்துவிட்டு அவள் ஓடினாள். வெளியேறும்போது "ஒரு பெண் மயக்கம்போட்டு விழுந்துவிட்டாள்" என்றாள்.

அவளுக்குப் பின்னால் கதவு மூடிக்கொண்டது. ஆனால் அய்யனால் அவள் காலடியோசை தேய்வதைக் கேட்கமுடிந்தது. கணக்கிட்டான். ரொம்பத் தொலைவு செல்வதாகத் தோன்றியது. எழுந்து நின்று, அவள் பக்க மேஜைமீது வளைந்து பார்த்தான். தாள்களைக் கிளறிப் பார்த்தான். கதவின் பக்கம் ஒருமுறை கூடத் திரும்பவில்லை, ஆனால் ஒரு சிறு சத்தமும் வருகிறதா என்று கூர்மையாகக் கேட்டான். உறைகளிலிருந்து முழுத்தாள்களையே எடுத்து வேகமாகப் படித்தான்.

பில்கள். மேலும் பில்கள். ஆர்ச் பிஷப்பின் அலுவலகத்திலிருந்து கடிதங்கள்.

ஆதி தன் தந்தையைத் தன் பெரிய கூர்மையான கண்களால் பார்த்தான். "என்ன செய்கிறீர்கள்" என்று கேட்டான்.

"ஷ்ஷ்" என்றான் தந்தை.

“என்ன செய்கிறீர்கள்?” ஆதி உணர்ச்சிகரமாகக் குசுகுசுத்தான்.

அய்யன் இழுப்பறைகளைத் திறந்து பார்த்தான். அழைப்புகள், ரோசரிகள், நகர சபைக்குக் கடிதங்கள். ஆனால் வினாவிடைப்போட்டிக் கேள்விகளாக எதுவும் தென்படவில்லை. ஆனால் சில இடைப்பருவத் தேர்வுக் கேள்வித்தாள்கள் கிடைத்தன. பிறகு மேஜைமீதிருந்த மூன்று மேஜைத்தொலைபேசிகளையும் தீர்மானமாகப் பார்த்தான். ஒன்றை எடுத்து அதன்வழியே தன் கைப்பேசி எண்ணை டயல்செய்தான். தன் கைப்பேசியை எடுத்து அந்த அழைப்பை ஏற்றுத் தன் சட்டைப்பையில் வைத்துக் கொண்டான். மிக எச்சரிக்கையாக, அந்தத் தொலைபேசியின் ஏற்பியை அதன் தொட்டிலில் சற்றே சாய்வாக இருக்குமாறு வைத்தான்.

பிறகு தன் நாற்காலிக்குச் சென்று, அவளுக்காகக் காத்திருந்தான். ஆதி அவனைப் பார்த்து பிரகாசமாகச் சிரித்தான். சகோதரி சேஸ்டிடி ஆணைகளை அளித்துக்கொண்டிருப்பதை இருவரும் கேட்டார்கள்.

“இப்போதெல்லாம் பெண்களுக்கு என்ன கேடு?” என்றாள் அவள், அறைக்குள் நுழைந்துகொண்டே. தனது சுழல் நாற்காலியில் சாய்ந்துகொண்டே, கோபமாக, “ஒரு பெண் மயக்கமாகிவிட்டாள். சாப்பிட்ட பிறகு அவள் பாத்ரூம் போவது வழக்கம், வாயில் விரலைவிட்டு சாப்பிட்டதை எல்லாம் வாந்தி எடுப்பாள் என்று அவள் அம்மா சொல்கிறாள். அவளுக்கு பன்னிரண்டு வயது, பாருங்கள். ஆக அம்மையார் வாந்தியெடுத்துவிட்டுப் பள்ளிக்கு வந்துவிட்டார்கள். என்ன ஆச்சு? தாழ்வாரத்தில் விழுந்துகிடக்கிறாள். அதுதான் ஆச்சு. பிரபுவே, இந்தப் பெண்களுக்கு என்னதான் நடக்கிறது?”

“அவள் பருமையாக இருப்பாளா?” என்று ஆர்வத்தோடு கேட்டான் அய்யன்.

“கொஞ்சம் பருமையாக.”

“எடையைக் குறைக்கவேண்டும் என்று நினைக்கிறாளா?”

“தெளிவாகவே.”

“ஆக, தான் சாப்பிடுவதை வாந்தியால் வெளியேற்றுகிறாள்.”

“ஆமாம்” என்றாள் சகோதரி சேஸ்டிடி.

"அவளுக்கு ஓர் அறை கொடுக்கவேண்டும்" என்றான்.

"இப்போது சரியாகிவிட்டாள். நாங்கள் அவள்முகத்தில் தண்ணீர் தெளித்துஎழுப்பி குளூகோஸ் கொடுத்தோம்."

"உங்களுக்குப் புரியவில்லை" என்றான் அய்யன். "உண்மையிலேயே அவளுக்கு நீங்கள் ஓர் அறைவிட வேண்டும்."

"இல்லை, இல்லை, அப்படியெல்லாம் இங்கே நாங்கள் செய்வதில்லை."

சகோதரி சேஸ்டிடி பியூனைப் பெயர்சொல்லிக் கூப்பிட்டாள், மேஜை மீதிருந்த மணியை ஓங்கி அடித்தாள். வாயிலிலிருந்து பியூன் எட்டிப்பார்த்தான்.

"அவர்களை வரச் சொல்" என்றாள் அவள். "ஓகே மிஸ்டர் மணி. உங்கள் நேரத்தை வீணாக்கியதற்கு சாரி. நான் இப்போது வினாவிடைக்குழுவோடு அமரவேண்டும். ஆதி, உன் வகுப்புக்குப் போ."

தந்தையும் மகனும் சென்றபோது, அந்த மூன்று ஆசிரியர்களும் நுழைவதைப் பார்த்தார்கள். மீண்டும் அன்பான புன்முறுவல்கள் பரிமாறிக்கொள்ளப்பட்டன. அய்யன் தன் மகன் வகுப்பு இருக்கும் படிக்கட்டுகள் அருகில் அழைத்துச்சென்றான். பையிலிருந்து பையனின் நோட்டுப்புத்தகம் ஒன்றை எடுத்து சில தாள்களைக் கிழித்துக் கொண்டான். ஆதி தலைமீது கையை வைத்துக்கொண்டான். "என்ன செய்கிறீர்கள்?" என்றான். அய்யன் அவன் பெட்டியிலிருந்து ஒரு சிறிய பென்சிலையும் எடுத்துக்கொண்டான்.

"ஆதி இப்ப வகுப்புக்குப் போ" என்றான், பையைக் கொடுத்த வாறே. "அப்புறம் மறந்துடாதே, இதெல்லாம் நம்ம இரகசியம்." அய்யன் தன் சிறுவிரலை நீட்டினான். ஆதி அதில் தன் விரலைக் கோத்துக்கொண்டான்.

"ஆனால் இப்ப இரகசியம் என்ன?"

"நான் ரூமில் செய்தது."

"ஏன் அது இரகசியமாக இருக்கவேணும்?"

"ஆதி ஓடு இப்ப."

காலை மணியின் செவிடாக்கும் சத்தம் இரண்டுபேரையும் அதிரவைத்தது. ஒருகணம் இருவரும் நோக்கினார்கள். பிறகு சிரித்தார்கள். "இப்ப போ" என்றான் அய்யன்.

படிகளில் தன் மகன் ஏறிச்செல்வதை நோக்கினான். பிறகு கைப்பேசியைத் தன் காதில் வைத்து, ஆதியின் நோட்டுப்புத்தகத்திலிருந்து கிழித்த தாள்களில் பென்சிலைச்சாய்த்து வைத்துக்கொண்டான். கருப்புத் தேனிரும்பு வாயிலைநோக்கிச் செல்லும் போது, சகோதரி சேஸ்டிடியின் அறை அவன் காதிற்குள் உயிரோடு வந்தது. வினாடி வினா நிகழ்ச்சியைப் பற்றிப் பேசினார்கள், பேசிக்கொண்டேஇருந்தார்கள். அவர்கள் உரையாடலைக் கேட்டபடி அவன் பள்ளிக்கு அருகிலிருந்த ஒரு பின்சந்தில் நின்று கொண்டிருந்தான். ஆனால் அவனால் ஆறு கேள்விகளைத்தான் தேற்றமுடிந்தது.

அது எழுச்சி தருவதாக இருந்தது. ஓஜா மணியின் தலைமுடி ஒரு மெல்லிய டவலால் சுருட்டியிருந்தது. அவளுடைய சிவப்பு இரவுகவுனின் பின்பகுதி ஈரமாக இருந்தது. அவளுடைய வெள்ளி கொலுசுகள் மஞ்சள்பூசிய கணுக்கால்களில் கிடந்தன. இது எப்போதுமே தன் மகன் என்ன செய்கிறான் என்று அவன் கள்ளத்தனமாக நோட்டமிட வைத்த ஒரு காட்சி. கல்யாணமான புதிதில், அவன் இப்படி அவளைப் பார்க்க நேர்ந்தால், டவலைத் தவிர மற்ற உடைகளை எல்லாம் கழட்டிவிடு என்பான். காலப் போக்கில் அவள் அம்மாதிரிச் செய்ய மறுத்துவிட்டாள். ஆனால் அதனால் அவன் மாறவில்லை. அவன் அமைதியைக் கெடுத்த குளித்துவிட்டு வந்த பெண்ணின் படிமம், ஒரு நிலைத்துவிட்ட குடும்பப்பெண்ணின் பிம்பமும் கூட. ஓஜாவைப் பைத்திய மாக்கிய தமிழ்த் தொலைக்காட்சி சீரியல்களில் அதை அவன் பார்த்திருந்தான். மனைவிமார்கள் தங்கள் கூந்தலை டவலால் முடிந்துகொள்வார்கள். வேலைசெய்யும் பெண்கள் கூந்தல்உலர்த்தும் மெஷின்களைத்தான் பயன்படுத்துவார்கள்.

ஓஜா ஸ்டீல் அலமாரியைத் திறந்தாள். அவளுக்கு அவன் பார்ப்பது தெரியும். அவள் உருவாக்கியபிறகு அந்த அலமாரியின் அமைப்புமுறை சற்றும் மாறவேயில்லை.

கீழ்ப்பகுதி தானியங்களுக்கு. அதற்குமேல் மணப்பொருள்களும் ஊறுகாய்களும். விருந்தினர்களுக்கென்று சிறப்புத் தட்டுகள் இருந்தன. மேலேயிருக்கும் மூன்று பகுதிகள் துணிகளுக்காக.

ஒரு நீலநிற பிளாஸ்டிக் பெட்டியில் அவளுடைய பாரம்பரிய ஆபரணங்கள் இருந்தன. அவை எப்போதுமே அவளது பழையகால நல்விதியை நினைவூட்டின. "என்னோடு இருக்கிறதா, உன்னோடு இருக்கிறதா என்பதில்லை பெண்ணே" என்றாள் அவள்தாய், கல்யாணத்திற்கு முன்னால். "அவன் உன்னை கிரசின் ஊற்றி எரித்துவிடுவதாகச் சொல்லும்போது அவனுடையதாகிவிடும்."

ஓஜா அவளுடைய சேலைகளில் சிறந்த நான்கை எடுத்து அவனுக்குக் காட்டினாள். அவளருகில் இன்னும் நன்றாகத் தெரியவேண்டும் என்பதற்காக வந்து பார்த்தான். எவ்வளவு தீவிரமாக இதை எடுத்துக்கொள்கிறான் என்பதில் அவள் ஆச்சரியமடைந்தாள். அவன் பளபளப்பற்ற ஒரே சேலையைச் சுட்டிக்காட்டினான். அது சிறிய வெள்ளைச் சதுரங்கள் போட்ட ஒரு நீலநிறச் சேலை.

"பணக்காரங்க நிறையப்பேர் இருப்பாங்க. பணக்காரப் பொண்ணுங்க பகல்ல இப்படிப்பட்ட பளபளப்பான டிரஸ்போடுறவங்களைப் பார்த்துச் சிரிப்பாங்க."

"பணக்காரப் பொண்ணுங்களப் பத்தி உங்களுக்கு எப்படி இவ்வளோ தெரியும்?"

"அப்புறம், தடிப்பான தங்க நெக்லஸுங்க வேணாம். நீ என்ன போட்டுக்கிட்டிருக்கிறியோ அதுபோதும். அது மெல்லிசாக இருக்குது. அது நல்லா இருக்கும்."

"ஆனா இது ஒரு முக்கியமான நாள்னு சொன்னீங்க."

"முக்கியமானன்னு சொன்னா இனிமே தங்க நகை இல்ல."

அவள் முறைத்தாள். பிறகு ஒப்புக்கொண்டாள். இந்த மாதிரி விஷயங்களில் வழக்கமாக அவன் சொல்வது சரியாக இருக்கும். தன் ஆம்பிளையைப் பார்த்தாள். அவன் ரின்போட்டு வெளுத்த வெள்ளை முழுக்கைச் சட்டையைச் சாம்பல்நிற கால்சட்டைகளில் செருகியிருந்தான். அவன் வழக்கமாக அணிகின்ற ஷூக்களை நன்றாக பாலிஷ்போட்டிருந்தான். கடிகாரம் கட்டியிருந்தான். அதை சிறப்பான சமயங்களில் மட்டுமே அணிவது வழக்கம். அவன்மீது வாசனை நன்றாக இருந்தது.

"உங்ககிட்ட இருக்கற கோட்ட நீங்க போட்டுக்கணும்" என்றாள் அவள். "அதில ஒரு கதாநாயகன் மாதிரி இருப்பீங்க."

“கூடாது. இந்த மாதிரி சந்தர்ப்பங்கள்ல, கோட்டுப்போட்டுக்கறது சரியில்ல. ஒண்ணும் அலட்டிக்காத மாதிரி காட்டிக்கணும்.”

“ஆதி” கூச்சலிட்டாள் ஒஜா. “சீக்கிரம் குளிச்சிட்டு வா.”

அறையின் மூலையிலிருந்த கண்ணாடித் தடுப்பறையில் அவன் இருந்தான். “டி—ஸ்—கோ, டிஸ்கோ” என்று பாடிக்கொண்டிருந்தான்.

“இப்ப வெளிய வர்றியா இல்லியா?”

ஒரு டவலைச் சுற்றிக்கொண்டு ஓடிவந்தான். அவனை மோசமாகப் பார்த்துவிட்டு அவள் கண்ணாடி அறைக்குள் சென்றாள். ஆதி அவளிடம் “டிஸ்கோ, டிஸ்கோ” என்றான்.

தான் ஒருகாலத்தில் மிக அன்போடு கட்டிய அந்தக் கண்ணாடி அறையைப் பார்த்த வண்ணம் அய்யன் தன் மகனைத் துடைத்தான். அவன் தன் காதுக்கருவியை அப்பனிடம் காட்டினான். அய்யன் அதை அணிந்துகொள்ள உதவி செய்தான். அதன் சிறிய வெள்ளைப் பெட்டியை அவன் வயிற்றில் வைத்துக்கட்டினான். அதிலிருந்து ஒரு வெள்ளை ஒயர் வெளியே வந்தது. அய்யன் அவன் காதில் அதை உலர வைக்க ஊதினான். ஆதி சிரித்தான். ஆகவே அய்யன் மறுபடியும் ஊதினான். பிறகு காதில் வைக்க வேண்டிய பகுதியைப் பொருத்தினான்.

ஒஜா வெளியில் வந்ததும், அவர்களை ஒப்புதலோடு பார்த்துச் சிரித்தாள். இவள் எவ்வளவு அழகாக இருக்கிறாள் என்று நினைத்தான் அய்யன். தங்கள் இரகசிய சங்கேத முறையில் உதட்டைப் பிதுக்கினான். அவள் சிரித்தாள். அவளுக்கு அவனுடைய கீழ்த்தரமான எண்ணங்களைப் பற்றிய அக்கறை கிடையாது. ஏனென்றால் அவர்களுக்குக்கீழே அவளுக்கு அதிக வேலை இல்லை. பீரோவிலிருந்த முழு அளவு கண்ணாடி அருகில் சென்றாள். அவள் தன் கண்ணைப் பெரிதாக்கிக் கொண்டு அதைச் சுற்றிக் கருப்புப் பென்சிலால் கோடிட்டதை அய்யனும் ஆதியும் வேடிக்கை பார்த்துக்கொண்டிருந்தனர்.

டாக்சியில் ஒரு விவாதம் நடந்தது. ஒஜா பஸ்ஸில் போகலாம் அல்லது நடந்துபோகலாம் என்றாள். அய்யன் டாக்சியில் போக விரும்பினான்.

“மழ வர்ற மாதிரி இருக்குது” என்றான் அவளிடம்.

பின்சீட்டில் பெற்றோர் இருவருக்கும் மத்தியில் ஆதி நசுங்கி உட்கார்ந்திருந்தான்.

“பஸ்ஸுக்குள்ள ஒண்ணும் மழ பெய்யப் போறதில்ல” என்றாள் கோபமாக.

“பஸ்ஸ்டாப்லருந்து ஸ்கூல் வரைக்கும்?”

“நம்மகிட்ட குடைங்க இல்லியா? ஆனா, மழை நிச்சயம் வரப்போறதில்ல.”

“வெறும் இருபது ரூபாதானே?”

“சிறுதுளி பெருவெள்ளம்” என்று ஒரேசமயத்தில் ஓஜாவும் ஆதியும் சொன்னார்கள். அதனால் சிரித்தார்கள்.

டாக்சி வாயிலை அடைந்தபோது ஓஜா மவுனமாகிவிட்டிருந்தாள். அவளுக்கு சற்றே பயமாக இருந்தது. சந்தின் இடதுபுறம் முழுவதும் கார்களால் நிரம்பியிருந்தது. வாயில் பக்கம் அமளி. நிறுத்தும் இடம் கிடைக்காத ஓட்டுநர்கள் கார்களைத் திருப்ப முயற்சி செய்துகொண்டிருந்தார்கள், அதனால் நெரிசல் ஏற்பட்டது. வாயிற்காவலன், ஓஜாவை மார்புமுதல் கால்விரல்வரை பார்த்தான், பிறகு அய்யனிடம் சிரித்தான்.

“பணக்காரர்கள் எல்லாரும் வந்துவிட்டார்கள்” என்றான்.

தன் விரலை அப்பாவின் கையிலிருந்து விடுவித்துக்கொண்டு, “நான் வகுப்புக்குப் போகணும்” என்றான் ஆதி. “பெற்றோர்கள் அரங்கத்துக்குப் போவணும். பையன்கள் வரிசையா வருவாங்க.” வேகமாகப் பெற்றோர்களுக்கு அறிவிப்புகளைக் கொடுத்தான். “பெற்றோர்கள் லைன்ல வரத் தேவையில்ல. அவங்க எப்படி வேணுமின்னாலும் வரலாம்.” அவன் வலப்புறமிருந்த முக்கியக் கட்டடத்தைக் காட்டினான். “முக்கிய அரங்கம் அங்கேதான் இருக்குது. அதை ஹால்னு சொல்லாதிங்க. மெயின் ஆடிட்டோரியம்னு சொல்லணும்.”

முன் நடைபாதையில் நடந்து தன் வகுப்புக்குச் செல்லும் படிகளைநோக்கிச் சென்றான்.

சில அடிகள் நடந்ததும் திரும்பி அப்பாவைப் பார்த்து ஒரு பரஸ்பரப் புரிதலுக்கான புன்னகை செய்தான். ஓஜா அவனுக்குக்

கையை ஆட்டினாள். ஒரு கணம், அப்பனுக்கும் பிள்ளைக்கும் மத்தியில் திருட்டுத்தனமான சிரிப்புக்கு என்ன காரணம் என்று சிந்தித்தாள். முக்கியக் கட்டடத்திற்கு அய்யனுடன் வேகமாகச் சென்றாள். நீல நிற மேலாடை அணிந்த இரண்டுபெண்கள், ஆதியைவிடக் குறைந்த வயதுள்ளவர்கள், அவர்களுக்கு முன்னால் உணர்ச்சியோடு ஆங்கிலத்தில் பேசியவாறு நடந்து சென்றார் கள். ஓஜா சிரித்தாள். "எவ்ளோ வேகமா இங்லீஷ்ல பேசறாங்க" என்றாள்.

அரங்கத்தின் பின்புற வாசல் வெளியே பெற்றோர்கள் உள்ளிருந்து வரும் விழாச் சந்தடிக்கும் மேலாகக் குரலை உயர்த்திப் பேசிக்கொண்டிருந்தார்கள். மிக வரிசையாக வந்து முன் வாசலினூடே மறைகின்ற மாணவர்கள் வரிசைகள் மீது அவ்வப்போது பார்வையைச் செலுத்திக்கொண்டிருந்தார்கள்.

"நாம இப்பவே போகணுமா அப்புறம் போகணுமா?" என்று குசுகுசுத்தாள் ஓஜா.

"ஏன் இப்படி மெதுவாப் பேசற?"

"நான் ஒண்ணும் மெதுவாப் பேசல" என்று குசுகுசுத்தாள்.

புறநகர்ப்பகுதியில் புதிதாகத் தோன்றியிருந்த ஒரு சர்வதேசத் தங்கிப்படிக்கும் பள்ளியில், குதிரைச்சவாரிப் பயிற்சி நடத்தப்படுவதைப் பற்றிப் பேசிக்கொண்டிருந்த டஜன் கணக்கான பெற்றோர்கள் குழுவுக்குச் சில அடிகள் தள்ளி இவர்கள் நின்றிருந்தார்கள். அம்மாக்கள் எல்லாம் டீ ஷர்ட்டுகள், ஜீன்ஸ் பேண்ட்டுகள், தங்கள் முழங்கால்களுக்குக் கீழே வந்த கால்சட்டைகள், அல்லது நீண்ட பாவாடைகள் போன்றவற்றை அணிந்திருந்தார்கள். சிலபேர் சல்வாரிலும் இருந்தார்கள். எல்லாரும் மிகப் பணக்காரத் தனமாகக் காணப்பட்டார்கள். ஓஜா கணவனுடன் ஒண்டிக் கொண்டாள்.

அய்யன் தந்தைமார்களை நோக்கினான். அவனுடைய சொந்த உடை மிக நன்றாக இருந்தது என்பதை அறிவான். அதுவே ஐநூறு ரூபாய் விலை. ஆனால் இந்த மனிதர்களின் சட்டைகள், கால்சட்டைகள், அவர்கள் நின்றவிதம் ஆகியவை அவனை அவர்களுடைய டிரைவர்போல உணரச் செய்தன. காலையில் கண்ணாடிமுன் நின்றபோது, அவர்களில் ஒருவன் மாதிரித்தான் இருப்பான் என்று நம்பினான், ஆனால் இப்போது, அவர்கள்

மத்தியில் நின்றபோது, சிறியவனாக உணர்ந்தான். ஓஜா அவர்கள் வீட்டு சமையல்காரியைப் போலத் தோன்றினாள்.

"போய் அவர்களுடன் பேசலாம்" என்றான் அய்யன்.

"வேணாம்" என்றாள் ஓஜா. ஆனால் அவன் அவர்களைநோக்கி நடக்கத்தொடங்கிவிட்டிருந்தான். அவன் பின்னால் அவள் ஊர்ந்தாள். அந்தக் குழுவின் விளிம்பில் அவர்கள் இருந்தார்கள். அவர்கள் உரையாடலில் தானும் சம்பந்தப்பட்டவன்போலக் காட்டிக் கொள்ள அய்யன் முயற்சிசெய்தான். முன்னர் பார்த்ததுபோல் தோன்றிய ஒருவன் கண்ணைச் சந்திக்க முயன்றான். அந்தப் பெண்கள் ஓஜாவைச் சுருக்கமாக நோக்கினார்கள். அவர்களில் ஒருத்தி அவள் காலைப் பார்த்தாள். ஓஜா தன் கால் விரல்களை வளைத்துக்கொண்டாள்.

உரையாடலில் ஒரு சிறிய இடைவெளி ஏற்பட்டபோது, அய்யன் தனக்குத் தெரிந்தவனை நோக்கி, "வி ஹேவ் மெட். ஐ ஆம் ஆதித்யா மணி'ஸ் ஃபாதர்" (நாம் முன்பே சந்தித்திருக்கிறோம், நான் ஆதித்யா மணியின் தந்தை) என்றான். அவன், "எனக்கு ஞாபகம் இருக்கிறது" என்று சொல்லிவிட்டு, கூட்டத்தை நோக்கித் திரும்பிச் சொன்னான், "நண்பர்களே, இதுதான் அந்த இளம்மேதையின் தந்தை" என்றான். ஓஜாவுக்கு ஒன்றும் புரியவில்லை. இருந்தாலும் ஒரு ஸ்ப்ரிங் பொம்மையின் தலையைப் போலத் தலையைத் தானாக ஆட்டிக்கொண்டும் சிரித்துக் கொண்டும் இருந்தாள்.

"மேதையா?" ஒருவன் மெல்லக்கேட்டான்.

"ஆமாம். பதினொரு வயதிருக்கலாம். ஆனால் ரிலேடிவிடி எல்லாம் பற்றிப் பேசுகிறான்."

"நிஜமாகவா?"

"ஆதித்யா, ஆமாம்." ஒரு பெண்ணின் முகத்தில் பரிச்சயத்தின் ஒளி தெரிந்தது. "அவனைப் பற்றி நிறையக் கேள்விப்பட்டிருக்கிறேன். உண்மையாவே அப்படி ஒருத்தன் இருக்கிறானா" என்றாள். அவள் ஓஜாவிடம் இந்தியில், "உன் மகன் ரொம்பவும் தனியானவன்" என்றாள்.

ஓஜா வெட்கத்துடன் கணவனைப் பார்த்துச் சிரித்தாள். அவள் தன் கணவனிடம் "நாம் போகலாம்" என்று குசுகுசுப்பாகச் சொன்னாள், ஆனால் எல்லாருக்கும் அது கேட்டது.

மேடையில் அரைவட்ட வடிவத்தில் ஆறு மேஜைகள் அமைக்கப் பட்டிருந்தன. பின்னணியான நீலநிறத் துணியில், தெர்மோகோலில் 'செயின்ட் ஆண்ட்ரூ'ஸ் ஸ்கூல், ஃபர்ஸ்ட் இண்டர்ஸ்கூல் க்விஸ்' என்று எழுதப்பட்டிருந்தது. பங்கேற்பாளர்கள் வரவில்லை, ஆனால் அரங்கம் நிறைந்து வழிந்தது. சிவப்புக் கம்பளமிட்ட நடுவழிக்கு இருபுறத்திலும் மாணவர்கள் மரபெஞ்சுகளில் உட்கார்ந்திருந்தார்கள். பெருமளவு அரங்கத்தை அவர்களே நிரப்பினார்கள். ஆதி ஆறாவது வரிசையில் எங்கோ உட்கார்ந் திருந்தான். கடைசி வரிசைகளிலிருந்த சில பையன்களுக்கு மெல்லிய மீசை அரும்பியிருந்தது.

"இந்தப் பையன்கள் எவ்வளவு பெரியவர்களாக இருக்கிறார்கள், பார்." அய்யன் தன் மனைவியிடம் சொன்னான். "இந்தப் பெண்களுக்கு மார்பு இருக்கிறது."

அவர்கள் அரங்கத்தின் கடைசிப்பகுதியில் குஷன்வைத்த நாற்காலிகளில் பிற பெற்றோர்கள், ஆசிரியர்களுடன் அமர்ந்திருந் தார்கள். அய்யன் வெளியில் பேசிய பெற்றோர்களின் சிறு குழு முன்வரிசையில் இருந்தார்கள். ஓஜா தன் கழுத்திலிருந்த மெல்லிய செயினில் இருந்த டாலரில் விரலைச் சுழற்றியவாறு, பிற தாய்மார்கள் என்ன அணிந்திருந்தார்கள் என்பதைப் பார்வையிட்டாள்.

விளக்குகள் மங்கின. மாணவர்களின் இரைச்சல் அதிகமாகியது. இருட்டாக்கப்பட்ட மேடையில் ஆறு ஜோடி மாணவர்கள் தோன்றினார்கள். இரண்டு பருவவயதுப் பெண்கள், ஆலிவ்பச்சைப் பாவாடை, வெள்ளைச் சட்டை அணிந்திருந்தார்கள். பிறர் எல்லாரும் பருவ வயதை நெருங்கிக்கொண்டிருந்த பையன்கள், பலவேறு சீருடைகளில். அவர்கள் தங்கள் தங்கள் மேஜைகளில் அமர்ந்து காத்திருந்தார்கள். மேடை விளக்குகள் பிரகாசித்தன, எல்லோரும் கைதட்டினார்கள். சில விசில்சத்தங்களும் கேட்டன. சகோதரி சேஸ்டிடி கையில் ஒயர்லஸ் மைக் ஒன்றுடன் தோன்றி மேடையின் நடுப்பகுதியைநோக்கி நடந்தாள்.

"யார் அது விசில் அடித்தது" என்பதுதான் அவள் முதல் பேச்சு. அரங்கத்தில் முழு அமைதியைக் கொண்டுவந்தது அது. "செயின்ட் ஆண்ட்ரூஸின் மாணவர்கள் விசில் அடிப்பதில்லை." பிறகு கூட்டத்தை நோக்கி, "பெற்றோர்களுக்கும், ஆசிரியர்களுக்கும், மாணவர்களுக்கும் வணக்கம். செயின்ட் ஆண்ட்ருவின் முதல்

இண்டர்ஸ்கூல் அறிவியல் வினாவிடைப்போட்டி நிகழ்ச்சிக்கு உங்களை வரவேற்கிறேன்" என்றாள்.

பள்ளியைப் பற்றியும் அதன் சமீபகாலச் சாதனைகள் பற்றியும், அதன் திட்டங்கள் பற்றியும் பேசினாள். பிறகு நிகழ்ச்சி நடத்துபவரை—மாஸ்டரை அறிமுகம் செய்தாள். பள்ளியின் மூத்த கணித ஆசிரியர் அவர். ஒருவாரம் முன்பு பிரின்சிபலின் அலுவலகத்தில் அய்யன் பார்த்த மூவரில் ஒருவர்.

அவர் மேடையில் நடந்துவந்தபோது பெரிய கைதட்டல் எழுந்தது. அவர் இப்போது ஒரு கருப்புசூட், நீலடையில் நேர்த்தியாகவும் மகிழ்ச்சியாகவும் காணப்பட்டார். அவர் கையிலும் ஒரு ஒயர்லஸ் மைக் இருந்தது. இனிமையான முறையில் அவர் பேச்சு இருந்தது. பரஸ்பரநிதி விளம்பரத்தில் அதன் அபாயக்காரணிகளை எடுத்துரைப்பவர் படிப்பதுபோல வேகமாகப் பேசினார். விதிகளைச் சொல்லிவிட்டுப் போட்டியாளர்களை அறிமுகப்படுத்திக் கொள்ளுமாறு கூறினார். சகோதரி சேஸ்டிடி நடைவழியில் சென்று பெற்றோர் ஆசிரியர் இடையே அமர்ந்துகொண்டாள். அய்யன் இருந்த அதே வரிசையில், ஆனால் வழிக்கு எதிர்ப்புறமாக இருந்தாள் அவள்.

"முதல் சுற்றைத் தொடங்குவோம்" என்று அறிவித்தார் மாஸ்டர். "முதல் சுற்று, இயற்பியல் சுற்று." ஏ குழுவினரைநோக்கி, "செயின்ட் ஆண்ட்ரூ பள்ளி நடத்தும் முதல் ஆண்டிறுதி இண்டர் ஸ்கூல் வினாவிடைப்போட்டியில் முதல் கேள்வியைச் சந்திக்கத் தயாராக இருக்கிறீர்களா?" என்று கேட்டார்.

பயங்கொண்ட ஏ குழுவின் பையன்கள் தலையசைக்கவில்லை.

"ஆல்ரைட், இப்போது கேள்வி." தன் கையிலிருந்த ஒரு சீட்டை மாஸ்டர் நோக்கினார். "இந்த இரண்டு மேன்மக்களும் ஈதர் என்ற ஒன்று இருப்பதை நிரூபிக்க முயன்றார்கள். ஆனால், தற்செயலாக, நோக்குபவர்களின் வேகம் எவ்வாறிருப்பினும், ஒளி ஒரு நிலையான வேகத்தில் பயணம் செய்கிறது என்பதைக் கண்டுபிடித்தார்கள். யார் இந்த மனிதர்கள்?"

பையன்கள் குழப்பத்தோடு சிந்திக்கலானார்கள். அவர்கள் கேள்வியைத் தள்ளி விட்டார்கள். அடுத்த குழுவும் ஆழமாகச் சிந்தித்து, பாஸ் செய்தார்கள். மூன்றாவது குழு பெண்கள் குழு.

அவர்கள் வீண்ஆரவாரமின்றி, உடனே தள்ளிவிட்டார்கள். கடைசியில் ஆறு குழுக்களுமே வினாவுக்கு விடைசொல்லவில்லை.

"யாருமில்லையா?" மாஸ்டர் ஒரு வெற்றிப்புன்னகையோடு கேட்டார். பார்வையாளர்களை நோக்கினார். "கேள்வி பார்வை யாளர்களுக்குச் செல்கிறது."

சங்கடமான ஒரு அமைதி. ஓஜா தனக்கு விடை தெரியாததால் அவமானப்படுகிறவள் மாதிரி மன்னிப்புக்கேட்கும் பாவனையில் தன் கணவனைப் பார்த்தாள்.

"ஆல்பர்ட் மைக்கல்சன் அண் எட்வர்டு மார்லி" என்றார் வினாஆசிரியர். மேடையில் அமர்ந்திருந்த மாணவர்களிடமிருந்து வேதனை ஒலிகள் புறப்பட்டன. வேதனையில் ஒரு மாணவன் தன் கைகளை அகல விரித்தான்.

"மைக்கல்சனும் மார்லியும் பழங்காலத்திலிருந்து வானத்தில் கண்ணுக்குத் தெரியாமல் இருப்பதாக நம்பப்பட்ட ஈதர் என்ற பொருளை நிருபிக்கப் புறப்பட்டார்கள். ஆனால் எவ்வளவு வேகமாக ஒரு நோக்குநர் அசைந்துகொண்டிருக்கிறார் என்பதைப்பற்றிய கவலையின்றி, ஒளி ஒரேவேகத்தில் செல்கிறது என்பதைத் தங்கள் பரிசோதனைகளால் கண்டுபிடித்தார்கள்."

மாஸ்டர் பி குழுவைப் பார்த்தார். "தயாராக இருக்கிறீர்களா?" என்றார்.

"ஆல்ரைட். இரண்டாவது கேள்வி. சர் ஜேம்ஸ் சாட்விக் எந்தக் கண்டுபிடிப்புக்காகப் புகழ்பெற்றார்?" ஒரு சிறு குரல் அரங்கின் அமைதியைக் கலைத்தது. "நியூட்ரான்" என்றது அந்தக் குரல்.

ஓர் அதிர்ச்சிகர அமைதிக்குப் பின் முணுமுணுப்புகள். மேடையிலிருந்த எல்லோரும் குழப்பமடைந்தார்கள். பி குழு கோபமுற்றனர்.

"பார்வையாளர்களை நோக்கி யார் அது" என்றார் மாஸ்டர். பெற்றோர்கள் உச்சுக் கொட்டிக்கொண்டு ஒருவர்க்கொருவர் பார்த்துக்கொண்டார்கள்.

ஓஜாவின் கைகள் நடுங்கின. அவள் கணவனின் சட்டைக்கையைப் பிடித்துக்கொண்டு "ஆதியில்லையா அது?" என்றாள்.

"ஆமாம்" என்றான் அய்யன், சற்றே இறுக்கமான மூச்சுடன்.

அவர்கள் முன்னாலிருந்த வரிசையில் இருந்த ஒருவன் திரும்பி அய்யன், ஓஜா இருவரையும் உணர்ச்சியற்றுப் பார்த்தான். வழிநடையின் அந்தப் பக்கத்திலிருந்து சகோதரி சேஸ்டிடியின் தலை எழும்பி அவள் கண்கள் அய்யனின் கண்களைச் சந்தித்தன.

மாஸ்டர் "யார் அது?" என்று கேட்டார்.

முதல் வரிசைகளில் உட்கார்ந்திருந்த பையன்கள் தங்கள் மத்தியிலிருந்த பையனைச் சுட்டிக் காட்டினார்கள்.

"ஓ, சார், நீங்கதானா அது?" நடத்துபவர் சற்றே தமாஷாகவும் நம்பமுடியாமலும் கேட்டார். "ஆதித்யா, எழுந்து நில்." ஆதி எழுந்து நின்றான். அவன் கைகளைப் பின்னால் கட்டியிருந்தான். பெற்றோர்கள் மத்தியில் பேச்சுக்குரல்கள். பல தலைகள் அய்யனையும் ஓஜாவையும் திரும்பிப்பார்த்தன. "நீங்கதானா சார் அது" என்றார் மாஸ்டர்.

"ஆமாம் சார்" என்றான் ஆதி, நேர்த்தியாக.

"சரி, எனக்கு என்ன சொல்வதென்று தோன்றவில்லை" என்றார் மாஸ்டர், நம்ப இயலாதவாறு முகத்தைவைத்துக்கொண்டு. "நீங்கள் சொன்னது முற்றிலும் சரி. உங்களை அறிமுகப்படுத்திக் கொள்ளுங்கள்."

"ஆதித்யா மணி."

"எவ்வளவு வயது உங்களுக்கு?"

"பதினொன்று. பதினொன்று என்பது ஒரு பகா எண்."

ஆதியைச் சுட்டிக்காட்டி, "லேடீஸ் அண் ஜென்டில்மென்" என்றார் நடத்துபவர். உரத்த கைதட்டல் ஒலி. பெற்றோர்கள் ஒருவர்பின் ஒருவராக எழுந்து நின்று மகிழ்ச்சி ஆரவாரத்தில் கைதட்டினார்கள். தங்கள் மத்தியில் அமர்ந்திருந்த விசித்திரமான ஜோடியைப் பார்க்கவும் செய்தார்கள். ஓஜாவின் கண்களில் நீர்வந்து விட்டது. அவள் தன் கணவனுடன் எழுந்து நின்று கைதட்டினாள்.

சகோதரி சேஸ்டிடி வழிநடையில் சென்று அரங்கத்தின் மத்தியில் நின்றாள். அமைதி திரும்பியது. அவள் மகிழ்ச்சியாகக்

காணப்பட்டாலும் கடுமையாகப் பேசினாள். அவளுக்கு மைக் தேவைப்படவில்லை.

"நமது மாணவர்களின் அறிவுக்கூர்மையைப் பாராட்டுகின்ற அதேநேரம் முறையின்றி அவர்கள் பதிலளிக்கக்கூடாது என்று கேட்டுக்கொள்கிறேன். போட்டியாளர்கள் எவருக்கும் பதில் தெரியாமல் போனால் கேள்வி பார்வையாளர்களுக்கு அளிக்கப்படும். அப்போது நீங்கள் கையை உயர்த்தினால் நடத்துபவர் உங்களில் யார் விடையளிக்கலாம் என்பதை முடிவு செய்வார். சரிதானா, புரிகிறதா ஆதி" என்றாள். அய்யனை நோக்கி மகிழ்ச்சியாகத் தலையசைத்துக்கொண்டே தன் இருக்கைக்குச் சென்றாள்.

பி குழுவின் பக்கம் திரும்பி வினாஆசிரியர் பேசத்தொடங்கினார். மறுபடியும் ஆதியைப் பார்த்துத் தலையை ஆட்டினார். "உன் வாய்ப்பு வரும் வரை காத்திருக்க வேண்டும்" என்றார். எல்லாரும் சிரித்தார்கள். "இப்போது பி குழுவுக்கு, உங்களுக்கு இன்னொரு கேள்வி காத்திருக்கிறது."

பி குழுவினர் இன்னும் கோபத்துடனே இருந்தனர். தங்களுக்கு விடை தெரியும் என்ற முறையில் முகத்தை வலித்துக்காட்டினர்.

"தயாரா?" என்றார் வினாஆசிரியர். "இதோ கேள்வி. லிட்டில் பாய், ஃபேட் மேன், மன்ஹாட்டன் மூன்றிற்கும் என்ன சம்பந்தம்?"

ஓஜா தன் கணவன் சட்டைக்கையை மறுபடியும் பிடித்தாள். இப்பவாவது பேசாமல் இருப்பானா என்றாள். இருப்பான் என்றான் அய்யன் உறுதியுடன்.

எதிர்பார்ப்பின் அமைதி கனமாக இருந்தது. பி குழு ஒரு பயநோக்கை ஆதியை நோக்கி வீசினார்கள். அந்தப் பையன் பதிலளிப்பதற்கு முன்னால் தாங்கள் சொல்லி விடவேண்டும் என்பதுபோன்ற பார்வை இருந்தது. பிறகு ஆதிக்கு ஒருவேளை விடை தெரிந்திருக்கவேண்டும் என்பதுபோல் பார்த்தார்கள். வினா ஆசிரியரும் ஆதியின் பக்கம் பார்த்தார். பார்வையாளர்களிலும் சிலர் அவன்பக்கம் எதிர்பார்ப்புடன் நோக்கினார்கள். சில பெற்றோர்கள் ஆதி என்ன செய்கிறான் என்று கழுத்தை நீட்டிப் பார்த்தார்கள். பி குழு தள்ளிவிட்டது. சி குழுப் பெண்கள் கேள்வியைக் கைப்பற்றிக் கொண்டார்கள். ஒருத்தி பதில் சொன்னாள், இன்னொருத்தி கோபமாக நோக்கினாள். "ஹிரோஷிமா, நாகசாகியில் போடப்பட்ட அணுகுண்டுகளின் பெயர்கள்தான்

லிட்டில் பாய், ஃபேட்மேன். அந்த அணுகுண்டுத்திட்டத்தின் பெயர் மன்ஹாட்டன் திட்டம்.”

“மிகச் சிறப்பாக விடையளித்தீர்கள்” என்றார் கேள்வியாசிரியர். கைதட்டல் ஒலி. பிறகு ஆதியைப் பார்த்து, “சாரி சார், அவர்கள் சொல்லிவிட்டார்கள்” என்றார். சிரிப்பின் பேரலை அரங்கத்தை நிறைத்தது.

மூன்று கேள்விகள் இப்படியே சென்றன. குழுக்கள் ஆதியைக் கவலையோடு பார்ப்பது, பார்வையாளர்கள் அவனிடம் எதிர் பார்ப்பது, கொஞ்சநேரத்தில் மேடையிலிருந்த எவரோ ஒருவர் பதிலளிப்பது என்ற மாதிரியில். அரங்கத்தின் இறுக்கம் சற்றே தளர ஆரம்பித்தது.

“எஃப் குழு, உங்கள் முறை இப்போது. முதல் சுற்றின் இறுதிக்கேள்வி இதுதான். தயாரா? ஆல்ரைட். ஆர்வத்தைத் தூண்டுகிற கேள்வி. இந்த விஞ்ஞானி, தன் வாழ்நாளின் இறுதிப் பகுதியைச் சாதாரண உலோகங்களைப் பொன்னாக மாற்றுகின்ற முயற்சியில் செலவழித்தார். பின்னாட்களை அவர் வீணாக்கினார்...” என்று ஆரம்பித்தார்.

“ஐசக் நியூட்டன்” என்றது ஆதியின் குரல். அதிர்ச்சிகரமான அமைதி அரங்கிற்குத் திரும்பியது. அமைதி சிறுபேச்சுகளாக மாறத்தொடங்கியபோது, சகோதரி சேஸ்டிடி, நடைவழியில், கைகளை இடுப்பில் வைத்தபடி நின்றாள்.

ஓஜா நடுங்கும் விரல்களால் வாயைமூடிக்கொண்டாள். பயத்துடன் காணப்பட்டாள். பெற்றோர்கள் மரியாதையுடனும், பொறாமை யுடனும் அவள்பக்கம் நோக்கினர். அய்யன் நாற்காலியிலிருந்து எழுந்து உரக்க பிரின்சிபலிடம் “சாரி” என்றான். நடைவழியில் தன் மகனை நோக்கிச் சென்றான். எல்லாக் கண்களும் அவனை நோக்கின. ஆறாவது வரிசையில் உட்கார்ந்திருந்த பையன்கள் அய்யனுக்கு வழிகொடுக்கத் தங்கள் கால்களை உயர்த்தினர். அய்யன் அவனுடைய நல்ல காதுப் பக்கம் திரும்பினான். அவன் சுட்டுவிரல் உறுதியாக எச்சரிக்கும் நிலையில். முகத்தில் கடுமையான கண்டிப்பு. ஆனால் அவன் காதில் இரகசியமாக, “எக்சலண்ட், பையா. இன்னும் ஒரே ஒரு தடவை” என்றான்.

சங்கடத்தோடு தன் இருக்கைக்குத் திரும்புவதாகக் காட்டிக்கொண்டான். அவன் மீது இத்தனை கண்கள் வாழ்க்கையில்

மொய்த்ததே இல்லை. மறுபடியும் சகோதரி சேஸ்டிடியிடம் மன்னிப்புக்கேட்டான். அவள் அழகாகத் தலையசைத்தாள். நடைவழியிலிருந்து "ஆதி, ஒழுங்காக நடந்துகொள்" என்று உரக்கக் கத்தினாள். அய்யன் தன் இருக்கையில் உட்கார்ந்தபோது, முன் வரிசையிலிருந்து ஒருவன் திரும்பி, "உங்கள் மகன் நம்பமுடியாத அளவு புத்திசாலி" என்றான். ஓஜா கணவன் சட்டைக்கை முனையை மறுபடியும் பிடித்துக்கொண்டாள். இப்போது அவள் கண்ணீரை மறைக்க முயற்சி செய்யவில்லை. அவள் கண்ணிமையின் ஒப்பனையை அது கலைத்தது.

மாஸ்டர், "ஆனால் அது சரியான விடையா" என்று கேட்டார். வெறுமையோடு பார்வையாளர்களை நோக்கினார். தலையை அசைத்தார். "மெய்தான், அது ஐசக் நியூட்டன்தான்" என்றார். நீண்ட கைதட்டல் ஒலி, ஆனால் இப்போது எவரும் எழுந்திருக்கவில்லை.

சத்தத்திற்கு மேலாகக் குரலை உயர்த்தி, "நான் இப்போது இன்னொரு கேள்வியைத் தேடவேண்டும்" என்றார். "கேள்விகள் குறைந்துபோகின்றன ஆதி, பிரின்சிபல் சொன்னதுபோல நீ ஒழுங்காக நடந்துகொள்ளவேண்டும்" என்றார். "கேள்வியைப் பார்வையாளர்களுக்கு விட்டதும் நீ பதில்சொல்லலாம், என்ன? இல்லாவிட்டால் உன்னை அரங்கைவிட்ட வெளியேற்றவேண்டிவரும். ஓகே, தெளிவானதா? எஃப் குழு. நீங்கள் தயாரா?" எஃப் டீம் பயத்தோடு ஆதியைப் பார்த்தார்கள்.

"எளிமையான கேள்வி. உங்களுக்கு விடை தெரிந்தால், விரைவாகச் சொல்லிவிடுங்கள்" என்ற மாஸ்டர், பையனை நோக்கினார். "நிலவில் காலடி வைத்த இரண்டாவது மனிதர் யார்?"

"பஸ் ஆட்ரின்" என்று கூச்சலிட்டான் ஆதி.

மாஸ்டர் கீழே குனிந்து நோக்கினார். சகோதரி சேஸ்டிடி எழுந்துநின்றாள். அய்யன் மெதுவாக நடைவழியில் ஓடினான். மறுபடியும் சிறுவர்கள் காலை உயர்த்தி வழிவிட்டனர். அவர்கள் இப்போது இதை அனுபவித்துக்கொண்டிருந்தார்கள். அய்யன் அந்த வரிசையிலிருந்து மகனை அழைத்துக்கொண்டு நடைவழியாக வந்தான். கையைப் பிடித்தவாறே அவர்கள் வெளிவாசலைநோக்கி நடந்தனர். மாஸ்டர், 'அது பஸ் ஆட்ரின் தான்' என்று சொல்வது காதில் விழுந்தது. மீண்டும் எழுந்துநின்று கைதட்டல்கள். அய்யன் சங்கடத்தோடிருப்பதாக நடித்தான். ஆதி சந்தோஷத்தில் மிதந்தான்.

அரங்கத்தின் வெளித்தாழ்வாரத்தில் அவர்கள் சிரித்துக்கொண்டு நின்றனர். கொஞ்ச நேரத்தில் எதிர் ஓரத்திலிருந்து ஓஜா அழுதுகொண்டே ஓடிவந்தாள். பிறகு திடீரென நின்றாள். தன் தலைமுடியைச் சரிசெய்துகொண்டாள். இடமும் புறமும் அச்சத்தோடு பார்த்தாள், பிறகு விரைவாக நடந்தாள். மறுபடியும் ஓடிவந்தாள். இந்தப் பெண்ணின் வாழ்க்கை, இனிமேல் சாதாரணமானதாக இருக்காது என்று நினைத்தான் அய்யன். அந்தக்கணத்திற்கான முழுப்பயனை அவளுக்குத் தந்தாகிவிட்டது. ஒரு வேலைக் காரனின் பெண்ணாக வளர்ந்த அவள், ஒரு புதுப்பெண்ணாக இறுக்கம் மிகுந்த ஒற்றை அறைவீட்டுக்குள் புகுந்த அவள், ஒரு நாள் மாலை தன் மகனுக்கு ஒரு காது கேட்காது என்று அறிந்த அவள், இப்படிப்பட்ட ஒரு நாளைக் கனவிலும் காணலாம் என நினைத்திருக்க மாட்டாள். ஆனால் அதேசமயம், அவனுக்குள் நரம்புகளை அதிரச்செய்யும் ஒரு பயம், உணர்ச்சி வேகம் ஆகியவற்றின் கலப்பையும் உணர்ந்தான். விளையாட்டின் எல்லைகளை அதிகமாக விஸ்தரித்துக்கொண்டிருந்தான் அவன். அது முடிய வேண்டும். இப்போது முடிந்தால் நல்லது. அது ஒரு தமாஷ், நாம் அதிலிருந்து தப்பி வந்துவிட்டோம், அந்த விளையாட்டு இப்போது முடிந்துவிட்டது.

ஓஜா அவன் மகன் அருகில் முழங்காலிட்டு அமர்ந்து, அவனைத் தலைமுடியைப் பிடித்துப் பற்றிக் கொண்டாள். "ஆதி எப்படி உனக்கு இவ்வளவெல்லாம் தெரியும்?" அவனைத் தழுவிக்கொண்டாள், பிறகு அவனைப் பின்னால் தள்ளி இரு கைகளை மட்டும் கெட்டியாகப் பிடித்துக்கொண்டாள். "நீ ரொம்ப புத்திசாலி ஆதி. ஆனா எனக்கு நீ ரொம்ப முக்கியம்" என்றாள், அவன் மூக்கை அன்போடு முத்தமிட்டுக் கொண்டே. தன் கணவனைக் கோபமாகப் பார்த்து, "கெட்டதிருஷ்டியைக் கழிக்க அவனுக்கு திருஷ்டிப் பொட்டு வைக்கணும்" என்றாள்.

"இதல்லாம் யாரும் இப்ப செய்றதில்லை" என்றான் அய்யன்.

"எனக்குக் கவலையில்லை. அங்கிருந்த பொண்ணுங்க எப்படி என் மகனைப் பார்த்தாங்க கவனிச்சீங்களா?"

"எப்படிப் பாத்தாங்க?"

"எல்லாம் பேய்ப் பொம்பிளைங்க. மயிருக்குக் கூட வர்ணம் அடிச்சிருந்தாங்க."

“அதுக்கும் இதுக்கும் என்னா சம்பந்தம்?”

“எனக்குத் தெரியாது. எனக்குத் தெரிஞ்சதெல்லாம் என் பையன் டெய்லி பள்ளிக்கூடம் போறப்ப அவனுக்கு ஒரு திருஷ்டிப் பொட்டு வைக்கணும். அவ்வளவுதான்.”

“எனக்குத் தெரிஞ்சதெல்லாம் இந்த மாதிரி மடத்தனமான புள்ளி அவன் கன்னத்தில வைக்கக்கூடாது. நாம்ப மூடத்தனமெல்லாம் நம்பறமா ஆதி?”

தாழ்வாரத்தில் ஒருவன் வந்தான். ஓஜா எழுந்தாள். தன் கஞ்சி யிட்ட சேலையில் ஏற்பட்டிருந்த சுருக்கங்களைச் சரிப்படுத்திக் கொண்டாள். அவன் வந்து பக்கத்தில் நின்றபோது கும்பிட்டுப் புன்முறுவல் செய்தாள். அவன் தடித்த, ஏதோ கவலைக் காளானதுபோன்ற மனிதன். அடர்த்தியான கலைந்த முடி. அவன் கால்சட்டைகளிலிருந்து மேற்சட்டை நழுவி வெளிவந்து கொண்டிருந்தது. ஆதியுடன் கை குலுக்கினான்.

“ரொம்ப திறமைசாலியான பையன்” என்றான். அய்யன் கைகுலுக்க நீட்டியபோது, “நான் அனில் லூத்ரா” என்று அவனிடம் சொன்னான். “என் பையன் பத்தாம் வகுப்பில் இருக்கிறான், அவன் பெயர் அமித். உங்கள் பையனைப் பற்றிக் கேள்விதான் பட்டிருக்கிறேன். இன்று அவன் எப்படியிருக்கிறான் என்பதைப் பார்த்தேன்.”

“அவன் ஒரு சின்னப் பையன், சும்மா இதெல்லாம் வேடிக்கை யாகச் செய்து கொண்டு...” என்றான் அய்யன்.

“ரொம்ப தன்னடக்கம் வேண்டாம். சாரி, உங்க பெயர் என்ன?”

“அய்யன்.”

“அய்யன், நீங்க ரொம்ப அதிர்ஷ்டசாலி. ஒரு கணம் நான் பள்ளிக்கூடத்திலே கேள்வியை அவனுக்கு லீக் செய்துட்டாங்களோன்னு நெனைச்சேன்.” அது ஒரு வேடிக்கைதான் என்பதைக் காட்டும் வகையில் சிரிக்கத் தொடங்கினான். அய்யனும் அதை ஆதரிக்கும் வகையில் சிரித்தான். லூத்ரா அவனிடம் ஒரு அட்டையைக் கொடுத்தான். அதில், ‘மெட்ரோ எடிட்டர், தி டைம்ஸ் ஆஃப் இந்தியா’ என்று இருந்தது. அய்யனுடைய கார்டு தரப்படாததால், “நீங்க என்ன செய்யறீங்க அய்யன்?” என்று கேட்டான்.

"நான் கோட்பாடு மற்றும் ஆராய்ச்சி நிறுவனத்தில் வேலைசெய்கிறேன்."

"ஜால் ஒரு நல்ல நண்பர். ஜனா நம்பூதிரியும்கூட. ஆசார்யாவை ஒரு நாள் சந்தித்திருக்கிறேன். ரொம்ப கடினமான ஆள் என்கிறார்கள். இல்லையா?"

"ஆமாம். ஆனால் அவர் ரொம்ப நல்ல மனிதர்" என்றான். ஏனென்றால் அவன் அந்நியர்களை நம்புவதில்லை.

"ஆமாம், ஆமாம்" என்று நம்பிக்கையில்லாமலே சொன்னான். ஆதியைக் கூர்ந்து பார்த்தான். "இந்தப் பையன் சீக்கிரமே புகழடைந்துவிடுவான் என்று நினைக்கிறேன். அங்கே என்ன சொன்னான்? எனக்குப் பதினொரு வயது. பதினொன்று என்பது பகா எண்." லுத்ரா சிரித்தான்.

"அவனுக்குப் பகா எண்கள் என்றால் பைத்தியம். உங்களுக்குத் தெரியுமா? அவன் முதல் ஆயிரம் பகா எண்களை ஒப்பிப்பான்."

ஓஜா தன் மகனை முகச்சுளிப்புடன் பார்த்தாள்.

லுத்ரா ஆர்வமாகிவிட்டான். "நிஜமாகவா?"

"நிஜமாக. ஆனால் அவன் அந்நியர்களைப் பார்த்துக் கூச்சப்படுபவன். முடிந்தால் அவனிடம் சொல்லி ஒப்பிக்கவைக்க முயலுகிறேன்."

"நான் இப்படிச் செய்யலாம் என்று நினைக்கிறேன். என் கைப்பேசி எண்ணைக் குறித்துக்கொள்ளுங்கள். அவன் முதல் ஆயிரம் பகா எண்களை ஒப்பிக்க முன்வரும்போது கூப்பிடுங்கள். நான் ஒரு செய்தியாளரை அனுப்புகிறேன். என்ன சொல்கிறீர்கள்?"

"ரொம்ப நன்றி."

டாக்சியில் ஓஜா, "பைம் நம்பர்னா என்ன" என்று கேட்டாள்.

தன் தலையில் கை வைத்துக்கொண்ட ஆதி, "பிரைம் நம்பர் என்று சரிப்படுத்தினான். பிரைம் நம்பர் அல்லது பகா எண் என்பது, தன்னாலும் ஒன்றாலும் மட்டுமே வகுக்கப்படும். வேறெந்த எண்ணாலும் வகுபடாது."

கவலையுடன் அவள், "அதனால்?" என்றாள்.

"அதனால், ஒண்ணுமில்லை."

"எனக்கு இதெல்லாம் ஒண்ணும் புரியாது. சரி ஆதி, உனக்கு முதல் ஆயிரம் பகா எண்கள் தெரியுமா?"

"இல்லை" என்றான் ஆதி.

"அவனுக்குத் தெரியும்" என்றான் அய்யன். ஆதி அவனைப் பார்த்தான். இருவரும் சிரித்தார்கள்.

"உங்களுக்குள் என்ன இது அடையாள பாஷை?" என்று கோபத்தோடு கேட்டாள். "ரெண்டுபேரும் சமயத்தில் என்னை ஒரு அந்நியக்காரி மாதிரி நினைக்கவைக்கிறீங்க."

"எனக்கு பசிக்கிறது" என்றான் ஆதி. எப்படியோ அது அவளுக்கு ஒருவித ஆறுதல் தந்தது.

அவளுடைய பெரிய பூச்சி மாதிரியான கண்கள் தங்கள் குழிகளிலிருந்து விழுபவை போல் இருந்தன. அவள் தலைமுடி திட்டுத்திட்டாக பழுப்பாக இருந்தது. கன்னங்கள் உப்பியிருந்தன. எந்தக் காரணத்தினாலோ அவளுடைய பிளவுபட்ட முகவாய் அவன் தொட்டால் சில்லென்று இருக்கும் என்று அய்யன் நினைத்தான். அவளுடைய மெல்லிய சிவந்த மேலாடைக்குள் குறைந்தது இரண்டு உள்ளாடைகளை அவனால் காண முடிந்தது. அவளுடைய பிரா பட்டை ஒதுங்கியிருந்தது. அவளுடைய இளநீல ஜீன்ஸ் கால்சட்டை, அவளுடைய மரத்தண்டுத் தொடைகளின்மீது இழுத்துக் கவிந்திருந்தது. அவளுடைய கார்டு சொன்னதுபோல, அவள் ஒரு செய்திக்கதை எழுத்தாளர். பிடிடியின் அதீதமான ஈரப்பத வெப்பத்தில் அசவுகரியமாக இருந்தாள். வீட்டிலிருந்த இரண்டு பிளாஸ்டிக் நாற்காலிகளில் ஒன்றில் அவள் அமர்ந்து அவ்வப்போது தன் முகத்தைத் துடைத்தவாறே இருந்தாள். ஆதி இன்னொரு நாற்காலியில். ஓஜா வீட்டில் இல்லை. தன் அத்தை ஒருத்தியின் நான்காவது குழந்தையைப் பார்க்கப் போயிருந்தாள். இந்த அளவு சாத்தியமானதற்கு அதுதான் காரணம்.

வெளுத்த, சற்றே விலகிய நிழற்படக்காரன் ஒருவன் பின்னணியில் ஒரு காமிராவைப் பிடித்தவாறு தெரிந்தான்.

"நாம் தொடங்கலாமா" என்று அய்யன் கேட்டான்.

செய்திக்கதையாளர் தலையை அசைத்தாள்.

ஆதி ஒரு நேர்த்தியான முழுக்கைச் சட்டையிலும், கருப்பு ஜீன்சிலும் இருந்தான். அவனுடைய வளமான எண்ணெயிட்ட தலைமுடி நன்கு சீவப்பட்டிருந்தது. அவன் புத்திசாலியாகவும் அழகாகவும் தெரிந்தான். காது கேட்கும் கருவி அவனது வலது காதில் பொருத்தப்பட்டிருந்தது. அதிலிருந்து சென்ற வெள்ளைக் கம்பி அவன் சட்டைக்குள் மறைந்தது. அய்யன் தன் மகனிடம் சென்று விளையாட்டாக அவன் தலைமுடியைக் கோதினான். பிறகு அவன் சட்டை மடிப்புகளைச் சற்றே நீவி விட்டான். அதற்குப் பிறகுதான் ஒரு பெரும்பயத்தின் கத்திக்குத்து மனதில் ஏற்பட்டது. நான் என்ன செய்கிறேன்? இது முட்டாள் தனமானது. வழக்கமான அமில ஆவி தன் வயிற்றிலிருந்து எழுவதை உணர்ந்தான். சில கணங்கள் முன்னால் வரை இதெல்லாம் எளியது என்பதுபோல ஆறுதலாக இருந்தான். செய்தியாளரும் நிழற்படக்காரனும் வந்தபோதுகூட பயத்தின் சாயலை அவன் உணரவில்லை. ஆனால் இப்போதுதான் அவன் செய்ய இருந்தது அவன் முன் நினைத்ததைவிடப் பைத்தியக்காரத்தனமானது என்பது உறைத்தது. உலகம் முட்டாள்தனமானதுதான், ஆனால் ரொம்ப முட்டாள்தனமானது அல்ல. பின்வாங்கிக்கொள்ளலாம், இன்னும் நேரம் இருந்தது. இப்போதே முடித்துக் கொள்ளலாம். செய்தியாளரிடம் ஆதிக்கு உடல் நலம் சரியில்லை என்று சொல்லிவிடலாம்.

ஆனால் அந்த பயம் எப்படியோ குறைந்தது. இப்போது அவன் தொண்டையிலிருந்து குளிர் உணர்ச்சி, உணர்ச்சிவேகத்தினால் ஏற்பட்டது. இதற்கு அவன் எச்சரிக்கையாகப் பல நாட்களாக ஏற்பாடு செய்து வந்திருக்கிறான். இதயத்தில் இனியும் எதுவும் தவறாகப் போகாது என்ற உறுதி இருந்தது. "ரொம்ப நன்றாக இருக்கிறாய் ஆதி" என்றான். "உனக்கு என்ன தெரியும் என்பதை அவர்களிடம் காட்டு."

அய்யன் சில அடிகள் பின்வாங்கி நின்றான். ஆதி கொஞ்ச நேரம் காத்திருந்தபின்னர், தன் ஒப்பித்தலைத் தொடங்கினான். ரெண்டு, மூணு, அஞ்சி, ஏழு, பதினொண்ணு, பதிமூணு, பதினேழு, பத்தொம்பது, இருபத்திமூணு,...

செய்திக்கதையாளர் கூர்மையான கவனத்துடன் கேட்டாள். நிழற்படக்காரன் சில படங்களை எடுத்துக்கொண்டான். இப்போது

படம் எடுக்கக்கூடாது என்பதை உணர்த்துமுகமாக நிழற்படக் காரனிடம் சைகை செய்தான். இந்தச் சமயத்தில் படம் எடுக்கப்படக் கூடாது. நிழற்படக்காரன் தன்னைத் தாண்டும் சாத்தியத்தை அய்யன் கணக்கில் கொள்ளவில்லை. அதைச் செய்யாததற்காகத் தன்னைத்தானே உதைத்துக் கொண்டான். அது ஒரு விபத்துக்கு இட்டுச் சென்றுவிடலாம், அய்யனுக்கு அது தெரியும்.

ஆதி சொல்லிக்கொண்டே சென்றான். எப்போதாவது எச்சிலை விழுங்கிக் கொண்டான். ஆனால் வாய்ப்பாட்டின் வேகம் ஒரே சீராக இருந்தது. நூத்தி எழுபத்தொம்பது, நூத்தி எண்பத்தொண்ணு, நூத்தித் தொண்ணூத்தி ஒண்ணு, நூத்தி தொண்ணூத்தி மூணு, நூத்தி தொண்ணூத்தி ஏழு, நூத்தி தொண்ணூத்தி ஓம்பது, இருநூத்தி பதினொண்ணு, இருநூத்தி இருபத்திமூணு, இருநூத்தி இருபத்தி ஏழு, இருநூத்தி இருபத்தொம்பது....

செய்தியாளர் ஒரு அச்சிட்ட காகிதத்தாளைப் பார்த்துக்கொண்டிருந்தாள். அது முதல் ஆயிரம் பகா எண்களின் அச்சிட்ட பட்டியல். ஆதி சரியாகச் சொல்கிறான் என்பதை கவனித்துக் கொண்டிருந்தாள். அய்யன் மறுபடியும் கேமிராவின் க்ளிக் சத்தங்களைக் கேட்டான். ஆனால் அவன் திரும்பியபோது நிழற்படக்காரன் நிறுத்திவிட்டான்.

ஆதி அவன்பாட்டுக்குப் போய்க்கொண்டிருந்தான். அறுநூத்தி அறுபத் தொண்ணு, அறுநூத்தி எழுபத்தி மூணு, அறுநூத்தி எழுபத்தி ஏழு, அறுநூத்தி எண்பத்தி மூணு, அறுநூத்தி தொண்ணூத்தி ஒண்ணு, எழுநூத்தி ஒண்ணு, எழுநூத்தி பத்தொன்பது, எழுநூத்தி இருபத்தி ஏழு, எழுநூத்தி எழுபத்தி ஏழு,...

செய்தியாளர் அய்யனைப் பார்த்துப் புருவங்களை உயர்த்தினாள்.

இப்போது கொஞ்சம் வேகமாகச் சொல்லிக்கொண்டிருந்தான் ஆதி. *4943, 4951, 4957, 4967, 4969, 4973, 4987, 49993, 4999, 5003.....* இப்படியே சென்று, கடைசியாகக் குரலை உயர்த்திச் சொல்லி நிறுத்தினான். *7841, 7853, 7867, 7873, 7877, 7879, 7883, 7901, 7907, 7919.*

செய்தியாளர் தலையைத் தாளிலிருந்து உயர்த்திக் கையைத் தட்டினாள்.

ஆதி தன் காதுக்கருவியை எடுத்துவிட்டுத் தந்தையை நோக்கினான். தன் தவற்றை உணர்ந்து மறுபடியும் காதுக்கருவியைப் போட்டுக்கொண்டான். நிழற்படக்காரன் படங்கள் எடுக்கத் தொடங்கினான்.

நிழற்படக்காரனுக்கும் தன் மகனுக்கும் இடையில் நின்றுகொண்டு அய்யன், "ஒரு வேண்டுகோள்" என்றான். காதுக்கருவியைப் பையனின் காதிலிருந்து எடுத்துச் சட்டைக்குள் போட்டான். "காதுக்கருவி இல்லாமல் என் பையனை நீங்கள் போட்டோ எடுக்கமுடியுமா? அவன் உடல் ஊனமாக இருப்பதாக எந்தவிதமாகவும் தோற்றமளிக்கலாகாது என்று நாங்கள் நினைக்கிறோம்."

"புரிகிறது" என்றாள் செய்தியாளர்.

"செய்தித்தாளில் அவன் படம் காதுக்கருவி இல்லாமலே வெளிவருமாறு பார்த்துக் கொள்வீர்களா?"

"அதைப் பற்றிக் கவலைப்படாதீர்கள்."

நிழற்படக்காரன் அய்யனை அவன் மகன் அருகில் நிற்கச் சொன்னான். படங்கள் எடுக்கத் தொடங்கினான். "எத்தனை படங்களை எடுக்கப்போகிறீர்கள்" என்றான் அய்யன் சற்றே வேடிக்கையாக.

நிழற்படக்காரன் ஒன்றும் சொல்லவில்லை. தொடர்ந்து க்ளிக் செய்துகொண்டிருந்தான். திடீரென நிறுத்திவிட்டான். காமிராவைப் பையில் போட்டுக் கொண்டு ஒரு வார்த்தையும் சொல்லாமல் கிளம்பிவிட்டான்.

செய்தியாளர் தன் குறிப்புநோட்டை மடிமீது வைத்துக்கொண்டு எழுதத் தயார்நிலையில் ஒரு பேனாவையும் எடுத்துக்கொண்டு, ஆதியைப் பார்த்துப் புன்முறுவல் செய்தாள். "நீ நிஜமாகவே புத்திசாலி ஆதித்யா" என்று ஆங்கிலத்தில் சொன்னாள். "இப்போது உன்னைக் கொஞ்சம் கேள்வி கேட்கலாமா?"

அய்யன் இப்போது அவன் நல்ல காதில் காதுக்கருவியை வைத்தான். அது ஒரு வாக்மேன் காதுக்கருவி. காதுக்கருவியின் புறஓட்டில் பொருத்தப்பட்டது. வாக்மேன் பையனின் சட்டைக்குள் வயிற்றில் கட்டப்பட்டு இருந்தது.

"கேட்கிறதா" என்று கேட்டான் பையனிடம். பையன் தலை யசைத்தான்.

"ஆதித்யா, இப்போது உன்னை சிலகேள்விகள் கேட்கப் போகிறேன்" என்றாள் செய்தியாளர்.

"ஓகே" என்றான் ஆதி, ஒரு குவளை நீரை விழுங்கிக் கொண்டே.

"பகா எண்களில் உனக்கு ஆர்வம் ஏன் வந்தது?"

"பகா எண்கள்.... முன்னறிவிக்கப்பட இயலாதவை. அதனால் அவை எனக்குப் பிடிக்கும்."

"எப்படி ஞாபகத்திலிருந்து இத்தனை எண்களை உன்னால் சொல்ல முடிகிறது?"

காதுக்கருவியைக் காட்ட முற்படுபவன்போலத் தன் விரலை அவன் உயர்த்தினான். பிறகு சிரித்துக்கொண்டே, "எனக்குத் தெரியாது" என்றான்.

"உன் எதிர்காலத் திட்டம் என்ன?"

ஆதி தோளைக் குலுக்கியவாறு தந்தையைப் பார்த்தான். "அவன் ரொம்பவும் கூச்ச சுபாவம் உள்ளவன்", என்றான் அய்யன்.

"நீ என்னவாக ஆசைப்படுகிறாய்?" என்றாள் அவள், அய்யன் சொன்னதை கவனிக்காமலே.

ஆதி தந்தையைப் பார்த்து வெட்கத்தோடு சிரித்தான்.

"அவனிடம் பேசுவது எளிதல்ல. அவனுக்காக நான் பதில் சொல்கிறேன், உங்களுக்கு வேலை எளிதாக வேண்டுமானால்."

அவள் அந்த வேண்டுகோளை ஏற்றாள்.

"ஒருவருஷம் முன்னால்", அய்யன் எப்படியாகிலும் சொன்னான், "அவன் குரல் மென்மையாகவும் சதிகாரர் குரல்போன்றும் இருந்தது. நான் அவனுக்கு எண்களைக் கற்றுக் கொடுத்துக் கொண்டிருந்தபோது, அதில் சில பாணிகள் இருப்பதை அவன் கவனித்தான். மூன்று, ஐந்து, ஏழு, பதினொன்று போன்ற எண்களைத் தேர்ந்தெடுத்து அவற்றைப் பிடித்திருக்கிறது என்று சொல்வான். அப்படித்தான் எல்லாப் பகா எண்களைப் பற்றியும்

நினைக்கிறான் என்பதைப் பின்னால் தெரிந்துகொண்டேன். எப்படி அவன் அவற்றைக் கண்டுபிடித்தான் என்பது எனக்குத் தெரியாத விஷயம்."

FFக்களுக்கு ஒளியூட்டிய காலை வெளிச்சத்தின் பிரகாசத்தில் மக்கள் தங்கள் சிறிய வாளிகளைக் கையில் எடுத்துக்கொண்டு இரண்டு அமைதியான வரிசைகளில் நின்றனர். அவர்கள் ஆங்கிலம் பேசுவது வழக்கமில்லை என்றாலும் இந்த வரிசைகளில் நிற்கும்போது மட்டும் தங்களை ஜெண்ட்ஸ், லேடீஸ் என்று பாகுபடுத்திக் கொண்டனர். பொதுக் கழிப்பிடங்களுக்கு மேலிருந்த இரண்டு வளைந்த ஜன்னல்களின் கண்ணாடிகள், இந்த மனிதர்களின் ஞாபகங்கள் தொடங்குவதற்கு முன்னரே உடைந்துவிட்டவை. ஏதோ கடவுளே வந்து தொடர்புகொள்ளப்போவதுபோல, அவை சூரிய வெளிச்சத்தில் பிரகாசமாக எரிந்தன. அய்யன் ஆண்கள் வரிசையின் இறுதியில் வந்து நின்றான். தளர்த்தியான அரைக்கால் சட்டையிலும் பெரிய டீ ஷர்ட்டிலும் இருந்தான். கையில் நீல வாளி. இன்னொன்றில் தி டைம்ஸ் ஆஃப் இந்தியா. வரிசையில் முன்னால் நின்றிருந்த ஒருவன் அவனைப் பார்த்து, இன்றைக்கு அந்தக் கட்டுரையைப் படித்தேன். மெதுவாகத் தலைகள் திரும்பின. ஆதி இப்போது தி டைம்ஸ் ஆஃப் இந்தியாவில் வந்திருக்கிறான் என்று செய்தி பரவியது.

கழிப்பறை வரிசையின் சில பகுதிகள் உடைந்து, மக்கள் அய்யனைச் சுற்றித் திரண்டார்கள். அவன் கையிலிருந்த செய்தித்தாள் விரிக்கப்பட்டது. ஒன்பதாம் பக்கத்தின் கீழ்ப்பகுதியில் ஒரு கட்டுரை இருந்தது. அதன் தலைப்பு, 'முதல் ஆயிரம் பிரைம் எண்களைச் சொல்லத் தெரிந்த இளம் மேதை' என்பதாக இருந்தது. ஒளிநிறைந்த முகத்தோடு ஆதியின் ஒரு நிழற்படமும் இருந்தது. படத்தில், காதுக்கருவி போன்ற ஒன்றை அவன் அணிந்திருந்தான். காலையில் செய்திப்படத்தைப் பார்த்தபோதே அய்யன் அந்தச் செய்தியாளரையும் நிழற்படக்காரனையும் திட்டினான். ஆனால் ஆதி தன் வலது காதில், அதாவது நல்ல காதில் காதுக்கருவியைப் பொருத்தியிருப்பதை எவருமே கவனிக்கவில்லை. ஓஜா கூட. அது அவ்வளவு எளிதாகக் கவனிக்கப்படக் கூடியது அல்ல.

சில பெண்கள் தங்கள் வாளிகளைத் தரையில் வைத்துவிட்டு, செய்தித்தாள் அருகில் வருவதற்கு நெருக்கினார்கள். "ஆனால்

இந்தப் பையன் என்ன செய்தான் என்று புரியவில்லையே" என்றாள் ஒருத்தி.

எனவே மலம் மூத்திரம் குளோரின் இவற்றின் மென்மையான நாற்றத்தில், பிறகு தொடர்ந்து வந்த காலை வெயிலின் கவர்ச்சிகரமான ஒளியில், அய்யன் பிரைம் நம்பர்கள் என்றால் என்ன என்று அவர்களுக்கு விளக்கினான். கழிப்பறை வரிசையில் நின்ற ஜனங்கள், புரியாமை, நேசம், மரியாதை ஆகியவற்றோடு மேதையின் அந்தத் தந்தையை நோக்கினார்கள். இவனில் பாதியளவு வருவதற்கும் என்ன செய்யவேண்டும் என்று தாய்மார்கள் அய்யனிடம் ஆலோசனை கேட்டார்கள். என்ன கற்றுக் கொடுக்க வேண்டும்? என்ன உணவு தரவேண்டும்? வெண்டைக்காய் சாப்பிடுவது கணக்குக் கற்றுக்கொள்ள நல்லதா? பையன்களைக் கிரிக்கெட் விளையாட விடலாமா? பிறகு விஷயங்கள் ஆதிக்கு அப்பாலும் போய்விட்டன.

"இன்னொரு கட்டடக்காரனிடமிருந்து புள்ளிகள் வந்திருக்கின்றன. உன் ஆலோசனை என்ன மணி? நாம் விற்கலாமா?"

"எவ்வளவாம்?"

"ஒரு ஃப்ளாட்டுக்குப் பன்னிரண்டு லட்சம் தருவதாகச் சொல்கிறானாம்."

"விற்கத்தான் வேண்டும்" என்றான் அய்யன். "விற்றுவிட்டு இந்த இடத்தைவிட்டுப் போக வேண்டும். நாமும் ஒழுங்கான அடுக்குமாடிக் குடியிருப்புகளில் வாழவேண்டும். இந்த நரகத்தில் எத்தனை நாட்கள்தான் நம் குழந்தைகள் வாழ்வது?"

"ஆனால் நமக்குப் பழக்கமாகிவிட்டதே, இல்லையா?"

"நமது வாழ்க்கை, நண்பா, முடிந்துவிட்டது. நம் பிள்ளைகளுக்காக, நாம் செல்ல வேண்டும்."

அய்யன் நிறுவனத்தின் முற்றத்தில், முக்கிய மாடிப்படி அருகில், கரும்பலகையைப் பார்த்தவாறு நின்றிருந்தான். அன்றைய நாளின் சிந்தனையாக எழுதினான்: "இந்தியாவைப் புரிந்துகொள்ள வேண்டுமானால், நீங்கள் ஆங்கிலத்தில் பேசும் இந்தியர்களிடம் பேசாதீர்கள்"—சல்மான் ருஷ்டி. ஆதி லிஃப்டுகள் அருகில் சற்றுத் தொலைவில் நின்றிருந்தான். அவனுக்குப் பிடித்த உடையில் இருந்தான். நீலநிற அரைக்கைச் சட்டை, வெள்ளை ஜீன்ஸ்,

ஃபேக் நைக். பிராமணர்கள் அவனை அழைத்திருந்தார்கள். அவர்கள் தி டைம்ஸில் வந்த செய்திக்கதையைப் படித்து, பிறகு அய்யனை அவன் கைப்பேசியில் அழைத்தார்கள். அவர்கள் வேறு வகையாகச் சொன்னாலும், உண்மையில் ஒரு தலித் மேதை எப்படி இருப்பான் என்று காண்பதற்குத்தான் அவர்களுக்கு விருப்பம். இந்தப் பெரிய மூளைகள் பையனைச் சுற்றி அரைப்பதையும், பிறகு அவனுடைய குழந்தைப்பருவ ஒளியை கம்பீரமாக ஒப்புக்கொள்வதையும் ஆகிய வேடிக்கையைக் காண அவன் மனம் துடித்தது. மேதைகள் மேதைகளை எதிர்கொள்கிறார்கள் என்பதாக ஆக்கிவிடுவார்கள். ஆனால் ஆதியின் மேதைமையின் கடைசி நாள் இதுதான் என்று அவன் உறுதியாக இருந்தான். பிடிடியின் தார்போட்ட மேல்மாடியில் நேற்றிரவு அவன் ஆதியிடம் இந்த விளையாட்டு முடிந்துவிட்டது என்று சொல்லிவிட்டான். இனிமேலும் வகுப்பின் நடுவில் அறிவார்த்தமான விஷயங்களை அவன் சொல்லக்கூடாது. வினாடிவினாக் கேள்விகள் மாயமாக அவன் மடியில் வந்து விழாது. அவனைப் பற்றிய கட்டுரைகள் இனிமேல் செய்தித்தாள்களில் வராது.

ஆதி, சற்றே சோகமாக, தலையசைத்தான். ஆனால் அவனுக்குப் புரிந்தது. அவன் தந்தை அவனைத் திரும்பச் செய்யவைத்த விளையாட்டு ஓய்ந்துவிட்டது,

'இன்ஸ்டிட்யூட்'(நிறுவனம்) என்ற சொல் பயமுறுத்துவதாக இருந்தாலும், ஆதி தன் தந்தையின் அலுவலகத்தை விரும்பினான். கடல் இங்கே மிக அருகில் இருந்தது. சிறப்புஅனுமதிகள் வைத்திருந்தவர்கள் மட்டுமே கருப்புப் பாறைகள் அருகில் செல்ல முடியும். தோட்டம் சமதரையிலும் பசுமையாகவும் இருந்தது. அங்கு எதுவும் நிகழ்வதில்லை. காக்கைகள் வண்ணவண்ணப் பறவைகளை வானில் துரத்தின. ஒவ்வொன்றும் இன்னொன்றிலிருந்து வெகுதூரத்தில் இருந்தது. ஆனால் ஆதி மிகவும் விரும்பியது லிஃப்டைத்தான். ஒளிகள் எண்களின் ஊடே சென்ற முறையை அவன் விரும்பினான். தும்மப்போகும் ஒரு கிழவனின் ஒலிபோன்ற அதன் ஹம் ஒலியையும் அவன் விரும்பினான். 'லிஃப்ட் ஒரு ரோபாட்' என்று அவன் அப்பா சொல்லியிருந்தது அதன் மீதுள்ள விருப்பத்தை இன்னும் அதிகமாக்கியது. இங்கே அவன் பலமுறை வந்திருக்கிறான். அவன் தந்தை அவனையும் அவன் தாயையும் ஞாயிற்றுக்கிழமைகளில் அடிக்கடி அழைத்துவந்தான். அவர்கள் கடலின் அருகிலுள்ள பாறைகளில் அமர்ந்திருப்பார்கள், அல்லது கட்டடங்களைச் சுற்றி நடப்பார்கள், அல்லது லிஃப்டில் மேலும் கீழும் செல்வார்கள்.

ஞாயிற்றுக்கிழமைகளில் இந்த இடம் காலியாக இருக்கும். ஆனால் இன்று வேலை நாள். ஆகவே மனிதர்கள் நிறைந்திருந்தார்கள். அதனால்தான் அவனைப்பார்த்துச் சிலர் முறுவல் செய்தாலும், லிஃப்டில் அமைதியாக வந்தான். அவர்கள்மீதான வாசனை நன்றாக இருந்தது. ஒரு காரின் உட்புறம் போல அவர்களின் வாசனை இருந்தது. டாக்சி அல்ல, நிஜமான கார். எல். ஸ்ரீனியின் காரில் ஒருமுறை உள்ளே பார்த்திருக்கிறான். அந்தக் காரின் வாசனையை அவன் மிகவும் விரும்பினான்.

அவர்கள் மூன்றாம் தளத்துக்குச் சென்றார்கள். கதவு திறந்தது. நிறையப்பேர் உள்ளே வருவதற்குக் காத்திருந்தார்கள். லிஃப்டில் மேலும் கீழும் போய்வந்தே வாழ்க்கை முழுவதையும் கழிப்பதற்கு ஆசையாக இருந்தது. ஆனால் அவன் தந்தை அவன் கையைப் பிடித்துக்கொண்டிருந்தான். அவர்கள் உலகிலேயே நீண்ட தாழ்வாரத்தின் வழியாக நடந்தார்கள். ஞாயிற்றுக்கிழமைகளில் முன்னரே அதைப் பார்த்திருக்கிறான். அந்தத் தாழ்வாரம் இருண்டு காலியாக இருப்பதையே அவன் விரும்பினான். அந்தச் சமயத்தில் காமிக் புத்தகங்களில் வரும் சாலை போலக் காட்சியளித்தது. தாழ்வாரத்தில் வந்த சிலர் அவனைப் பார்த்துப் புன்முறுவல் செய்தார்கள்.

அவன்தானே, அந்தப் பையன், மேதை என்றார் ஒருவர்.

ஆதி முறுவல் செய்தான். அவனை மேதை என்று சொல்வதை விரும்பினான். தனிச்சிறப்பான என்று சொல்லப்படுவதைவிட அது வேறாக இருந்தது. உடல் ஊனமுற்ற எல்லாச் சிறுவர்களுமே தனிச் சிறப்பான என்று சொல்லப்பட்டார்கள். உடல் ஊனமுற்றவனாக அவன் தன்னைக் கருதவில்லை. காதுக்கருவி இல்லாமல் அவனால் கேட்கமுடியும், ஆனால் வலது காதில்தான். அவன் தந்தை சொன்னமாதிரி, விளையாட்டு முடிந்து விட்டதென்றால், மறுபடியும் மக்கள் அவனை தனிச்சிறப்பான என்று சொல்ல ஆரம்பித்துவிடுவார்கள். தாழ்வாரத்தின் இறுதியில், அவன் அப்பா துணை இயக்குநர் என்று எழுதியிருந்த ஒரு கதவருகில் நின்றான்.

"தயாரா?" என்றான் அவன் தந்தை.

"தயார்" என்றான் ஆதி.

அய்யன் இருமுறை கதவைத் தட்டிவிட்டுக் கதவைத் திறப்பதை அவன் பார்த்தான். அதிகமாக வெள்ளைமுடி கொண்ட

மனிதர் ஒருவர் அவர்களைப் பார்த்ததும் வியப்படைந்ததுபோல தோன்றியது. அவர் தன் நாற்காலியிலிருந்து புன்முறுவல் செய்து கொண்டே எழுந்தார். அவருடன் மூன்று நபர்கள் இருந்தார்கள். ஆனால் அவர்கள் எல்லாம் வயதில் இளையவர்கள், அவர்கள் முடி கருப்பாக இருந்தது. அவர்கள் எல்லாருமே ஜீன்ஸ் அணிந்திருந்தார்கள். அவர்கள் நின்று கொண்டு அவனைப் பார்த்து முறுவல் செய்துகொண்டிருந்தார்கள். பிறர் வேறெந்தப் பொருளையும் பார்க்காமல் அவனை மட்டுமே பார்ப்பதை அவன் விரும்பினான். அவன் நாற்காலியில் உட்கார விரும்பியபோதும், அவனை அவர்கள் மேஜைமீது உட்கார வைத்தார்கள்.

அவனைப் பார்க்காமலே யாரோ ஒருவர் "ஆதித்யா மணி" என்று அறைக்குள் கூறினார்.

"அது என் பெயர்" என்றான் அவன். எல்லாரும் சிரித்தார்கள்.

வெள்ளை முடிகொண்ட குட்டையான மனிதர், ஆங்கிலத்தில், "சொல்லு ஆதி, உனக்கு ஏன் பகா எண்கள் என்றால் பிடிக்கிறது?" என்று கேட்டார்.

"அவற்றை முன்னறிவிக்க முடியாது" என்றான் ஆதி.

"வேறெந்த எண்கள் உனக்குப் பிடிக்கும்?" என்று கேட்டார் அவர்.

ஆதி ஒரு வெட்கப் புன்முறுவல் செய்தான். ஏனென்றால் கேள்வி புரியாதபொழுது அப்படிச் செய்யுமாறு அவன் அப்பன் கூறியிருந்தான்.

"அவன் கூச்சப்படுபவன். அவன் அதிகம் பேசுவதேயில்லை" என்றான் அய்யன்.

"நீ எதிர்காலத்தில் என்னவாக விரும்புகிறாய் ஆதி?"

"விஞ்ஞானி."

"சரிதான். ஆனால் அதில் எந்தப் பிரிவு உன்னை மிகவும் ஈர்க்கிறது?"

ஆதி வெட்கச் சிரிப்புச் சிரித்தான்.

"கணிதமா, இயற்பியலா எது?"

"இயற்பியல்."

எல்லாருமே "இயற்பியல்?" என்று சந்தோஷத்தோடு சொன்னார்கள்.

அரவிந்த் ஆசார்யா அந்தக் கணத்தை இரசித்துக்கொண்டிருந்தார். அவர் கற்பனையில் ஒரு ராட்சஸ பலூன். இருபது மாடி உயரம். நீல வானில் பறந்து சென்றது. அந்த பலூனில் நான்கு சீல்வைத்த சாம்பிளர்களையும் சுமந்துசென்ற கோண்டோலா ஒரு சிறிய முனைபோலத் தோற்றமளித்தது. விகிதாசாரம் மிகவும் மோசமாக இருக்கிறதென்று அவர் நினைத்தார். ஏனென்றால் கீழே இருந்த அந்தக்கூடைக்காகத்தான் பலூனே. அது ஒரு அழகியல் படிமம் அல்ல. அவர் எப்போதுமே இந்த மாதிரி விகிதமின்மை நிலையை வெறுத்தார். அதனால்தான் அவருக்கு ஒரு காலத்தில் ஜெப்பலின்கள் என்றால் பிடிக்காது, அல்லது உருவத்தில்சிறிய வெள்ளைக்காரிகள் நீண்ட செடான் கார்களைச் செலுத்திக்கொண்டுபோவதையும் வெறுத்தார். கருவியும் அதன் நோக்கமும் ஒரு குறித்த அளவில் இருக்கவேண்டும். ஆனால் அது ஒரு நியாயமான தேவையா என்ற கேள்வி அவர் மனத்தில் எழுந்தது. கருவி, பௌதிகமானது, எனவே அதற்குப் பெரிய உருவம் இருந்தது. நோக்கமோ அருவமானது, அதனால் அதனை உருவத்தை வைத்து விளக்குவது சரியாகாது. செடானைச் செலுத்துகின்ற பெண், அதன் நோக்கமல்ல. பலூனின் கூடையிலிருந்த சாம்பிளர் அந்த வெப்பக்காற்று பலூனின் நோக்கமல்ல. செடானின் நோக்கம்தான் சிறிய உருவம்கொண்ட வெள்ளைக்காரி, அவள் எங்கேனும் போகவேண்டும், ஒருவேளை அது ஈமச்சடங்கிற் காகவும் இருக்கலாம். பலூனின் நோக்கம், விண்ணில் அந்நியர்கள் இருக்கிறார்கள் என்பதை நிருபிப்பது. எனவே விகிதாசாரமின்மை பற்றிய கேள்வி எங்கிருந்து வந்தது? மேலும் பிரபஞ்சத்தின் நோக்கம் உயிர்களை உற்பத்தி செய்வது என்பது அவருடைய இரகசிய நம்பிக்கை. அப்படியானால், பிரபஞ் சம் என்பது மிகப் பெரியதோர் கருவி. அதில் கற்பனைக்கெட்டாத பெரிய நெபுலாக்கள், நட்சத்திர அமைவுகள் இருந்தன. அவை கற்பனைக்கெட்டாத பேரளவிலான பெருமாற்றங்களை உருவாக்குவதன்மூலம் இங்கொன்றும் அங்கொன்றுமாக உயிர்களின் மிகச்சிறிய துணுக்குகளைச் செய்தன. ஆகவே அவருடைய சொந்த வடிவிலான உண்மையிலும், அந்தக் கருவி, பௌதிகமாகத் தன் நோக்கத்திற்கென விகிதாசாரமற்ற முறையிலேயே அமைந்திருந்தது.

நியாயமாகவே இந்தச் சிந்தனை அவரைப் பிரபஞ்சத்திற்கென ஒரு இலக்கு தேவையா என்ற கேள்விக்கு அழைத்துச் சென்றது. இது முதல் முறை அல்ல. ஆனால் அப்படி இருந்தால் நன்றாக இருக்கும். ஒரு பெரும் பிரபஞ்சம், உள்ளுக்குள்ளாகவே அரைத்து, பின்னர் ஒரு இருப்பின் நிலையாக மாறப்போகின்ற இருப்பின் விதைகளை உருவாக்குவதாகத்தான் இருந்தது. ஒன்றுக்கொன்று சம்பந்தமில்லாத மனங்கள், வானத்தில் திரும்ப உற்றுப்பார்த்து, ஆமாம், ஒரு பிரபஞ்சம் இருக்கத்தான் செய்கிறது என்று மனமார ஒப்புக்கொள்வார்கள். ஏன் பிரபஞ்சம் அப்படிச் செய்யவேண்டும்? அதனிடம் மிகப் பெரிய ரியல் எஸ்டேட் இருந்தது. அதைவைத்து மிகப்பெரிய உயிரற்ற உருவங்களைப் படைக்கலாம். பிரக்ஞை என்று சொல்லப்படுகின்ற ஒருவித மின்சாரத்திற்குள் ஏன் அது மிகப் பெரிய ஆற்றல் அளவுகளைச் சேமித்து வைக்க வேண்டும்? ஒரு பிரபஞ்சத்திற்கு ஒரு தவளை அல்லது எறும்பை விட, ஒரு வியாழன் கிரகத்தைச் செய்வது எளியது. இவை எல்லாமே பிறகு ஒரு தவிர்க்கவியலாத கேள்விக்கு இட்டுச் சென்றன. ஆனால் அதன் தத்துவ இயல்பு அவரைச் சங்கடப்படுத்தியதன் காரணமாக அதை அவர் காலந்தாழ்த்தவே விரும்பினார். தத்துவவாதிகள் ஒரு மூன்றாம்தர வேசிமகன்கள். ஆனால் கேட்டுக்கொண்டார்— ஆக, உயிர்கள் என்பவற்றிற்கான தேவை என்ன? இது என்ன விளையாட்டு? இந்த மாதிரிக் கணங்கள் அவருக்கு மலைப்பை ஏற்படுத்தின. யாராவது ஒருவர் அழகாக இதற்கான விடையை சுத்தமாக ஒரு தாளில் தட்டச்சுசெய்து அவருடைய இழுப்பறையில் வைத்து விட்டுச் சென்றிருந்தால் நல்லது. தேவையேற்படும்போது அவரும் அதைப் படித்து விட்டு, "ஓ, நானும் அப்படித்தான் நினைத்தேன்" என்று சொல்லிவிட்டு வீட்டுக்குப் போய் நன்றாக ஒரு தூக்கம் போடலாம்.

கதவு திறந்தது. அவருடைய செயலர். அவனைப்பார்ப்பது அவருக்குத் தொந்தரவாக இருந்தது. முன் எந்த நாளையும்விட இன்றைக்கு அவனைப் பார்க்க நேரிட்டது மிகவும் இடைஞ்சலாகவே இருந்தது. அப்படிப்பட்ட பயங்கரப் பேயுருவாக அய்யன் இருந்தான். எப்போதும் புதிதாக, எப்போதும் ஆசையாக, இந்த உலகத்தின் பயங்கரமான உள்ஆள் அவன். வாழ்வதில் அவ்வளவு ஆசை. எப்போதும் வேலை, எப்போதும் எதிலாவது தலையை நுழைத்துக்கொண்டே இருக்கவேண்டும். இந்த உலகத்தில் ஒருவனை உள்ஆள் என்று நினைப்பது அவருக்கு வேடிக்கையாக இருந்தது. ஏனென்றால் அவருக்கு வெளிஆளினுடைய பணி இங்கே என்ன

என்பது தெரியாது. ஆனால் உள்ஆட்களும் வெளிஆட்களும் இருந்தார்கள் இங்கே என்பது அவருக்குத் தெரியும். உண்மையில் தான் எங்கே இருக்கிறோம் என்று அவர் கேட்டுக்கொண்டார்.

"சார்" என்றான் அய்யன், மூன்றாம் முறையாக.

"எஸ்."

"நான் என் மகனை அழைத்துவந்திருக்கிறேன்."

ஆதி அந்தச் சமயத்தில் கதவுஅருகில் நின்றான். தன் அப்பாவின் முதுகுக்குப் பின்னாலிருந்து ஆசார்யாவை வேடிக்கை பார்த்துக்கொண்டிருந்தான். ஆசார்யாவின் முகத்தில் ஒரு இனிய புன்முறுவல் படர்ந்தது. அது அய்யனுக்குக்கூட ஆச்சரியத்தை ஏற்படுத்தியது. அபர்ணா சங்கதி முடிந்தபிறகு ஆசார்யா முன்னைவிட சோகமானவராகவும், உள்முகச் சிந்தனையாளராகவும் மாறிவிட்டிருந்தார். சில நாட்களில் தன் நாற்காலியில் எந்தக் காரணமும் இல்லாமல் வேகமாக ஆடிக்கொண்டே இருப்பார். ஆனால் மொத்தத்தில் அவர் தனக்குள் சுருங்கிவிட்டிருந்தார். மீண்டும் அந்த அறைக்கு வந்துபோகும் ஒரு மிகப்பெரியஉருவமுள்ள பிசாசாகத் தோற்றமளிக்கலானார்.

"ஓ அவனா, உள்ளே வா."

ஆதி நகரவில்லை. அவன் வாயை அகல விரித்து, நாக்கை வெளியே துருத்தி, ஓர் அசட்டுச் சிரிப்பைச் சிரித்தான்.

"நாக்கை உள்ளே தள்ளு ஆதி". அய்யன் கடுமையாகச் சொன்னான். "உள்ளே வா."

பையன் முன்னெச்சரிக்கையோடு உள்ளே வந்தான். ஆசார்யா எழுந்து தூரத்திலிருந்த வெள்ளை சோபாக்களுக்குப் போனார்.

"இங்கே நாம் உட்காரலாம்" என்றார்.

ஆதி, இப்போது கொஞ்சம் தைரியம் பெற்றவனாக, மத்தியி லிருந்த டீபாய்க்கு எதிரில் உட்கார்ந்தான். அங்கேதான் முன்பு அந்தக் கண்ணாடி ஜாடி புதிய ஆர்க்கிட் பூக்களுடன், அவருடைய கள்ளக் காதலுக்குச் சாட்சியாக இருந்துவந்தது. பையன் தந்தையைப் பார்த்து, சோபாவைத் தட்டி உட்காரச் சொன்னான். ஆனால் அய்யன் நகரவில்லை.

"உட்கார்" என்றார் ஆசார்யா பொறுமையின்றி. இயக்குநரின் அறையில் முதல்முறையாக அய்யன் மணி உட்கார்ந்தான்.

ஆசார்யா பையனைக் கூர்ந்து பார்த்தார். "அவன் வேறு காதில் அணிந்து கொண்டிருக்கிறான்" என்றார்.

"என்னது சார்?" அய்யன் கேட்டான்.

"இன்றைக்கு வந்த செய்தித்தாளில், இவன் தன் வலதுகாதில் காதுக்கருவியை அணிந்து கொண்டிருந்தான். ஆனால் இப்போது அவன் இடதுகாதில் அணிந்திருக்கிறான்."

"அதுவா" என்றான் ஒரு ச்சுக்கொட்டலுடன் அய்யன். "ஏதோ தவறாகப் படத்தை இடவல மாற்றம் செய்திருக்கிறார்கள் சார், பேப்பரில்."

ஆசார்யாவுக்கு எவ்வித சந்தேகமும் எழவில்லை. அவர் அந்தக் காட்சிப் பிறழ்வால் ஆச்சரியப்பட்டார். அவ்வளவுதான். அந்த விஷயத்தை மேலும் இழுக்கவும் இல்லை. பையன்மீதுதான் அவர் ஆர்வமெல்லாம். "அவனைப் பார்த்தால் இயல்பான பையன் மாதிரிதானே இருக்கிறான். இப்படித்தான் இந்தக்காலத்தில் மேதைகள் உருவாகிறார்களா?"

"சும்மா விளையாடித் திரிகின்ற சாதாரணப் பையன் சார் அவன்" என்றான்.

"நான் ஒரு மேதைதான்" என்றான் பையன், எதிர்ப்புக்குரலில்.

"அப்படித்தான் இருக்கும்" என்றார் ஆசார்யா. "எப்படி இவ்வளவு பகா எண்களை ஞாபகம் வைத்திருக்கிறாய், சொல்லு."

"அவற்றை முன்னறிவிக்க முடியாது."

"ஆதி, நீ எப்படி முதல் ஆயிரம் பகா எண்களை ஞாபகம் வைத்திருக்கிறாய்" என்று அவர் கேட்கிறார்.

"என் தலையில் அது கேட்கிறது."

"அப்படியா" என்று ஒரு நம்பமுடியாத நோக்கோடு ஆசார்யா கேட்டார். "உனக்குப் பகா எண்கள் பிடிக்குமா?"

"ஆமாம். அவற்றை முன்னறிவிக்கமுடியாது."

“ஆமாம், ஆமாம். ஆனால் எனக்குப் பகா எண்களே பிடிக்காது. அழகற்றவை என்று நினைத்தேன். உன் வயதில் நான் இருந்தபோது எனக்கு இரட்டைப்படை எண்கள்தான் பிடிக்கும். ஒற்றைப்படை எண்களைவிட உனக்கு இரட்டைப்படை எண்கள் பிடிக்குமா?”

ஆதி சுருங்கினான்.

“ஆமாம், இல்லை என்று பதில்சொல்லவேண்டும், ஆதி” என்றான் அவன் தகப்பன். “சும்மா உட்கார்ந்து மூஞ்சியைக் காட்டிக்கொண்டிருக்காதே.”

“நீ என்னவாக விரும்புகிறாய் ஆதி” என்றார் ஆசார்யா.

“நான் கோட்பாடு மற்றும் ஆராய்ச்சி நிறுவனத்தில் சேரவேண்டும் என்று நினைக்கிறேன்.”

“அப்படியானால் சேர். அதற்கு, எங்கள் நுழைவுத் தேர்வை நீ எழுதவேண்டும்” என்றார் ஆசார்யா வேடிக்கையாக.

“ஓகே” என்றான் ஆதி.

“இந்தியா முழுவதிலுமிருந்து பத்தாயிரம் மாணவர்கள் அந்தத் தேர்வை எழுதுகிறார்கள். ஆனால் நூறுபேர்தான் பாஸ் செய்கிறார்கள். அதை நீ எழுத விருப்பமா?”

“ஓகே.”

“அப்படியானால் சீக்கிரமாக வளர்.”

ஆசார்யாவுடைய கூர்மையான பளிச்சிடும் கண்கள் அந்தப் பையனை ஓர் ஆறுதலான மௌனத்தினுடே நோக்கின. அதுவும் அவரைப்பொறுத்தவரை ஒருவகையான உரையாடல்தான். ஆதி சற்றே பயத்தோடு தன் தந்தையை நோக்கித் திரும்பி தன் புருவங்களை உயர்த்தினான். ஆசார்யாவின் கண்கள் மெதுவாக உலக நினைவிலிருந்து திரும்பித் தொலைவில் நோக்கின. “மனிதனின் எல்லா ஊனங்களிலும், மேதைமை தான் மிகப் பயனுள்ளது” என்று மிருதுவாகச் சொன்னார்.

5
அந்நியர்கள் அந்நியர்களைக்கொண்டு தயிர் உண்டாக்கினார்கள்

நிறுவனத்திலிருந்த அறிஞர்கள் செய்தி விரைவாகப் பயணம் செய்கிறது என்று ஒப்புக் கொண்டார்கள். ஆனால் இன்று மாலை 'அது எவ்வளவு வேகமாக' என்பதில் தான் ஒரு விவாதம். காண்டீனில் அய்யன் மணி ஒரு மூலை மேஜையில் உட்கார்ந் திருந்தபோது இந்த விவாதம் பெரிய குழுவிலிருந்த இரண்டு நடுத்தரவயது கணித விஞ்ஞானிகளுக்கிடையே வெடித்தது. அசைந்தாடுவதுபோல் தோன்றும் பின்முற்றத்திற்கும் மிகவயதான தனித்த மரங்களுக்கும் பார்வையைத் திறக்கின்ற ஜன்னலின் அருகே அவர்கள் அமர்ந்திருந்தார்கள். மயக்கம் தருகின்ற கடல் காற்றுக்கும், அமைதியான கடலின் மௌனத்திற்கும் இடையில் இந்த விவாதம் ஒரு பகுதி கேலியாகவும் ஒரு பகுதி அறிவியலடிப்படையிலும் நடைபெற்றது. மெதுவாக அது ஒரு தீவிரச் சண்டையாக முற்றியது. ஒரு கணிதவியலாளர் ஒரு காகிதத் தட்டு கொண்டுவரச் சொல்லி, அதன்மீது ஒரு நீண்ட ஃபார்முலாவை எழுதுவதுபோலத் தோன்றியது. "வெவ்வேறு சாத்தியங்கள் தெரிந்தால் ஏதேனும் ஒரு செய்தி, உதாரணமாக தோழர் ஒருவருடைய சாவு, எவ்வளவு வேகமாகப் பரவும் என்பதைக் கணக்கிட்டுவிடலாம்" என்பது அவர் கருத்து.

இன்னொரு கணிதவியலாளர், இன்னொரு காகிதத் தட்டைக் கொண்டுவரச் செய்து, அதன்மேல் ஏதோ எழுதினார்.

"வெவ்வேறு சாத்தியங்கள் தெரியவந்தாலும், ஒரு செய்தி பரவும் வேகத்தைக் கணக்கிட்டுவிடமுடியாது" என்பது அவர் கருத்து. "வேகம் என்பது தூரத்தின் சார்புகளில் ஒன்று" என்றார் அவர். செய்தி வேகமாகச் சென்றாலும், அது பௌதிக வெளியின் வாயிலாகப் பரவவில்லை. எனவே வேகம் எங்கிருந்து வந்தது? இதற்கு முதல் கணிதக்காரர் தன் தலையை வேகமாகப் பலமுறை அசைத்து மறுத்தார். "நேர்கோடற்ற ஒரு தொலைவு என்பது உள்ளது, எனவே செய்தி பௌதிக வெளியின் வாயிலாகத்தான் பரவுகிறது" என்றார். அய்யனுக்கு அவர்கள் சாத்தியங்கள் என்றும், நேர்கோடற்ற வெளி என்றும் கூறியது புரியவில்லை. ஆனால் அவனுக்குக் கேண்டீனைவிட்டுச் செல்ல மனம் வரவில்லை. ஒரு மணிநேரம் கழித்து இரண்டு கணிதவியலாளர்களும், சந்தோஷமாக மூன்றாவதொரு காகிதத் தட்டில் "கெட்டசெய்தி, நல்லசெய்தியை விட வேகமாகப் பரவுகிறது" என்ற ஒரு பொதுமுடிவுக்கு வந்தார்கள். அது அய்யன் மணிக்கு முன்னமே தெரிந்ததுதான்.

ஒரு பதற்றமான டிசம்பர் மாத மாலைநேரத்தில், தொலைபேசிகளுக்கு இடையில் உட்கார்ந்து அவை எல்லாமும் ஒரே சமயத்தில் அடிக்கும் என்று காத்திருந்த நேரத்தில், ஒரு மாதம் கழித்து இந்தச் சம்பவம் அவன் ஞாபகத்திற்கு வந்தது. ஆனால் அப்படி எதுவும் நடக்கவில்லை. செய்தி அதிகாரி, "ஓர் அதிர்ச்சி ஏற்படுத்தக் கூடிய சாதனை நிகழ்த்தப்பட்டுள்ளது" என்று எல்லாச் செய்தித்தாள்களுக்கும், தொலைக்காட்சிச் சேனல்களுக்கும் செய்தி அனுப்பி இரண்டுமணிநேரம் ஆகிவிட்டது.

அன்று காலை, அபர்ணா கோஷ்மௌலிக் அவளுடைய அடித்தளத் தனிமையிலிருந்து கிரயோஜெனிக் சாம்ப்ளரைப் பரிசோதனை செய்துகொண்டிருந்த இரண்டு அமெரிக்க விஞ்ஞானிகளுடன் வெளியே வந்தாள். கையில் ஒரு கொத்துத் தாள்களை வைத்திருந்தாள்: எல்லாம் கையில் எழுதப்பட்டவை. கயிற்றால் முடிச்சிடப்பட்டவை. கடைசிப்பக்கத்தில் கொஞ்சம் பொருத்தமின்றியே மெல்லிய எந்தவித தனித்தன்மையும் அற்ற சாதாரணக் கையெழுத்தில் பின்வரும் முடிவுக்கு வந்திருந்தாள். "எவ்விதச் சந்தேகமும் இன்றி இந்தப் பரிசோதனை முடிவுகள் 41 கி.மீ. உயரத்தில் உயிருள்ள செல்கள் காணப்படுகின்றன என்பதை நிரூபிக்கின்றன. தடி போன்ற உருவமுடைய ஒரு பசில்லஸூம், எஞ்சியோடோன்ஷியம் ஆல்பஸ் டி ஹூக் என்னும் பூஞ்சையும் காணப்பட்டுள்ளன."

நவம்பர் முதல் வாரத்தில், அரவிந்த் ஆசார்யாவின் மாபெரும் பலூன் ஹைதராபாத் நகரத்தின்மீது பறந்தது. அதில் நான்கு சாம்பிளர்கள், காற்றைப் பிடிக்க வைக்கப்பட்டிருந்தன. மூன்று சாம்பிளர்கள் பாஸ்டன், கார்டிஃப் ஆகிய இடங்களில் உள்ள ஆய்வகங்களுக்கு அனுப்பப்பட்டன. நான்காவது சாம்பிளர், ஒரு டோயோடா இன்னோவா காரில் நிறுவனத்திற்கு வந்து இறங்கியது. அபர்ணாவின் ஆய்வாளர்கள் குழுவினரும், ஆசார்யாவின் பழைய நண்பர்களாகிய இரண்டு அமெரிக்கர்களும் அந்த சாம்பிளரை ஆராய்ந்தார்கள். நிறுவனத்தின் பிறபகுதிகளிலிருந்து அவர்கள் முற்றிலுமாகத் துண்டிக்கப்பட்டார்கள். இன்று காலைவரை அவர்களிடமிருந்து ஒரு செய்தியும் இல்லை. மூன்றாம் தளத் தாழ்வாரத்தில் அவர்கள் அமைதியாக நடந்தார்கள். அய்யனுடைய சடங்குகளுக்கு ஆட்படாமல் அவர்கள் நேராக ஆசார்யாவின் அறைக்குள் நுழைந்தார்கள். ஆசார்யா அந்தச் செய்தியைக் கேட்டபோது கண்களை மூடிக்கொண்டார், அவற்றை மிக நீண்டநேரம் திறக்கவேயில்லை, ஆகவே "வந்தவர்கள் ஒரு வார்த்தையும் இன்றிப் புன்முறுவலோடு சென்றுவிட்டார்கள்" என்பது பின்னால் பலமுறை நினைவுபடுத்தப்படும்.

இப்போது உறுதியாகிவிட்டது. உயிரிகள் வானிலிருந்து விழுந்து கொண்டிருந்தன. ஆசார்யா அந்நிய உயிரிகளைக் கண்டுபிடித்த முதல் மனிதராகிவிட்டார். உலகிலுள்ள எல்லா உயிரினங்களும் விண்வெளியிலிருந்து நுண்ணுயிரிகளாக வந்தவையே என்ற கோட்பாட்டிற்கு ஆதாரம் கிடைத்துவிட்டது. எது அந்நியம், எது பூமிசார்ந்தது என்பவற்றிற்கிடையிலான எல்லைக்கோடு என்றென்றைக்குமாக மங்கலாகிவிட்டது. ஆசார்யா தன் ஆனந்த நிலையிலிருந்து மீண்டதும், நல்ல உடல் பருமனுள்ளவரும், அடிக்கடி தன் கைக்குட்டையால் முகத்தைத் துடைத்துக் கொள்பவருமான செய்தி அதிகாரியை அழைத்தார்.

அய்யன் மணி தனது ஒற்றுத் தொலைபேசியில் முழு வெளியீட்டையும் கேட்டான்.

"நாம் அந்நிய உயிரிகளுடன் வாழ்ந்துகொண்டிருக்கிறோம்" என்று ஆசார்யா செய்தி அதிகாரிக்குக் கூறினார். அவர் ஆசார்யா தன்னைத் திட்டுவதாக முதலில் நினைத்துக்கொண்டார். "இன்றுவரை பல்லாயிரம் ஆண்டுகளாக" ஆசார்யா மகிழ்ச்சி யாகச்சொன்னார், "அந்நியர்கள் அந்நியர்களைக் கொண்டு தயிரைச் செய்து கொண்டிருக்கிறார்கள்."

ஐந்து நிமிடங்கள் கழித்து, செய்தி அதிகாரி வேகமாக ஓடி வருவதை அய்யன் கண்டான். அவர் ஒரு செய்தி வெளியீட்டுக்கான அச்சுக்குறிப்புடன் திரும்பினார். மிகப்பெரிய எழுத்துகளில், 'பூமிக்கு அப்பாலுள்ள உயிரினம் கண்டுபிடிக்கப்பட்டது' என்று இருந்தது. ஆசார்யா, மிகப் பெரிய எழுத்துகளைப் பயன்படுத்துகின்ற ஹிஸ்டீரியாவுக்காக அவரைக் கோபித்துக்கொண்டார். ஆனால் வெளியீட்டின் பிற பகுதிகள் ஏற்றுக் கொள்ளப்பட்டன.

பிற்பகல் இரண்டுமணிக்குப் பிறகுதான் அந்த நிறுவனத்தின் மிகச் சிறந்த அறிஞர் துறையை நோக்கி மேலும் செய்திக்கான அழைப்புகள் வரத்தொடங்கின. எல்லா அறைகளிலும், முக்கியமாக, முதுநிலை விஞ்ஞானிகள் பணிசெய்த புனிதமான மூன்றாம் தளத்திலும் தொலைபேசிகள் அடிக்க ஆரம்பித்தன. செய்தி பரவத் தொடங்கி விட்டது. வயதானவர்கள், தொலைபேசிக் கேட்பிகளைத் தங்கள் மயிர்மிக்க காதுகளில் அழுத்திக்கொண்டு, ஆசார்யா கண்டுபிடித்த விஷயத்தைத் தங்களுக்குச் சமமான பணியிலுள்ளவர்கள் சொல்லக்கேட்டு, அழிக்கமுடியாத பரவசத்தில் தங்கள் புருவங்களை உயர்த்தினார்கள். இளம் விஞ்ஞானிகள், நம்பிக்கையின்றித், தகவலாளர்கள்வழி தாங்கள் கேட்ட செய்தியின் உண்மையை உறுதிப்படுத்திக்கொள்ள நினைத்தார்கள். நிறுவனத்தின் எல்லையுள்ள, நீண்ட தாழ்வாரங்களிலுள்ள கதவுகள் பலவும் திறந்தன. விஞ்ஞானிகள் தங்கள் மூலைகளிலிருந்து அரவிந்த் ஆசார்யாவின் அறைக்கு நடந்தார்கள். எந்த அழைப்புமின்றியே அவர்கள் சென்றார்கள். ஏனெனில் நிறுவனத்தில் ஒரு விஞ்ஞானியைப் பாராட்டுவதற்கு எந்தவித முன்னேற்பாடும் தேவையில்லை.

ஆசார்யாவிடம் அவர்கள் சென்றது, நட்பினால் அல்ல, யாரோ ஒருவருக்கு ஏற்பட்டுவிட்ட அதிர்ஷ்டத்தினைப் பற்றி இரகசியமாக துக்கப்படுவதற்கும் அல்ல, பாராட்டுவழங்கினால் பின்னால் நல்லது என்ற முகத்துதிக்காகவும் அல்ல. அவர்கள் விஞ்ஞானிகளாகச் சென்றார்கள். காலத்தின் ஒரு கணத்தை—ஓர் அரிய கணத்தை—மனிதன் தன் சிறிய உலகத்தைப் பற்றி மேலும் அறிந்துகொள்ள இருந்த ஒரு கணத்தை அவர்கள் பாராட்டச் சென்றார்கள். கடுங்குளிரில் விண்வெளியில் இருந்த உயிரிகள் ஸ்டிரேடாஸ்பியரை அடைந்தன. அவை அங்கிருந்து இறங்கிவந்தனவே அன்றி பூமியிலிருந்து மேலே செல்லவில்லை. அதாவது நாம் தனியாக இல்லை, என்றைக்கும் தனியாக இருந்ததே இல்லை. பகுத்தறிவின் வரலாற்றில், முதல்முறையாக அந்நிய உயிர்வாழ்க்கை என்பது விளக்கப்படப் போகிறது. ஆகவே ஒரு

கடினமான, தன் முனைப்பான மனிதரின், எல்லாவற்றிற்கும் மேலாக ஒரு கண்டுபிடிப்பாளரின், பெரிய தடித்த கையைக் குலுக்குவதற்காக அவர்கள் சென்றார்கள்.

காத்திருப்பு அறையில் அவர்கள் வந்துசேர்ந்தபோது, அந்த அமைதியான கூட்டம் ஒருவர்பின் ஒருவராகச் சென்ற நேர்மை அய்யன் மணிக்கு மயிர்க்கால்களைக் குத்திடச்செய்தது. முதல் தடவையாக, உண்மையின் தேடல் என்று ஒன்று உண்டு என்பதை அவன் ஒப்புக்கொண்டான். இந்த மனிதர்கள், என்ன குற்றம்குறை அவர்களுக்குள் இருந்தாலும், இந்தத் தேடலை இதயத்துக்கு நெருக்கமாக வைத்திருந்தார்கள். அன்றைக்கு, அன்று மட்டும், அவன் ஓர் அதிர்ஷ்டமற்ற எழுத்தனின் துயரங்களைவிடப் பிரபஞ்சத்தில் மிக முக்கியமான விஷயங்கள் இருக்கின்றன என்று ஒப்புக்கொண்டான். ஆசார்யாவின் கதவில் அதை நிறுத்தும் கொக்கி இல்லை. எனவே அவன் ஒரு வழவழப்பான செய்தித்தாள் சேர்க்கையை—அதில் தலைமுடி பராமரிப்பு, தியானம், கதவின்கீழ் உடைசலில் நடக்கும் உறவுகள் பற்றியெல்லாம் இருந்தன—அந்தக் கதவின் கீழ் வைத்தான். அவன் காத்திருப்பு அறையின் ஒரு மூலையில் ஒரு மயான அமைதியில் நின்றான்.

அவர்கள் ஒருவர்பின் ஒருவராகச் சென்று பாராட்டுகளை மெல்லியகுரலில் சொல்லவோ, பாராட்டாக ஒரு பேனாவைக் கொடுக்கவோ அல்லது சும்மா அவருடன் நிற்கவோ செய்தனர். அய்யன் நின்ற இடத்திலிருந்து ஆசார்யாவைப் பார்க்க முடிந்தது. அவர் மகிழ்ச்சியாகவும் கண்ணியமாகவும் இருந்தார். பழைய பாதுகாவலனுடனும், இளையவர்களுடனும் தன் பெரிய கடலைப்பார்த்த ஜன்னலருகே நின்றார். அவருடைய அலுவலகம் தான் இயக்குநர் அலுவலகத்திற்கு மிக அருகில் இருந்தது என்றாலும் சற்றுநேரத்தில் ஜனா நம்பூதிரியும் வந்துசேர்ந்தார். திறந்த அறைக்குள் சென்று, "ஒரு நண்பன் நன்றாகச் செய்யும்போது, எனக்குள் ஏதோ இறந்துவிடுகிறது" என்றார். பிறகு இருவரும் தழுவிக்கொண்டனர்.

பிறகு அன்று மாலை, செய்தி அதிகாரி எந்தவித எழுச்சியும் இல்லாமல் தரைத் தளத்தில் கூடியிருந்த ஊடகப் பொறுப்பாளர்களை நோக்கினார். ஏறத்தாழ இருபது பத்திரிகையாளர்கள் இருந்தனர். மேடைக்கருகில் நிழற்படக்காரர்கள் அமர்ந்தனர். பின்னால் பெருத்த ஆட்கள் காமிராக்களை நிறுவிக்கொண்டிருந்தார்கள். செய்தி அதிகாரி பத்திரிகையாளர்களின் முகங்களைப் பார்த்தார்.

அவருக்கு பெரும்பான்மையோரைத் தெரியும். பலர் பழுத்த அறிவியல் நிருபர்கள். சில புதிய, இளம் முகங்கள் காணப்பட்டன. அவர்களுடைய பெயரைக் கேட்டார். பிறகு கடுமையாக, ஆனால் அவ்வப்போது அடிமைத்தனமான சிரிப்புடன், "இந்த அறிக்கையை கவனமாகப் படியுங்கள். உங்களுக்குத் தெரியவேண்டியது எல்லாம் இதில் இருக்கிறது. இயக்குநர் மிகவும் முன்கோபக்காரர் என்பது உங்களுக்குத் தெரியும் என்று நினைக்கிறேன்" என்றார்.

ஒரு நிழற்படக்காரர் அவரிடம் "அந்நியர்களைப் படம்பிடிக்க முடியுமா?" என்று கேட்டார்.

"இல்லை, இல்லை" என்று குரைத்தார் செய்தி அதிகாரி. "அவையெல்லாம் நுண்ணுயிரிகள், நுண்ணுயிரிகள்" என்றார். "அவற்றின் காட்சிப்படங்களை இப்போது வெளியிட முடியாத நிலையில் இருக்கிறோம்." இப்போது அவருக்குக் கவலை வந்து விட்டது. "பொறுங்கள், அவரை நேரடியாக எதுவும் கேட்கவேண்டாம். என்னைக் கேளுங்கள். டாக்டர் ஆசார்யாவின் படத்தை எடுக்கும்போது எச்சரிக்கையாக இருங்கள்."

"எச்சரிக்கை என்றால்?"

"ரொம்பவும் கிட்டத்தில் எடுக்காதீர்கள். ஃபிளாஷ் பயன்படுத்த வேண்டாம். அவர் வெறுப்படையுமாறு செய்யாதீர்கள். ஓகே.? அவர் எதற்காக திடீரென்று உணர்ச்சிவசப்படுவார் என்று தெரியாது."

ஸ்டீபன் ஹாகிங் சென்றமுறை பம்பாய்க்கு வந்தபோது நடந்தது, அவருக்கு மனத்தில் பசுமையாக இருந்தது. கால் ஊன முற்ற அந்த இயற்பியலாளரை நிழற்படக்காரர்களின் ஒரு குழு சூழ்ந்துகொண்டது. ஹாகிங்கினுடைய மிருதுவான முகத்தினால் தன்னைச்சுற்றி அடித்த ஃப்ளாஷ் ஒளியைத் தாங்கமுடியவில்லை. தனது சக்கர நாற்காலியில் அவர் பயத்துடன் இருந்தார். அவருக்குப் படமெடுப்பவர்களை "நிறுத்து" என்று சொல்லக்கூடத் திராணியில்லை. ஆசார்யா அவரைப்பாதுகாக்க முன்வந்தார். நிழற்படக்காரர்களைப் பார்த்து கைமுட்டியை உயர்த்தி, "அவரிடம் நீங்கள் நல்லவிதமாக நடந்துகொள்ளவேண்டும்" என்றார். பிறகு, "அவர் பெருவெடிப்புக்கொள்கையின் தூதுவர் என்றாலும்" எனச் சேர்த்துக்கொண்டார்.

செய்தி அதிகாரி, மேடையை நோட்டமிட்டார். நான்கு நாற்காலிகள் இருந்தன. அவற்றில் ஒன்றை எடுத்துவிடச் சொன்னார். பிறகு இடுப்பில் கைகளை வைத்தவாறு உரக்கச் சொன்னார். "டாக்டர் அரவிந்த் ஆசார்யாவும் அவருடைய ஆய்வுக்குழுவினரும் எந்தக் கணத்திலும் வந்துவிடுவார்கள். உங்களுக்கு இதெல்லாம் எதைப் பற்றியது என்று தெரியும் என்றாலும் சுருக்கமாகச் சொல்லவிரும்புகிறேன். நான் உங்களுக்கு அளித்த அச்சுத்தாளில் எல்லாமே இருக்கின்றன. அதை கவனமாகப் படியுங்கள். நான்கு வாரங்கள் முன்னால், இந்த கோட்பாடுகள் மற்றும் ஆய்வு நிறுவனம், டாக்டர் ஆசார்யாவின் நேரடி மேற்பார்வையில், நமது ஹைதராபாத் விண்வெளிக்கூடத்திலிருந்து ஒரு வெப்பக்காற்று பலூனை அனுப்பியது. அந்த பலூன் நான்கு சாம்பிளர்களுடன் மேலே சென்றது. சாம்பிளர்கள், நன்கு கிருமிநீக்கம் செய்யப்பட்ட ஸ்டீல் கருவிகள். அவற்றைக் குறிப்பிட்ட உயரத்தில் தொலைக் கட்டுப்பாடு மூலமாகத் திறக்கமுடியும். இந்த சாம்பிளர்கள் நாற்பத்தொரு கி.மீ. உயரத்தில் இருந்த காற்றைச் சேகரித்து வந்தன. பலூன் மிஷனின் நோக்கம் என்னவென்றால், பூமிக்கு நாற்பத்தொரு கி.மீ. உயரத்தில் ஏதாவது உயிர் இருக்கிறதா எனக் கண்டறிவதுதான். இந்த உயரத்தில், உயிர் ஏதாவது இருந்தால் அது விண்வெளியிலிருந்து கீழிறங்கி வருவதாகும். இங்கிருந்து மேற்செல்ல முடியாது. நான்கு சாம்பிளர்களில், இரண்டு கார்டிஃப்புக்கும் ஒன்று பாஸ்டனுக்கும் அனுப்பப்பட்டிருக்கின்றன. இங்கே நான் பேசுகின்ற சமயத்திலேயே அங்கே அவை ஆராயப்பட்டு வருகின்றன. ஒரு சாம்பிளரை மட்டும் எங்கள் ஆஸ்ட்ரோ பயலாஜி ஆய்வகத்தில் ஆராய்ந்தோம். ஒரு கழியுருவம் கொண்ட பசிலஸும், ஒரு பூஞ்சையும் கண்டுபிடிக்கப்பட்டன. இது ஒரு ஆச்சரியகரமான கண்டுபிடிப்பு. ஏனென்றால், அந்நிய உயிரிகளைக் கண்டுபிடிப்பதில் இதுவரை எவரும் இவ்வளவு வெற்றியைக்கூட அணுகியதில்லை. மேலும் *SARS* போன்ற திடீரெனத் தோன்றும் வியாதிகள் உண்மையில் விண்வெளியிலிருந்து வருபவையா என்ற விவாதத்தையும் இது உருவாக்குகிறது. மேலும் பூமியிலுள்ள எல்லா உயிரினங்களுமே விண்வெளியிலிருந்து வந்தவையா என்ற கேள்விக்கும் இது அடிப்படையாகிறது."

நெற்றியைத் துடைத்துக்கொண்டார். மனித இனம் ஒரு முக்கியச்சந்தியில் இருக்கிறதா என்ற கேள்வி அவர் முகத்தில் எழவில்லை. அவருடைய எண்ணமெல்லாம் இந்தச் செய்தியரங்கம்

என்ற சிறிய விஷயம் எந்த விபத்துமில்லாமல் நன்றாக நடைபெற்று முடியவேண்டுமே என்பதாகத்தான் இருந்தது.

"அதோ அவர்கள் வந்துவிட்டார்கள்" என்று கத்தினார்.

ஆசார்யா தன் உயரத்திற்குச் சற்றும்குறையாமல் இருந்த தன் இரண்டு அமெரிக்க நண்பர்களுடன் உள்ளே நுழைந்தார்.

"அபர்ணா எங்கே?" என்று செய்தி அதிகாரியைக் கேட்டார். அவர் "அபர்ணா வரவிரும்பவில்லை என்று சொல்லிவிட்டார் சார். தன்னை வெளிக்காட்டிக்கொள்ளாமல் இருக்கவே விரும்பு கிறார். அவரே வலியுறுத்தினார் சார். நான் முயற்சி செய்து பார்த்துவிட்டேன்" என்றார்.

மேடையில் மத்தியிலிருந்த நாற்காலியில் ஆசார்யா அமர்ந்தார். இரண்டு வெள்ளைக்காரர்களும் அவர் அருகில் அமர்ந்தனர்.

"டாக்டர் அரவிந்த் ஆசார்யா", என்று அறிமுகப்படுத்தினார் செய்தி அதிகாரி, கம்பீரமாக. பிறகு மென்மையாக, "டாக்டர் மைக்கேல் ஒயிட்— அவர் வலப்புறம் இருப்பவர். டாக்டர் சைமன் கோர் இடப்புறம் இருக்கிறார். இருவரும் பிரின்ஸ்டனி லிருந்து வந்திருக்கும் ஆஸ்ட்ரோபயாலஜிஸ்டுகள். அவர்கள் நமது ஆய்வில் உதவியாக இருந்தார்கள், தனித்தனியாக சாம்பிளரின் உள்ளிருந்தவற்றை ஆராய்வதில் உதவி செய்திருக்கிறார்கள். இப்போது மேடையை விஞ்ஞானிகளுக்கு அளிக்கிறேன்." பிறகு அறையின் ஒரு மூலைக்குச் சென்று வேதனை கொண்ட முகத்துடன் அங்கிருந்த பத்திரிகையாளர்களை நோக்கலானார். (அவர் பத்திரிகையாளர்களை வெறுப்பவர்).

பார்வையாளர்களை நோக்கி, ஆசார்யா, "உங்களுக்குச் செய்தி அறிவிக்கப்பட்டிருக்கும் என்று நினைக்கிறேன்" என்றார். "அதற்குமேல் நான் கூற எதுவுமில்லை, ஆனால் ஒரே ஒரு விஷயம். அபர்ணா கோஷ்மௌலிக் இந்தத் திட்டத்தின் ஒருங் கிணைப்பாளர். பலூனைப் பறக்கவிடும் முன்னரே அவர் இந்தத் திட்டத்தில் இணைந்தவர், சாம்பிளரின் பகுப்பாய்வுக்கும் அவரே பொறுப்பானவர். ஆனால் அவர் இன்று வரமுடியவில்லை. இப்போது நீங்கள் கேட்கலாம்."

சில கணங்களுக்கு அமைதி நிலவியது. பிறகு ஒருவர், "சரியாகச்சொன்னால், என்னதான் கண்டுபிடிக்கப்பட்டுள்ளது?" என்றார்.

ஆசார்யா, செய்தி அதிகாரியை ஒரு கணம் நோக்கினார், ஆனால் பொறுமையாக விடையளித்தார்: "கழிபோன்ற உருவமுடைய ஒரு பசிலஸூம், எஞ்சியோ டோன்ஷியம் ஆல்பஸ் டி ஹூக் என்ற பெயருள்ள ஒரு பூஞ்சையும் கண்டுபிடிக்கப்பட்டுள்ளன."

"தயவுசெய்து ஸ்பெல்லிங் சொல்லமுடியுமா?"

"முடியாது."

கணநேர அமைதி. அதற்குள் செய்தி அதிகாரியின் கீச்சிடும் குரல் குறுக்கிட்டது. "நான் உங்களுக்குத் தந்திருக்கும் அச்சிட்ட தாளில் சரியான ஸ்பெல்லிங்கை நீங்கள் பார்த்துக் கொள்ளலாம். உங்களால் அதைக் கண்டுபிடிக்க முடியாவிட்டால், இந்த நிகழ்வுக்குப் பிறகு நான் உங்களுக்குத் தருகிறேன்."

"இந்த உயிர்ப்பொருள் விண்வெளியிலிருந்துதான் வந்தது என்று எப்படி நீங்கள் முடிவு செய்திருக்கிறீர்கள்?"

"நான் முடிவு செய்யவில்லை. இது ஒரு தர்க்கரீதியான யூகம்தான். அதற்கு ஆதாரமாகப் பல மெய்ம்மைகள் உள்ளன. உதாரணமாக, மேலே கூறிய இரு உயிரிகளும் எப்படி சாம்பிளரில் வந்தன என்று கண்டறிவது கடினம். ஏனென்றால், இதுவரை, அந்த உயரத்தில் பாக்டீரியாவோ பூஞ்சையோ இருப்பதில்லை என்றுதான் நம்பப்பட்டுவருகிறது. செயலிழந்துபோன செயற்கைக்கோள்கள் முதலியற்றின் குப்பையிலிருந்து அந்த உயரத்தில் பாக்டீரியா காணப்படுவது என்பது மிகச்சிறிய சாத்தியம் கொண்டது."

"ஆய்வகத்தில் சாம்பிளரில் ஏதோஒரு விதத்தில் கிருமித்தொற்று நிகழ்ந்திருக்கலாம் அல்லவா?" என்று யாரோ கேட்டார்.

"சாம்பிளர்களைப் பாதுகாப்பாக வைத்திருக்க எல்லா முன்னெச்சரிக்கைகளும் மேற்கொள்ளப்பட்டன" என்றார் ஆசார்யா. "நாங்கள் கண்டுபிடித்திருக்கும் பாக்டீரியாவும் பூஞ்சையும் மிகவும் அரியவகை. இவற்றை ஆய்வகச் சூழலில் வளர்ப்பது கடினம்."

“இந்த உயிரிகள் உண்மையிலேயே விண்வெளியிலிருந்து வந்திருந்தால், அவை மிகக் கடுமையான வெப்பச்சூழ்நிலைகளை எவ்வாறு தாங்கின?” என்றது ஒரு குரல்.

“ஸ்போர் வடிவத்தில். நுண்ணுயிரிகள் மிகக்கடுமையான சூழ்நிலைகளையும் தாங்க வல்லவை மட்டுமல்ல, அவை ஏறத்தாழ சாகாவரம் பெற்றவை என்று சொல்லலாம். தங்களுடைய தூங்குநிலையில் (ஹைபர்னேஷன்) அவை மில்லியன் கணக்கான ஆண்டுகள் இருக்கக்கூடியவை என்று நம்பப்படுகிறது.”

“டாக்டர் ஆசார்யா, இந்த மைக்ரோபுகள் எங்கிருந்து வந்தன என்று நினைக்கிறீர்கள்?”

“தெரியவில்லை” என்றார் ஆசார்யா, ஒரு ச்சு ஒலியுடன். தன் இரு நண்பர்களையும் பார்த்தார். அவர்களும் சிரித்தார்கள்.

“டாக்டர் ஆசார்யா, மற்ற மூன்று சாம்பிளர்களின் முடிவு என்ன?” என்றார் ஒருவர்.

“அவை கார்டிஃப்பிலும் பாஸ்டனிலும் ஆராயப்பட்டு வருகின்றன. அவற்றின் முடிவு வெளியாக இன்னும் இரண்டுமூன்று மாதங்கள் ஆகலாம். அவர்களுடைய ஆய்வக முறைகள் சற்றே வேறானவை எனவே கொஞ்சம் கூடுதலான காலம் பிடிக்கும். அந்த சாம்பிளர்களில் இன்னும் ஆர்வமூட்டக்கூடிய விஷயங்களை எதிர்பார்க்கிறோம். உண்மையில், பூமியில் காணப்படாத உயிரிகளைக் கண்டறியக்கூடும் என்று நம்புகிறோம்.”

கல்வியுலகின் பின்னணிகளில், ஆசார்யாவின் கண்டுபிடிப்பு, மகிழ்ச்சியான மற்றும் நம்பிக்கையற்ற பாராட்டுகளைப் பெற்றது. ஆனால் அறிவியல் பாடுபடுவதாகக் காட்டிக்கொள்ளும் சாதாரண மக்கள் உலகில், சற்றும் கண்டுகொள்ளப்படாமலே இந்தச் செய்தி சென்றது. பங்குச் சந்தையின் எழுச்சி, இஸ்லாமிய பயங்கரவாதம், தன் காதலியை ஒருவன் இருபத்திரண்டு முறை குத்திக்கொன்றது ஆகிய நிகழ்ச்சிகளுக்கிடையே தி டைம்ஸ், இந்த யுகாந்திர அறிவியல் முயற்சியைச் சுருக்கமாக வெளியிட்டது. ஒரு முழுவாழ்க்கையின் சுருக்கத்தையும் இரண்டு தேதிகளுக்கிடையில் ஒரு கல்லறை வாசகம் அறிவிப்பதுபோல.

அய்யன் மணிக்கு இதயத்தில் தூக்கத்தினால் வரும் கலக்கம் போன்றிருந்தது. அது அவனுக்கு பிடிடி சாள்களில் வழியில் கதவுகளின் அருகே உட்கார்ந்திருக்கும் விதவைகளை நினைவூட்டியது. நீண்ட காலமாகிவிட்டபடியால் அவர்களுடைய பிறைவளர்ந்த கண்கள் கலக்கமுற்றிருக்கும். அவனுடைய உலகத்திலும் இப்போது ஒரு வேதனை நிறைந்த அமைதி காணப்பட்டது.

தொலைபேசிகளுக்கும் அற்பாயுள் கொண்ட அஞ்சல் குவியல்களுக்கும் பின்னாலிருந்து அவன் பழைய கருப்பு சோபாவை நோக்கினான். சோபாவின் தோல்உறை தளர்ந்து சுருக்கங்கள் கொண்டதாக இருந்தது. இருக்கையில் ஒரு சிறிய தொய்வு இருந்தது. அது, அங்கே ஒரு கண்காணாத சிறிய மனிதன் உட்கார்ந்து ஆசார்யாவைச் சந்தித்து, கண்ணுக்குப் புலப்படாப் பொருள்களின் இயற்பியலை உணர்த்தக் காத்திருப்பதுபோல இருந்தது. அமைதியே செய்யக்கூடியதைவிட, அறையிலிருந்த குளிச்சாதனத்தின் மிகமெதுவான ஹம் ஒலி மேலும் அறையை அமைதியாக்கியது. ஒரு ஃபேக்ஸ் வந்தது. அவன் மேஜையிலிருந்த ஒரு தொலைபேசி ஒரு கணம் அடித்து நின்றுவிட்டது. வெளியில் குரல்கள் ஓங்கி ஒலித்தன, குறைந்தன. உயரத்தில் வெற்று வெள்ளைச் சுவரில் அசைவற்றிருந்த ஒரு பல்லி, தேவையின்றி அதிர்ச்சியில் பின்பக்கம் நோக்கியது.

அய்யன் தான் ஒரு கலைப்படத்தின் குணச்சித்திரம் என்று நினைத்துக்கொண்டான். கொஞ்ச காலம் எதுவுமே நடப்பதில்லை, மறுபடியும் ஒன்றும் நடப்பதில்லை, பிறகு எல்லாம் முடிந்துவிடுகிறது. அவன் வாழ்க்கையில் இனிமேல் எந்தக் குறிக்கோளும் இல்லை, எந்தத் திட்டமும் இல்லை, எந்த பயமும் இல்லை. ஒரு நல்ல தகப்பனாக இருக்கவேண்டும் என்பதால் ஏற்பட்ட விளைவு அது. ஆதியின் மேதைமை என்ற கட்டுக்கதைக்கு ஒரு முற்றுப்புள்ளி வைத்தாயிற்று. பையன் பைத்தியமாகும் முன்னர் முடித்தாகவேண்டிய விஷயம் அது. இப்போதே அந்த விளையாட்டு ரொம்ப தூரம் சென்றுவிட்டது. அது எழுப்பிய உணர்வெழுச்சியின் இடத்தில் இப்போது நன்கறிந்த வாழ்க்கை ஓட்டத்தின் சாதாரணத்தன்மை இருந்தது. சாக்கடையில் மிதக்கும் ஒரு வீசப்பட்ட மாலை முன்னமே ஏற்றுக்கொண்ட அமைதியைப் போல.

ஒவ்வொரு நாள் காலையும் அவன் பரணில் விழித்துக்கொண்டான். அதன்பின் காலை வெளிச்சத்தில் மக்களுக்கு இடையிலும்

வாளிகளுக்கு இடையிலும் கொஞ்சம் கொஞ்சமாக நகரும் வரிசையில். பிறகு சமையலறைக்கருகில் தேநீர், சோப் இவற்றின் மணத்திற்கிடையில் குளியல். பிறகு ஒரு சோகமான ரயிலில் நகராமல் அடைந்திருக்கும் வெற்றுப்பார்வையுடன், கொட்டாவிவிடும் அந்நியர்கள் இடையில் வேலைக்காகப் பயணம். எல்லாம் இங்கே வந்து இந்தப் பார்ப்பனர்களின் கண்டிப்பான எளிமை நிறைந்த கம்பீரத்தையும் பிரபஞ்சத்தைப் பற்றிய அவர்களது அற்புதமான புரியாமையையும் தாங்குவதற்காக. தொல்லை செய்யப்பட விரும்பாத ஒரு மனிருக்குத் தொலைபேசி அழைப்புகளை ஏற்பதற்காக. பிறகு வரிசைவரிசையான பெரிய சாம்பல்நிற வீடுகளின் நிழலில் திரும்பிச் செல்வதற்காக. கடைசியாக, மோசமான வழியில் பெறப்பட்ட புகழை இழந்த ஒரு பாதி செவிடான பையன், தன் பையனின் மேதைமை என்ற கட்டுக்கதையில் மட்டுமே நம்பிக்கை வைத்து ஏமாறுகின்ற ஒரு பெண் ஆகியோருடன் அமர்ந்து சாப்பிடுவதற்காக. மறுபடியும் காலையில், மேல்பரணிலிருந்து கண் விழிக்க.

இதுதான் வாழ்க்கை என்று அய்யன் ஒப்புக்கொண்டுவிட்டான். ஒருவகையில் இது அதிர்ஷ்டமிக்க வாழ்க்கைதான். இதேபோல் அது போய்க்கொண்டே இருக்கும். ஒருநாள், மிக விரைவில், ஆதி பருவம் எய்திவிடுவான். ஒரு எழுத்தனின் பருவவயது மகன். இந்த நாட்டில் மிக மோசமான விஷயம் இது. அவன் தன் கனவுகளை எல்லாம் மறந்து, தான் செய்யவேண்டியது பொறியியல் படிப்பதுதான் என்று தீர்மானிக்க வேண்டும். அதுதான் வாழ்க்கையின் நம்பிக்கை என்று உடனிருப்பவர்கள் சொல்வார்கள். பொறியியல் படிப்பு என்பது ஒரு தாய் தன் மகனுக்கு வழங்கும் அறிவுரை, ஒரு தந்தையின் தீர்மானமான முடிவு, ஒரு பையனுக்கு வாழ்க்கையின் தீமையை முன்னறிந்துரைக்கும் கருவி. தொட்டிலிலேயே நிச்சயம் செய்யப்பட்டுவிட்ட, மரணம்போன்ற தொரு உறுதிப்பாடு. இப்போதோ—எப்போதோ இந்தப்படிப்புதான் தன்னுடைய இலட்சியம் என்று அவன் சொல்லிக்கொள்வான். அதை அடைவதற்காக, அவனைப்போன்ற ஆயிரம் ஆயிரம் மாணவர்களுடன் போட்டியிடுவான்.

இந்தியர்களுக்குச் சிறப்பான திறமை இருக்கின்ற ஒரே மானிடச் செயல்பாடு, 'அப்ஜெக்டிவ் டைப்' நுழைவுத் தேர்வுகள். உலகத்தில் இவற்றைவிடக் கடினமான தேர்வுகள் மிகக் குறைவு. ஆகவே கவர்ச்சிகரமான இளமையின் தொடக்கத்தில், மனம் அலைபாய்கின்ற காலத்தில், உடல் வலிமையாக இருக்கும் காலத்தில், அவன் கடலோரத்தில் தனியாக ஓடவோ, விழிப்பாக

இருக்கும் பெண்களின் வளரும் மார்புகளைப் பிடிக்கவோ அலையமாட்டான். பதிலாக, ஓரறை வீட்டில், ஒரு துறவிபோல உட்கார்ந்து எண் கணிதத்திறன் என்பதை அடைய உருப்போட்டுக் கொண்டிருப்பான். ஒன்றிலிருந்து நூறுக்குள் மூன்று இயல் எண்களைத் தாறுமாறாகத் தேர்ந்தெடுத்தால், அவை மூன்றுமே இரண்டாலும் மூன்றாலும் வகுபடும் என்பதற்கான சாத்திய எண்ணிக்கை யாது?

இதை அவன் முப்பது விநாடிகளுக்குள் போட்டு விடையிறுக்கத் தெரிய வேண்டும். அப்போதுதான் ஏழுவயதாகும்போதே இரும்பு மாத்திரைகளையும், இதற்கெனவே தயாரிக்கப்பட்ட மாதிரிக் கேள்வித்தாள்களையும் உட்கொண்டு வளர்ந்த பையன்களோடு; சுயமைதுனம் செய்யக் கற்றுக்கொள்வதற்கு முன்னரே நிறைய தனிப் பாடவகுப்புகளுக்குச் சென்று உலகத்திலுள்ள எல்லா ஃபார்முலாக்களையும் கற்றுக் கொண்ட பையன்களோடு; போட்டியிட முடியும். அவர்களுடைய பெற்றோர்கள் முடிவான கேள்வியாகிய, வாழ்க்கையில் என்னவாகப் போகிறாய் என்பதற்கு தினந்தோறும் அவர்களின் காதுகளில் விடையை உச்சரித்திருப்பார்கள். எதிர்காலத்தின் ஒரு சிறு கீற்றுக்காக ஆதி அவர்களோடு போட்டியிட வேண்டியிருக்கும். இந்த வாழ்க்கைக் கீற்றைத்தான் எல்லாத் தந்தைமார்களும் வேண்டுகிறார்கள், ஆனால் கடவுளின் மக்களான துறவிகளும் சாமியார்களும் மிகக்கடுமையான வெறுப்போடு 'பொருளியல் உலகம்' என்று இகழ்ச்சியாகச் சொல்கிறார்கள். ஏழ்மையின் துரதிருஷ்டங்களையெல்லாம் தாண்டி, ஆதி எவ்விதமேனும் ஒரு பொறியியல் கல்லூரியில் சேர வழி கண்டுபிடிக்கவேண்டும். பிறகு அவன் வாழ்க்கையின் ஒரு நாளையும் அவன் பொறியியலாளனாகச் செலவழிக்கக்கூடாது. ஏனென்றால் அப்போது அவனுக்கு எல்லாரும் "உண்மையான பணமே எம்பிஏ படிப்பில்தான் இருக்கிறது" என்பார்கள்.

ஆகவே, பொறியியல் படிப்பு முடிவதற்கு முன்னாலேயே அவன் முதலிலிருந்து தொடங்க வேண்டும். இன்னும் ஆயிரமாயிரம் மாணவர்கள் மோதுகின்ற நுழைவுத்தேர்வுகளில் ஈடுபட அவர்களோடு போரிட வேண்டும். அவற்றையெல்லாம் முடித்து, அவன் வாழ்க்கையில் செய்ய நினைத்தது என்ன என்பவற்றையெல்லாம் மறந்து நடைப்பிணமான பிறகு, தங்கும் அறையில் அவனோடிருக்கும் சற்றே வெளுத்த நிறமுள்ள பையன்கள் அவனைப் பார்த்து ச்சுக் கொட்டியவாறே தங்களுக்குள் "இவன் தலித்துகளுக்கான 15

சதவீத இடஒதுக்கீட்டின் மூலம் வந்துவிட்டவன்" என்பார்கள். "அதிர்ஷ்டக்கார வேசிமகன்" என்பார்கள்.

அய்யன் தன் நாற்காலியிலிருந்து எழுந்தான். தன் முடிவை இன்னொரு முறை பரிசீலித்தான். ஆசார்யாவை இப்போது அவன் கேட்க நினைத்த விஷயம் பைத்தியக்காரத்தனமானது. ஆனால் வாழ்க்கையைவிட அதிகப் பைத்தியக்காரத்தனமானது அல்ல. 'கடைசியாக ஒரே ஒரு விளையாட்டு' என்று சொல்லிக்கொண்டான். இப்போதுதான் தன் மனத்தில் மிகத் தெளிவாகக் கண்ட எதிர் காலத்தின் தவிர்க்கவியலாமைக்கு முன்னால் அவனுடைய ஓரறை வீட்டில் ஒரு கடைசிச் சிறகடிப்பு.

ஆசார்யா தனது அரியாசனத்தின் கைப்பகுதிகளில் தன் பெரிய கைகளை வைத்துக் கொண்டு, ஒரு பேரரசன் போல உட்கார்ந்திருந்தார். அவருடைய கண்கள் விண்வெளிப் பொருட் களின் தெய்விக ஒளியில் இலயித்திருந்தன போலும். ஒருவேளை இப்படிப்பட்ட பெரிய மனத்தின் சிந்தனையில் தவழும் பாக்கியம் பெற்ற அந்த விண் உருண்டைகள் தங்களைச் சற்றே அசைத்தும் காட்டியிருக்கலாம்.

"சார்" என்றான் அய்யன்.

வெற்றுச் சுவரை நோக்கிக்கொண்டே ஆசார்யா தலையசைத் தார்.

"உங்க கிட்ட ஒண்ணு கேட்கணும்."

"சீக்கிரம் கேள்."

"என் மகன் ஆதி உங்களப்பத்தி நிறைய பேசிக்கிட்டேருக்கிறான். உங்களப் பாத்ததிலிருந்து பைத்தியமாயிட்டான். தூக்கத்திலே கூட இந்த நிறுவனத்தைப் பத்தித் தான் பேசறான். அவனுக்கு இந்த இன்ஸ்ட்டிட்யூட்டிலே சேரணுமாம்."

ஆசார்யாவின் பொறுமை குறைந்துகொண்டே வந்ததால் தலை வேகமாக ஆடியது.

"நீங்க அவங்கிட்ட ஜாயின்ட் என்ட்ரன்ஸ் டெஸ்ட் எழுதணும்னு சொன்னீங்க" என்றான் அய்யன். "சார், அது ஒரு ஜோக்குன்னு எனக்குத் தெரியும், ஆனால் அவன் சீரியஸா எடுத்துக்கிட்டான். இந்த டெஸ்டை எழுதணும்னு சொல்றான்."

"அப்படியானால் எழுதட்டும்."

"இந்தவருஷமே எழுதணுங்கிறான்."

"ஏப்ரல்லியா?"

"ஆமாம் சார்."

"உனக்கு என்ன பைத்தியமா?"

"அப்படித்தான் தோணும் சார், ஆனால் டெஸ்டில பாஸ் பண்ணிடுவேன்னு சொல்றான்."

"டெஸ்ட் பாஸான பிறகு என்ன செய்யப்போறதா சொல்றான்?"

"கணக்குன்னு நினைக்கறேன்."

"அப்படிச் சொன்னானா?"

"ஆமாம்."

"அய்யன், நான் ஒரு பத்துவயதுப் பையனை ஜெட் எழுத அனுமதிக்கணும்னு சொல்றியா நீ?"

"அவனுக்கு பதினொரு வயது சார்."

"அப்பவும் பைத்தியக்காரத்தனம்தான்."

"கடைசிலே உங்க முடிவுதான் சார்."

"அவன் ரொம்ப வித்தியாசமான பையனா இருக்கலாம், அய்யன். ஆனால் பத்தாயிரம் புத்திசாலி பட்டதாரிகள் எழுதற டெஸ்ட் இது. அதிலும் ஒரு நூறு பேர்தான் பாஸாகறாங்க."

"எனக்குத் தெரியும் சார், இருந்தாலும் உங்களைக் கேட்கணும்னு நெனச்சேன். அதோட, இந்த டெஸ்ட் எழுதணும்னா விண்ணப்பிக்கறவன் குறைஞ்சபட்சம் ஒரு பட்டதாரியாகவாவது இருக்கணும்னு எனக்குத் தெரியும்."

"ரூலை விட்டுடு. ஆனா பதினொருவயதுப்பையன் இந்த டெஸ்டை எழுதணும்னு சொல்றதுதான் ரொம்ப முட்டாள்தனமா இருக்கு."

“அவன் ரொம்ப ஆர்வமா இருக்கறதினாலே கேக்கலாம்னு நெனைச்சேன்.”

“வழியேயில்லை” என்றார் ஆசார்யா. நிறுவனத்தின் நுழைவுத் தேர்வில் ஒரு சிறுபையன் போட்டியில் கலந்துகொள்வதாவது என்ற சிந்தனையோடு, சற்றே வேடிக்கையாக.

“ஜாயின்ட் என்ட்ரன்ஸ் டெஸ்டுங்கறது ஒரு பையனுக்கு வேடிக்கை காட்டற ஒரு ஜோக் கிடையாது” என்றார்.

“உங்க அர்த்தம் என்னன்னு புரியுது சார்.”

“ஆமாம், இப்பல்லாம் காப்பிக்கு என்ன ஆச்சு? கெமிகல் ஏதோ போட்டமாதிரி இருக்கே.”

“பியூனை எச்சரிக்கையா இருக்கச் சொல்றேன் சார்.”

அய்யன் போக முனைந்தபோது, ஆசார்யா, “இரு” என்றார். விண்கல்—பேப்பர் வெயிட்டோடு விளையாடிக்கொண்டே, தன்னுடைய அறிவுபூர்வமான பிரக்ஞையுடன் ஆலோசனை நடத்துவதுபோலத் தோன்றினார். மிருதுவான குரலில், “பையன் ஏமாற்றமடைவானா?” என்றார்.

“அதப்பத்திக் கவலையில்ல சார்.”

“அது எனக்கும் கவலையில்ல. பையன் சங்கடப்படுவானான்னு கேக்கறேன்.”

“கொஞ்சம் துக்கப்படுவான் சார், ஆனா அதப்பத்திக் கவலையில்ல.”

“அவன் ஏன் டெஸ்ட் எழுதமுடியாதுங்கறத விளக்கி அவனுக்கு நான் தனிப்பட்ட முறையில ஒரு லெட்டர் தர்றேன். அவன் ரொம்பச் சின்னப்பையனா இருக்கறதினால எழுத முடியாதுன்னு சொல்றேன். சரியா?”

“ரொம்ப தேங்ஸ் சார்.”

“அதனால் இப்பவே இந்தக் கெட்ட செய்திய அவங்கிட்ட சொல்லாதே.” ஒரு மெல்லிய திட்டமிடும் தொனியில் கூறினார் ஆசார்யா. “நான் உங்கிட்ட லெட்டர் குடுக்கற வரைக்கும் காத்திரு. புரியறதா?”

"சரி சார்."

அய்யன் தன் மேஜைக்குச் சென்று மூச்சுவிட்டான். ஆசார்யாவின் தான்தோன்றித்தனமான மனம் ஒரு சிறு பையன் வாய்ப்புக் கேட்பதிலுள்ள கவர்ச்சியை எண்ணும் என்று நினைத்தான். ஆனால் அவன் வேண்டுகோளின் அபத்தம் எங்கோ மறைந்துவிட்டது. முட்டாள்தனமாக உணர்ந்தான். ஆதி நிஜமாகவே இந்த டெஸ்ட் எழுதவேண்டும் என்று அய்யன் நினைக்கவில்லை. வெளிப்படையாகவே, அந்தப் பையன் பாஸ்செய்வதற்கு மிகச்சிறிய சாத்தியமும் இல்லை. அவனைப் பொறுத்தவரை, ஒரு சிறு பையன் இந்த டெஸ்டை எழுதுவதற்கு அனுமதி அளிக்கப்பட்டான் என்ற செய்தி ஒருநாள் செய்தித்தாள்களில் இடம்பெறவேண்டும், அவ்வளவுதான். வேண்டு மானால், தொலைக்காட்சி சானல்களிலும். அவன் வீட்டிலும், கழிப்பறைக்கு நிற்கும் வரிசைகளிலும் இதனால் ஒரு விழாக்கால ஆரவாரம் ஏற்படவேண்டும்.

ஜாயின்ட் என்ட்ரன்ஸ் டெஸ்ட், மிகவும் வேதனையளிக்கின்ற ஒரு குறிப்பிட்ட தேர்வுச் செயல்முறை என்னும் பயங்கரத்தைக் கொண்டது. அது ஒரு மூன்று மணிநேர புறநிலைத் தேர்வு. இயற்பியல், வேதியியல், கணிதம் என்று பிரிக்கப்பட்ட ஏறத்தாழ நூறு கேள்விகளைக் கொண்டது.

ஒவ்வொரு ஆண்டும் இத்தேர்வில் பங்கேற்ற பத்தாயிரம் மாணவர்களில் இருநூறு பேர் நேர்முகத் தேர்வுக்காக வரவழைக்கப்படுவார்கள். அதில் பாதிப்பேர் தேர்வு செய்யப்படுவார்கள். ஐம்பதுபேர் முதுகலைப் படிப்புகளிலும், ஐம்பதுபேர் ஆராய்ச்சிப் பகுதியிலும் சேருவார்கள். எப்படி ஜெட் கேள்வித்தாள் தயாரிக்கப் படுகிறது, எப்படி அது அச்சிடப்படுகிறது, எப்படி பத்திரமாக வைக்கப்பட்டுத் தேர்வு மையங்களுக்கு அனுப்பப்படுகிறது என்பது மிகப்பழைய நபர்களைத் தவிர வேறொருவருக்கும் தெரியாத இரகசியம். அய்யனுக்கு இந்த இரகசியத்தின் சில துணுக்குகள் தெரியும். வினாத்தாளைச் சுற்றி எழுப்பப்பட்டிருக்கின்ற காவல் கோட்டையின் பாதுகாப்பு அமைப்புகளுக்குள் ஒரு சிறிய பலவீனத்தை உருவாக்கவும் அவனுக்குத் தெரியும். அந்தத் துளைக்க முடியாத சுவர்களில் கொஞ்சம் பலவீனமான பகுதி, அக்கவுண்ட்ஸ் துறையிலிருந்த ஒரு பூட்டற்ற அலமாரியில் எந்தப் பாதுகாப்பு மில்லாமல் வைக்கப்பட்டிருக்கும் ஆரவாரமற்ற ஒரு கோப்பில் இருக்கும் பில்களில் இருக்கக்கூடும். தன் குறிப்பேட்டில் தன்னை

அறியாமலே அய்யன் ஒரு கோட்டையின் கொத்தளங்களை வரையத் தொடங்கினான். பிறகு அதன்மீது ஒரு படையெடுப்பு. கடைசியாக ஒரு காக்கை கோட்டையிலிருந்து எதையோ தன் அலகில் எடுத்துக் கொண்டு பறக்கிறது. அவன் மேஜைமீதிருந்த ஒரு தொலைபேசி மணி அடித்தது. அவன் தன் கனவிலிருந்து வெளியே வந்தான். அந்த அழைப்பினை ஏற்றபோது ஏன் அவன் ஜெட் கேள்வித்தாளைப் பற்றிச் சிந்தித்துகொண்டிருந்தான் என்ற வியப்பு ஏற்பட்டது.

பிற்பகல் முழுவதும் இந்த எண்ணம் அவனுக்குள் தொடர்ந்து இருந்தது. ஒரு பைத்தியக்காரமான சிந்தனையில் ஆழ்கிறோம் என்ற பயம் அவனுக்குள் ஏற்பட்டது. ஆனால் அன்று மாலை, ஆசார்யா ஆதிக்குத் தன் கைப்பட எழுதிய கடிதத்தைக் கொடுத்தபோது, அவன் ஜுரம் தணியத் தொடங்கியது. இப்போது உறுதியாகிவிட்டது. ஆதி அந்தத் தேர்வை எழுதப்போவதில்லை. அய்யன் பிடிடி சாள்களின் நிரந்தர ஓலங்களுக்கிடையே அதில் நுழைந்தபோது, அவனுடைய நேர்மையற்ற உணர்வெழுச்சி ஒரு சுவடும் இல்லாமல் மறைந்துபோயிருந்தது.

பிடிடியின் உள்வளவுகளில் அன்று மாலை ஒரு விழாக் களை இருந்தது. உடைந்த கற்களை வைத்துப் பாவிய பாதையில் எல்லாத் தலைகளும் ஒரே திசையில் நோக்கியிருப்பதைக் கண்டான். பெரியவர்கள் மெல்ல நடந்த திசையை நோக்கிச் சிறார்கள் ஓடிக்கொண்டிருந்தார்கள். முப்பத்து மூன்றாவது பிளாக் அருகில் ஒரு செப்பமுறாத மேடை அமைக்கப்பட்டிருந்தது. அதனருகே மக்கள் குவிந்தவாறு இருந்தனர். பெரிய பெரிய ஸ்பீக்கர்கள் அதன் இருபுறமும் வைக்கப்பட்டிருந்தன. இரண்டு விளக்குக் கம்பங்களுக்கிடையில் சில ஆட்கள் சிறுவண்ணவிளக்குகளைக் கயிற்றில் தொங்கவிட்டுக் கொண்டிருந்தனர். கூட்டத்திலிருந்து திடீரென ஒரு ஆரவாரம் எழுந்தது. ஒரு ஒல்லியான ஜீவனுள்ள பையன் மேடைமீது ஏறினான். கருப்புத் தோல் டிரவுசர்களையும் வெண் புள்ளிகள் கொண்ட கருப்புச் சட்டையையும் அணிந்திருந்தான். தன் முதுகைப் பார்வையாளர்களுக்குக் காட்டியவாறு கால்களை அகட்டி அவன் மேடையின் மத்தியில் அமர்ந்தான். இந்த ஏற்பாடு, பிரேக் டான்ஸ் நடக்கப்போகிறது என்பதைக் காட்டியது.

இசை தொடங்குவதற்காக அந்தப் பையன் காத்திருந்தான். கூட்டம் சேர்ந்து விட்டது. பையன் திரும்பி மேடை அருகிலிருந்த தன் நண்பர்களைப் பார்த்தான். அவர்கள் ஒலியமைப்பில் ஏதோ

கோளாறு இருப்பதைச் சரிசெய்துகொண்டிருந்தனர். எப்படியோ, பிரேக் டான்ஸ் தொடங்குவதற்கு முன்னால் முடித்துவிடுவார்கள். ஒரு பையன் தோல்டிரவுசர்கள் அணிந்து தன் முதுகைப் பார்வையாளர்களுக்குக் காட்டிக் கொண்டு காலை அகட்டி, இசை தொடங்கும் என மடத்தனமாக நின்று கொண்டிருப்பதை அய்யன் ஆயிரம் முறை பார்த்திருந்தான். ஆனால் இன்று, இந்தக் காத்திருப்பு மிகக் குறைந்த நேரமே இருந்தது. பயங்கர மான பறையொலி இரவை நிரப்பியது. பையனுடைய இடுப்பு அசையத் தொடங்கியது. அவனுடைய கைகளைப் பக்கவாட்டில் நீட்டினான். இடதுகையின் முனையிலிருந்து ஓர் அலை தொடங்கி ஒரு பெரிய வலிப்புபோலத் தோளுக்குச் சென்றது. பிறகு அது வலதுகை முனைக்குச் சென்றது. அதேபோலத் திரும்புவதற்கு முயற்சிசெய்தபோது இசை நின்றுவிட்டது. அவன் கைகள் விழுந்தன. மறுபடியும் கால்களை அகட்டி இசை தொடங்குவதற்காகக் காத்திருந்தான்.

அய்யன் மறுபடியும் வீட்டுக்கு நடக்கத்தொடங்கினான். நிழற் பகுதியிலிருந்து தளர்வான கால்சட்டைகளும் ஸ்மார்ட் என்று எழுதிய டீ ஷர்ட்டும் அணிந்த ஒரு குடிகாரன் வெளிவந்தான்.

“மணி” என்று அந்தக் குடிகாரன் அழைத்தான். ரம், முட்டை ரோஸ்ட் ஆகியவற்றின் சேர்க்கையினால் உண்டான ஒரு தனிப் பட்ட சக்தியின் ஆட்டத்தில் அவன் இருந்தான். ஆனாலும் அவன் குரலின் ஏதோ ஒன்று ஆழமாகவும் வலுவாகவும் இருந்தது. அய்யன் சிறியவனாக இருந்து பிற பையன்களோடு விளையாடிய காலத்தில், நெருக்கமாக இருந்து, தங்கள் எளிய விதிகள் ஒன்றோடொன்று பிணைந்திருக்கின்றன என்று நம்பிய காலத்திலிருந்து வந்த குரல் அது. இந்த மாதிரித் தோல்வியுற்ற நண்பர்களைத் தொடர்ந்து தலையசைப்புகள், முணுமுணுப்புகள் கொண்டு நடந்தவாறே சமாளிக்கின்ற அய்யன், இன்று நிற்க வேண்டி வந்தது. “மணி, பாண்டுவுக்கு என்ன ஆச்சு தெரியுமா” என்றான் அவன்.

அய்யன் “தெரியாது” என்ற முறையில் தலையசைத்தான். லோயர் பரோலில் இருந்த மிக வேகமாகப் பந்து வீசக்கூடிய அண்டர்ஆர்ம் பௌலர் அவன். இது ஒரு காலத்தில். அப்போது எல்லோரும் கையில் வாளிகளுடன் ஒரு நல்வாய்ப்பான ஒளிக்கற்றையின் கீழ் வரிசையில் நின்றபோது வாளிகளை வைத்திருக்கும் பெண்களை அருவருப்பானமுறையில் படம் வரைந்தவன். காலப்போக்கில்

பெரியவன் ஆனதன் மகிழ்ச்சியின்மையும், பாலாஜி வாடகைக்கார் நிறுவன ஓட்டுநர் என்ற அடிமை வேலையும் அவனை மாற்றிவிட்டன. அவன் மௌனமாகிவிட்டான். படம் வரையவும் நேரமில்லை. ஒவ்வோர் இரவும் முட்டாளைப்போலக் குடித்தான்.

கொக்கரித்தவாறே அந்த மனிதன் சொன்னான், "அவன் செத்துப்போய்ட்டான் மணி, செத்துப்போய்ட்டான். நேத்து ராத்திரி போலீஸ் அவனை இட்டுக்கினு போனாங்க. அவன் மொதலாளி அவன் பணத்தைத் திருடிட்டதா கம்பிளெயின்ட் குடுத்துட்டான். இன்னிக்கு காலீலே போலீஸ் அவன் வீட்டுக்குவந்து லாக்கப்புல தூக்குமாட்டிக்கினான்னு சொல்லிட்டாங்க."

அய்யனுடைய நெற்றிப்பொட்டுகள் அடக்கிவைத்த கோபத்தில் புடைத்தன. ஏனென்றால் இங்கிருக்கும் ஒவ்வொருவருக்கும், ஒருவன் காவலில் தூக்கு மாட்டிக் கொண்டான் என்றால் என்ன அர்த்தம் என்று நன்றாகத் தெரியும்.

"அவன அடிச்சே கொன்னுட்டாங்க மணி, அடிச்சிக் கொன்னுட் டாங்களே" என்று அந்தக் குடிகாரன் புலம்பினான். பிறகு "பாண்டு, வெளியத் தெரிய வராத ரொம்ப நல்ல பெயிண்டர் அவன் செத்துப்போய்ட்டான்" என்று சொல்லிக்கொண்டே அப்பால் நடந்துபோனான்.

ஓஜா மணி எரிச்சலபட்ட வேகத்தோடு கதவைத் திறந்துவிட்டு, தொலைக்காட்சி முன்னால் அசையாமல் உட்கார்ந்து சீரியல்பார்க்கச் சென்றுவிட்டாள். அய்யன் அந்த நாடகத்தில் நாடகத்தனமாகவே அழுதுகொண்டிருந்த பெண்ணின் புலம்பலை உள்வாங்கிக்கொண்டான். ஏதோ ஒருவிதத்தில் அவனுக்கு அது ஆறுதலாக இருந்தது.

பாண்டுவுக்கு எல்லோரும் கண்ணீர் விடுவது தகுதியானதுதான். அய்யன் முக்கிய நேரத்துத் தொலைக்காட்சிக்கென நாடுமுழுவதும் ஒவ்வொருநாளும் சிந்தப்படும் கண்ணீரை நினைத்துப்பார்த்தான். ஒவ்வொரு குழப்பமான குணச்சித்திரத்துக்கும், அந்த நாடகத்தினால் மெய்மறந்துபோன ஒவ்வொரு பெண்ணும் சிந்தும், கோடிக்கணக்கானவர்களின் சோகக்கண்ணீரை எல்லாம் தன் இளவயதில் கலையின் சுதந்திரத்தைக் கண்டறிந்த ஒரு பையனுக்குக் காணிக்கையாக்கினான் அய்யன். ஆனால் திடீரென்று அந்த நாடகத்தின் இடைவெளி வந்துவிட்டது. திடீரென ரெட் லேபல் டீயின் களிமயக்கம். நீண்ட அலைபாயும் கூந்தலைக்கொண்ட ஒரு

பெண் தன் குடும்பத்துக்குத் தேநீர் அளித்துக்கொண்டிருந்தாள். ஒரு மடக்கு குடித்தவுடனே ஒவ்வொரு முகத்திலும் களிப்புமயக்கம். அடித்து நொறுக்கப்பட்ட பாண்டுவின் உடல் சவக்கிடங்கில் கிடக்கும்போது, அவன் மனைவியின் மெல்லிய விரல்கள் அவன் மார்பைத் தடவி காயங்களைப் பார்த்துக்கொண்டிருக்கும் சமயத்தில், போலீஸ் அந்தக் காயங்கள் அவனுடைய கோழைத்தனமான தற்கொலையால் உண்டானவை என்று அவளை ஏற்றுக்கொள்ளச் சொல்லித் துன்புறுத்திக் கொண்டிருந்தபோது, ஓஜாவின் தொடரில்வரும் புலம்பல்காரரர்களின் துக்கம்மட்டும் தேநீரின் மகிழ்ச்சியால் இடைமறிக்கப்படுவது மிகக் கொடுமையாக இருந்தது.

ஓஜா உயிர்பெற்றெழுந்து திடீரென இரவு உணவைத் தயாரிக் கலானாள்.

“ஆதி” என்று கத்தினாள். அது ஒரு ஒற்றை வார்த்தைதான். ஆனால் அதை அவள் உச்சரித்த முறையைப் பொறுத்துப் பல் வேறு சமயங்களில் அதற்குப் பல்வேறு அர்த்தங்கள் உண்டாகும். பையன் குளிர்சாதனப்பெட்டியருகில் அமர்ந்து பாடப் புத்தகத்தின் பக்கங்களைப் புரட்டிக்கொண்டிருந்தான். விளையாட்டு முடிந்து போனதால் அவன் சிலநாட்களாக ஒருமாதிரித் தளர்ச்சியுடன் இருந்தான். பள்ளியில் இன்னமும் ஆசிரியர்கள் அவனிடம் எச்சரிக்கையாகவே இருந்தார்கள், அவனுடைய வகுப்புத்தோழர்கள் அவனை ‘கனமான மூளை’ என்று கூறவே செய்தார்கள். அக்கம் பக்கத்தார்கள் அவனைத் தங்கள் குழந்தைகளுக்குக் கற்பிக்க அழைத்தார்கள்.

ஆனால் புதிய சாதனைகளால் தனது கதாநாயாக அந்தஸ்தினைத் தக்க வைத்துக்கொள்ளாவிட்டால் அது மறதியில் கரைந்துபோய்விடும் என்பது அவனுக்குத் தெரியாததல்ல. அவன் தன் புத்தகத்தைத் தள்ளிவிட்டு, அறையின் நடுப்பகுதிக்குச் சாப்பாட்டுக்கென நகர்ந்தான். தரையில் தட்டுகளை வைத்துக் கொண்டிருந்த தன் மனைவியின் கவனத்தை ஈர்க்க வேண்டுமென நினைத்தான் அய்யன்.

“உனக்குத் தெரியுமா ஓஜா, ஒரு கப் தேநீர் ஐந்தாயிரம் ரூபாய் விற்குமிடங்கள் இருக்கின்றன.”

“ஒரு சிங்கிள் கப் தேநீரா?”

“ஆமாம். ஐயாயிரம் ரூபாய்.”

“எனக்கு அதிலிருந்து டீ குடிக்கவே பயமாக இருக்கும்” என்றாள் அவள். சாப்பிட உட்கார்ந்தாள்.

“உனக்கு அதை வாங்குகின்ற தகுதி இருக்கிறது என்றால் நீ அதைக்கண்டு பயப்பட மாட்டாய்” என்றான் அய்யன்.

விளம்பரங்கள் முடிந்தன. அய்யன் தொலைக்காட்சித் தொடரின் உணர்வலைகளில் மூழ்கிப்போனான். அவன் இதயத்தில் ஓர் அமைதியான துயரம் தங்கியிருந்து அவன் கைகால்களை மரத்துப்போக வைத்தது. ஓர் இழந்த நண்பனுக்குத் துயரம் கொண்டாடிய பிறகும் இந்தத் துயரம் பல நாட்களுக்கு அவனை வாட்டி வதைக்கக்கூடும்.

ஓஜாவின் தளர்ந்த முகம், ஆதியின் நம்பிக்கையிழப்பு, சாம்பல்நிறத் தாழ்வாரங்களிலிருந்து வெற்றுப்பார்வை பார்த்த ஆயிரம் கண்கள், உட்கார்ந்து உட்கார்ந்தே இருந்த விதவைகள், குடிகாரர்களின் இரவுநேரக் காதல்பாடல்கள், அந்த நாளை வசப்படுத்திக் கொள்ள வேண்டி (ஆனால் தோற்றுப்போன) கழிப்பறை வரிசைகளில் நின்ற இளைஞர்கள், இவையெல்லாம் இருந்தாலும் இப்போதுதான் கடைசியாகத் தன் குடும்பத்தை உள்ளவாறே ஏற்க அவனுக்கு மனம் வந்தது. ஏனென்றால் அந்த இன்னொரு வாழ்க்கை, ஒரு முழுக்கட்டுக்கதையை அடிப்படையாகக் கொண்டு உருவாக்கப்பட்டது, மிகவும் அபாயமானது. மேலும் கல்யாணமாகாதவர்கள்தான் முட்டாள்களாக இருக்கவும் அதிர்ஷ்டம் பெற்றவர்கள்.

இப்போதெல்லாம், அபர்ணா கோஷ்மௌலிக் பற்றிய சிந்தனைகள், ஆசார்யாவின் மிகப் பெரிய தலையில் ஏற்பட்ட ஒரு பழைய வடுவை ஞாபகப்படுத்தின. இந்த வடு முப்பது வருடங்களுக்கு முன்னால் ஏற்பட்டது. ஓர் இளம் பெல்ஜிய வானியலாளன், போல் வூர்ஹோஃப் என்பவன், திறக்கப்படாத பீர்பாட்டில் ஒன்றை அவர் மீது எறிந்ததால் ஏற்பட்ட காயம் அது. அன்றிரவு, அவர்கள் தங்கள் நண்பர்களுடன் நியூயார்க்கில் ஜீரோ கிராவிட்டி என்றுசொல்லப்பட்ட ஒரு மதுபானக்கடையில் இருந்தார்கள். அந்தக்கால அளவிலேயே, பெருவெடிப்புக்கொள்கைக்குக் கிடைத்த பெரியவரவேற்பிற்குக் காரணம், கிறித்துவர்கள் ஆதியும் அந்தமும் உண்டு என்று கொண்ட நம்பிக்கையின் விளைவுதான் என்ற தெளிவான முடிவுக்கு ஆசார்யா வந்திருந்தார். அதனால்

இந்த முழு ஏமாற்றுவேலையையும் தொடங்கியது பெல்ஜியக்காரர்கள்தான் என்று குற்றம்சாட்டினார்.

1927இல் ஒரு பெல்ஜியக் கத்தோலிக்கத் துறவியான ஜியோர்ஜ் லெமாத்ரே என்பவர்தான் ஓர் அணுவின் வெடிப்பிலிருந்து பிரபஞ்சம் பிறந்தது என்ற சிந்தனையை முன்வைத்தார். ஆசார்யாவின் நீண்ட, எந்தவித உள்நோக்கமும் அற்ற தங்களுக்கு எதிரான விவாதத்தைத் தாங்கிக்கொள்ளமுடியாமல், வூர்ஹோஃப் இந்தியர்களை அரை நிர்வாணிகள், மூளைவளர்ச்சி குன்றியவர்கள், அவர்களுடைய தெய்வமும் கூடப் பழங்குடிமக்களின் அரைநிர்வாணிதான் என்று எதிர்வினை புரிந்தான். சாராயத்தின் மகிழ்ச்சியான மயக்கத்தில், ஆசார்யா மேஜைமேல் ஏறிநின்று, உலகத்திலுள்ள பெல்ஜியர்கள் எல்லாரையும்விடத் தான் அறிவுக்கூர்மைமிக்கவர் என்று அறிவித்துக்கொண்டதுடன், கண்ணைக் கட்டிக்கொண்டு அவன் தன்னோடு செஸ் ஆடத்தயாரா என்று சவாலும் விட்டார். வூர்ஹோஃப், உடனே சவாலை ஏற்றுக்கொண்டான்.

எச்சரிக்கையாக உணர்ச்சிவயப்பட்ட இரண்டு பெண்களிடமிருந்து வாங்கிய கைக்குட்டைகளால் அவர்கள் கண்கள் கட்டப்பட்டன. அந்தப் பெண்கள் இரண்டு அயல்நாட்டுக்காரர்களின் அறிவுப் போரினால் குழப்பமடைந்திருந்தார்கள். ஆசார்யாவும் பெல்ஜியனும் தங்கள் தங்கள் நகர்த்தல்களைச் சொன்னார்கள். ஒரு பணியாள் கொண்டுவந்து வைத்த செஸ் பலகையில், இன்னொரு குடிகாரநண்பன் காய்களை நகர்த்துவதாகச் சொன்னான். ஆசார்யா ஐந்தே ஐந்து நிமிடங்களில் வென்றுவிட்டார். பிறகு கண்கள் கட்டப்பட்ட நிலையிலேயே, ஒரு நீண்ட நாடகத்தனமான சிரிப்பை வெளியிட்டார். கண்கள் கட்டப்பட்டிருந்த வூர்ஹோஃப், ஒரு திறக்கப்படாத பீர்பாட்டிலை எடுத்துச் சிரிப்புவந்த திசையில் விட்டெறிந்தான். பாட்டில் தன் இலக்கை அடித்தது, ஆனால் நல்ல வேளையாகக் கீழே தரையில் விழுந்தபிறகுதான் உடைந்தது. ஆனால், அது ஆசார்யாவின் நெற்றியில் ஓர் ஆழமான வெட்டுக்காயத்தை உண்டாக்கி விட்டது. வாழ்க்கையில் முதன்முதலாக அவர் இரத்தத்தின் ருசியை உணரநேர்ந்தது. அடுத்த சில நாட்களில் அந்தக் காயம் மிகுந்த வலியை உண்டாக்கியது. அதனால் இனிமேல் தான் வலியில்லாமல் இருக்கப்போவதில்லை என்ற முடிவுக்கே ஆசார்யா வந்துவிட்டார். காயம் ஆறிய பிறகு, ஒவ்வொருமுறை அவர் துன்பத்திற்குள்ளாகிய போதும், அவர் அந்த வடுவை நினைத்துக்கொள்வார். அதன்மூலம், காலத்தால் வலியில் மாற்றம் ஏற்படுவதை மட்டுமல்ல, தீர்மானங்கள்,

நண்பர்கள், காதல், மகள்கள், ஆகிய பலவற்றையும்—ஆடவர்கள் எதையெதையெல்லாம் நேசத்தோடு ஏற்றுக் கொண்டார்களோ அவற்றையெல்லாம் நினைக்கலானார்.

அபர்ணாவின் ஞாபகமும் இப்போது திறந்த காயமாக இல்லை. தங்களுக்குள் ஒருவருக்கொருவர் அன்பான வடுக்களாக மாறிவிட்டதாக அவர் நினைத்தார். தனிமையான கணங்களில் அவை ஞாபகத்தின் மாயாஜால ஜன்னல்களைத் திறக்கும். தங்கள் குறுகிய காதலை அப்படித்தான் அவளும் ஏற்றுக்கொள்ளவேண்டுமென அவர் நினைத்தார். புதன்கிழமை அன்று அவள் அவர் அறைக்குள் மிகுந்த பேரமைதியோடும் பெண்களின் மறதியெனும் மாயப்புனை வோடும் நுழைந்தபோது இந்த நம்பிக்கை அவருக்கு உறுதிப்படவும் செய்தது.

“பாஸ்டனிலிருந்து வந்த கெட்டசெய்தியைப் பகிர்ந்துகொள்ளவே அழைத்தேன்” என்றார் ஆசார்யா, நாற்காலியில் அசைந்தாடிக்கொண்டே. ‘அது ஒரு துன்பத்திற்கான விஷயமல்ல, அவள் ஏமாற்றமடையக்கூடாது’ என்பதே அவர் உணர்த்த விரும்பியது. “உனக்கும் ஒரு பிரதி கிடைத்திருக்குமே?”

“ஆமாம்” என்றாள். “கஷ்டந்தான். இல்லையா?”

பாஸ்டன் பல்கலைக்கழகம் சாம்பிளரை ஆராய்ந்து முடித்துவிட்டதாகவும், அதில் உயிர் இருக்கும் அறிகுறி எதுவும் தெரியவில்லை என்றும் உறுதிப்படுத்தியது. மகிழ்ச்சியாகவே அவர், “இன்னும் இரண்டு சாம்பிளர்கள் கார்டிஃப்பில் இருக்கின்றன. அவற்றின் முடிவும் விரைவில் வரும்” என்றார்.

தன் கைநகங்களைப் பார்த்தவாறே அவள் “அவற்றிலாவது ஆர்வமூட்டும் ஏதேனும் விஷயம் இருக்குமென நம்புவோம்” என்றாள்.

“நம்புவோம்” என்ற அவர் அவளை அன்பாக நோக்கினார். “அபர்ணா, ஆஸ்ட்ரோ பயாலஜித் துறையை இந்த நிறுவனத்தின் முக்கியத் துறைகளில் ஒன்றாக மாற்றவேண்டும் என நினைக்கிறேன். நீ என்ன சொல்கிறாய்?”

உயிரற்றுப்போன விதத்தில் அவள், “அது ஒரு நல்ல எண்ணம் தான்” என்றாள்.

ஒரு பெரிய திட்டம் நிறைவேறிய மகிழ்ச்சிக்குப் பின் ஆய்வாளர்களுக்கு ஏற்படுகின்ற சலிப்புணர்ச்சியால் அவள் அவ்விதம் எதிர்வினை புரிவதாக அவர் எடுத்துக் கொண்டார். அவளுடைய ஆய்வகத்தில் அப்போதைக்கென அமர்த்தியிருந்த பணியாளர்கள் நீக்கப்பட்டுவிட்டனர், அநேகமாக எல்லா உபகரணங்களும் மீண்டும் தங்கள் பாதுகாப்பு உறைகளில் மூடி வைக்கப்பட்டுவிட்டன. அவள் மீண்டும் தனது பிசாசு போன்ற பியூன்களுடன் தனிமையில் தன் அடித்தளவாசத்திற்கே விடப்பட்டாள். இன்னொரு தகுதியான திட்டம் அளிக்கப்படும்வரை அவள் காத்திருக்கவேண்டும்.

“அப்படியானால் நிறுவனத்தின் ஆசிரியர்குழுவில் ஒருத்தியாகப் பங்கேற்க விருப்பமா?” என்று கேட்டார்.

“எனக்குத் தெரியாது” என்று சொல்லிக்கொண்டே தொலைவில் நோக்கினாள்.

இதன்பிறகு ஒரு மௌனம். கடைசியாக வேறு ஏதாவது அவர் விவாதிக்க இருக்கிறதா என்று அவள் கேட்பதில் அது முடிவடைந்தது. கதவருகில் சென்றபோது, நின்று ஒரு கணநேர இயக்கத்தில் அவரைப் பார்த்தாள். ஒரு கணம்தான் என்று அவர் நினைத்தார். மறுபடியும் இணைவதா அல்லது பிரிவதா என்று தங்களுக்கே தெரியாத காதலெனும் உருவற்ற வாசலில் அவர்கள் நின்றார்கள்.

மூன்று வாரங்கள் கழித்து நேர்ந்த அவர்களின் அடுத்த சந்திப்பு இன்னும் அவலமாக இருந்தது. தலையிலிருந்து வியர்வை வழியாவிட்டாலும் பழக்க தோஷத்தினால் நெற்றியைத் துடைத்துக்கொண்டே இருந்த செய்தி அதிகாரியின் உடனிருப்பில் அது நிகழ்ந்தது. பிற இரண்டு சாம்பிளர்களின் ஆய்வும் முடிந்துவிட்டது, எந்தவித உயிர்இருப்பும் தெரியவரவில்லை என்று கார்டிஃப்பும் அறிவித்துவிட்டது. ஆசார்யா, தொய்ந்துபோன நிலையில் அபர்ணாவைப் பார்த்தார், பிறகு நிமிர்ந்து உட்கார்ந்த செய்தி அதிகாரியைப் பார்த்தார்.

“பொதுமக்களுக்கு இவற்றை அறிவிப்பதற்கான அறக்கடமை நமக்கு இருக்கிறது” என்றார் ஆசார்யா. “வெளிநாட்டுக்கு அனுப்பப்பட்ட இரண்டு சாம்பிளர்களிலும் எதுவும் காணப்படவில்லை என்பதை நாம் தெளிவாகச் சொல்லிவிடவேண்டும்.”

செய்தி அதிகாரி, இந்தச் செய்தியை அச்சிட்டுவழங்க விரைவாகச் சென்றதும், ஆசார்யாவும் அபர்ணாவும் ஓர் ஆழமான மௌனத்தில் இருந்தார்கள். இதை இருவருமே தோல்வியுற்ற காதலர்களின் வசதிக்குறைவாக உணராமல், ஒருவித தொழில் சம்பாஷணை என்ற முறையிலேயே எடுத்துக்கொண்டார்கள்.

கடைசியாக அவர் சொன்னார், "கார்டிஃப், பாஸ்டன் ஆகிய இரண்டுமே எதையும் கண்டுபிடிக்க இயலவில்லை என்று சொல்லி விட்ட நிலையில், மக்கள், இங்குள்ள ஆய்வகத்தில் தொற்று ஏதேனும் நிகழ்ந்திருக்கிறதா என்று கேட்க வாய்ப்பு உண்டு. உன்னுடைய மேற்பார்வையில் அப்படி எதுவும் நிகழ்ந்திருக்க இயலாது என்பதை நான் அறிவேன். ஆனால் நாம் நமது ஆய்வகம் மிக உறுதியான உயர்தரத்தைக் கடைப்பிடிக்கிறது என்பதை மக்களுக்கு உணர்த்தவேண்டும்."

அபர்ணா தலையசைத்தாள். ஆனால் அவள் மனம் அலைந்து கொண்டிருந்தது என்பது அவருக்குப் புரிந்தது.

அவளை நோக்கி குனிந்தவாறு, "கார்டிஃப்பிலிருந்து வந்த செய்தி உனக்கு ஏமாற்றமளிக்கவில்லையே" என்று அன்புடன் கேட்டார்.

"இல்லை" என்றாள் அவள்.

"எனக்கு ஏமாற்றம்தான்" என்றார் அவர். "ஆனால் இதுதான் தொடக்கம். நாம் பலப்பல பலூன்களை மேலே அனுப்பப் போகிறோம். கீழே விழுகின்ற அனைத்தையும் நமது சாம்பிளர்களில் பிடித்து நமக்கு மத்தியில் அந்நிய உயிரிகள் இருக்கின்றன என்பதை நிரூபிக்கவேண்டும்."

அபர்ணா தன் நாற்காலியிலிருந்து எழுந்து, மேஜையைச் சுற்றி அவரிடம் சென்றாள். அவர் முகத்தைத் தன் இரு வெப்பமான கைகளாலும் பிடித்து நெற்றியில் முத்தமிட்டாள். துக்கத்தில் இருப்பவளுடைய அமைதி அவளிடம் காணப்பட்டது. அவர் இறந்து விட்டதுபோலவும், அவருக்காக அவள் துக்கத்தில் ஆழ்ந்திருப்பதுபோலவும் இருந்தது. மனத்தில் உறைந்த பயத்தினால் அவர் லாவண்யாவை நினைத்தார். அவளிடம் "நான் இறந்துவிட்டேன்" என்று புகார்செய்ய நினைத்தார்.

ஒரு படுகொலை ஒரு முழுத் தலைமுறையின் ஞாபகங்களை உறையச் செய்வதுபோல, அந்தச் செய்தியைக் கேட்டபோது அவர்கள் எங்கிருந்தார்கள், என்ன செய்துகொண்டிருந்தார்கள் என்பது உள்ளிட்ட செவ்வாய்க்கிழமை காலை நடந்த விஷயங்கள் மிகத் துல்லியமான தகவல்களுடன் பல ஆண்டுகள் கழித்தும் அந்த விஞ்ஞானிகள் நினைவுக்குக் கொண்டுவருமாறு அவர்கள் மனத்தில் உறையச் செய்துவிட்டன.

தொலைபேசி வந்தபோது ஜனா நம்பூதிரி தன்னுடைய வழக்கமான ரேடியோ வானியல் ஆட்களோடு உட்கார்ந்திருந்தார். கேட்பியைக் காதில் வைத்தார். முதலில் எழுப்பும் வழக்கமான சந்தடிகளுக்குப் பிறகு அவர் பேச்சின்றிக் கேட்டார். ரேடியோ வானியலாளர்கள் விண்வெளி உயிரிகளின் சமிக்ஞைகளைக் காணத் தனித்துறை அமைக்கின்ற அவர்களுடைய கலகம் தோற்றுப்போனபிறகு மிகவும் சோர்ந்து போயிருந்தார்கள். அவர்கள் ஜனா நம்பூதிரியினுடைய அலுவலகத்தில் அவர்களுடைய துயரம் ஒரு நம்பிக்கைமிக்க சதித்திட்டமாக மாற்றுருக்கொள்ளவேண்டி முன்பைவிட அடிக்கடி கூடினார்கள். அன்று அந்த அறையில் நம்பூதிரி உட்பட, ஆறுபேர் இருந்தார்கள்.

கோர்பச்சேவ் போன்ற தோற்றமுள்ள, வழுக்கைத் தலையில் பறவை எச்சத்தை ஒத்த கறைபடிந்த, பருத்த பேராசிரியர் ஜால் தான் முதன்முதலில் நம்பூதிரியின் கைகள் நடுங்கிக்கொண்டிருப்பதைக் கண்டார். மற்றவர்களையும் முழங்கையால் இடித்து, தங்கள் தலைவருடைய நிலையைக் காணுமாறு தூண்டினார். கேட்பியைப் பிடித்திருந்த நம்பூதிரியின் இடக்கை நடுங்கிக்கொண்டிருந்தது. அவருடைய வலக்கை, ஒரு பழைய உறையின்மீது வட்டவளையங்களை வரைந்துகொண்டிருந்தது. அவர் கடைசியாகத் தொலைபேசியில், இதற்கு நான் என்ன சொல்வது என்றே தெரியவில்லை... என்னால் இதை நம்பமுடியவில்லை என்றார். தொலைபேசியை வைத்துவிட்டு வெற்றுமுழி முழித்தார்.

"என்ன நடந்தது?" என்றார் ஜால்.

"நான் சொல்லமாட்டேன். உனக்கு பைபாஸ் சர்ஜரி நடந்திருக்கிறது."

"சொல்லு ஜனா, என்ன நடந்தது?"

இன்னும் தொலைபேசி அழைப்பிலிருந்தும் அது தூண்டிவிட்ட சிந்தனைத் தொடரிலிருந்தும் மீளாத ஜனா, தன் கைமுட்டியால் மேஜையைக் குத்திச் சற்றே தளர்ந்து பின்வாங்கினார்.

"முட்டாள் பெண், முட்டாள் பெண்" என்றார். பிறகு அறையி லிருந்து நீண்ட தாழ்வாரத்தில் பாய்ந்தார். பாதிவழியில் திரும்பி, அவர் இயக்குநர் என்ற பலகையிருந்த அறையை நோக்கினார். கவிதைமனமற்ற நம்பூதிரிக்குக் கூட, மிக எளிமையாக இருந்த அந்த மரக்கதவு ஒரு சவப்பெட்டியின் மூடிபோலக் காட்சி யளித்தது.

அய்யன் மணி, கூரியரில் வந்திருந்த அந்தக் கடிதத்தைச் சிடுசிடுப்பான பியூன், வழக்கம்போல, அதாவது தன் இதயத்துயரம் ஒன்றை உதிர்ப்பதுபோலப் போட்டுவிட்டுச் சென்றபிறகு பார்த்தான். பாதுகாப்புத் துறையிலிருந்து வந்திருந்த மிகச் சாதாரணமான கடிதம் அது. வழக்கம்போல அதைப் பிரித்துப் படிக்கநினைத்தான். கள்ளத்தனமாக வலப்புறம் ஆசார்யாவின் அறை இருந்த திசையிலும் இடப்புறம் முக்கிய வாயில் இருந்த திசையிலும் பார்த்துவிட்டுப் படிக்கலானான். கடிதம் பாசு விடமிருந்து வந்திருந்தது.

டாக்டர் அரவிந்த் ஆசார்யா,

இது ஒரு அசாதாரணமான நிகழ்ச்சியை உங்கள் கவனத்துக்குச் சொல்வதற்காக. ஆஸ்ட்ரோ பயலாஜித் துறைத் தலைவரும், பலூன் மிஷனின் ஒருங்கிணைப்பாளருமான டாக்டர் அபர்ணா கோஷ்மௌலிக் எழுதிய கடிதம் ஒன்று எங்களிடம் இருக்கிறது. அபர்ணாதான் தன்னிச்சையாக அந்தக் கடிதத்தை எழுதினாரா என்பதையும் நாங்கள் சரிபார்த்துவிட்டோம். வரிசையாகத் தேதியிட்டு நிகழ்வுகளை அந்தந்தத் தேதியில் குறித்துவைத்துள்ள அவர், நீங்கள் தான் சாத்தியமற்ற 41 கி.மீ. உயரத்தில் அந்நிய உயிரிகள் இருப்பதாகக் காட்டவேண்டி, சாம்பிளரைத் தொற்றவைக்கவும், அறிக்கையைத் தவறாக எழுதவைக்கவும் தூண்டியதாகக் கூறியுள்ளார்.

சாம்பிளரில் எந்தவிதமான உயிரியும் இல்லை என்று அவர் முதலில் கூறிய போது, நீங்கள் அவரை அதில் கிருமிகளைத் தொற்றவைக்கவும், தவறான அறிக்கையை உருவாக்கவும் அவருக்கு அறிவுறுத்தியதாகக் கூறியுள்ளார்.

அப்படிச் செய்யாவிட்டால் அவர் கடுமையான தொழில்ரீதியான விளைவுகளுக்கு உள்ளாவார் என மிரட்டியதாகவும் குறிப்பிட்டுள்ளார். அவருடைய செயல்களின் ஒழுக்கரீதியான விளைவுகளுக்குத் தானே பொறுப்பேற்று அவர் இராஜினாமா செய்வதாகவும் கூறியுள்ளார். இது ஒரு அசாதாரணமான குற்றச்சாட்டு என்பதால் நான் புதன்கிழமை, மதியம், எப்படி இதனைச் சரிசெய்யலாம் எனக் காண்பதற்கு நிறுவனத்திற்கு வருகிறேன். என்னோடு, இந்த விஷயத்தில் உள்விசாரணை நடத்த அதிகாரம் படைத்த ஒரு குழுவினரும் வருவார்கள். நிறுவனத்தின் மூத்த பேராசிரியர்கள் எல்லாரும் கட்டாயம் இருக்கவேண்டுமென அறிவுறுத்தப்பட்டுள்ளது. அதிகாரக்குழுவின்முன் நீங்கள்தோன்ற வேண்டும் என்று கேட்டுக்கொள்ளப்படுகிறீர்கள்.

பாஸ்கர் பாசு.

கடிதத்தைப் படித்துமுடித்தபிறகுதான் அய்யன் தான் நின்று கொண்டிருப்பதையே உணர்ந்தான். குளிர்சாதனக்கருவியிலிருந்து வந்த காற்றில், கடிதத்தின் ஒரு மூலை படபடத்துக்கொண்டிருந்தது. கீழ் இழுப்பறையிலிருந்த அலுவலகக் கடிதங்களில் ஒன்றை எடுத்து இக்கடிதத்தைச் சரிசெய்து முடித்தான். இதயத்தில் அச்சமும் எதிர்பார்ப்பும் கலந்த இந்த மாதிரியான கொடுமையை இதற்குமுன் எப்போது உணர்ந்தோம் என எண்ணிப்பார்க்க முயற்சிசெய்தான். ஆசார்யாவின் அறைக்குள் நுழைந்தபோது ஒரு பயம் அவன் ஞாபகத்திற்கு வந்தது. பல ஆண்டுகளுக்கு முன்னால் ஒரு நண்பனின் வயதான தகப்பனாரை எழுப்பி, அவருடைய மகன் அக்ஷாவில் மூழ்கி இறந்துவிட்டான் என்று சொல்லவேண்டி வந்தபோது இதேபோன்ற, தன் இதயம் பனிக்கட்டியாக மாறுகின்ற விதமான அச்சத்தை அவன் அடைந்தான். கடிதத்தை ஆசார்யாவின் மேஜைமீது வைத்தான்.

கடிதத்தை எந்தவித ஆர்வமுமற்றுப் பார்த்தார் ஆசார்யா. பிறகு டோபலோவின் சூபர்மேன் கதைக்குத்திரும்பினார்.

பிளாஸ்டிக் உறைகளுக்குள் உறங்குகின்ற உபகரணங்களின் அமைதிக்கு மத்தியில், அபர்ணா முக்கிய மேஜைமீது கால்களைத் தொங்கவிட்டு ஆட்டியபடி உட்கார்ந்திருந்தாள். தொலைபேசியை

அவள் கண்கள் உற்றுநோக்கின. கதவு திறந்தபோது, பூமிக்கு அடியிலுள்ள எந்திரங்களின் உறுமல்கள் அறையை நிறைத்தன. மூடியவுடனே, அறையைக் கவிந்திருந்த அமைதி திரும்பியது. நம்பூதிரி, ஒரு பயண ஆராய்ச்சியாளரைப்போல மெல்ல உள்ளே நுழைந்தார். கூரையையும், பிற திசைகளையும் நோக்கினார். பிறகு புன்முறுவல் செய்தார். ஒரு வார்த்தையும் பேசாமல், அபர்ணா வின் அருகில் நின்றார். அவருடைய போலியான தீவிரத்தை மேலும் பொறுக்க முடியாமல், அவள் தொலைபேசியை மீண்டும் நோக்கி விழிப்பாகப் பார்க்கலானாள்.

"ஏன் இப்படிச் செய்துவிட்டாய்?" என்று கேட்டார் அவர். தன்னுடைய முடியைக் கட்டியிருந்த கயிற்றை அவிழ்த்து வாயில் கவ்வினாள். இன்னும் நன்றாக இறுக்கித் தன் முடியைக் கட்டினாள்.

"அவரைத்தானே கேட்கவேண்டும், உங்களுக்குத் தெரியாதா?" என்றாள் அவள்.

"நீயா ஏமாற்றப்பட்டவள்?" என்றார் அவர்.

"ஆமாம்."

"இந்த மாதிரி ஒரு விஷயத்தைச் செய்யக் கனவிலும் நினைக்க மாட்டார் அவர். ஏன் நீ இப்படிச்செய்தாய், எதற்காக என்றெல்லாம் என்னிடம் சொல்லியிருக்கலாம் இல்லையா?"

மெதுவாக ஒரு ராகத்தை ஹம் செய்ய ஆரம்பித்தாள். ஒருவேளை ஏதாவது வங்காள மொழிப்பாட்டாக இருக்கலாம். திடீரென்று அச்சப்பட்டவள் போலானாள்.

"உன்னைப் பற்றியும் அவரைப் பற்றியும் சில கதைகளை நான் கேட்டிருக்கிறேன் என்றார் நம்பூதிரி. ஏதாவது நடந்ததா? இது ஒருவகையான பழிவாங்குதலா? வெறுத்து ஒதுக்கப்பட்ட பெண், அந்தமாதிரி ஏதாவதா?"

"இரண்டாவதாக வந்த போட்டியாளர் அவர்களே, நீங்கள் ஏன் பிறகு வரக்கூடாது?"

அது அவருடைய சமநிலையை பாதித்தது. ஆனால் ஒரு கணம்தான். ஏறத்தாழ அன்பாகவே அவளிடம் சொன்னார், "நீ முட்டாள்தனம் செய்கிறாய் அபர்ணா. இது அல்ல நீ

நடக்கவேண்டிய முறை. ஏறத்தாழ முடித்துவிட்டாய், என்றாலும் எச்சரிக்கை தேவை. ஆசார்யாவை அழிப்பது அவ்வளவு எளிதல்ல."

அலட்சியமாக அவள் உட்கார்ந்திருந்த நிலையிலிருந்து, கால்களை ஆட்டிக் கொண்டிருந்த முறையிலிருந்து, துடுக்குத்தனமான பாட்டிலிருந்து, தொலைபேசியின் அழைப்பை நோக்கிய அளவுக்கு மிஞ்சிய எதிர்பார்ப்பிலிருந்து, முன்னர் சற்றும் சந்தேகித்திராத ஒரு பைத்தியக்காரத்தனம் அவள்மீது கவிந்திருந்தது என்பதை அவரால் தெளிவாகப் பார்க்க முடிந்தது. ஆளரவமற்ற அடித்தள ஆய்வகத்தில் அவளருகில் நிற்பதற்கு மட்டுமல்ல, அவளோடு தான் சாகசம் புரியமுயன்ற காலங்களுக்குமாகச் சேர்த்து அவர் பயப்படத் தொடங்கினார். ஏனென்றால் அவளுடைய காதலனாக இருக்கும் சலுகையை அவருக்கு அவள் வழங்கியிருந்தால், அவருடைய நிலை ஆசார்யாவினுடையதைவிட மிகமோசமாக இருந்திருக்கும்.

"நான் சொல்வதை கவனமாகக் கேள் அபர்ணா" என்றார்.

தலையைச் சற்றே குனிந்து உட்கார்ந்து அவள் கொட்டாவி விட்டாள். "நம்பிக்கையற்ற ஆலோசகர்கள் வருவதற்கு இது ஏற்ற சமயமல்ல" என்றாள். "என்ன நடக்கவேண்டுமோ அது நடந்தாகிவிட்டது."

நம்பூதிரி மேஜைமீது சாய்ந்து, ஏறத்தாழ குசுகுசுத்த குரலில், "அபர்ணா, ஒன்றை நீ உணர்ந்துகொள்ளவேண்டும். நீ பிறப்பதற்கு முன்னாலேயே அரவிந்த் ஆசார்யா என்ற பெயர் வருடத்திற்கு ஒருமுறை நோபல் பரிசுக்கு உரியவர் என்ற முறையில் பரிந்துரைக்கப் பட்ட ஒன்று. அவர் பெரியவர். மிகப் பெரியவர். உன்னை யாரும் நம்பப்போவதில்லை. இது போலியாகத் தயாரிக்கப்பட்ட குற்றச்சாட்டு என்று அவர் சொன்னால்போதும், உன் விளையாட்டு முடிந்துபோகும்."

"நான் சொன்னதை நம்பத்தயராக இருப்பவர்கள் இருக்கிறார்கள். அது போதும் எனக்கு" என்றாள்.

"உண்மைதான்" என்றார் சிந்தனை வயப்பட்ட நம்பூதிரி. ஆனால் அமைச்சகத்துக்குக் கடிதம் எழுதுவது அதைச் செய்யும் முறையல்ல. நீ அதைப் புரிந்து கொள்ளவேண்டும். அவரை வெறுப்பவர்கள் உண்டு, அதேசமயம் அவர் மீது அன்பு வைத்துள்ள அதிகாரமிக்க மனிதர்களும் உண்டு. இப்போது இந்த விளையாட்டு எந்தப்பக்கமும்

போகலாம். அதனால் நீ இப்போது பத்திரிகைகளுக்குப் போக வேண்டும். ஒரு உள் விசாரணை தொடங்குவதற்கு முன்னமேயே இது பத்திரிகைகளில் வெளிவந்துவிடவேண்டும். மக்கள் இந்தச் செய்தியைத் தாங்களாகவே காணவேண்டும், நண்பர்களிடம் கேட்டறியக்கூடாது. புரிகிறதா? இது செய்தியாக வேண்டும், வதந்தியாகக் கூடாது. நீ இந்தக் கதையைப் பொதுமக்களுக்கு எடுத்துச் செல்ல வேண்டும் அபர்ணா" என்றார்.

அவள் ஒரு குழந்தையைப்போல, கள்ளமின்றி அவரைப் பார்த்து, "அது தொழில்நெறிக்குப் புறம்பானது இல்லையா?" என்றாள்.

அப்போது தொலைபேசி அடித்தது. ஒரு மகிழ்ச்சியான புன்முறுவல் அவள் முகத்தில் தோன்றியது.

அய்யன் மணி மெதுவாகத் தன் எதிரிலிருந்த டிக்டாஃபோனில் இரண்டு முறை 'ஹலோ' என்றான். பிறகு தன் குரல் கேட்பதை உறுதிசெய்துகொண்டான். இந்தக் கருவியை இதுவரை இவ்வளவு மரியாதையாகக் கையாண்டதில்லை. இன்று வரைக்கும், அது அவனுடைய அவலநிலையைக் காட்டும் ஒரு நிலையான கருவியாகவே இருந்தது. ஒரு சிறிய ஜப்பானியப் பதிவுக்கருவியோடு இணைக்கப்பட்ட ஒரு பெரிய இந்திய பதிவுக் கருவி என்ற நிலையில் அவன் இருப்பதைச் சுட்டிக்காட்டுவதாக. ஆனால் அன்று காலை, இப்போது தவிர்க்கவியலாததாக மாறிவிட்ட பிராமணர்க ளுடைய போரில், தான் சாமர்த்தியமாகப் பயன்படுத்தினால் காசாக்கிக் கொள்ளக் கூடிய ஒரு பெரிய செல்வத்தை இந்தச் சிறிய சில்வர் கருவி, அளிக்கப்போகிறது என்று எப்போதும் அவனுக்கு முன்னுணர்த்தத்தவறாத அவனுடைய உள்ளுணர்வு சொல்லியது. அவனிடம் இப்போது திட்டம் ஒன்றும் இல்லை, ஆனால் கூடியசீக்கிரம் ஒன்று கிடைத்துவிடும் என்பதை அறிவான்.

மனம் ஆரோக்கியமாக இருப்பதன் வசதிக்குறைவுகள் எதுவுமின்றி அபர்ணா வந்து சேர்ந்தாள். அய்யன் பல மாதங்களுக்கு முன்னால், தன் தலைமுடியைக் கட்டாமலும், ஒரு குறித்த நோக்கத்துக்கான உடைகளிலும் முதன்முதலில் அவள் வந்ததைப் பார்த்திருக்கிறான். அவள் அப்போது திருமணக்கோரிக்கை முன்வைக்க இருந்தாள். இப்போது அவளுக்குள் ஆழமான காயம் ஒன்று இருந்தது. அது இப்போது ஒரு இகழ்ச்சிப் புன்முறுவலாக வெளிப்பட்டது. காதலின் ஒரு தலைவிதியான மனவேதனை அது என்று அவன் நினைத்தான். இதை மிகவும் நெருக்கத்தில்,

எந்தப் பெண்ணின் முகமும் அழகற்றதாகத் தோன்றக்கூடிய மிக நெருக்கத்தில் அவன் முன்னால் கண்டிருக்கிறான். அவ்வளவு நெருக்கத்தில் வந்தபிறகு அலட்சியம் செய்யப்பட்டால், ஒன்று முத்தமிட்டாக வேண்டும் அல்லது முகத்தில் துப்பவேண்டும். முன்பு அவன் வாடகைவிடுதிகளில் தான் தேர்ந்தெடுக்க வேண்டி ஆசைப்படும் பெண்களை அவன் வருடிக்கொடுத்து இளகச் செய்யும் போது, பிறகு தெளிந்த மனத்தோடு அவர்களுக்கு விடைகொடுத்தபோது—அதுவும் காதல்கொடுமையின் ஒரு வடிவம்தானே—இந்த அபர்ணாவின் முகத்தை அவர்கள் முகங்களில் கண்டிருக்கிறான். சற்றும் சேதமுறாமல் சுதந்திரத்தின் போலியான கண்ணிவெடிப் பாதைகளிலிருந்து தப்பி எப்படித் திருமணத்தின் பாதுகாப்புக்குள் அவன் வந்துசேர்ந்தான் என்பதும் அதேசமயம், மிக புத்திக்கூர்மையுள்ள மனிதர் ஒருவர் இதில் அகப்பட்டுச் சிதைக்கப்பட இருக்கிறார் என்பதும் அவனை அசட்டுத்தனமாகச் சிரிக்கவைத்தது.

மனநலம் குன்றிய பெண்களின் ஆதிக்கத்திலுள்ள கவர்ச்சிகரமான பிரதேசம் சுதந்திரக்காதல் என்பதை அவன் தன் இதயத்தின் ஆழத்தில் அறிந்திருந்தான். அந்தப் பிரதேசத்தில் ஒவ்வொரு நாளும் மனிதர்கள் எப்படியோ வெளியேறினார்கள். பிறகு எந்தவித எச்சரிக்கையுமில்லாமல் அவர்கள் முடிந்துபோனார்கள். அந்தப் பெண் வந்து, ஒரு தியாகியைப்போல, தான் கர்ப்பமாக இருப்பதாகச் சொல்லுவாள், அல்லது தான் கற்பழிக்கப்பட்ட எல்லாச் சமயங்களையும் ஞாபகத்தில் வைத்துக்கொள்வதாகப் புலம்புவாள் அல்லது தன் கணவன் ஒரு கசாப்புக் கத்தியுடன் வந்து சேர்வான் என்று மிரட்டுவாள். சுதந்திரக்காதல்தேசத்தில் இவை எப்பொழுதும் நடக்கும் நிகழ்வுகள். நல்லநேரத்தில் அய்யன் மணி அந்தப் பிரதேசத்திலிருந்து ஒரு கன்னிப்பெண்ணின் திறந்த கைகளுக்குள் ஓடிவந்து சேர்ந்துவிட்டான். ஆனால் ஆசார்யா எதிர்த்திசையில் போய்விட்டார்.

அபர்ணா, தன்னுடைய நபர் தான் கற்பனை செய்துவந்த நிலையிலேயே இருப்பதைக் கண்டாள். ஆசார்யா தன்னுடைய மிகப்பெரிய கருப்பு நாற்காலியில் அமிழ்ந்திருந்தார். ஒரு குழந்தையினுடையதைப் போன்ற வெற்றுக்குழப்பத்தில் அவருடைய அழகான முகம் இலயித்திருந்தது. மேஜைக்குக் குறுக்காக அமர்ந்த அவள் புன்முறுவல் செய்தாள்.

வலுவோ எதிர்பார்ப்போ இல்லாத குரலில் "ஏன் அபர்ணா?" என்று கேட்டார்.

வேறு ஆர்வமான விஷயங்களைப் பற்றிப் பேச எதிர்பார்த்து வந்தவளைப் போல அவள் வேதனைக்குறி கொண்ட முகத்தைக் காட்டினாள்.

ஏறத்தாழ மிகவும் கருணையோடு, "வேறென்ன என்னிடம் எதிர்பார்த்தீர்கள் அரவிந்த்?" என்றாள். "விடுமுறையிலிருந்து உங்கள் பெண்டாட்டி வரும்வரை என்னோடு படுத்திருப்பீர்கள், பிறகு என்னை வாழ்க்கையிலிருந்து வெளியேறிவிடு என்பீர்கள்."

"நீ புரிந்துகொண்டாய் என்று நினைத்தேன்" என்றார் அவர். ஆனால் அந்தக் கணத்தில், அவர் அதைச் சொன்னபோது, அதற்கு என்ன அர்த்தம் என்பது தனக்கும் புரியவில்லை என்பதையும் மனத்தில் ஒப்புக்கொண்டார்.

"இல்லை அரவிந்த்" அவள் வார்த்தைகள் இப்போது வேகமாக வும் கோபமாகவும் வந்தன. "எனக்குப் புரியவில்லை. ஆண்கள் என்னிடம், 'அப்போது கேளிக்கையாக இருந்தது, ஆனால், இப்போது நீ தேவையில்லை' என்று சொல்லும்போது எனக்குப் புரிந்ததே இல்லை."

"அதனால் இப்படிச் செய்கிறாயா?"

"புரிந்துகொள்ளுங்கள். என் வாழ்க்கை முழுவதும் ஆடவர்கள் என்னை அவமானப்படுத்தியே வந்திருக்கிறார்கள். ஏன் என்று தெரியாது, ஆனால் ஆண்கள் என்று நினைக்கும்போதெல்லாம் இதுதான் கவனத்திற்கு வருகிறது. பிறகு ஒரு வயதான மனிதரிடம் பைத்தியக்காரத்தனமாக ஆசை வைக்கிறேன். அவரும் என்னைக் குப்பையில் எறிகிறார். உங்களைக் கொல்ல எண்ணினேன். நிஜமாகவே." தன் உள்ளங்கையையும், மெல்லிய விரல்களையும் ஆராய்ந்தாள். கொஞ்சம் சதைப்பற்றின்றியும் வயதாகியும் அவை தோன்றுவதாக நினைத்தாள்.

தனக்கு முன்னால் உட்கார்ந்திருந்த இந்தப் பெண்ணை யாரென்று அவரால் புரிந்துகொள்ளமுடியவில்லை. ஆனால் அவள்மீது ஒரு கடுமையான பரிவு ஏற்பட்டது. பிறகுதான் அவளால் அழிக்கப்படும் நிலையில் தான் இருப்பதை ஞாபகப்படுத்திக் கொண்டார். "இப்போது நாம் என்ன செய்யலாம்?" என்றார்.

"நாம் முடிந்துபோய்விட்டோம். அவ்வளவுதான். இரண்டுபேருமே. உங்களுடைய கௌரவம் போயிற்று. என்னை யாரும் இனி வேலைக்கு ஏற்கமாட்டார்கள்" என்று தகவல் தருகின்ற முறையில் கூறினாள். "பெரிய குழப்பம் அரவிந்த். நீங்கள் ஒரு தண்ணீர்த் தொட்டி மேலேறி நான் கபடமற்றவன் என்று கத்தினாலும் ஒழிந்தீர்கள். இங்கே ஏற்கெனவே நீங்கள் ஒழியவேண்டுமென்று காத்திருக்கின்ற கழுகுகள் பலர் இருக்கிறார்கள். அவர்களுக்கு ஏற்கெனவே என்ன செய்யவேண்டுமென்பது தெரியும்."

"ஆக. சாம்பிளரில் ஒன்றுமே இல்லையா?"

"அதைப்பற்றித்தான் கவலைப்படுகிறீர்களா? சாம்பிளர்களில் அந்நியர்கள் இல்லையே என்று? ரொம்பவும் மோசமானது இது. தெரியுமா?"

"சொல்லு அபர்ணா, அப்படியானால் சாம்பிளரில் ஒன்றுமே இல்லையா?"

"இல்லை. வெறும் காற்றுதான்."

அந்தக் கணத்தில் அவருக்கு மிகவும் வலியைத் தந்தது பலூன் மிஷனின் தோல்விதான் என்பது முட்டாள்தனமாகப் பட்டது. ஜன்னல் பக்கம் திரும்பி, அந்தத் தோல்வியை ஏற்றுக்கொள்ள முயற்சிசெய்தார். அபர்ணாவின் தண்டனையை ஏற்க அவருக்கு தைரியம் இருந்தது. காதலின் இயற்கையில் பரிசுகளும் சரி, தண்டனைகளும் சரி, விகிதாசார அளவில் சரிசமமாகக் கிடைப் பதில்லை என்பதைப் புரிந்துகொள்ளும் ஞானமும் அவருக்கு இருந்தது. ஆனால் இப்போது வளிமண்டலத்தில் அந்நியர்களைக் கண்டறிந்த மகிழ்ச்சியும் ஆறுதலும் அவருக்குக் கிடைக்காது என்ற மெய்ம்மையால் மனம் உடைந்துபோனார். அவருக்கு இன்னொரு முயற்சி செய்ய வாய்ப்பே இல்லை என்றும் தோன்றியது. வாழ்க்கை யில் முதன்முதலாக வெறும், வெற்றிடமான எதிர் காலத்தின் பயத்தை உணர்ந்தார்.

ஜன்னலுக்குச் சென்று அமைதியாக இருந்த கடலைப் பார்த்த வாறு இருந்தார். அபர்ணா தன்னருகில் இருப்பதையும் உணர்ந்தார். திருமணமாகி வெகுநாளான ஒரு ஜோடிபோல, வார்த்தைகளே இன்றி அவர்கள் அப்படி நிற்பதைப் பற்றி அவர் விசித்திரமாக நினைக்கவும் இல்லை. ஜன்னலின் வழியாகக் கலங்காத கண்களோடு அவர்கள் பார்த்துக்கொண்டிருந்தார்கள்.

ஆனால் இப்படி இதற்கு முன் பார்த்ததில்லை. அடித்தளத்தில் நிர்வாணமாக இருந்த போதுகூட இப்படி அவர்கள் ஆழமாக ஒருவருக்குள் ஒருவர் பார்வையைப் பரிமாறிக்கொண்டதில்லை.

அவள் மறுபடியும் பேசியபோது அது இன்னொருவகை மௌனமாக இருந்தது. கடலின் ஒலியைப்போல, பறவைகளின் கீதங்களைப்போல. அவள் கனவுலகில் இருப்பவள்போல, சாம்பிளர் வந்தபோது எவ்வளவு பதற்றத்தோடு அவள் இருந்தாள், அதில் ஏதாவது இருந்து அவரை மகிழ்ச்சிப்படுத்தாதா என்று நினைத்தாள் என்பதையெல்லாம் சொல்லிக்கொண்டிருந்தாள்.

"நாங்கள் எல்லா வகைச் சோதனைகளையும் செய்துவிட்டோம் அரவிந்த்" என்றாள் அவள். "அதில் ஒன்றுமே இல்லை என்று தெரிந்ததும், நான் என்ன செய்தேன் தெரியுமா உங்களுக்கு? நான்கு நாட்கள் ஆய்வகத்தைவிட்டு வெளியே வரவே இல்லை. நான்கு பகல்கள், நான்கு இரவுகள், சோதனைக்கு மேல் சோதனை நடத்தினேன். உங்களை மகிழ்ச்சியற்றுப் பார்க்க நான் விரும்பவில்லை. நான்காவது நாள் இரவு என்ன நேர்ந்தது என்று எனக்குத் தெரியாது. ஏதோ ஒன்று எனக்குள் அடித்தது. ஏதோ ஒரு முட்டாள்தனமான கனவிலிருந்து விழித்தெழுந்ததுபோல. ரொம் பவும் வெட்கப்பட்டேன். ஏன் இப்படி ஆடவர்கள் பின்னால் அலைகிறேன் என்று. இங்கே ஒரு வயதான வேசிமகன் என்னை இவ்வளவு புண்படுத்தியிருக்க, அவரைக் குஷிப்படுத்தவேண்டும் என்று நான் ஏன் பைத்தியமாக அலைகிறேன்? ஒரு முட்டாள்தனமான ஸ்டீல் பெட்டியில் ஏதோ இருக்குமென்று முட்டாளைப்போல. நான் என் மீதே கோபங்கொண்டேன் அரவிந்த், உங்கள்மீது, எல்லாவற்றின்மீதும் கோபம்."

ஆகவே விடியற்காலையின் மறைவில் அவள் சாம்பிளரை அந்த ஆய்வகத்தில் கிடைத்த பாக்டீரியாவைக் கொண்டு மாசுபடுத்திவிட்டாள். அது அவளுக்கு ஆறுதல் தந்தது. அவரை ஒரு முழு அழிவுக்குக் கொண்டு செல்வது அவளுக்கு அதிகாரமும், பிறகு புத்திசாலித்தனமும் இருப்பதை உணர்த்துவதாக இருந்தது.

இயற்கைக்கு மாறான ஒரு சொந்தத்தில் இருவரும் அமைதியாக இருப்பதை மீண்டும் தொடங்கினார்கள். பிறகு அவளுடைய இலகுவான காலடிகள் அறையை விட்டுச் செல்வதை அவர் உணர்ந்தார். பிறகும் பல மணிநேரம் அவர் ஜன்னலருகிலேயே நின்றார். ஜன்னல் விளிம்பில் தங்குவதற்காக வேகத்தோடு

வந்த புறாக்கள் அவருடைய பிசாசுத்தனமான பார்வையால் அதிசயமடைந்தன. முக்கியப் புல்வெளியின் பாதைகளைச் சுற்றி விஞ்ஞானிகள் சிறுசிறு குழுக்களாகத் திரண்டுகொண்டிருந்தார்கள். அவர்களுக்குள் இருந்த உணர்ச்சிப்பெருக்கு அதிர்ச்சி எனத் தோற்றம் கொண்டது. மரணத்தின் களியாட்டம் துக்கத்திற்கு வந்த விருந்தாளிகளைச் சோகத்தில் ஆழ்த்துவதெனத் தோற்றம் கொள்வதுபோல. தூக்குமேடைக்குக் கொண்டு செல்லப்படும் மனிதர்களின் பேரமைதியை இப்போதுதான் ஆசார்யா புரிந்து கொண்டார். அவர்களின் ஒரேசீரான நடை, சற்றும் நடுக்கமின்றி அவர்களை உள்ளீடற்ற மரமேடைக்குக் கொண்டுசென்ற கால்களின் வலிமை ஆகியவை அவருக்கு எப்போதுமே கவர்ச்சி தருவனவாக இருந்தன. இப்போது ஏறத்தாழ அவர்களுடைய நிலைமைகளை அவர் அனுபவித்துவிட்டார். அவருக்குள் ஒரு நோயுற்ற, பலத்தைக் குறைக்கின்ற பயம், சீழின் நாற்றத்தோடு உருவெடுப்பதை உணர்ந்தார். இருந்தாலும் அவரால் நடக்க முடிந்தது.

மாலைநேரத்திலிருந்து தொலைபேசிகள் ஒலிக்க ஆரம்பித்தன. ஆசார்யா அவை அடிக்கட்டும் என்று விட்டார். அய்யன் பலதடவை உள்ளேவந்து பழைய நண்பர்களும் பத்திரிகையாளர்களும் தொலைபேசியில் என்ன நடந்தது என்று அறியவேண்டிக் கெஞ்சிக்கொண்டிருந்தார்கள் என்றான். முன்னறையில் வருகையாளர்கள் கூடிக் கொண்டிருந்தார்கள். அவர்களுடைய முணுமுணுப்புகள் ஒன்றுசேர்ந்து வரப் போகின்ற ஒரு பெரிய புயலுக்கு முன்னறிவிப்புப் போல இருந்தன.

"நாம் என்ன செய்யவேண்டும் சார்?" என்றான் அய்யன்.

அபர்ணாவின் கடிதம் பற்றிய செய்தி உலகெங்கிலும் உடனே பரவிவிட்டது. மிகத்தொலைவான ஆர்வம் கொண்டிருந்தவர்களுக்கும் ஆர்வத்தைக் கிளறிவிட்டது. விஞ்ஞானிகளுக்கும் பத்திரிகையாளர்களுக்கும் இந்தியாவின் வூ—சுக் என்ற தலைப்பில் மின்னஞ்சலின் பெட்டியில் கடிதங்கள் வந்து குவியத்தொடங்கின. ஸ்டெம் செல் ஆய்வில் விளைவுகளைத் தவறான முறையில் தானே உருவாக்கி அளித்ததற்காக உலகெங்கும் இகழ்ச்சி பெற்ற தென்கொரிய விஞ்ஞானி வூ—சுக்குடன் ஆசார்யாவை ஒப்பிட்டார்கள். அறிவியல் துறையில் ஏமாற்றுகள் பெருகிவருவதைப் பற்றிச் சுய ஒழுக்கவாதிகளால் எழுதப்பட்ட கட்டுரைகள் பிளாகுகளில் நிறைந்தன. ஏன் இவ்வளவு பெரிய விஞ்ஞானி இவ்வளவு தரம்

தாழ்ந்து போனார் என்ற கருணை நிறைந்த பகுப்பாய்வுகளும் நிகழ்ந்தன. ஆசார்யா இப்படிப்பட்ட ஏமாற்றினைச் செய்யக்கூடியவர் அல்ல என்று பழைய விஞ்ஞானிகளின் மறுப்புகளும் எழுந்தன. அபர்ணாவின் கடிதத்தில் அவர்கள் ஒரு கோபமுற்ற பெண்ணின் பழிவாங்குதலைக் கண்டார்கள். ஆனால் எல்லோருமே நம்ப விரும்பிய கதை ஆசார்யா வீழ்ந்துவிட்டார் என்பதுதான். துயரார்ந்த தொலைக்காட்சி நிருபர்கள் அரணமைந்த நிறுவனத்தின் வாயிலில் நின்றார்கள். எவ்விதம் விஞ்ஞானச் சமூகமே ஓர் அதிர்ச்சிநிலையில் இருந்தது என்பதைப் பற்றிப் பேசினார்கள்.

அந்நியர்களைக் கண்டறிந்த புகழின் உச்சியிலிருந்த ஓர் வானியலாளர், இப்போது 'ஓர் அழகான துணைஆய்வாளர் அவரது கற்பித்தலின்பேரில் ஆராய்ச்சியைக் கெடுத்துவிட்டாள்' என்ற இடைவெட்டினால் அவதிப்பட்டார். அது ஒரு பெரிய கதை.

விசாரணை ஒரு ஜன்னலற்ற அறையில் நடந்தது. ஒரு முரட்டுக் கம்பளம் அதில் விரிக்கப்பட்டிருந்தது, ஏதோ ஒருவகையில் பொருத்தமாக இருந்தது. ஓர் அமைதியான மித்ரபேதத்தின் சூழல் அங்கிருந்தது. கோட்பாடு மற்றும் ஆராய்ச்சி நிறுவனத்தின் மற்றக் கருத்தரங்க அறைகளில் நீள்வட்ட மேஜைகள் இடப்பட்டிருக்கும். அது, விஞ்ஞானிகளுக்குள், குறைந்தபட்சம் அவர்களுக்கு குணப்படுத்த இயலாத ஆணவம் ஏற்படுகின்றவரை, ஏற்றத்தாழ்வில்லை என்ற சமத்துவக் கருத்துக்கு ஏற்றதாக இருந்தது. ஆனால், இங்கே இது எந்தவித ஐயத்துக்கும் இடமின்றி, ஒரு விரிவுரைக்கு ஏற்றவகையில் அமைக்கப்பட்டிருந்தது. செம்பழுப்பு நிறமுள்ள ஓக் மேஜைக்குப் பின்னால் ஐந்துபேர் தங்களுக்குத் தாங்களே அளித்துக்கொண்ட பெருமிதத்தன்மையோடு அமர்ந்திருந்தனர். மேஜைமீதிருந்த பூச்சாடியிலிருந்து ஒற்றை ரோஜா மட்டும் எட்டிப்பார்த்தவண்ணம் இருந்தது. அறையிலிருந்த மற்ற நாற்காலிகள் எல்லாம் அகற றப்பட்டு இரண்டே இரண்டு கையற்ற வெற்று நாற்காலிகள் மட்டும் நடுவர்களைப் பார்த்தவண்ணம் போடப்பட்டிருந்தன.

இருளுக்கும் தைரியத்துக்கும் இடையிலான உணர்ச்சியை வெளிப்படுத்தும் வண்ணம், ஏற்கெனவே முன்னே யோசித்துவைத்திருந்த முறையிலான ஒரு சிரிப்பை வெளிப்படுத்தியவண்ணம் அபர்ணா உள்ளே வந்தாள். விண்நீல நிற சல்வார் கமீஸில் இருந்தாள். அவளு டைய தலைமுடி மெல்லிய சுருள்சுருளாக அமைந்திருந்தது. மேஜைக்குப்

பின்னால் (இயேசுநாதரின்) கடைசி இரவுவிருந்திற்கு (லாஸ்ட் சப்பர்) விருந்தினர்களின் சிற்றுருக்கள்போல அமர்ந்திருந்த ஆட்களைக் கண்டதும், அவளுக்கு அடக்கமுடியாமல் சிரிக்கவேண்டுமென்ற எண்ணம் ஏற்பட்டது. மத்தியில் பாசு, கருப்பு சூட், சிவப்பு டையில் இருந்தார். நம்பூதிரி அவர் வலப்பக்கத்தில். மீதி மூன்று பேர் அவளுக்கு அறிமுகமில்லாதவர்கள். தங்கள் ஐம்பதுகளில் இருந்தார்கள்.

ஒருவர்பின் ஒருவராக அவர்கள் அபர்ணாவுக்கு மரியாதை செய்ய எழுந்தார்கள்.

பாசு, "தயவுசெய்து உட்காருங்கள்" என்று அபர்ணாவை உபசரித்தார். வெற்று நாற்காலிகள் ஒன்றில் அவள் அமர்ந்தாள். இப்படித்தான் இதை நடத்தவேண்டுமென்ற ஞானம் இவர்களுக்கு எப்படி ஏற்பட்டது என்று யோசித்தவண்ணம் இருந்தாள். இம்மாதிரி விசாரணைக்கு எவ்வித முன்உதாரணமும் இல்லை. இருந்தாலும் மேஜையை இப்படித்தான் அமைக்க வேண்டும் நாற்காலிகளை இப்படித்தான் போட வேண்டும் என்ற அறிவு அவர்களுக்கு இருந்தது. ஆசார்யா வந்தவுடன் என்ன நடக்கும் என்று யோசித்தாள். அவளும் அவரும் இந்த அறையில் திருமண ஆலோசனைக்கு வந்த ஒரு மோசமான ஜோடிபோலத் தோற்றமளிப்பார்கள். மறுபடியும் வந்த சிரிப்பை அடக்கிக் கொண்டாள்.

பெண்களாயிருந்தால் இந்தச் சூழலை எப்படிக் கையாண்டிருப்பார்கள் என்று நினைத்துப்பார்த்தாள். மாதவிலக்குநின்ற பெண்கள் நடுவர்களாக அமைந்திருந்தால் எப்படி இருக்கும்? இது மிகவும் இடைஞ்சலான சிந்தனையாக இருந்தது. அவர்கள் அவளை ஒரே வெட்டாக வெட்டியிருப்பார்கள். ஆனால் வயதான இந்த ஆண் நடுவர்கள் இலகுவாகத்தான் நடத்தப்போகிறார்கள்.

"உங்களுக்கு ஜனா நம்பூதிரியைத் தெரியும்" என்றார் பாசு, தனிப்படுத்தி. மற்ற மூவரையும் தில்லியில் வெவ்வேறு நிறுவனங்களைச் சேர்ந்த மூத்த விஞ்ஞானிகள் என்று அறிமுகப்படுத்தினார். அவர்கள் எல்லோருமே அவளைப் பாராட்டுடனோ நன்றியுடனோ—எது என்று அவளுக்கு விளங்கவில்லை—நோக்கிய முறையிலிருந்து அவர்கள் எல்லோருக்குமே ஆசார்யாவின்மீது ஒரு பொதுவான மனத்தாங்கல் இருந்தது என்பது தெரிந்தது.

தங்கள் முன்னாலிருந்த சில காகிதங்களை அவர்கள் படித்து ஆராய்ந்தார்கள். ஏறெடுத்துப் பார்க்காமலே, பாசு சொன்னார்:

"நீங்கள் எல்லாவற்றையும் உங்கள் கடிதத்தில் தெளிவாகச் சொல்லி யிருக்கிறீர்கள். உங்கள் கூற்றில் ஏதாவது மாற்றம் உண்டா?"

"இல்லை" என்றாள் அவள்.

"ஆசார்யா வந்தபிறகு உங்கள் கூற்றைத் திரும்ப அவர்முன்னால் நீங்கள் சொல்ல வேண்டியிருக்கும். சம்மதமா?"

"சம்மதம்" என்றாள்.

இப்போது நடுவர்கள் தாங்கள் செய்யவேண்டிய வேலை எதுவும் இல்லாதது போலச் செயல் இழந்திருந்தார்கள்.

ஒரு கையை மேஜை மீது வைத்து கொஞ்சம் பின்னால் சாய்ந்து, அவர் தனக்குக் கவர்ச்சிகரமானது என்று நம்பிய ஒருவிதத்தில் இருந்துகொண்டு, "வேறு ஏதாவது விஷயங்களைச் சொல்ல உங்களுக்கு விருப்பமா?" என்று நம்பூதிரி கேட்டார்.

"இல்லை" என்றாள் அபர்ணா. தான் சிரித்துவிடாமல் இருப்பதற்காகத் தன் பாட்டி இறந்த நாளை நினைத்துக்கொண்டாள்.

"ஆசார்யாவுக்கு உங்கள்மீது அதிக அளவிலான அதிகாரம் இருந்தது" என்றார் நம்பூதிரி. அவள் விட்டுவிட்ட ஒன்றைச் சொல்லத் தூண்டுகின்ற விதத்தில் அது இருந்தது. "உங்களை இந்த அறிக்கையைத் தவறாக எழுதவேண்டுமென்று அறிவுறுத் தியதற்கு அப்பால் வேறெந்த விதத்திலாவது தனது அதிகாரத்தைத் தவறாகப் பயன்படுத்தினாரா?"

கொஞ்சங்கூடக் குழப்பத்திற்கு வாய்ப்பளிக்க இடமில்லாத விதத்தில் "இல்லை" என்றாள்.

"நான் சொல்ல வருவது என்னவென்றால், நீங்கள் ஒரு கவர்ச்சியான பெண். மிகவும் கவர்ச்சியான பெண். அவர் ஒரு அதிகார பலமிக்க மனிதர், உங்களை அறத்திற்கு எதிரானவிதத்தில் இயங்கத் தூண்டியிருக்கிறார். அவர் தன்னுடைய அதிகாரத்தைப் பயன்படுத்தி உங்களைத் தவறாக நடக்கத் தூண்டிய சந்தர்ப்பங்கள் இல்லையா? உங்கள் கடிதத்தில் நீங்கள் குறிப்பிடமுடியாத சங்கடமான சந்தர்ப்பங்கள்?"

"நீங்கள் பாலியல் தொல்லையைக் குறிப்பிடுகிறீர்கள் என்றால்" என்றாள் அவள், "அவர்மீது எந்தவிதக் குறையையும் நான் குறிப்பிடுவதற்கில்லை."

நம்பூதிரியை இந்த பதில் மௌனமாக்கிவிட்டது. பிறரும் அவளிடம் சொல்வதற்கு எதுவும் இல்லை என நினைத்தனர். தங்களுக்குள் குசுகுசுத்துக் கொண்டனர். இரண்டு பேர் தங்கள் கடிகாரங்களைப் பார்த்தனர். பாசு மணியை அழுத்தினார். ஒரு எழுத்தர் வாயிலில் எட்டிப்பார்த்தார்.

"அவர் வந்துவிட்டாரா?" என்றார் பாசு.

"இல்லை சார்" என்று சொல்லிவிட்டு அந்த எழுத்தர் மறைந்து விட்டார்.

குற்றம் சாட்டப்பட்டவரை எதிர்பார்த்துக் காத்திருக்கவேண்டியிருக்கிறதே என்ற எண்ணத்தோடு நடுவர்குழு அபர்ணாவை சங்கடத்துடன் நோக்கியது. நம்பூதிரியின் மனஉறுதியைத் தளரச் செய்ய முனைந்த ஒரு மோசமான இடைவெளி அது. அந்த அறையில் ஆசார்யாவின் தளர்வுறாத பிரசன்னத்தை அவர் உணர்ந்தார். மற்ற ஒவ்வொருவரின் அமைவடக்கத்தையும் அது எப்படி பாதிக்கும் என்றும் நினைத்துப் பார்த்தார். அபர்ணாவால் தன் பொய்யை நிலைநிறுத்தமுடியாமல் போகலாம். அவள் உறுதியாக நின்று ஒரு முடிவான காரியத்தைச் சாதிக்கவேண்டும் என்று அவர் எதிர்பார்த்தார். ஆனால் அவள் விசாரணையின் முழு தீவிரத்தன்மையை உணரவில்லை என்ற எண்ணம் அவருக்கு ஏற்பட்டது. அந்தக் கணத்தின் மனநிலைக்கு அவளை ஈர்க்க அவர் முயன்றார்.

"சாம்பிளரின் உள்ளடக்கத்தை நீங்கள் பரிசோதித்துக் கொண்டிருந்தபோது ஆய்வகத்தில் வேறு இரண்டு அமெரிக்கப் பேராசிரியர்களும் இருந்தார்கள்" என்றார். "மைக்கேல் ஒயிட், சைமன் கோர். நாங்கள் இன்று காலை அவர்களுடன் ஆலோசனைப் பேச்சு நடத்தினோம். அவர்கள் தங்கள் அதிர்ச்சியைத் தெரிவித்தார்கள், மேலும் ஆசார்யா உங்களை இப்படி ஆவணத்தை மாற்றச் சொல்லியிருக்கமாட்டார் என்று தெரிவித்தார்கள். அவர்கள் உடனிருக்கும் நேரத்தில் நீங்கள் எப்படி சாம்பிளரை மாசுபடுத்த முடிந்தது?"

"நான் அதைச் செய்தபோது அவர்கள் அருகில் இல்லை" என்றாள். விடியற்காலை நான்கு மணி அளவில் அதைச் செய்தேன்.

"சாம்பிளரை மாசுபடுத்துவதற்காக அவ்வளவு முன்னால் ஆய்வகத்திற்கு வந்தீர்களா?" என்று நம்பூதிரி ஒரு வழக்கறிஞர் தன் கட்சிக்காரரை விசாரணைக்குத் தயார் செய்வதுபோல அறிவூட்டும் வகையில் கேட்டார்.

"ஆமாம்."

"ஆசார்யா பேராசிரியர்கள் வருவதற்கு முன்னால், அந்தச் சமயத்தில்தான் அப்படிச் செய்யச் சொன்னாரா?"

"ஆமாம்."

"ஆசார்யாவின் சதித்திட்டத்தில் அமெரிக்கர்களும் உடனிருக்கிறார்கள் என்று கருதுகிறீர்களா?"

"நான் அப்படி நினைக்கவில்லை."

"ஆசார்யா உங்களை சாம்பிளரை மாசுபடுத்துமாறு கூறினார் என்பதற்கு என்ன ஆதாரம் வைத்திருக்கிறீர்கள்?"

"என்னிடம் ஆதாரம் எதுவும் இல்லை" என்றாள். "ஆனால், இந்த உண்மை வெளிப்பாட்டுக்கு எனக்கு எவ்விதத் தூண்டுதலும் இல்லை. ஓர் அறக்கடப்பாட்டினைத் தவிர."

"மெய்தான்" என்றார் நம்பூதிரி. "ஆனால் இப்போது இதற்கு என்ன அவசியம்? ஏன் முன்னாலேயே சொல்லவில்லை?"

"இதன் விளைவுகள் பற்றி எனக்குத் தெரியும். முடிவு செய்ய எனக்கு நேரம் வேண்டியிருந்தது."

"நாங்கள் அதைப் புரிந்துகொண்டோம்" என்றார் அன்பாக. கதவருகில் ஒரு ஆள் வந்து நிற்பதைக் கண்டு வியப்படைந்தார்.

அய்யன் மணி கையில் ஒரு குறிப்பை வைத்திருந்தான்.

"டாக்டர் ஆசார்யா இதை உங்களிடம் தரச் சொன்னார்" என்றான் நடுவர்களிடம். பிறகு கடிதத்தைத் தூக்கிப்பிடித்தான். அவன் உள்ளே வரத் தொடங்கிவிட்ட பிறகு, சடங்குத்தனமாக

பாசு, "உள்ளே வரலாம்" என்றார். அந்தக்குரல், அய்யனை ஒரு கணம் திகைக்கவைத்து பிறகு நடக்கச்செய்தது.

அந்தக் குறிப்பை பாசுவிடம் அவன் தர, அவர் அதன் விஷயத்தைக் கூட்டத்திற்குப் படித்துக்காட்டினார்.

> "இந்தவிதமான ஒரு குற்றச்சாட்டுக்கு நான் பதிலளிப்பதோ, அல்லது இந்த மாதிரி அமைப்புக்கொண்ட ஒரு குழுவின் முன் என்னை விசாரணைக்கு உட்படுத்திக் கொள்வதோ என் கௌரவத்திற்குக் குறைவானதாகும். அதிகார வர்க்கத்தினரும், எனக்குக் கீழிருப்போரும் என்னைக் கேள்விகேட்க இயலாது. எனக்குச் சார்பாக, சான்றாக என் முழுக் கடந்த காலத்தையும் ஒப்படைக்கிறேன்"—அரவிந்த் ஆசார்யா.

ஒரு சுருங்கிய கணநேரம், பாசு ஒரு தவிர்க்கமுடியாத நேசத்திற்குரிய மனிதர் என்று அபர்ணா நினைத்தாள். பிறகு அப்படிப்பட்ட ஒரு மனிதரின் வார்த்தைகளை அவர் படித்துக்காட்டியதால்தான் அவ்விதம் தோன்றியது என்று உணர்ந்துகொண்டாள்.

பாசு அதைக் கிழித்துத் துண்டுகளை அய்யனிடம் கொடுத்தார்.

"கொண்டுபோய் அவரிடமே கொடுத்துவிடு" என்றார். அபர்ணா இதனால் கவரப்பட்டிருக்கிறாளா என்றவிதமாக அவளை நோக்கினார். "இதை நான் பாதுகாப்பு அமைச்சருக்கு விடப்பட்ட நேரடிச் சவாலாகவே ஏற்றுக்கொள்கிறேன்" என்றார். மூடிய கைகளில் துண்டுக்காகிதங்களைக் கொண்டு அய்யன் வெளியேறினான். அதை ஆசார்யாவுக்குக் கொடுக்கவேண்டாமென நினைத்தான்.

பாசு அபர்ணாவை, மிகுந்த விவேகத்துடன் பார்ப்பதுபோல நோக்கினார். "நீங்கள் செய்தது, வலுக்கட்டாயத்தினால் செய்யப்பட்டிருந்தாலும் தவறுதான். இது நிறுவனத்திற்கு அவமானத்தை அளித்திருக்கிறது. ஆனால் நீங்கள் அதற்கான பொறுப்பை ஏற்று, இராஜினாமா செய்கிறேன் என்று சொல்வதன்மூலம் சரியான விஷயத்தைச் செய்திருக்கிறீர்கள்."

அபர்ணா, மறுபடியும், தன் பாட்டி திடீரென இறந்துபோன விஷயத்தை நினைத்துக் கொள்ளவேண்டிய அவசியம் ஏற்பட்டது.

அவர் சற்றே இடைவெளிவிட்டு, பிற உறுப்பினர்களை நோக்கித் தலையசைத்தார். "உங்கள் தைரியம் இல்லாமல் இந்த விஷயம் வெளியே வந்திருக்காது என்று மட்டும் சொல்வதற்குமேல் ஒன்றுமில்லை" என்றார். "இராஜினாமா செய்யும் உங்கள் முடிவை மாற்றிக்கொள்ள இயலுமா?"

"இல்லை" என்றாள் அவள். அவள் அதைச் சொன்ன விரைவு அவரை ஸ்தம்பிக்க வைத்தது. தான் சொல்ல வந்ததை அதில் மறந்துவிட்டார்.

நம்பூதிரி கண்களை இடுக்கிக்கொண்டு பக்கப் பார்வையாக அவளைப் பார்த்தார். "பாதுகாப்பு அமைச்சகம் நடத்துகின்ற பிற நிறுவனங்கள் ஒன்றில் உங்களுக்கு வேலை ஏற்பாடு செய்தால் செய்வீர்களா?"

"நான் எனது எதிர்காலத்தைப் பற்றி இப்போது நினைக்கும் நிலையில் இல்லை" என்றாள் அவள், எழுந்துகொண்டே. பிறரும் அவளுக்கு விடையளிக்க எழுந்தார்கள். அவள் தரையிலிருந்த தனது கைப்பையை எடுத்துக்கொண்டு ஒரு வார்த்தையுமின்றி வெளியேறினாள்.

அய்யன் மணி, இந்த நிகழ்ச்சிக்குப் பிறகு அபர்ணா நிறுவனத்தின் பக்கமே வர மாட்டாள் என்று உறுதியாக இருந்தான். இந்த வண்டவாளம் தொலைக்காட்சித் திரைகளில் வெளிப்பட்ட எதிர்வரும் நாட்களின் குழப்பத்தில் அவள் காணாமல் போனாள். மக்கள் அவளைத் தேடித்தேடிச் சலித்த பின்னரும் அவள் கிடைக்க வில்லை. பிறகு ஒருவித சந்தோஷத்துடன் மக்கள் "அபர்ணாவை ஞாபகம் இருக்கிறதா" என்று கேட்கும் அளவுக்கு ஒரு கடந்தகால நினைவாகிவிட்டாள்.

வாழ்க்கையின் பாதைகளில் ஆண்களைத் தன்னை நேசிக்குமாறு வேண்டிக் கேட்டுக்கொண்டாள், தனது அன்பின் தீவிரத்தால் அவர்களை பயமுறுத்தினாள், எவனுடைய உடல்வாசனையைச் சகித்துக்கொள்ளமுடிந்ததோ அவனைத் திருமணம்செய்து கொண் டாள், பிறகு மறுபடியும் அன்பைத் தேடி அலைந்தாள். இம்மாதிரிக் காதல் விவகாரங்கள் தரும் தனிமையையும் சகித்துக்கொண்டாள். சில நாள் காலைநேரங்களில், அவளுக்கு எதிரில் இவ்வளவு இன்பத்தோய்வு எளிதாகக் கிடைத்ததே என்று நன்றி சொன்ன ஆண்களுக்கு எதிரில் அவள் தன் உடைகளை அணிகின்ற அவமானத்தையும் ஏற்றுக் கொண்டாள். அது அவர்களுக்காக

அவள் உடையைக் கழற்றியபோது இருந்ததைவிட அவர்களை இழிவுபடுத்துவதாக இருந்தது. தன் வாழ்க்கையில் ஒவ்வொரு நாளும் இவ்விதமாக அலைந்து கடைசியில் வயது முதிர்ச்சியின் புகலிடத்தில் அமைதிகொண்டாள்.

அய்யன் இதைத் தன் மனத்தில் கண்டான், அதனால் ஏற்படும் சந்தோஷத்தை உணரக் காத்திருந்தான். ஆனால் சந்தோஷம் வரவில்லை. மாறாக ஒரு பரிச்சயமற்ற வலிதான் உள்ளத்தில் ஏற்பட்டது. ஓர் அழகான இளம்பெண்—அவளின் புண்படலைப் புரிந்துகொள்ளாத உலகம். அவளுடைய மனவேதனையைக் கழுகுகள் இன்னும் பெரிதான தங்கள் விளையாட்டுகளுக்குப் பயன்படுத்திக் கொண்டன.

விசாரணை ஒரேஒரு நாள்தான். அபர்ணா சென்ற பிறகு, பலூன் மிஷனின் ஒரு பகுதியாக இருந்த ஆய்வுமேற்பட்டப் படிப்பு மாணவர்கள் தளர்ச்சியோடுதான் நடந்தார்கள். அந்த விஷயத்தை மேலெடுத்துச் செல்லாமல் விட்டுவிட்டார்கள். நடுவர் குழு சாம்பிளர் விவகாரத்தைக் கைகழுவிவிட்டு, அதற்கு பதிலாக ஆசார்யாவினால் மனத்தளவில் சித்திரவதைப்பட்ட பதின்மூன்று விஞ்ஞானிகளின் குறைகளைக் கேட்டறிந்தது. இது நம்பூதிரியின் பெருந்திருவிளையாடல்.

ஆசார்யாவுக்கு எதிரான சாட்சிகள் எப்போதும் மெல்லியதாகத்தான் இருக்கும். மேலும் ஒரு பெண்ணின் பழிவாங்கலை முற்றும் நம்பிவிடவும் முடியாது என்பதை நம்பூதிரி அறிவார். ஆனால் ஆண்களின் பழிவாங்குதலில் அவருக்கு மிகவும் நம்பிக்கை இருந்தது. மதிப்பிற்குரிய ஆனால் தன்முனைப்பான ஒருவர் வீழ்ச்சி அடைந்தால் அவருக்கு மரண அடி கொடுக்கும் இயற்கையான விலங்குத்தனத்தில் ஆண்கள் வல்லவர்கள். நடுத்தரத்தின் போராட்டம் ஒவ்வொரு அலுவலகத்திலும் தினசரி நடக்கின்ற ஒன்று என்பது நம்பூதிரியின் அனுபவம். அந்தப் போராட்டத்தில் அவர்கள் தான் இறுதி வெற்றியும் அடைந்தார்கள். எளிய மக்கள் தங்கள் சிறிய மூலைகளில் இருந்து சிறிய விஷயங்களைச் செய்வதற்கான உரிமை அது. ஆனால் மேதைகள் அவ்வாறு அவர்களை இருக்க விடுவதில்லை. தங்கள் மேன்மையான திட்டங்கள், உயர்ந்த தரங்கள், போலியான பாராட்டுகளைத் தரஇயலாத பெருமித இயலாமைகள் ஆகியவற்றுடன் அவர்கள் இருந்தார்கள். கற்பனையான தேடல்களில் ஈடுபடும் நிறுவனத்திலும்கூட, முழுமையான திறமைக்கு ஒரு கற்பனையான மதிப்புத் தருவது எல்லாருக்கும் ஒரு ஒளியைத்

தந்ததால் அது அளிக்கப்பட்ட இடத்திலும்கூட, இந்தக் கலகம் நடந்துகொண்டுதான் இருந்தது. அது அடக்கப்பட்டது, ஆனால் இருந்தது. அதிலும் எல்லாருடைய ஆசைக்கனவாகவும் இருந்த அபர்ணாவை ஒரு கிழவன் தட்டிச் சென்றுவிட்டான். ஆகவே இப்போது ஆசார்யாவை வெறுத்தவர்கள் அவருடைய எதிரிகள் மட்டுமல்ல, இரகசியமாக, அவருடைய விசிறிகள் பலரும்தான். அதுதான் மனித இயற்கை என்று நம்பூதிரிக்கு நன்றாகத் தெரியும்.

ஸ்ட்ரிங் கொள்கையாளர்கள் வந்து நடுவர்களிடம் ஆசார்யா தங்களை பிரபஞ்சக்கணித அமைப்புக் கொள்கைக்காக எவ்விதம் அவமானப்படுத்தினார் என்று முறையிட்டார்கள். 'தியரி ஆஃப் எவ்ரிதிங்', பெருவெடிப்புக் கொள்கை ஆகியவை எங்கும் இட்டுச் செல்லாததால் அவர்கள் இவ்வித நிலைக்கு ஆளானார்கள். ரேடியோ வானியலாளர்கள் நடுநிலைக்கு எதிரானமுறையில் தங்களை விண்வெளி உயிரிகளின் சமிக்ஞைகளை ஆராயவிடாமல் தடுத்ததற்காகப் புகார் கூறினார்கள். மேலும் அவர் பலூன் மிஷனுக்காகப் பணத்தைச் செலவிட வேண்டிவந்ததால் தங்களை செடீ கருத்தரங்குகளுக்குச் செல்ல அனுமதிப்பதில்லை எனவும் கூறினர். எவ்விதக் குறித்த புகாரும் அற்ற பிற சிலர் நிறுவனத்தின் நிர்வாகத் தலைவராக இருப்பவர் இவ்வளவு அதிகாரத்தோடும் விசித்திரமாகவும் இருப்பதை ஏற்க முடியாது என்றனர். அறைக்கு வெளியே, தாழ்வாரங்களில், நூலகங்களில், அலையலையான புல்வெளிகளுக்கிடையே ஓடிய பாதைகளில், ஆசார்யா உண்மையிலேயே ஒரு ஏமாற்றுக்காரர்தானா என்பதைப் பற்றிய உணர்ச்சிகரமான விவாதங்கள் நடந்தன. விஞ்ஞானச் சமூகம், அவர் குற்றவாளி என்னும் கவர்ச்சிகரமான மகிழ்ச்சிக்கும், அவருடைய நன்னடத்தையில் நம்பிக்கைவைக்கும் கவர்ச்சியற்ற மேன்மைக்கும் இடையே தேர்வு செய்யவேண்டியிருந்தது. ஒரு மனிதனுக்கு மேதைமையைவிட நன்னம்பிக்கை அதிகம் தேவைப் பட்ட நாள் அது. மாலைநேரத்திற்குள் நடுவர் குழுவிடம் ஆசார்யா தன் தவற்றை ஒத்துக்கொண்டு விட்டார் என்றும் செய்தி பரவியது. அதற்கு ஆதாரமாக ஒருவர் அடுத்தவரைச் சுட்டிக்காட்டினர்.

நிறுவனத்தின் மூடிய கதவுகளருகே நின்ற காவலர்கள் வேடிக்கையுடன் நின்றனர். நிருபர்களின் கூட்டம் பெருகிக்கொண்டே இருந்தது. தொலைக்காட்சி மக்கள் வந்தவாறே இருந்தார்கள். அவர்களுடைய ஓபி வேன்கள் எதிரிலிருந்த சந்தில் நூறுமீட்டர் தொலைவுக்கு நின்றன. சில மணி நேரத்திற்கு முன்னால் அரவிந்த் ஆசார்யா வாயிலின் வழியாக வெளியேவந்து நிருபர்களை ஒரு

அமைதியான கப்பல்போல் வெட்டிக் கொண்டு சென்றார். அவரைத் துரத்திச் சென்று தங்கள் கேள்விகளைக் கேட்டார்கள். ஆனால் அவர் ஒன்றும் பேசவில்லை. ஏதோ பெரிய விஷயம் ஒன்று அறிவிக்கப்படப் போகிறது என்ற எதிர்பார்ப்பில் அவர்கள் இருந்தார்கள். ஜனா நம்பூதிரியின் மக்கள் தொடர்பு இலாகாவின் கண்ணுக்குப் புலப்படாத எந்திரங்கள் விஞ்ஞானிகள் மூலம் தொடர்ந்து செய்தி வழங்கிக்கொண்டே இருந்தன. அவர்கள் நம்பிக்கையான செய்திமூலங்கள் அல்லது நன்கறிந்தவர்கள் என மேற்கோள் காட்டப்பட்டார்கள்.

பாசுவும் நம்பூதிரியும் வருவதைப் பார்த்ததும் வாயில் அருகில் கூச்சல் அதிகரித்தது. காவலர்கள் கதவைத்திறந்து விட்டார்கள். நிருபர்கள் உள்ளே ஓடிவந்து இருவரையும் சூழ்ந்துகொண்டார்கள். பாசு புதிதாக வாரிய தலைமுடிமீது கை வைத்துக்கொண்டார். நம்பூதிரி ஒரு விவேகச் சிரிப்புடன் நின்றார். அவருக்குத் தெரிந்த சில பத்திரிகையாளர்களுக்குத் தலையசைத்தார். அன்று மாலை அவருடைய குணச்சித்திரம், ஒரு நிறுவனத்தின் கௌரவம் குன்றிய நிலையில் அதன் உள்ளிருக்கும் ஒருவர் அதற்கான பொறுப்பை வேண்டா வெறுப்பாக ஏற்கும் நிலை என்பதாக இருந்தது. செய்தி அதிகாரி வந்து தன் இருகைகளையும் உயர்த்தினார்.

"கேள்விகள் எல்லாம் பிறகு" என்று கத்தினார்.

பாசு கைகளை உயர்த்திக் காட்டி எல்லோரையும் அமைதியாக இருக்குமாறு வேண்டினார். "நான் ஓர் அறிவிப்பைச் செய்யவேண்டி யிருக்கிறது" என்றார். உடனே ஓர் அமைதி ஏற்பட்டது. "உள் விசாரணை முடிந்துவிட்டது. டாக்டர் அரவிந்த் ஆசார்யாதான் டாக்டர் அபர்ணா கோஷ்மௌலிக்கைத் தான் பூமிக்கு 41 கி.மீ. உயரத்தில் விண்உலக உயிரிகளைக் கண்டறிந்ததாக அறிக்கையை மாற்ற அறிவுறுத்தியதாக ஒப்புக்கொண்டார்."

ஒரு நிச்சயமற்ற அமைதி ஒரு கணம் நிலவியது. அது கேள்வி களின் சந்தடியில் முடிவடைந்தது.

"மேலும், மேலும்" என்றார் பாசு, கவனத்தை ஈர்ப்பதற்காக. ஏற்கத்தகாத நடத்தையின் பல சான்றுகளை மேலும் அவரிடம் கண்டுபிடித்திருக்கிறோம். தனது ஆசைத்திட்டமான பலூன் மிஷனுக்குச் செலவிடுவதற்காக அவர் நிறுவனத்தின் நிதியைத் தவறாகப் பயன்படுத்தியிருக்கிறார். நீண்ட நாட்களாகவே அவருடைய பொதுவான நடத்தை, இந்த நிறுவனத்தில் பணிபுரியும் மிகச்

சிறந்த அறிஞர்களை அவமானப்படுத்துவதாகவே இருந்துள்ளது. மேலும் அவர் நிறுவனத்தின் அடித்தளத்தை நாங்கள் வெளியே சொல்லமுடியாத சில அவமானகரமான செயல்களுக்குப் பயன்படுத்தி வந்துள்ளார் என்பதும் தெரியவந்துள்ளது. கோட்பாடுகள் மற்றும் ஆய்வுகள் நிறுவனம், ஒரு உயர்தகுதிக்கான நிறுவனம் என்பதால் அதன் தலைவர் என்ற முறையில் அவர் அதன் இடங்களை இப்படிப்பட்ட செயல்களுக்காகப் பயன்படுத்தியது தகாத விஷயம். இந்த மாதிரி அசாதாரணமான சூழ்நிலையில், அரவிந்த் ஆசார்யா அடுத்த அறிவிப்பு வரை நிறுவனத்திலிருந்து இடைநீக்கம் செய்யப் படுகிறார். இந்த நாட்டில் ரேடியோ வானியலின் தந்தையும் அந்த ஆய்வினைத் தொடங்கிவைத்த அடிப்படையாளர்களில் ஒருவருமான டாக்டர் ஜனா நம்பூதிரி, இப்போதைக்குச் செயல்படு இயக்குநராகப் பதவி உயர்த்தப்படுகிறார்."

அடுத்துவந்த நாட்களில், ஆசார்யா மிக வன்மையாகத் தான் சாம்பிளரை மாசுபடுத்துவதற்கு அறிவுறுத்தியதாகக் கூறப்படும் குற்றச்சாட்டினை மறுத்தார். ஆனால் அவருக்கும் அபர்ணாவுக்கு மான தொடர்பு என்ன, அவர் உண்மையிலேயே அடித்தளத்தைக் காதல் பாசறையாக மாற்றினாரா என்ற கேள்விகளுக்கிடையில் அவருடைய மறுப்புகள் காணாமல் போய்விட்டன. தன் வயதில் பாதியுள்ள ஒரு பெண்ணை அடித்தள அறையில் பாலியல் உறவுக்கு உட்படுத்தக்கூடிய ஒரு மனிதன், வேறுபிற நிழலான செயல்களிலும் ஈடுபடத்தானே செய்வான் என்பது பொதுமக்களின் பொதுவான பார்வையாக இருந்தது.

அவருடைய அதிகாரபலமிக்க நண்பர்கள், அவருக்குத் தேவைப் படும் சந்தர்ப்பங்களில் கூப்பிட்டால் உதவுவதாக இருந்தவர்கள்கூட, இப்போது அவரிடமிருந்து விலகிப்போனார்கள். அவருடைய தொலைபேசி அழைப்புகளைப் பலர் எடுப்பதில்லை. மற்றவர்கள் அவர் தனது வழக்கை நீதிமன்றங்கள் வாயிலாக (யுகாந்திர எல்லைமுடிய)ப் போராடித் தீர்த்துக்கொள்ளவேண்டும் என்றார்கள். ஒருகாலத்தில் அவருடைய பரிந்துரைக்குக் கெஞ்சிய அறிவியல் அமைப்புகள், இப்போது, முறைப்படியான வருத்தத்துடன், அவருடைய பரிந்துரைகள் தங்களுக்குத் தேவையில்லை என்றன. அவர்மீதான நம்பிக்கையை உறுதிப்படுத்தி, நண்பர்களும் விசிறிகளும் உலக முழுதிலும் இருந்து அவருக்குக் கடிதம் எழுதினார்கள். ஆனால் அவற்றிலும்கூட, பழைய இளமைக்கால நட்பின் பலம் இருந்ததே ஒழிய, அவர் கள்ளமற்றவர் என்ற உறுதிப்பாட்டினைக் காண இயலவில்லை.

வாயிலில் அறிவிப்புச் செய்தபிறகு, நம்பூதிரியும் பாசுவும் மூன்றாம் தளத்திற்குச் சென்றார்கள். நீண்ட தாழ்வாரத்தில் அவர்கள் நடந்தபோது பல கதவுகள் திறந்தன. சில விஞ்ஞானிகள் பாராட்டுதலில் தலையசைத்தார்கள். பலர் உற்சாகமற்ற பார்வை பார்த்தார்கள். எண்கள் கோட்பாட்டின் பேரறிஞரான ஒரு பழைய விஞ்ஞானி தான் நிறுவனத்தைவிட்டுச் செல்வதாக ஓர் கடித உறையைக் கொடுத்தார். ஆனாலும் பொதுவாக மனநிலை உற்சாகமாகவே இருந்தது. இரண்டுபேரும் நடந்தபோது, பேச்சற்ற விஞ்ஞானிகள்கூட்டம் ஒன்று பின்தொடர்ந்தது. அவர்கள் இயக்குநர் என்று எழுதிய அறைக்குச் சென்று வாயிலில் நிற்கும்வரை கூட்டம் அதிகரித்துவந்தது. பாசு கதவைத் திறந்தார். இதற்கு முன்னோடியாக எந்தச் சடங்குமற்ற நிலையில், அவர் கையை நீட்டிக்காட்டி நம்பூதிரியை முதலில் காலடிவைத்து உள்ளே செல்லுமாறு அன்பாக வேண்டினார். அய்யனின் ஒளிவுமறைவான வேலையில் இதனால் ஏற்பட்ட கரகோஷம், குறுக்கிட்டது.

அய்யன் பாசுவால் கிழித்துத் தரப்பட்ட ஆசார்யாவின் கடிதத்தை ஒட்டிவைக்க முயன்றுகொண்டிருந்தான். அதற்கு எதிர்காலத்தில் வேலை இருக்கலாம் என்பது அவன் எண்ணம். ஏறத்தாழ ஒட்டி முடித்துவிட்ட அந்தக் குறிப்பை இழுப்பறையில் மறைத்துவைத்தான். காபூலை பிபிசி விடுவித்தபோது ஜான் சிம்ப்சனைத் தொடர்ந்த பட்டாணியர்களைப்போல அப்போதுதான் விஞ்ஞானிகள் கும்பல் முன்னறைக்குள் வந்தது. பாசு உள்ளறைக் கதவைத்திறந்தார். கும்பல் உள்ளே சென்றது. அய்யன் அவர் களைப் பின்தொடர்ந்தான். பிராமணர்களின் அபூர்வமான, பௌதிகமான மகிழ்ச்சி ஆரவாரத்தை அவன் காண விரும்பினான். ஒருமூலையில் சென்று நின்றுகொண்டான்.

மேஜையருகில் பாசு நின்று, சிரிப்புக்கும் பாராட்டுக்கும் மத்தியில் “எல்லாம் உங்களுக்காக” என்றார்.

நம்பூதிரி பெரிய கருப்புத் தோல் நாற்காலியில் அமர்ந்து ஆழமான குரலில், “பெருவெடிப்பு என்பது கிடையாது. அப்படி ஒன்று இருந்ததே இல்லை” என்றார். எல்லாரும் சிரித்தார்கள்.

அய்யனை அவர் கவனித்தார். தான் புரிந்துகொள்ள எதிர் பார்க்கப்படாத ஒரு தமாஷுக்குக் காலதாமதமான எதிர்வினையாக அவன் சிரிப்பு இருந்தது. “என்னோடு பணிபுரிய உங்களுக்கு விருப்பமா சார்?” என்று நம்பூதிரி கேட்டார்.

“அவ்வாறு பணிபுரிவது என் கௌரவம் சார்” என்றான் அய்யன்.

“உன் பையன், அந்த மேதை எப்படி இருக்கிறான்?”

“அவன் உங்களைப் பற்றித்தான் சார் பேசிக்கொண்டிருக்கிறான்” என்றான் அய்யன். “உங்கள் அறையிலிருந்த படங்களை அவன் மிகவும் விரும்பினான்.”

சட்டமிட்ட அந்த திரைப்பட போஸ்டர்களை மெலிந்த கைகளுடைய கருத்த ஏவலாளர்கள் வரிசையாக இந்த அறைக்கு ஊர்வலமாகத் தூக்கிக்கொண்டு வந்தார்கள். துணைஇயக்குநரின் அலுவலகத்திலிருந்து அவை அய்யனின் மூலை ஆட்சியைத் தாண்டி, அரவிந்த் ஆசார்யா என்ற பொன்தகட்டுப் பொறிப்பு அற்ற கதவையும் கடந்து உள்ளே சென்றன. ஆசார்யாவின் அலுவலகமான வெற்று வெள்ளைச்சுவர்கள் காணாமற்போய், அங்கே ஈடி, மென் இன் பிளாக், சூபர்மேன், மார்ஸ் அட்டாக்ஸ் ஆகிய திரைப்படங்களின் விளம்பரங்கள் காட்சியளித்தன. அவர் இறப்பதற்கு முன்னால் உள்முகச் சிந்தனையில் ஆழ்ந்திருந்த கார்ல் சாகனின் பெரிய படம் ஒருபுறம் இருந்தது.

அபர்ணாவின் நிழற்படங்களையும், சில ஆய்விதழ்கள், தனது டோபலாவின் சூபர்மேன் தொகுதிகள், தான் பேப்பர் வெயிட்டாகப் பயன்படுத்திய விண்கற்கள் தவிர மீதி எல்லாவற்றையும் ஆசார்யா விட்டுச் சென்று விட்டார். நம்பூதிரி அவருடைய பெரும்பாலான பொருட்களை வீசியெறிந்துவிட்டார். அறையின் பார்வையை மாற்றினார். பனிவெள்ளை சோபாக்களை ஜன்னலருகே போட்டார். மேஜையை கதவுக்குக் குறுக்குவாட்டாக மூலையில் மாற்றினார். அய்யன் ஆசார்யாவை வெள்ளை சோபாவில் பார்த்த ஒரே சமயம், அவர் ஆதியைச் சந்தித்தபோதுதான். ஆனால் இந்தப் புதிய ஆட்சி அரபிக்கடலின் பின்னணியில், எதிர்காலத்தைத் திட்டமிட்டுக் கொண்டு, அங்கேயே நாள்முழுவதும் உட்கார்ந்திருந்த ரேடியோ வானியலாளர்களின் மூர்க்கத்தனமான பேச்சு இரைச்சலுக்கிடையில் சோபாக்களிலிருந்துதான் நடைபெற்றது. முன்னறையில் யாரும் அய்யனிடம் காத்திருக்கவேண்டிய அவசியம் இப்போது இல்லை. எனவே அவனுடைய உள்ளேவிடும் அதிகாரத்தை மீறி, ஒவ்வொரு முறையும் புதிய இயக்குநரை அவர்கள் நேராகப் பார்க்கச் சென்றபோதெல்லாம், ஒரு சிறு வெற்றிப்புன்னகையை அவன்மீது தவிர்க்கவியலாமல் வீசினார்கள்.

இந்த மாறிய உலகத்தின் ஒரு நாள் மாலை, பேராசிரியர் ஜால் வெறுங்காலோடு ஓடிவந்து உள் கதவினுள் புகுந்தார். அவர் ஜன்னலின் அருகே நின்று நம்பூதிரியின் மகிழ்ச்சியான குழுவினரிடம் "வெளியே பாருங்கள்" என்றார். அவர் நின்ற இடத்திற்கு வானியலாளர்கள் வந்து பார்த்தனர். கடலுக்கு வளைந்து நெளிந்து சென்ற தாரிட்ட வாகனப்பாதையில் அரவிந்த் ஆசார்யா சென்றுகொண்டிருந்தார். அவருடைய கால் சட்டைகள் தாறுமாறாக இடுப்பின்கீழ்ப்பகுதியில் தொங்கிக்கொண்டிருந்தன. கையின் ஒரு புறம் மடித்துவிடப்பட்டும் இன்னொரு புறம் மடித்துவிடப்படாமலும் இருந்தன. ஜலதாரை மூடியொன்றில் தடுக்கினார். அவருடைய குளியலறைச் செருப்புகள் நழுவி விழுந்தன. அவற்றைக் கால்களால் நேராக்கித் தன் கால்களைப் பொருத்திக் கொண்டார். தன்கால்களைப் பற்றி ஒரு கணம் சிந்திப்பவர்போல் தோன்றினார். பிறகு தனது மெதுவான, கடினமான நடையைத் தொடர்ந்தார். வேறு ஜன்னல்களிலிருந்தும் புல்வெளிகளிலிருந்தும் நிறைய உருவங்கள் அசைவற்று அவரை நோக்கின. ஆனால் இவையெதையும் பார்க்காமலே தலை மட்டும் சற்றே குனிந்திருக்க, ஆசார்யா சென்றார். கடற்கரை செல்லும் வழியிலிருந்த மரக்கதவைத்திறந்து கரும் பாறைகளுக்கு நடந்தார். ஜன்னல்களிலிருந்து அவரை கவனித்த பல உருவங்களும் ஒன்றன் பின் ஒன்றாக மறைந்த பின்னும், அவர் அங்கேயே உட்கார்ந்திருந்தார்.

ஒவ்வொரு நாளும் இப்படி வரலானார். புல்வெளிகளைச் சுற்றிவருவார் அல்லது கடற்பாறைகளுக்குச் செல்வார். அவரை எப்படித் தடுத்து நிறுத்துவது என்று காவலர்களுக்குத் தெரிய வில்லை. அவர்களை ஒரு குழந்தைபோல நோக்குவார். அவர்கள் அமைதியாகக் கதவைத் திறந்துவிடுவார்கள். அதேபோல மாலைநேர முடிவிலும் அவர் செல்வதற்காகக் கதவைத் திறப்பார்கள். எங்கும் நோக்காமலே சாலையைக் கடந்து பேராசிரியர்களின் குடியிருப்பு களில் மறைவார்.

மக்கள் அவரை ஒரு வீழ்ந்த மனிதர், தனது அவமானத்தின் கறைபடிந்திருப்பவர் என்று கணித்தார்கள். ஆனால் உண்மையில் ஆசார்யா எதையும் உணரும் சக்தி படைத்தவராக இல்லை. அவர் வலியோ, அவமானமோ, கோபமோ எதையுமே உணர வில்லை. அவருடைய கண்கள் எப்போதுமே நிலைத்திருந்தன, ஆனால் குறிப்பாக எதிலும் இல்லை. ஞாபகங்களைக் கூடக் காணும் சக்தியை அவை இழந்துவிட்டன. லாவண்யா அவருக்கு

ஆறுதல் கூற முயன்றாள், ஆனால், வாழ்வின் மரணத்தின் அந்தக்கரையில் இருப்பவரைச் சென்றடைவது எப்படி என்பது அவளுக்கும் புரியவில்லை. அவரை மீட்டுக் கொண்டுவருவதற்கு அதிக முயற்சி செய்யாமலே விட்டு விடும் சிறிய கொடுமையை அவள் ஏற்றுக்கொண்டாள். ஏனென்றால், அவருடைய தாழ்வு, ஒரு இளம்பெண்ணிடம் அவளுடைய தோல்வியை விளம்பரப் படுத்தியிருந்தது. மேலும் அவருடைய இடைநீக்கம், குடியிருப்புப் பெண்களிடையே அவளுடைய அதிகாரத்தையும் குறைத்திருந்தது. அவளுடைய அழகும் அசாதாரண உயரமும் இல்லாது போயிருந்தால் அவளுடைய அதிகாரம் முற்றிலுமே குலைந்து போயிருக்கும். ஆனால் அங்கிருந்த மனைவிமார்களின் அனுதாபத்தையும் பெற்ற வளாக அவள் இருந்தாள். அந்தப் பெண்மணிகள் எல்லோருமே தாங்கள் ஆண்களின் பலியாடுகள் என்ற நிரந்தர நம்பிக்கை உடையவர்கள். அதனால் உண்மையாகவே பலியான ஒரு பெண்ணுக்குச் சிறப்பு அனுதாபம் இருந்தது. திருமதி நம்பூதிரி, பியூன்களாலும் காவலர்களாலும் இப்போது திருமதி இயக்குநர் என்று அழைக்கப்படும் கவர்ச்சிகரமான வசதிக்குறைவில் இருந்தாள். அவள் லாவண்யாவின் வீட்டுக்குச் சென்ற வாரம் ஒரு வருகைதரு அரசியல் பிரமுகர் போல திடீரென வந்தாள். பிறகு அவர்கள் வியட்நாமிய புத்தர் தலைகளுக்கும் தாய்லந்து புத்தர் தலைகளுக்குமான வேறுபாடுகளைப் பற்றிப் பேசினார்கள்.

லாவண்யா, தன் கணவர், இந்தப் புதிய நடத்தைப்பிறழ்ச்சியின் அமைதியிலிருந்து விரைவில் மீண்டு பழைய வாழ்க்கைக்குத் திரும்புவார் என்ற நம்பிக்கையில் இருந்தாள். தனது மகளைப் பற்றி அதிகமாகக் கவலைப்பட்டாள். ஸ்ருதி தன் தந்தையிடம் இப்போதெல்லாம் பேசுவதை விட்டுவிட்டாள். ஒரு மாதத்திற்கு முன்னால் அவள் தன் தந்தையை தைரியமாக இருக்கவேண்டும் என்று சொல்வதற்காகக் கூப்பிட்டாள். ஆனால் ஒரு வலைத்தளத்தில் அவருடைய விவகாரத்தைப் பற்றிப் படித்ததும், தன் தாயை அழைத்து "அது உண்மைதானா" என்று கேட்டாள். அதற்குப் பிறகு அவரிடம் பேசவில்லை.

ஸ்ருதியின் கோபம் அவரை பாதிக்கவில்லை. தனக்கு மௌனத்தை அளித்த எவரிடமும் அவர் நன்றியோடிருந்தார். ஆனால் தனக்கு என்ன நிகழ்ந்தது என்பதைப் புரிந்துகொள்ள ஒவ்வொரு நாளும் முயன்று கொண்டிருந்தார். அந்தக் குழப்பத்தில் அவர் நிறுவனத்தைச் சுற்றிச்சுற்றி வந்துகொண்டிருந்தார். பழைய நண்பர்கள் அவரைப் பார்த்துப் புன்முறுவல் செய்தார்கள். அவர்

அவர்களை மென்மையாகப் பார்த்துத் தலையை அசைப்பார். டாக்டர் படிப்பைமுடித்து மேலாய்வு செய்த இளம் மாணவர்கள் அவருக்குப் பெயர்களிட்டு அழைத்தார்கள். அதற்கும் அவர் தலைய சைத்தார். சில சமயங்களில் பாதைகளில் அவர் நடக்காமல் நின்று தன் பாதங்களையே பார்த்துக் கொண்டிருப்பார்.

ஒரு திங்கட்கிழமை எந்தக்காரணமும் இன்றியே இவையெல்லாம் மாறிவிட்டன.

நிறுவனத்தின் பின்புறமிருந்த ஒரு தனித்த பனைமரத்தின் அடியில் அவர் உட்கார்ந்திருந்தார். அவர் எதையோ நினைத்து மிகவும் மகிழ்ச்சியடைந்தார். தனது வாழ்க்கையும் ஞாபகங்களும் அவருக்குத் திரும்பிவருவதுபோல் தோன்றியது. கொஞ்ச நாள், தன்னை விட்டுத் தானே அந்நியப்பட்டுப்போயிருந்தார். இப்போது எல்லாம் சரியாகிவிட்டது. எழுந்து சுறுசுறுப்பாக வீட்டுக்குப் போனார்.

வீட்டுக்குள் புகுந்தார். லாவண்யா 'டிகிங் டு அமெரிக்கா' இதழை தன் மடிமீது வைத்துக்கொண்டு சோபாவில் தூங்கிவிட்டிருந்தாள். அவள் பக்கத்தில் நின்று அவளுடைய சோர்ந்த முகத்தைப் பார்த்தார். அவள் கண்ணிமைகள் துடித்தன, பிறகு திறந்தன. அவர் அப்படி நிற்பதைக் கண்டு அவளுக்கு ஆச்சரியமாக இருந்தது.

"உன்னோடு பேசவேண்டும்" என்றார்.

"அப்ப பேசுங்க" என்றாள் அவள். அவர் பேசுவதைக் கேட்டு அவளுக்குக் கடைசியாக மகிழ்ச்சி ஏற்பட்டது.

"லாவண்யா, உனக்கு ஒரு வேளை தெரியாமல் இருக்கலாம், ஆனால் நான் வாழ்க்கையின் ஒவ்வொரு நாளும் உன்னை நினைத்து வந்திருக்கிறேன். உன்னால் என் வாழ்க்கை மிக நன்றாக இருந்திருக்கிறது. இது உனக்கு ஏதாவது அர்த்தத்தைத் தருகிறதா? நான் இப்போது சொன்னது, உனக்குப் புரிகிறதா?"

அவள் கவலைப்பட்டாள். "சரியாகத்தான் இருக்கீங்களா அரவிந்த்?" என்றாள்.

"நான் ஒரு பாவமன்னிப்பும் கேட்கவேண்டும்" என்றார். "பிரபஞ் சத் தோற்றம் பற்றிய கருத்தரங்கம் ஒன்றில், நான், 'லேடீஸ் அண் ஜென்டில்மென், பூமியிலுள்ள எல்லா உயிர்களும் புறஉலகிலிருந்து

வந்தவை என்பது என்னுடைய ஆழமான நம்பிக்கை. ஆனால் என் மனைவி மட்டும் அப்படிவந்தவளல்ல' என்றேன்."

லாவண்யா விழுந்துவிழுந்து சிரித்தாள். "சரிதான்" என்றாள் எழுந்து கொண்டே. அவருக்கு என்ன நேர்ந்திருக்கும் என்று புரிந்து கொள்ள முயன்றாள். ஆனால் அவளால் அந்த மர்மத்தைத் தீர்க்க முடியாது. ஏனென்றால் அவர்நிலையை விளையாட்டாகவே அவள் கருதினாள். "உக்காருங்க. ஒரு கப் காப்பி கொண்டு வர்றேன்" என்றாள்.

ஆசார்யா பால்கனிக்குச் சென்றார். ஒன்பது தளங்கள் கீழே இருந்த கான்கிரீட் வாகனப்பாதையை நோக்கினார். குதித்தால் அதை அடைய இரண்டு செகண்டுகளுக்குக் குறைவாகவே ஆகும் என்று கணக்கிட்டார். மரக்கைப்பிடியைப் பார்த்தார். அவருடைய எடையை அது தாங்கும் என்றே தோன்றியது. அதை உடைத்துவிட அவர் விரும்பவில்லை. அது அழகாக இருக்காது. தொங்கவிடப்பட்டிருந்த புதர்ச்செடிகள் அவர் வழியில் குறுக்கிடாத அளவு வெகுதொலைவில் இருந்தன. இரண்டு சட்டைகள் கொடியிலிருந்து தொங்கின. அவை ஏற்கெனவே அநாதைகள் போலக் காணப்பட்டன. கைப்பிடிமீது உட்கார்ந்து மெல்ல எழுந்து நின்றார். கொஞ்சம் முட்டாள்தனமாகவே உணர்ந்தார். உண்மையில் தற்கொலை என்பது எவ்வளவு அழகற்றதாக இருக்கிறது என்று அவர் நினைப்பு சென்றது.

குதிக்க நின்றிருந்தபோது அவருடைய முழு வாழ்க்கையும் அவருக்கு ஞாபகம் வந்தது. அது தவிர்க்கஇயலாத ஒன்றுதானே. "அது எளிதானதுதான்" என்று சுருக்கமாக முடித்தார். சாவின் தீவிரம், ஞாபகங்களின் கடைசி கடைசியான இறுதியின் கடைசி வலி, விடுதலையின் அழியாத பேரமைதி அவருக்கு ஏன் புலப்பட வில்லை? சாவின் கணத்தில், தரையிலிருந்து ஒன்பது தளங்கள் உயரத்தில் கம்பிவேலி மீதான மரக்கைப்பிடிமேல் நின்றுகொண்டு அவர் என்றும் தீராத பிரச்சினையாகிய ஈர்ப்புவிசை பற்றி நினைத்தார்.

மிகவும் தொடக்க நிலைக் கேள்வியாகிய ஈர்ப்புவிசை என்றால் என்ன என்பதைக் கூடத் தெளிவுபடுத்தாமல் இருப்பதற்காக மனித இனத்தின் சார்பில் அவர் வெட்கத்துக்கு ஆளானார். ஈர்ப்புவிசை என்றால் என்ன? ஈர்ப்புவிசை என்றால் என்ன என்பதை மனிதன் அறியாமல் இருப்பது மிகவும் அவமானகரமானது.

எவ்வளவு பரிதாபம்? ஈர்ப்பு விசை என்பது ஈர்ப்பான்களால் ஆனது என்று கூறிய கோட்பாட்டு இயற்பியல்வாதிகள்மீது கடும் வெறுப்பும் கொண்டார். என்ன மடத்தனம். ஏன் உயிர் என்ற ஒன்று இருக்கிறது, காலத்தின் உண்மையான இயல்பு என்ன என்பதையெல்லாம் புரிந்துகொள்ள அவருக்கு ஆசை. அழகான அபத்தமாகிய முடிவிலி (இன்ஃபினிடி) என்பதன் இயல்பைப் புரிந்துகொள்ளவேண்டும். அது ஒன்று தான் கணிதம் எவ்வளவு பேதைத்தனமானது என்பதை நிரூபிக்கும் நிஜமான சான்று. அந்த மரக் கைப்பிடிக்கு இருபக்கங்களிலும் செய்யவேண்டிய விஷயங்கள் நிறைய இருக்கின்றன என்று நினைத்தார்.

பிறகு ஒரு அபத்தமான அச்சத்தைக் கொண்டார். அது விழுந்து விடுவது பற்றிய பயமல்ல. அது லாவண்யாவின் மோசமான தோழிகளைப் பற்றிய எண்ணத்தால் வந்தது. அவர்கள் தங்கள் கணவர்களின் இறப்புக்குப் பிறகு மிகவும் பளபளக்கத் தொடங்கினார்கள். லாவண்யாவும் ஒருவேளை கைம்மை தரும் வசதியில் மிகவும் மகிழ்ச்சியாக இருப்பாளா? ஒரு உயிருள்ள முரட்டு முட்டாள் கணவன் என்பதைவிடச் செத்துப்போய்ச் சட்டத்தில் நிழற்படமாக இருக்கும் ஞாபகத்திற்குக் கூடுதலான அன்பு கிடைக்குமா? ஒரு கணவன் மட்டுமே தன் மனைவிமீது கொள்ளக்கூடிய ஆழமான கசப்புணர்ச்சியை அவர் அடைந்தார். அவள் தன் மரணத்தால் அடையக்கூடிய இன்பத்தை அவளுக்கு மறுத்தாக வேண்டும் என்ற அசலான பொறாமையின் காரணமாகக் கைப்பிடியை விட்டு இறங்கமுயன்றார். ஆனால் வழுக்கியது. நல்லவேளையாகச் சரியான நேரத்தில் சமநிலைக்கு வந்துவிட்டார்.

ஒற்றைப் பனைமரத்தின் கீழிருந்து தனக்கு மரணத்தின் எளிமையைத் தீர்வாக விதித்துக் கொண்டபோது தனக்கு ஒரு தெளிவான முடிவு கிடைத்துவிட்டது என்றே நம்பினார். அவருடைய மனம் இறந்து விட்டது, அவருடைய ஜீவன் இறந்துவிட்டது, அவை இரண்டும் வேறொரு உலகத்திலிருந்து "உன் உடலையும் விட்டுவிட்டு வா" என்று கெஞ்சிக்கொண்டிருந்தன. ஆனால் விசாரணை நிகழ்ந்த அன்றுமுதல் என்ன நடந்தது என்பதை இப்போதுதான் புரிந்துகொண்டார். ஏமாற்று அறிவியலாளர்களின் கருப்புப்பட்டியலில் அவரைச் சேர்த்தபோது ஏன் அவருக்கு எவ்வித உணர்வும் ஏற்படவில்லை என்பதைப் புரிந்துகொண்டார். உண்மை என்பது எப்போதும் அவர் நினைத்ததைவிட எளிமையாகவே இருந்தது.

அவர்கள் கொன்றது அவருடைய மனத்தையோ ஜீவனையோ, அல்லது இன்ன பிற விஷயங்களையோ அல்ல. அவர்கள் கொன்றது அவருடைய ஆகிருதியை. மகாபெரிய அரவிந்த் ஆசார்யா— நோபல் பரிசு பெறாத ஒரு நோபல் பரிசாளர். பெருவெடிப்புக் கொள்கையின் பழைய எதிரி. அந்நிய உயிரிகளைத் தனித்துக் கண்டுபிடிப்பவர். அந்த அந்தஸ்துதான் கொல்லப்பட்டுவிட்டது. அவருக்குள்ளிருந்த குழப்பமான மரணத்தின் உணர்வின்மை என்பது உண்மையில் ஆறுதலின் சொர்க்கம். வாழ்க்கை முழுவதும் அவர் எப்போதுமே சிறுபையனாக இருந்தபோது நடந்த ஒரு இயற்கைமீறிய அனுபவத்தை மறைக்க முயன்று வந்திருக்கிறார். அவற்றை மனிதமுயற்சிகளான அறிவியலின் கம்பீரத்தில் மறைக்க முயன்றிருக்கிறார். அவருடைய மூளையின் குறைபாடு—மற்றவர்கள் மேதைத்தனம் என்று நினைத்தது—வாழ்க்கையின் கணிதத் தேடலைப் புரிந்துகொள்வதை எளிதாக்கியது, அவர் இளைஞனாக இருந்த போதே அது அவரைத் தப்பிக்கமுடியாத ஒரு புகழில் சிக்கவைத்துவிட்டது. உலகத்தின் ஒவ்வொரு தனித்த சிறிய செய்கையும் முன்குறித்தபடி நிகழ்கிறது என்று விளக்கினாலோ, அல்லது வாழ்க்கையின் நோக்கம் என்ன என்று ஆராய முயன்றாலோ தான் மாட்டிக்கொண்டுவிட்ட புகழை இழந்து விடுவோம் என்றும் நினைத்துவிட்டார். இப்போது அவருடைய கௌரவத்தை இழந்தபிறகு அவர் சுதந்திரமாக இருந்தார். துகள்களாலும், விசைகளாலும் பிரபஞ்சத்தை விளக்கமுயன்ற கொள்கைகளை மறுத்து, வாழ்க்கையின் மிகப்பெரிய விளையாட்டினால் பிரபஞ் சத்தைப் புரிந்து கொள்ளவேண்டும் என்று அவர் நினைத்தாரே, அந்தப் புதிய அறிவியல் வடிவத்தின் தீர்க்கதரிசியாக இருப்பது இனிமேல் இயலாது.

அங்காடியில் ஒரு பெண் கத்தரிக்காய்க்கு பதிலாக முட்டைக்கோசு வாங்கச் செய்கின்ற முடிவும், ஒரு சந்தியில் மனிதன் வலப்புறத்திற்கு பதிலாக இடப்புறம் திரும்பவேண்டும் என எடுக்கும் முடிவும், ஒரு நட்சத்திரத்தின் பிறப்பைப் போலவோ இறப்பைப் போலவோ முன்கூட்டியே முடிவு செய்யப்பட்டிருந்தால் என்ன ஆகும்? ஒரு வண்ணத்துப்பூச்சியின் சிறகடிப்பும், காற்றில் ஒரு பூவின் நடுக்கமும் யுகாந்தரங்களுக்கு முன்னால் முன்முடிவு செய்யப்பட்டிருந்தால், அதைப் புரிந்துகொள்ள அவரால் வழிகண்டுபிடிக்க முடியும். அதில் ஒன்றும் அவமானமில்லை. ஒவ்வொரு மனிதனும் தன்னைப் பிறர் அவமானப்படுத்தும் அதிகாரத்தை, உரிமையை அவர்களுக்குத் தானே அளிக்கிறான். அரவிந்த் ஆசார்யா இந்த

உரிமையை உலகிற்கு இனிமேல் அளிக்கக்கூடாது என்று முடிவு செய்துகொண்டார்.

தன் கால்சட்டையிலிருந்த தூசியைத் துடைத்துக்கொண்டே அவர் கூடத்துக்குச் சென்றார். உணவுமேஜைமீது முழங்கைகளை ஊன்றியவாறு உட்கார்ந்தார். லாவண்யா கையில் காப்பித்தட்டுடன் வந்தாள். "நன்னாத்தான் இருக்கேளா அரவிந்த்" என்றாள். அவர் பதில்சொல்லவில்லை. காப்பியை உறிஞ்சியவாறே வீட்டை அப் போதுதான் முதல் முதலாக அங்கு வந்தவர் போலப் பார்வையால் ஆராய்ந்தார்.

அவள் திருமணத்திற்கு முதல்நாள், அவர் ஒரு நாள் முழுப் பைத்தியமாக அலைவார் என்ற அவள் தாயின் முன்னறிவிப்பு அந்தச்சமயத்தில் அவள் ஞாபகத்திற்கு வந்தது.

"ஆனால் அவர் ரொம்ப சந்தோஷமா இருக்காரம்மா" என்றாள் அவள், தன் தாயிடம்.

செம்புத்தட்டை அவள் தாய் தேய்த்துக்கொண்டிருப்பதை நிறுத்தினாள். பிறகு சொன்னாள், "துக்கங்கொண்டவாதான் பைத்தியமாகணும்னு இல்ல கொழந்த, சந்தோஷமா இருக்கவாளும் பைத்தியமாகலாம்."

ஆசார்யா கோப்பையை மேஜைமீது வைத்துவிட்டு எழுந்துநின்றார். தன் இடுப்பைச் சுற்றிக் கால்சட்டையை இறுக்கிக் கொண்டு வீட்டை விட்டுச் சென்றார். அவர் இதுவரை காணாத முறையில் பொருள்களைக் காணத் தொடங்கினார். லிஃப்டுக்கு இட்டுச் சென்ற தாழ்வாரம் சாம்பல்நிறமாக இருந்தது. அதில் உடைந்த ஓடுகள் வட்ட வடிவில் பொருத்தப்பட்டிருந்தன. லிஃப்ட் இயக்குபவன் கருப்பாக, ஏதோ ஞாபகத்தில் இருந்தான். உதட்டின் ஓரத்தில் ஒரு மச்சம் அவனுக்கு இருந்தது. இன்னொன்று அவன் மூக்கின்கீழ் இருந்தது. அவை இரண்டிலும் ஒற்றை ஒற்றை மயிர்கள் சிக்கியிருந்தன. அது லாவண்யாவின் கருதுகோளை அவருக்கு ஞாபகப்படுத்தியது. வழுக்கையைத் தடுப்பதற்கான தீர்வு மெலானினில் இருக்கலாம் என்றாள் அவள். ஏனென்றால் முகத்தின் மிக நீண்ட முடிகள், பருக்களிலிருந்துதான் தோன்றின. வாகனப்பாதையில் விளையாடிக்கொண்டிருந்த பெண்—தன்னைச் சரியான சமயத்தில் அவர் புரிந்து கொள்ளாமல் இருந்திருந்தால் அவர் விழுந்திருப்பதை அவள் பார்த்திருக்கக்கூடும்—அவள் அணிந்திருந்த பாவாடை ஃபிராக்டல் படங்களுடன் அமைந்

திருந்தது. அவள் மிகவும் அழகாக இருந்தாள். அதனால் அவள் வாழ்க்கையில் ஃப்ராக்டல் என்ற சொல்லை அவள் இதுவரை கேட்டிருக்கமாட்டாள் என்று நினைத்தார்.

நிறுவனத்தின் வாயிலில் நான்கு காவலர்கள் இருந்தார்கள். அவர்கள் சாம்பல் நிறச் சட்டைகளும் கருப்புக் கால்சட்டைகளும் அணிந்திருந்தார்கள். அவர்கள் அணிந்திருந்த குல்லாய்கள் கருப்பாக இருந்தன. அவற்றில் ஒன்றுக்கொன்று இணையான இரண்டு பட்டைகள் இருந்தன. அவர் பாதை இரண்டாகப் பிரிந்த இடத்தையும், சதுரவடிவமான புல்வெளியையும், 'எல்' வடிவ முக்கியக் கட்டடத்தையும், அங்கும் இங்கும் போய்க்கொண்டிருந்த மக்களையும் பார்த்தார். அபர்ணாவின் காதலிலிருந்து தப்பிக்க மெரீன் டிரைவுக்குப் போன முன்னொருநாள் இரவைப் போலத் தனக்கு முன்னைவிடப் பார்வை நன்றாகத் தெரிகிறது என்று சந்தோஷப்பட்டார். மழையின் இருண்ட மூடுபனி மறைந்து நகரத்தை ஒரு விசித்திரமான ஒளி மூடியிருந்தது.

கருப்புப் பாறைகளின்மீது அமர்ந்து பிரபஞ்சத்தைப் பற்றிய தன் கோட்பாட்டைக் கடலுக்கு எடுத்துரைத்தார். டாக்டர் படிப்புக்கான இளைய மாணவர்கள் சிலர் கொஞ்ச தூரத்தில் கூடியிருந்தனர். அவர்கள் எச்சரிக்கைமிகுந்த பார்வையை அவர் மீது வீசினர். மனிதர்கள் சிலசமயங்களில் தங்களுக்குத் தாங்களே பேசிக்கொள் வார்கள் என்பது நிறுவனத்தில் ஏற்றுக்கொள்ளப்பட்ட மரபுதான். ஆனால் ஆசார்யா தன் சொந்த நிழலுருக்களைத் தேடியவர் அல்ல. கொஞ்சநேரம் அவரை முறைத்துப் பார்த்தார்கள், பிறகு சூபர்சிமெட்ரி பற்றிய அவர்களுடைய உணர்ச்சிமிகுந்த விவாதத்தை சிலசமயங்களில் அவரைப் பார்த்தவாறே தொடர்ந்தார்கள்,

காற்று அவருக்கு அவர்களுடைய விவாதங்களின் சில துளிகளைக் கொண்டு வந்தது. தலையைச் சாய்த்து அவற்றைக் கேட்டார். பிறகு அவர்களருகில் சென்று, தன் கைகளைக் கால்சட்டைப் பாக்கெட்டுகளில் விட்டவாறு நின்றார். அவர்கள் பயத்துடன் அவரைப் பார்த்தார்கள். ஒரு பையன் மற்றவர்களுக்குத் தன் அவமதிப்புச் சிரிப்பினைத் தொற்றவைக்க முயன்றான்.

"அப்படிப் பார்க்காதே தம்பி" என்றார். "உன்வயதில் நான் எவ்வளவு நேர்த்தியாக இருந்தேன் என்றால், என் பின்பகுதியை நீ முத்தமிட வேண்டுமென்றால் அதற்கும்கூட நீ ஒரு நுழைவுத்தேர்வு எழுதவேண்டும்."

மற்றப் பையன்களை இது சிரிக்கவைத்தது. ஆசார்யாவும் சிரித்தார். பிறகு அவர்களுக்கு சூபர்சிமெட்ரி பற்றித் தான் என்ன நினைத்தார் என்பதை விளக்கினார். அவர்கள் ஆணியடித்தாற்போலிருந்து கேட்டார்கள். அவரை அவர்கள் கேள்விகள் கேட்கலானார்கள். அதற்கு விடையாக இன்னும் ஆழமான கேள்விகளை அவர் எழுப் பினார். ஒரு வேடிக்கைவிநோதப் பேச்சு பாயத் தொடங்கியது. அவருடைய பார்வையாளர்கள் மிகுதியானார்கள்.

அலைந்து திரியும் பாணன் போல தினசரி அங்கே வரத்தொடங் கினார். கடற்பாறைகள் அருகே, பாதைவழிகளில், அலையலையாய் அசையும் பின்முற்றத்தில், மாணவர்களும் விஞ்ஞானிகளும் அவரைச் சுற்றிக்கொண்டார்கள். அவருடைய வாழ்க்கைக் கதை களைக் கேட்டார்கள். அவர் போப்பாண்டவரைச் சந்தித்த நாள், அவருடைய காதுகளில் வசவை மொழிந்ததற்காக எவ்விதம் அவர் வாடிகனுக்கு வருவதற்குத் தடுக்கப்பட்டார் என்ற விஷயம், பெரிய மூளைகளின் வேடிக்கையான, உலகியலுக்கு ஒத்துவராத இயல்புகள், அவர்களுடைய தனித்த மேலாண்மை, மனைவி களைச் சதிகாரிகள் என நினைத்தவர்கள், ஃப்ரெட் ஹாயிலின் முன்கோபம், மிகவும் தந்திரக்காரரான ஹாகிங்குடன் நிகழ்ந்த மோதல்கள், மிகப் பெரிய ஹேட்ரன் காலிடரில் இருந்து எழப் போகின்ற அதிர்ச்சிகள், கோட்பாட்டு இயற்பியலின் வெற்று எதிர்காலம் ஆகிய கதைகளை அவர்கள் கேட்டார்கள். அவரைச் சுற்றிய கூட்டம் ஒவ்வொருநாளும் பெருகத் தொடங்கியது. வானத்தின்கீழ் அவர்களுடைய வேடிக்கைக் கதைகள் ஒரு திடீர்க் கலாச்சாரமாகவே மாறிவிட்டது.

நம்பூதிரியைத் தனியாகக் காண்பதில் அய்யன் மணி ஒருவாறாக வெற்றிபெற்று விட்டான். பலநாட்களாக இந்தமாதிரி அமைதியான கணம் ஒன்றிற்காக அவன் காத்திருந்தான். ஆனால் நம்பூதிரியை அவருடைய சுதந்திரம்பெற்ற ரேடியோ வானியலாளர்கள் எப்போதும் சூழ்ந்தே இருந்தார்கள்.

“சார்” என்றான் அய்யன். திடீரெனத் தூக்கிவாரிப்போட்டதில் தன் எஜமானரிடம் ஏற்பட்ட அயர்ச்சியை அவன் இரசித்தான். “உங்களிடம் ஒரு வார்த்தை சொல்லணும் சார்.”

நம்பூதிரி திரும்பாமலே தலையசைத்தார்.

“அன்றைக்கு—அபர்ணா கோஷ்மௌலிக் வந்திருந்தாங்களே அன்றைக்கு சார்.”

"எந்த நாள்" என்றார் நம்பூதிரி, அய்யனைப் பார்த்தவாறே.

"டாக்டர் ஆசார்யாவைப் பற்றி எல்லாரும் பேச ஆரம்பித்தார்களே அன்றைக்கு. அவங்க இங்கே வந்து சாம்பிளரை ஏன் மாசுபடுத்தி விட்டாங்கன்னு சொன்னாங்க. கதவு சரியாகச் சாத்தப்படவில்லை சார். அதனால் எனக்கு எல்லாமே கேட்டது."

"கதவு ஏன் சரியாகச் சாத்தியில்லை?"

"அவங்க உள்ளே வந்தபோது தலை கிளிப் கீழே விழுந்து கதவு ஜாம் ஆயிடுச்சி. அவங்களுக்கு அது தெரியாது."

"தன் சொந்த விருப்பப்படி அவ சாம்பிளரை மாசுபடுத்தினாளா?"

"ஆமாம் சார்."

"அரவிந்த் அப்படிச் செய்யச் சொல்லலையா?"

"இல்லை சார்."

"அவளே சொன்னாளா?" சோபாவில் உட்கார்ந்துகொண்டே நம்பூதிரி கேட்டார்.

"ஆமாம்."

"நீ அதக் கேட்டே?"

"எதுக்கு அவ சாம்பிளர மாசுபடுத்தினா?"

"காதல் பிரச்சினை சார்."

டீபாயிலிருந்து ஒரு செய்தித்தாளை எடுத்து அதன் பக்கங்களை சாதாரணமாகத் திருப்பிக்கொண்டே, "நீ எதுக்கு எங்கிட்ட இதைச் சொல்றே அய்யன்" என்றார். அவர் இதை ஒரு பெரிய பிரச்சினையாக எடுத்துக்கொள்ளவில்லை என்பதை அவனுக்கு உணர்த்துவதற்காகத் திட்டமிட்ட செயல் இது என்று அவன் புரிந்து கொண்டான். அவனுக்கு பிராமணர்களுடைய ராஜதந்திரம் தெரியும். இதை அவர்கள் நிர்வாகம் என்பார்கள்.

"நான் இதச் சொல்றதுக்குக் காரணம், உங்களுக்குத் தெரியணுங்கிறதினால தான் சார். நான் உங்களுக்குச் சொல்ல வர்றது என்னன்னா, விசாரணைக் கமிட்டியில என்னைக் கூப்பிட்டு விசாரிச்சிருந்தாக்கூட

நான் அப்பவும் இதைச் சொல்லியிருக்கமாட்டேன். எல்லாருடைய நன்மைக்காகவுமே அவர் போகணும்னுதான் நான் நெனைச்சேன். இந்த ரூமில நீங்க உட்கார்ந்து பாக்கணும்னு நெனைப்பு சார்."

தனக்கு எதிரிலிருந்த சோபாவை நம்பூதிரி காட்டினார். அய்யன் கொஞ்சம் துடுக்குத்தனமானது என்ற உணர்ச்சியோடே உட்கார்ந்தான். நம்பூதிரி தாளை வீசியெறிந்துவிட்டு, உணர்ச்சியற்ற கண்களோடு, "உனக்கு என்ன வேணும், அய்யன்?" என்றார்.

"ஒண்ணுமில்ல சார்."

நம்பூதிரி தரையை ஆராய்ந்தார். "உன்னுடைய இந்தச் செய்கை என் மனசத் தொடுது. ஒரு அந்தரங்கச் செயலாளருடைய மன நிலை விசாரணைக் குழுவை எந்த விதத்திலும் பாதித்திருக்காது. நாங்க விஞ்ஞானிகளுடைய வார்த்தைகள்லதான் கவனம் செலுத்தினோம். இருந்தாலும், உன் செய்கை என்னை உணர்ச்சி வசமாக்கிவிட்டது."

"கொஞ்சம் காப்பி வரவழைக்கட்டுமா சார்", என்றான் அய்யன், மகிழ்ச்சியோடு எழுந்து நின்றவாறே. நம்பூதிரி தலையை அசைத்தார். அய்யன் கதவருகில் சென்றான். அங்கிருந்தவாறே, "டாக்டர் ஆசார்யா ரொம்ப நல்ல மனிதர் சார்" என்றான். "ஆனா சமயங்களில ரொம்ப முரட்டுத்தனமா நடந்துப்பார்." அவன் திரும்பி அறைக்குள் வந்தான். "உங்களுக்கு ஒரு உதாரணம் சொல்றேன் சார். என்னுடைய மகனுக்கு இந்த நிறுவனம் பிடிச்சிருக்கு. இதப்பத்திதான் தெனம் பேசறான். ஜெட்தேர்வு எழுதனும்னு சொல்றான். பதினொரு வயசுதான் ஆவுது. ஆனால் தேர்வை பாஸ் பண்ணிடுவேன்னு சொல்றான். அவன் ஒரு பைத்தியம்சார், என் மகன். நான் டாக்டர் ஆசார்யாவை என் மகன் ஜெட் தேர்வு எழுதலாமான்னு கேட்டேன். அவர் என்னை வெளியே போன்னு சொல்லிட்டார். நுழைவுத்தேர்வு வெளயாட்டில்லன்னு சொல்லிட்டார் சார். ரொம்ப மோசம் சார் இது."

"எங்க நுழைவுத் தேர்வை உன் மகன் எழுதனும்னு ஆசைப்படறானா?"

"ஆமாம் சார். ஜனங்க அவன் ஒரு மேதைன்னு சொல்றாங்க. ஆனா எனக்குத் தெரியும், நிச்சயமா அவன் இதில தாண்ட மாட்டான்."

"ஆமாம். அவன் பாஸ்பண்றது கஷ்டம்தான்" என்றார் நம்பூதிரி.

"தெரியும் சார். ஆனா, சார், நீங்க அவன இந்தப் பரீட்சை எழுத விடுவீங்களா?"

நம்பூதிரியின் கண்கள் தன் செயலாளனை தந்திரம், புதிய மதிப்பு ஆகியவை கலந்த பாவனையில் நோக்கின. "அய்யன், எத்தனை பேருக்கு இது தெரியும்?"

"எது சார்?"

"அபர்ணா, அரவிந்துக்குச் சொன்னது?"

"யாருக்கும் தெரியாது சார்."

"நிச்சயமா?"

"யாருக்கும் தெரியாது சார். எனக்கு மட்டும்தான் தெரியும்."

ஆதி கோட்பாடுகள் மற்றும் ஆய்வு நிறுவனத்தின் நுழைவுத் தேர்வுக்கு விண்ணப்பித்த செய்தி, ஆங்கிலச் செய்தித்தாள்கள் அனைத்திலும் வெளிவந்தது. கூடவே ஜனா நம்பூதிரியின் ஒரு மகிழ்ச்சியான நிழற்படமும், அந்தப் பையனின் விண்ணப்பத்தை ஏற்பதைப் போல. இரண்டு தொலைக்காட்சி சேனல்கள் இருவரையும் இயக்குநர் அறையில் நேர்காணல் செய்தன.

"அவன் ஒரு மேதை. அதனால அவனுக்கு ஏன் ஒரு வாய்ப்பு தரக்கூடாது என்று நினைத்தேன்" என்றார் நம்பூதிரி.

"நான் பாஸ் செய்வேன்" என்றான் ஆதி.

ஒரு பெரிய விளையாட்டுக்கு இது ஒரு தகுந்த முடிவுதான். ஆனால் மூன்று நாட்கள் கழித்து மராட்டி செய்தித்தாள்கள், இன்னொரு மனிதனின் படத்துடன் இந்தக் கதையைக் கூறின. அந்த மனிதன் இந்தக் காட்சிக்குள் நுழைந்தது அய்யன் மணியை அயரச்செய்தது. விளையாட்டு, ரொம்பதூரம் போய்விட்டது என்று பயந்தான் அவன்.

6
கடைசி அடி

கூட்டத்திலிருந்த எல்லோருக்கும் தாங்கள் எதற்காகக் காத்திருக்கிறோம் என்பது தெரிய வாய்ப்பில்லை. ஆனால் பிடிடி சாளின் பல வெளிப்புற வழிகளின் வெளியே மக்கள் ஒரு விழாக்காலச் சந்தடியோடு பேசிக்கொண்டு நின்றார்கள். சிலபேர் என்ன நடக்கப் போகிறது என்று விசாரித்தார்கள். பலபேர் கேட்கவும் பிரியப்படவில்லை. கூட்டத்திற்குள் சந்தோஷவசப்பட்ட பிள்ளைகள் ஓடினார்கள். சிறிய பெண்கள் ஒரு காலில் நொண்டியபடி, பிறருக்குத் தெரியாத ஒரு விளையாட்டில் தங்களுக்குள் ஈடுபட்டிருந்தார்கள். கூட்டத்தின் முகப்பில் அய்யன் மணி இருந்தான். அணிபவர் கழுத்தை உடைத்துவிடக்கூடிய அளவு எடைகூடிய மிகப் பெரிய ரோஜாமாலையைக் கையில்வைத்திருந்த இன்னொருவன் அவனருகில் இருந்தான்.

சாலையின் அருகேயிருந்த நடைபாதையில் ஒரு பெரிய விளம்பரம். இரண்டு மாடி உயரஅளவில் கட்டப்பட்டிருந்தது. பெரிதாக வைக்கப்பட்டிருந்த படத்தில்கூட அந்தப் புகழ் பெற்ற மனிதர் முடமானவராகவே தெரிந்தார். அவர் ஒரு சபாரி சூட்டில் நின்றுகொண்டிருந்தார். அவருடைய உள்ளங்கைகள் வணக்கத்தில் குவிந்திருந்தன. அவருடைய முகம் இளஞ்சிவப்பு நிறத்தில் இருந்தது. ஏனென்றால் போஸ்டர் கலைஞர்கள் அவர் முகத்தைக் கருப்பாகத் தீட்ட அனுமதியில்லை. அவருடைய குறைந்த மயிர்,

ஏறத்தாழத் தட்டையான மண்டையின்மீது மெல்லியதாகப் பரவி நின்றது. அவருடைய தடித்த மீசை கூர்மையான முனைகளில் முடிந்தது. அவருடைய தலைக்குமேல் ஆங்கிலத்தில்—டைனமிக் பெர்சனாலிட்டி என்று அவரைப் பற்றிய அறிமுகம் இருந்தது. அதற்குக் கீழிருந்த சற்றே மெல்லிய எழுத்துகள் அவர்தான் மரியாதைக்குரிய அமைச்சர் எஸ். வாமன் என்று கூறின. வாமனுடைய கருப்பு ஷூக்களிலே மராட்டியில் சிறியதாகத் தேர்ந்தெடுக்கப்பட்ட எழுத்துகளில், விளம்பரத்தை அளித்தவர் பி. பிக்காஜி என்று எழுதப்பட்டிருந்ததால் இந்தப் போஸ்டரை வைத்தவர் பேறு பெற்றார்போலும். பிக்காஜிதான் அந்தப் பெரிய மாலையைக் கையில் வைத்திருந்தவன். அவனுடைய வெள்ளைக் குர்த்தா அவனுடைய வியர்வையாலேயே ஒளிஊடுருவக் கூடியதாக மாறியிருந்தது. மாலையின் பளுவினால் ஏறத்தாழ தள்ளாடிக் கொண்டிருந்தான்.

“அவர் வரும்போது”, என்றான் அவன் அய்யனிடம், “நான் முதலில் மாலை அணிவிக்கிறேன், பிறகு நீங்கள் பேசுங்கள்.”

“உங்கள் நேரத்தை ஏன் வீணாக்குகிறீர்கள்?” என்றான் அய்யன். “அவர் உங்கள் முகத்தைக்கூடப் பார்க்கப்போவதில்லை.”

யாரோ ஒருவர் ‘அவர் வந்துவிட்டார்’ என்று கூச்சலிட்டார். கூட்டம் சாலையை நோக்கி ஓடியது. ஒரு முன்னோடி ஜீப் பிரேக்போட்டு நின்றது. அதற்குப் பின்னால் ஒரு இளநீல மெர்சிடிஸ் கார். அதை மக்கள் சூழ்ந்துகொண்டார்கள். ஜீப்பிலிருந்து நான்கு மெய்க்காப்பாளர்கள் கையில் மெஷின்கன்களுடன் காரைநோக்கி ஓடினார்கள். (இப்படிப்பட்ட பாதுகாப்புக்கு அவர் தகுதியற்றவர் என்று எவரும் சொல்லிவிடாதிருக்க அவரை அவர்கள் எப்போதும் பாதுகாப்பில் வைத்திருந்தார்கள்). அவர்கள் மக்களை இடித்துத்தள்ளித்தான் காரின் கதவைத் திறக்கவேண்டியிருந்தது.

கஞ்சிபோட்ட வெள்ளை குர்த்தா அணிந்த வாமன் கூப்பிய கைகளோடு இறங்கினார்.

பிக்காஜி கத்தினான், “மக்களின் தலைவர் வாழ்க” என்று. கூட்டம் அதை எதிரொலித்தது.

உடனே பிக்காஜி “தாயோளி” என்று கத்துவதைக் கூட்டம் கேட்டது. ஏனென்றால் திடீரென்று ஒரு நண்பன் தோன்றி மாலையைத் தான் தாங்கிக் கொண்டான்.

அவமானமுற்ற நண்பன், "நான் உதவிதானப்பா செய்தேன்" என்றான்.

பிக்காஜி அவனைக் கோபத்தோடு தள்ளிவிட்டு மாலையிலிருந்த ரோஜாப் பூக்களை மற்றவர்கள் பறித்துக்கொள்வதற்கு முன்னால் அமைச்சர் அருகில் போய் மாலையைப் போட்டுவிடவேண்டுமென முயன்று போட்டான். ஒரு மெய்க்காப்பாளன் அவரை விடுவிக்கும் வரை வாமன் மாலையைக் கையில் பிடித்திருந்தார்.

நடைபாதையில் வைக்கப்பட்டிருந்த சட்டத்துக்குப் புறம்பான பெரிய விளம்பரத்தைச் சுட்டிக்காட்டி, "நான்தான் அதை வைத்தேன்" என்றான் பிக்காஜி.

"நன்றாக இருக்கிறது, நல்லது" என்றார் வாமன். "அந்தப் பையனின் அப்பா எங்கே?"

மக்கள் "அய்யன் அய்யன்" என்று கூக்குரலிடத் தொடங்கினார்கள்.

அய்யன் கூட்டத்திலிருந்து வெளிவந்தான். தன் இருகைகளாலும் அமைச்சரின் கையைப் பிடித்துக்கொண்டான். பிறகு தன் மார்பில் கையைவைத்து வணங்கினான்.

"போகலாம்" என்றார் அமைச்சர்.

அய்யனும் வாமனும் சாள்களின் உடைந்த கற்கள்பாவிய பாதையில் குறைந்தது முன்னூறு பேர் பின்தொடர நடந்தனர். நிழற்படக்காரர்கள் படம் எடுப்பதற்காக முன்னால் ஓடினர். அவ்வப்போது படம் எடுத்துக்கொண்டே அவர்கள் பின்னாலும் நகர்ந்தனர். அமைச்சர், சாம்பல்நிற ஒரேமாதிரியான கட்டடங்களின் வரிசையைப் பார்த்தார்.

"நீங்களும் தொடக்கத்தில் ஒரு சாளில்தான் வசித்தீர்கள் என்று கேள்விப்பட்டிருக்கிறேன்" என்றான் அய்யன்.

பழைய துன்பங்களால் பெருமைகொண்ட ஒரு புன்முறுவலோடு, "ஆமாம். கிராண்ட் ரோடில். ரொம்ப காலத்துக்கு முன்னால்" என்றார் வாமன்.

"நாங்கள் விற்க முயற்சி செய்துகொண்டிருக்கிறோம். கட்டடக்காரர்கள் வாங்க ஆர்வமாக இருக்கிறார்கள்."

மனு ஜோசப்

“நிச்சயமாக. அவர்கள் அப்படித்தான். மண் ஒவ்வொரு அங்குலமும் தங்கம் தான் என்றார் வாமன்.”

“நானும் விற்கத்தான் விரும்புகிறேன். ஆனால் நிறையப் பேர் விற்பதை எதிர்க்கிறார்கள். எண்பதாயிரம் பேர் இங்கே வசிக்கிறார்கள். எல்லாரையும் சம்மதிக்க வைப்பது கஷ்டமாக இருக்கிறது. கட்டடக்காரர்கள், எல்லாவற்றையும் ஒன்றாகத்தான் வாங்குவோம், இல்லாவிட்டால் ஒன்றையும் வாங்கமாட்டோம் என்கிறார்கள்.”

“அப்படித்தான்” என்றார் வாமன், தலையை ஆட்டிக்கொண்டு. “எல்லாரும் பயப்படுகிறார்கள். இல்லையா? இங்கேதானே அவர்கள் வாழ்நாள் முழுவதும் வாழ்ந்திருக்கிறார்கள். இங்கே உள்ள விஷயங்கள் பழகிப்போய்விட்டன.”

“ஆமாம். அவர்களுக்கு அதே அண்டைவீட்டார்கள், அதே வாழ்க்கைகள் வேண்டுமாம்.”

“எவ்வளவு தருகிறேன் என்கிறார்கள் கட்டடக்காரர்கள், மணி?” என்றார் வாமன்.

“150 சதுர அடிக்கு பன்னிரண்டு லட்சம்” என்றான் அய்யன்.

“அதைப் பதினைந்துக்கு ஏற்று” வாமன் அந்தரங்கமாகச் சொன்னார். அந்தப் பரந்த நிலச்சொத்தினை அவர் பார்த்தார். ஏதோ கணக்குகள் போட்டார்.

கூட்டம் பிளாக் எண் நாற்பத்தொன்றுக்குச் சென்றது. ஏற்கெனவே அங்கே நூற்றுக்கணக்கானவர்கள் கூடியிருந்தார்கள். மொட்டை மாடியின் ஓர் ஓரத்தில் ஒரு மேஜைமீது வெள்ளைத் துணி விரித்திருந்தது. வாமன் கூடியிருந்த மக்களைப் பிளந்து கொண்டு, சிரித்துக்கொண்டும் வணங்கிக்கொண்டும் முன்னேறினார். கையில் உயர்த்திக்காட்டப்பட்ட, (ஏற்கெனவே பெயர்வைக்கப்பட்டிருந்த) ஒரு குழந்தைக்குப் பெயர் சூட்டினார்.

அவர் மேஜைக்குப் பின் உட்கார்ந்தபோது பிக்காஜியும் அவன் ஆட்களும் அமைச்சரைச் சுற்றி ஒரு மனிதவேலிபோல நின்றார்கள். அந்த வேலி, அய்யன், அவன் மனைவி, மகன் ஆகியவர்கள் உள்ளேவர இடம்கொடுத்தது. ஓஜா கைகுவித்து வணங்கிக் கண்ணீர் விட்டாள்.

அமைச்சர் "இதுதான் புகழ்பெற்ற ஆதியா?" என்றார், பையனைப் பார்த்து.

பையன், காவலர்கள் கைகளில் வைத்திருந்த எந்திரத் துப்பாக்கி களைப் பார்ப்பதில் ஆர்வமாக இருந்தான். "நான் அதைப் பிடிக்கட்டுமா?" என்று ஒரு காவலனை நோக்கிக் கேட்டான். அவன் மறுத்தான்.

"லாக்செய்து பையனிடம் கொடு" என்றார் வாமன். பையனிடம் அன்போடு, "அது ரொம்ப இலேசாக இருக்கும்" என்றார்.

காவலன், தனக்கு ஆணையிடப்பட்டவாறு செய்தான். ஆதி ஒரு ஏகே—47 துப்பாக்கியைத் தூக்கிப்பார்த்த பெருமையைப் பெற்றான்.

அய்யன் குடும்பத்தினர் அமைச்சருக்கு அருகில் உட்கார்ந்தார்கள். பார்வையாளர்கள் தரையிலோ தங்கள் வீடுகளிலிருந்து கொண்டுவந்த நாற்காலிகளிலோ உட்கார்ந்தனர்.

அமைச்சர் பேசத்தொடங்கினார். ஆதியின் வயது இருக்கும்போது அவர் கோயிலில் நுழைந்த குற்றத்திற்காக அங்கிருந்த பார்ப்பனப் பூசாரிகள் எப்படி அவரை மரத்தில் கட்டிவைத்தார்கள் என்பதைச் சொன்னார். ராத்திரி முழுவதும் அப்படியே விட்டுவிட்டார்கள் என்றார். "மறுநாள் காலையில் நான் கிராமத்திலிருந்து ஓடிவந்து விட்டேன். கையில் ஒன்றுமே இல்லாமல் பம்பாய்க்கு வந்து சேர்ந்தேன். பத்துரூபாய் கூட என் பாக்கெட்டில் இல்லை. உண்மையில் எனக்குப் பாக்கெட்டே இல்லை."

அய்யனுக்கு முன்னமே இந்தக் கதை தெரியும். இன்னும் அமைச்சர் சொல்ல விரும்பாத பல கதைகளும் தெரியும். முதலில் அவர் கிராபோர்டு சந்தை அருகே தள்ளுவண்டியில் காய்கறி விற்பவராக இருந்தார். தனக்குச் சிறிய தடித்த உடல்தான் என்றாலும், பிறகு மெதுவாக ஒரு ரவுடியாக மாறினார். தனக்குப் புரியாத விஷயங்களுக்கு எதிராகப் போராட்டம் நடத்துவதற்காக, தனக்கு அறிமுகம் இல்லாத தலைவர்களின் சாவுக்குத் துக்கம் அனுசரிப்பதற்காகக் கற்களை எறிந்தார். கடை ஜன்னல்களை உடைத்தார். தன்னிச்சையான குண்டர்களை ஒன்றுசேர்த்து இயக்கும் தலைவராக மாறினார். உரியநேரத்தில் அரசியலில் நுழைந்தார். குறுகியகால அவகாசத்தில், கோபம்கொண்ட தலித் இளைஞர்களின் படையை திடீரென உருவாக்குவது அவருடைய

கலைத்திறன். அவர்கள் சமயத்தில் மிகவும் வன்முறையாளர் களாகவும் மாறிவிடுவார்கள். நவீனகாலத்தில், தீண்டத்தகாதவர்கள், பார்ப்பனர்களால் தீண்டப்படுகின்ற பயனற்ற உரிமையையும் பெற்றார்கள், ஆனால் அவர்கள் நகரத்தில் மிகவும் ஏழைகளாகவே இருந்தார்கள். புண்படுத்தப்படும்போது கொதித்தெழுவார்கள். உதாரணமாக அவர்களுடைய விடுவிப்பாளர் அம்பேத்கரின் சிலைக்கு யாரோ விஷமிகள் செருப்பு மாலை அணிவித்தபோது, வாமன் போன்றவர்கள் கொதித்தெழுந்த இளைஞர்களின் படையைத் தூண்டிவிட்டு முழுத் தெருக்களையே கொள்ளை யடிக்க வைத்தார்கள்.

ஒருநாள் கொள்ளையடிக்கும் கும்பல் பெட்டிகளோடு செல்வதைத் தன் சமையலறை ஜன்னலிலிருந்து பார்த்து "அவர்கள் கோபத்தோடு போகிறார்கள், அடிடாஸோடு திரும்புகிறார்கள்" என்றான் அய்யன், ஓஜாவிடம். "யார் அந்த அடிடாஸ்?" என்று கேட்டாள் ஓஜா.

சிறுவனான ஒரு மேதையை அப்படிப்பட்ட ஓர் ஆள் பாராட்டு வதற்கு ஏற்பாடு செய்தது, அய்யனுக்கு பயத்தைத் தந்தது. இந்த பயங்கரப் பேச்சாளரின் தகுதிகளை அவன் எண்ணியவாறு இருந் தான். அவரோ ஆதியைப் பாராட்டிய புகழுரைகள் மாலைநேர வானத்தின் ஒளியில் தற்காலிகமாகப் பளபளத்த அவருடைய வெள்ளிநிற எச்சிலில் எழுந்து வானத்தில் மிகச்சிறிய மின்மினிகள் போலப் பரவின.

"இப்படிப்பட்ட பையன், மிகவும் அபூர்வமானதொரு பையன்," என்றார் அமைச்சர். "ஆதி மிகவும் அபூர்வமானதொரு பையன்."

அமைச்சர் ஆதி என்ற சொல்லை உச்சரித்ததே ஒரு தீமையாகத் தோன்றியது அய்யனுக்கு. கொலையும் செய்யக்கூடிய சாத்தியம் படைத்த ஒருவன் இப்போது தன் மகன் பெயரைத் தெரிந்துகொண்டான் என்பது அவனுக்குத் தொந்தரவு அளிக்கக் கூடியதாக இருந்தது. ஆனால் இதே அமைச்சரைப் பற்றித் தான் கேள்விப்பட்டிருந்த மற்றக் கதைகளால் அவர்மீது ஏறத்தாழ அன்பு ஏற்படும் நிலை இருந்ததால், அவன் தன் பயத்தைக் கட்டுப்படுத்திக்கொண்டான். இந்த நகரத்திற்கு மைக்கேல் ஜாக்சன் சில ஆண்டுகளுக்கு முன்னால் வந்தபோது, அவரைச் சந்தித்த அரசியல்வாதிகளின் குழுவினரில் வாமனும் இருந்தார். அவர் பிறகு, பத்திரிகையாளர்களிடம் ஜாக்சனைப் பற்றிக் கூறியபோது, "அவர்

அவ்வளவு பணிவான மனிதர். ஆணவத்தின் சிறு கீற்றைக்கூட அவரிடம் காணமுடியாது. ஒரு வெள்ளைக்காரரிடம் பேசுகிறோம் என்ற உணர்வே அவரிடம் பேசும்போது எழவில்லை" என்றார்.

ஆதியை 'தலித்துகளின் எதிர்கால விடுவிப்பாளர்' என்று புகழ்ந்து பேச்சை முடித்தார் வாமன்.

"அவனைப் பற்றி நீண்ட நாட்களாகவே கேள்விப்பட்டு வருகிறேன்" என்றார் அவர். "அவன் மிகவும் புத்திக் கூர்மை உடையவனாக இருப்பதால் உலகத்திலேயே மிகவும் கடினமான ஒரு தேர்வு எழுத அவனுக்கு அனுமதி அளித்திருக்கிறார்கள். அதிலும் அவனுக்குப் பதினொரு வயதுதான் ஆகிறது. இவனைப்போல இன்னும் பலபேர் நமக்குள்ளிருந்து வரவேண்டும். நமக்குள் உறங்கிக்கிடக்கும் ஆற்றல் என்னவென்று உலகத்திற்கு நாம் காட்டவேண்டும்."

பார்வையாளர்கள் கைதட்டினார்கள். அமைச்சர் உட்கார்ந்தார். விரல்களால் முகத்தை துடைத்துவிட்டுக்கொண்டார். ஒரு காவலர், ஒரு பெரிய அட்டைப் பெட்டியுடன் அவர் முன்னால் வந்தார்.

"இது ஒரு கணினி" என்றார் அமைச்சர், பார்வையாளர்களை நோக்கி. மறுபடியும் அவர்கள் கை தட்டினார்கள். பார்வையாளர்களுக்குள் இருந்த சில பெண்கள், ஒருவரை ஒருவர் பார்த்துப் புருவத்தை உயர்த்தி, உதட்டை மடித்துக்கொண்டார்கள்.

அமைச்சர் அந்தப் பெட்டியை அய்யனுக்கு வழங்கினார். அந்தப் பரிசை வாங்குவதற்குரிய ஆதி இருவர் இடையிலும் நின்றான். கைதட்டல் பாராட்டுகளுக்கும், மக்களின் தலைவர் என்ற பிக்காஜியின் கூக்குரலுக்கும் மத்தியில் நிழற்படக்காரர்கள் கிளிக் செய்துகொண்டார்கள்.

மொட்டை மாடியில் நகராத கூட்டத்தினிடையே ஊடுருவிச் சென்றார் அமைச்சர், வேலைகள், பணம், நலஉதவிகள் கேட்டு துக்கம் தோய்ந்த குரல்கள் வானில் எழுந்தன. பலமுறை அவர் தலையசைத்தார். சுற்றிலும் நோக்கினார், ஆனால் குறிப்பாக ஒருவர் கண்களையும் பார்ப்பதைத் தவிர்த்தார். "வீட்டுக்குச் செல்லுங்கள். அரசாங்கத்திடம் நம்பிக்கை வையுங்கள்" என்றார்.

காரில் ஏறும் முன்பு, அய்யனிடம் திரும்பி, "எப்போதாவது என் அலுவலகத்திற்கு வந்து பாருங்கள். இந்த இடத்தை விற்பதற்கு ஒரு வழி செய்யலாம்" என்றார்.

அய்யன் ஆயிரம் வாழ்த்துகளை வழியில் பெற்றபடியே வீட்டுக்குத் திரும்பினான். இங்கே பாராட்டின் கனமான பார்வையும், பொறாமைப் பார்வையும் ஒன்று போலவே இருந்தன. ஆதி வீட்டில் தனியாக இருந்தான். அதன் பெட்டியிலிருந்து மானிட்டரை வெளியே எடுக்க முயற்சி செய்துகொண்டிருந்தான். தந்தையிடம் மலர்ச்சியோடு சிரித்துக்கொண்டே, "இப்ப எனக்கு கம்ப்யூட்டர் இருக்குது" என்றான்.

"இருக்குது, ஆனா ஒடச்சிடாதே. அதுக்கான புத்தகத்தைப் பாத்து அதைப் பொருத்துவோம்" என்றான் அய்யன். "உங்கம்மா எங்கே?"

"பொம்பளைங்க யாரோ வந்தாங்க. அழைச்சிக்கிட்டு போனாங்க."

அய்யன் வீட்டைத் தாழ்போட்டான். தரையில் மகன் அருகில் உட்கார்ந்தான். "இப்ப நான் சொல்றத கவனமா நீ கேக்கணும் ஆதி."

மானிட்டரைச் சுற்றியிருந்த பிளாஸ்டிக் கவரைவைத்து அதை இழுக்கப்பார்த்துக் கொண்டிருந்தான் ஆதி.

"ஆதி, உக்காந்து என்னப் பார்."

"தமாஷா இருக்கு இல்ல, இது?"

"தமாஷா இருக்குது."

"அதெல்லாம் முடிஞ்சிபோச்சி. இதை முன்னாலியே உனக்கு சொல்லியிருக்கிறேன். ஆனா இப்ப நிச்சயமா முடிஞ்சி போச்சி."

"ஓகே" என்றான் பையன்.

"நீ அந்தப் பரீட்சைக்குப் போவப்போறதில்ல. உனக்கு அதுக்கேத்த புத்தி இல்ல. உனக்கும் தெரியும், எனக்கும் தெரியும்."

"ஓகே" என்றான் ஆதி.

"புரியுதா?"

"ம்ம்."

"இதெல்லாம் மறுபடியும் நடக்காது ஆதி, இப்ப விளையாட்டு முடிஞ்சு போச்சு. நீ மத்தப் பையனுங்க மாதிரிதான் இனிமே இருப்ப. அதுவும் ரொம்ப தமாஷ்தான்."

"நான் மத்த பையனுங்க மாதிரி இல்ல. என்னச் செவிடுன்னு சொல்றாங்க."

"யாராவது உன்னச் செவிடுன்னு சொன்னா, நீ பேசறது எனக்குக் கேக்குது, நீ பேசறது எனக்குக் கேக்குதுன்னு அவன் நிறுத்தறவரைக்கும் சொல்லிகிட்டே இரு. ஓகே?"

இது ஆதியைப் புன்முறுவல் கொள்ளவைத்தது. "நீ சொல்றது கேக்குது, நீ சொல்றது கேக்குது, நீ சொல்றது கேக்குது" என்றான் அவன்.

"அப்பிடியும் அவன் உன்னைச் செவிடுன்னு சொன்னான்னா," என்றான் அய்யன், "ஆனா உங்கம்மா குசு விடறத கேட்டேனே, உங்கம்மா குசுவிடறத கேட்டேனேன்னு சொல்லு." இதைக்கேட்டு ஆதி சிரித்துக்கொண்டே தரையில் உருண்டான். ஒருகணம் மூச்சே நின்றுபோனது அவனுக்கு. மரணத்தின் பயம்தான் அவனைச் சிரிப்பிலிருந்து நிறுத்தியது.

கதவு தட்டும் சத்தம். அய்யன் அதைத் திறந்தபோது ஒரு சுயமுக்கியத்துவக் கணத்தின் வேகத்தில் ஓஜா இருப்பதைக் கண்டான். கதவருகில் வழியில் நின்றாள், ஆனால் பவ்வியமாகத் தாழ்வாரத்தில் நின்ற பெண்கள் நான்கு பேருக்கு கடைசிச் சொற்களை வழங்கிக்கொண்டிருந்தாள்.

"ஒவ்வொருத்தரும் ஜன்னல்லருந்து குப்பையைக் கொட்டிகிட்டே போவமுடியாது. நாம இதுக்கு ஃபைன் போடணும். இல்லன்னா அவங்க கொட்டின குப்பையெல்லாம் அள்ளி அவங்க வீட்டிலேயே மறுபடியும் போடணும். நம்ம சாள நாம கவனிக்காம போனா வேற யாரு கவனிப்பாங்க?"

பிறகு வீட்டுக்குள் வந்து கதவைச் சாத்தினாள். அவள் கையில் பாதி எலுமிச்சம்பழம் இருந்ததை அய்யன் கவனித்தான். நேராக ஆதியிடம்போய் அவன் தலையில் அதைப் பிழிந்தாள். அவன்

ஓடப்பார்த்தான். ஆனால் அவள் விடாமல் பிடித்து, வேகமாக ஒரு பாட்டைச் சொன்னாள். பிறகு அவன் முகத்தை வழித்துக் கையைத் தன்தலையருகில் கொண்டுபோய்ச் சொடுக்கினாள்.

"எல்லாம் கெட்ட கண்ணு, சுத்திலும்" என்றாள்.

விளக்குகள் ஒளி குறைந்தன. அரங்கத்தில் அமைதி நிலவலாயிற்று. ஒவ்வொரு இருக்கையிலும் ஆட்கள் அமர்ந்திருந்தார்கள். பக்கவழிகளிலும் ஆட்கள் நிறைந்திருந்தார்கள். இரத்தநிறத் திரைச்சீலை மெதுவாக மேலேறியது. மேடையில் ஏழு நாற்காலிகள் போடப்பட்டிருந்தன. "அங்க ஒரு சீட் இருக்கு. போய் உக்காந்துக்க" என்று பக்கவழியில் குரல் கேட்டது, அரங்கமே அதைக்கேட்டுச் சிரித்தது. மேடையின் கருப்புப் பின்னணியில் "புறவிண்வெளி உயிர்கள்—இந்தியத் தேடல்" என்று எழுதப் பட்டிருந்தது. மேடைக்குச் செல்லும் படிக்கட்டுகளின் அருகில் கீழே அய்யன் நின்றிருந்தான். கைகளை மடக்கிக் கட்டிப் பார்வையாளர்களைப் பார்த்துக் கொண்டிருந்தான். அவனுடைய வேலை, முதல் வரிசையில் இருந்த முக்கியர்களுக்கு—பெரும்பாலும் விஞ்ஞானிகள், அதிகாரிகள், ஒரு தோல்வியுற்ற நடிகர், நம்பூதிரியின் பிற நண்பர்கள்—அவர்கள் என்ன கேட்டாலும் வருவித்து வழங்குவதுதான். ஆனால் தன் கடமையைச் சற்றே புறக்கணிப்பதென்று தீர்மானித்தான்.

தன் அழகில் தானே இலயித்திருந்த பெண் ஒருத்தி ஒரு கருநீல நிறச் சேலையில் பேச்சுமேடைக்கு வந்தாள். அவளது சேலை கூரைமின்விசிறியின் காற்றில் படபடத்தது. ஒரு கண்ணால் பார்வையாளர்களைப் பார்த்தாள். இன்னொரு கண் முகத்தில்விழும் கூந்தலில் மறைந்திருந்தது.

"யுஎஃப்ஓக்களின் மாயமான தன்மை என்னவென்றால், அவை முதல் உலகத்தில் மட்டுமே கண்ணுக்குப் புலப்படுகின்றன" என்றாள். நியூயார்க்கின் மேயர் ஒரு அவசரப் பத்திரிகையாளர் கூட்டம் நடத்துவதற்கு முன்னால் எந்தவித அந்நிய உயிரிகளின் தாக்குதலும் நடப்பதற்கில்லை. செவ்வாய் பூமியைத் தாக்கினால், முதலில் அமெரிக்காவைத்தான் தாக்கும்."

பிறகு மறைந்திருக்கும் ஒரு கண் சற்றே வெளிப்படும் விதமாகத் தலையைச் சாய்த்து, மிக தீவிரமான கேள்வி ஒன்றை எழுப்பினாள். "நட்சத்திர மண்டலங்களுக்கு இடையேகூட நமது

கிரகத்தின் அதிகாரச் சமநிலை பற்றிய புரிதல் இருப்பதுதான் இதற்குக் காரணமா?” சில ச்சுக் கொட்டல்களைக் கேட்டபோது பவ்வியமாகச் சிரித்தாள். “காரணங்கள் எதுவாக இருந்தாலும் நாம் தனியாக இல்லை என்பது மேற்கத்திய கீதம். ஆனால் இன்றைக்கு, விண்ணுலக உயிரிகள் என்பது எதைப் பற்றியது என்பதை முறையாகப் புரிந்துகொள்ள முதல் முயற்சியை நம்நாட்டில் செய்கிறோம்.”

அவள் ஏழு பேரை மேடைக்கு அழைத்தாள். முதலில் வந்தவர் மிகவும் வயதான நரைத்த தலை கொண்டவர். அவர் மேடைமீது ஏற அய்யன் உதவி புரிய வேண்டியிருந்தது. காதுகள் மூக்குகளிலிருந்தெல்லாம் பிரஷ்போல மயிர்கள் எட்டிப் பார்த்தன. அய்யன் தூக்கிவிட்டபோது அவர் கைகள் நடுங்கிக்கொண்டிருந்தன. பிறகு மலைபோன்ற தோற்றமுடைய ஒரு வெள்ளைக்காரர். இப்படிப்பட்ட கூட்டங்களில் கட்டாயம் ஒரு வெள்ளைக்காரர் இருந்தே ஆகவேண்டும். “பிராமணர்களுக்கு பிராமணர்கள் வெள்ளைக்காரர்கள்” என்று அய்யன் அடிக்கடி தன் மனைவியிடம் சொல்வான். ஒவ்வொரு ஆண்டும் அவர்கள் உயரம் அதிகமாகி வந்தது. பிறகு வந்தவர் ஜனா நம்பூதிரி. ஒரு சீனக்காலர் கருப்புச் சட்டையும், கருப்புக் கால்சட்டைகளும் அணிந்திருந்தார். பிறகு அவரைச்சுற்றும் உபகிரகங்கள் நால்வர்.

நூற்றாண்டு நூற்றாண்டுகளாகச் செய்த வழக்கம்போல இவர்கள் மேடையில் ஏறி ஒரு புது யுகத்தின் வருகையை அறிவித்தார்கள். நம்பூதிரி, இராட்சஸக்காதுகள் என்று அழைக்கப்பட்ட ரேடியோ தொலைநோக்கிகளின் வரிசை எவ்விதம் கடைசியாக விடுவிக்கப் பட்டது என்பதைப் பற்றிச் சொன்னார். பெரிய கரகோஷத்திற்கு இடையில், அவர், இனிமேல் மிக முன்னேறிய நாகரிகங்களிலிருந்து சமிக்ஞைகளுக்காக அந்தத் தொலைநோக்கிகள் அலசி ஆராயும் என்றார்.

வெள்ளைக்காரர் பேச்சுமேடைக்கு வந்தார். கைகளைக் குவித்து நமஸ்தே என்றார். இதுதான் இந்தியாவுக்கு அவருடைய முதல் வருகை. இந்தியாவை மனித இனத்தின் வேற்றுக்கிரகத்தோழர்களைக் காணவென அழைத்தார். பின்னர் பிற விஞ்ஞானிகள், செடீ திட்டத்தில் இளைஞர்கள் பங்குகொள்ளவேண்டியதன் அவசியம் பற்றிப் பேசினார்கள். எல்லாருக்கும் பின்னால் அந்தக் கிழவர் வந்தார். வரவேற்பாளரால், பெங்களூரில் ஓய்வுபெற்ற ஒரு விஞ்ஞானி அவர் என்று அறிமுகப்படுத்தப்பட்டார்.

மெதுவாகப் பேச்சுமேடையை நோக்கி நகர்ந்தார். மைக்கின் கீச்சொலி அவரை அதிர வைத்தது. சமநிலைக்கு வந்ததும், அவர் பழங்கால இந்தியர்களின் பெருமையைப் பற்றிப் பேசலானார். தங்கள் கற்பனையான முன்னோர்களைப் பற்றி அவர் கூறிய ஒவ்வொரு பாராட்டுரைக்கும் கூட்டத்தின் கரவொலி வானைப் பிளந்தது. அய்யன் சிரித்தான். "ஆமாம், ஆமாம். இந்தியர்கள்தான் பூமியிலேயே மிகப் பழைய நாகரிகத்தினர். மிகச் சிறந்தவர்கள். மிகப்பெரியவர்கள். இந்தியர்களுக்குத்தான் கலாச்சாரம் என்ற ஒன்று இருந்தது. பிற எல்லாரும் ஊமைகள், நாடோடிகள் அல்லது வேசிகள்."

இந்த நாட்டைப் பற்றிய இவ்விதமான முட்டாள்தனமான பெருமையை அய்யன் பிற எல்லாவற்றையும் விட அதிகமாக வெறுத்தான். 'மிகப் பிரமாதமான இனம்' என்று பெருமை பாராட்டியபோது அவர்களுக்கு விரிந்த அந்த மூக்குத் துளைகள், அந்தக் கனவுக் கண்கள். எப்படிக் குப்பைபோல, குவித்துவைத்த மாணிக்கங்கள் தெருக்களில் விற்கப்பட்டன; வெள்ளைக்காரர்களுக்கு முன்னாலேயே எவ்விதம் பிராமணர்கள் சூரியனுக்கும் நிலவுக்குமான தூரங்களைக் கணக்கிட்டிருந்தார்கள்; ஹிப்பாக்ரடீஸுக்கு முன்னரே எவ்விதம் ஆயுர்வேதம் மனித உடலைப் பற்றிய எல்லாவற்றையும் அறிந்து தீர்த்துவிட்டது; கோபர்நிகஸுக்கு முன்னாலேயே கேரளக் கணக்கியலாளர்கள் எவ்விதம் சூரியமையக் கொள்கை ஒன்றைக் கண்டறிந்திருந் தார்கள். மருட்டும் இயல்புள்ள, நாட்டின் போலியான இந்தப் பாரம்பரியத்தில், அவனுடைய முன்னோர் சேர்க்கப்படவில்லை. வலிமையான வீரர்கள்குலப் பழங்கதைகளில் கருப்புநிற ராட்சஸர் களாகவே அவர்கள் நோக்கப்பட்டனர்.

இப்போது அந்த மனிதர் பசுவின் குணாதிசயங்களைப் பற்றிப் பேசத்தொடங்கினார். அதற்கு என்றைக்குமான ஒரு புனிதத்தன்மையை வழங்கிய இந்தியர்களின் ஞானத்தைப் பாராட்டினார். பசுவின் கோமயத்தை (மூத்திரத்தை) ஒவ்வொரு நாள் காலையிலும் ஒரு டம்ளர் குடித்துவந்ததே தான் மிகநீண்ட காலம் வாழ்வதற்குக் காரணம் என்றார். இது ஒரு பணிவான அமைதியை உருவாக்கியது. ஆனால் பார்வையாளர்களிலிருந்த சில முதியவர்கள் ஒப்புதலாகத் தலையசைப்பதைக் கண்டான்.

"நெய் இதயத்திற்கு நல்லது என்று நிரூபிக்கப்பட்டுள்ளது" என்றார் அவர். "ஜெய்ப்பூரில், விஞ்ஞானிகள், சாணத்தைச்

சுவர்களிலும் கூரைகளிலும் பூசினால் அணுக்கதிரியக்கத்தைத் தடுக்கிறது என்று கண்டுபிடித்திருக்கிறார்கள். பசுக்கொலையின் விளைவுகளை ஆராய்ந்த ஒருவரான இயற்பியலாளரை அவர் மேற்கோள் காட்டினார். பசுக்களின் கத்தல், ஐன்ஸ்டீனிய வலி அலைகளாக பூமியின் மத்திக்குச் சென்று பூகம்பச் செயல்பாடுகளை உருவாக்குகிறது. குறிப்பாக முஸ்லிம் பண்டிகைகளின் போது அதிக அளவில் பசுக்கள் கொல்லப்படும்போது இவ்வாறு நிகழ்கிறது. அதனால்தான், ஒவ்வொரு முஸ்லிம் பண்டிகைக்குப் பின்னரும் உலகில் எந்த மூலையிலாவது பூகம்பம் ஏற்படுகிறது."

கடைசியாக அவர் விஷயத்துக்கு வந்தார். எப்படிப் பழங்கால இந்தியர்களுக்கு இவ்வளவு அறிவிருந்தது? அவர்களுக்குப் பசுவின் தனித்தன்மைகள், மனித உடற் கூறியல், கிரகங்களுக்குடையிலான தூரங்கள் பற்றியெல்லாம் எப்படித் தெரியும்? "இந்திய நாகரிகத்தின் தொடக்கக் காலத்தில், வேதகாலத்தில், ஒரு விண்ணுலகத் தொடர்பு ஏற்பட்டிருக்கவேண்டும் என்று நம்புகிறேன். மகாபாரதப்போர், பறக்கும் தட்டுகளைக் கொண்டும் மாயமந்திரக் கணைகளைக் கொண்டும் நடத்தப்பட்டது. இவையெல்லாம் புறவிண்வெளி உலகமனிதர்களின் தொழில்நுட்பங்கள். பின்னால் இவை கவிக் கற்பனையாகக் கொள்ளப்பட்டுவிட்டன. நம் நாட்டின் மிகப்பெரிய பழங்காலத்தில், இன்னும் முன்னேறிய நாகரிகம் ஒன்றிலிருந்து தொழில்நுட்பப் பகிர்வு நடந்திருக்கிறது. நமது கடவுளர்கள் எல்லோருமே விண்வெளி மனிதர்கள்தான். பிறகு கலைக் கற்பனையாக மாறிவிட்டார்கள். நீங்கள் என்ன நினைக்கிறீர்கள் என்று எனக்குத் தெரியாது, ஆனால் கிருஷ்ணபகவான் ஒரு விண்வெளி அந்நியர்தான்."

பார்வையாளர்கள் எழுந்து அவருக்கு ஒரு நீண்ட கரகோஷத்தை வழங்கினார்கள். அந்தக்கண நிகழ்வுக்கு ஏற்றவாறு மேடையிலிருந்தவர் களும் ஒருவர்பின் ஒருவராக எழுந்து, சற்றே மடத்தனமாகத்தான், கைதட்டினார்கள். இந்தக் குழப்பத்தில், அய்யன், ஆசார்யாமீது ஒரு புதிய நேசத்தை உணர்ந்தான்.

அவர் இல்லாததற்கு அவன் மிகவும் வருந்தினான். தன் வாழ்க்கை முழுவதும் இந்தமாதிரிக் குப்பைகளைத்தான் ஆசார்யா எதிர்த்துவந்தார். தேடலின் தலைமைப் பொறுப்பில் அவர் இருந்தபோது, உண்மைத் தேடல் என்பது சற்றே குறைந்த அளவில் கேலிக்குரியதாக இருந்தது. இப்போது ஒரு மோசமான ஆட்சியில் பணியாற்றுகின்ற வறுமையை அய்யன் உணர்ந்தான்.

தொடர்ந்து வந்த நாட்களில், புறவெளி அறிவு பற்றிய ஆராய்ச்சி நிகழ்ந்தே தீர வேண்டிய ஒரு புரட்சியின் தோற்றம் கொண்டது. இராட்சஸக்காதுகளின் மீது உரிமை வழங்கப்பட்டதால் பிற நிறுவனங்களின் விஞ்ஞானிகளும் புகழ்வதற்காகவே வந்தனர். கருத்தரங்குகளும் சொற்பொழிவுகளும் நிகழ்ந்தன. முன்னறையில் இனிமேல் காத்திருக்க வேண்டாத பத்திரிகையாளர்கள், செடீயின் அற்புத எதிர்காலத்தைப் பற்றித் தெரிந்துகொள்ள வந்தனர். காத்துக்கொண்டிருந்த பள்ளி ஆசிரியர்கள், இராட்சஸக் காதுகளின் வரிசைகளைப் பார்க்க மாணவர்களைச் சுற்றுலாவுக்கு அழைத்துவர அனுமதி கேட்டனர்.

ஒரு நாள் காலை, இந்தக் கொண்டாட்டத்தின் உச்சத்தில், அய்யன் ஆசார்யா முன்னறைக்கு வருவதைக் கண்டான். அவர் கண்களின் ஓர அசைவில், சோபாவில் கூட்டமாக உட்கார்ந்திருந்த பார்வையாளர் கூட்டத்தைப் பார்த்த ஏளனப் புன்னகையில், அவருடைய மௌனச் சினம் வெளிப்பட்டது. வழக்கமான அரை எழுந்திருப்பில் அய்யன் நின்றான்.

“ஆக, உன் மகன் நுழைவுத் தேர்வு எழுதுகிறான் என்று கேள்விப்பட்டேன்” என்றார் ஆசார்யா.

அவர் கண்களைச் சந்திக்காமலே அய்யன் தலையசைத்தான்.

“நான் உள்ளே போகவேண்டும்” என்றார் அவர்.

“அவர்கள் ஒரு கூட்டத்தில் இருக்கிறார்கள். ஆனால் நீங்கள் விரும்பியவாறு செய்யலாம் சார்”, என்றான்.

கதவருகில் நின்ற உருவெளித்தோற்றம், தாங்கள் கொன்றுவிட்ட ஓர் அரக்கனின் அலையும் ஞாபகம்தான் என்பதை அவர்கள் நினைவுக்குக் கொண்டுவருவதற்கு முன்னாலேயே ரேடியோ வானியலாளர்கள் ஒரு பரிச்சயமான பயத்தில் உறைந்தனர். அவர்கள் டீபாயைச் சுற்றி வெள்ளை சோபாக்களில் உட்கார்ந்திருந்தனர். டீபாயின் மீது பிஸ்கட்டுகளும் தேநீர்க்குவளைகளும் இறைந்துகிடந்தன. ஆசார்யா அந்த அறை எதுவென்றே புரிந்துகொள்ளவில்லை. நகர்த்தமுடியாதவை என்று அவர் நினைத்திருந்த மரச்சாமான்களெல்லாம் மாயமாக நகர்த்தப்பட்டிருந்தன. சுவர்களில் எங்கும் சட்டமிட்ட போஸ்டர்கள். கார்ல் சாகனுடைய போஸ்டர்மீது மட்டும் பாசமும் சந்தேக மும் கொண்ட பார்வை ஒன்றை வீசினார். அவர் பார்வைக்கு பதில்பார்வை அளித்தார் சாகன்.

அய்யன், கதவருகில் நாடகத்தனமான ஒரு நடுக்கத்துடன் வந்து, "சாரி சார், நான் அவரை நிறுத்தமுடியவில்லை" என்றான்.

"யாராலும் முடியாது" என்றார் நம்பூதிரி. நேர்த்தியாக எழுந்து, ஆசார்யாவை சோபாவில் காலியாக இருந்த இடத்திற்கு அழைத்துச் சென்றார். ஆசார்யா சோபாவில் வசதியாக அமர்ந்தார். அவரைச் சுற்றியிருந்த ஆறு முகங்களையும் பார்த்தார். தட்டிலிருந்து ஒரு பிஸ்கட்டை எடுத்தவாறே, "எனக்கு என் நண்பர்கள் எழுதும் கடிதங்கள் அவர்களுக்கே திருப்பப்படுகின்றன என்று சொல்கிறார் கள்" என்றார்.

"உலகம் உருண்டை, அப்படித்தான் நடக்கும் அரவிந்த்" என்றார் நம்பூதிரி.

"உனக்கு முன்பே போப் இதைத்தான் சொன்னார்."

"ஆமாம், எனக்குத் தெரியும். அரவிந்த், எனக்குத் தோன்றுகிறது, இன்னும் உனக்கு நண்பர்கள் இருக்கிறார்களா?"

பேராசிரியர் ஜால் ஒரு ஆழமான தன்னிச்சையான சிரிப்பை வெளியிட்டார். அவருடைய கைப்பேசி அடித்ததால் அது நின்றது. தொடர்பை அறுக்கும் முன், "ஆமாம்", "இல்லை" என்றார். ஒருவாறு குழப்பத்துடன் அறையை நோக்கி, "நான் இங்கே தொலைபேசி அழைப்பைப் பெறும்போதெல்லாம், லைனில் ஏதோ தொல்லை ஏற்படுகிறது. ஏதோ உயிருள்ள தொலைபேசித் தொடர்பு அருகிலேயே இருப்பது போல" என்றார். ஆனால் ஆசார்யாவின் பிரசன்னத்தினால் கலைந்திருந்த மற்றவர்களுக்கு ஜாலின் பிரச்சினையை கவனிக்க நேரமில்லை.

"சரி அரவிந்த், உங்களுக்கு நாங்கள் என்ன செய்யவேண்டும்?"

"தனியாகப் பேசலாமா?"

"அது நடக்காது என்று நினைக்கிறேன். ஒரு பட்ஜெட் கூட்டத்தின் நடுவில் இருந்தோம். எப்போதும் எங்கள் முடிவுகளை ஒன்றாகச் சேர்ந்துதான் எடுக்கிறோம். தொழில்ரீதியாக ஏதாவது நீங்கள் சொல்லவிரும்பினால் எங்கள் அனைவருக்குமே சொல் லலாம்."

"ஆறுபேர், ஒரே மனம்?"

இது நம்பூதிரியைத் தொல்லைப்படுத்தியது. இருந்தாலும் சிரித்தார். "நாங்கள் கொஞ்சம் வேலையாக இருக்கிறோம் அரவிந்த். நீங்கள் விரும்பினால், நாம் பிறகு சந்திக்கலாம்."

"ஆறுபேர், ஒரு மனம். எனக்கு ஏதோ ஒன்றை அது நினைவூட்டுகிறது. இன்னொரு பிஸ்கட்டை எடுத்தவாறே ஆசார்யா சொன்னார். அமெரிக்கா ஆஃப்கானிஸ்தானத்தைத் தீர்த்துவிடவேண்டுமென்று முடிவுசெய்தபோது, காபூலில் நிர்ப்பந்தமான பத்திரிகையாளர் கூட்டங்களை நடத்திய தாலிபன் கவுன்சில் ஞாபகம் இருக்கிறதா? அந்த மனிதர்களை ஞாபகம் இருக்கிறதா? ஒருவனுக்கு மூக்கு கிடையாது. ஒருவனுக்குக் காது இல்லை. அவர்களின் தலைவனுக்கு ஒற்றைக் கண். ஆனால் மொத்தமாகப் பார்க்கும்போது எல்லாம் சேர்ந்து ஒரேஒரு மனித முகம்."

"பிறகு வர உங்களுக்கு விருப்பமா அரவிந்த்?"

"இல்லை, இப்போதே முடித்துவிடலாம். இந்த ஆட்கள் பக்கத்திலிருப்பது ஒன்றும் பிரச்சினையில்லை என்றே நினைக்கிறேன்" என்றார் ஆசார்யா. "என்ன சொல்ல வருகிறேன் என்றால் ஏதோ ஒரு முழுமையில்லாத் தன்மை என்னிடம் இப்போதெல்லாம் தென்படுகிறது. ஏதோ ஒரு உள்ளீடற்ற தன்மை."

"அது நீ செத்துப்போனதால் ஏற்பட்டது அரவிந்த். அதைத்தான் பணிஓய்வு என்கிறார்கள்."

சிந்தனையோடு பிஸ்கட்டை மென்றுகொண்டே ஆசார்யா சொன்னார். "நீ கேட்டது உனக்குக் கிடைத்துவிட்டது ஜனா. எனக்கு அதில் ஒன்றுமில்லை. ஆனால் என்னுடைய உடனடி எதிர்காலத்தைப் பற்றி கவனிக்கவேண்டும்."

"உன் எதிர்காலம்?"

"இதோ பார், நான் இங்கே தொடர்ந்து பணிபுரிய இருக்கிறேன்."

"என்ன செய்யப்போகிறாய்?"

"இன்னும் அதிக பலூன் மிஷன்களை உருவாக்கப்போகிறேன். இன்னும் இருக்கிறது. அதை ஆழமாகச் சொல்ல வழியில்லை என்று நினைக்கிறேன். உனக்கு பெஞ்சமின் லைபெட்டைத் தெரிந்திருக்குமே?"

“லைபெட்? ஆமாம், லைபெட்.”

“நான் அவரின் சோதனைகளை இங்கே தொடரப் போகிறேன்.”

நம்பூதிரி தன் ஆட்களைப் பார்த்தார். ஜால் மென்மையாக ச்சுக் கொட்டிய போது அவருடைய கண்ணாடி மூக்கில் நடுங்கியது.

“அரவிந்த், நீ கீழே விழுகின்ற அந்நியர்களைத் தேடப்போகிறாய், ஒவ்வொரு மனிதச் செயலும் முன்முடிவுசெய்யப்பட்டதா என ஆராயப்போகிறாய். சரிதானா அது?” என்றார் நம்பூதிரி.

“மிகச் சரி” என்றார் ஆசார்யா, கூஜாவிலிருந்து காப்பியை ஊற்றிக்கொண்டே.

“என்னிடமிருந்து என்ன எதிர்பார்க்கிறாய், அரவிந்த்?”

“ஓர் ஆய்வகம், கொஞ்சம் நிதி, கொஞ்சம் அலுவலக இடம். அவ்வளவுதான்.”

“நிஜமாக?”

“ஆமாம்.”

“உனக்குத் தெரியுமா, கலிலியோ கலீலி போன்ற ஒரு மனிதர்கூட ஒருசமயம், நரகத்தின் அளவு, பரிமாணங்கள், இன்னும் அதன் இருப்பிடத்தைக்கூட விளக்கி ஒரு விரிவுரை ஆற்றவில்லையா? சமீபத்தில் டங்க்கன் மெக்டூகல் என்ற ஒரு விஞ்ஞானி, மனித ஆன்மாவின் எடையைக் கண்டறிந்திருக்கிறார். ஏறத்தாழ இருபது கிராம்.”

“இதையெல்லாம் எனக்கு ஏன் சொல்கிறாய், ஜனா?”

“நீ அங்கேதான் போய்க்கொண்டிருக்கிறாய், அரவிந்த்.” நம்பூதிரி எழுந்து நின்றவாறே சொன்னார். “அங்கேதான் போகிறாய் நண்பனே. வந்ததற்கு மகிழ்ச்சி.”

ஆசார்யா காப்பிக் குவளையுடன் எழுந்து நின்று அவசர உற்சாகத்துடன் மடக் மடக்கென்று குடித்தார். “பிறகு வருகிறேன்” என்று சொல்லிவிட்டு வெளியேறினார்.

அய்யன் மணி கேட்பியைக் காதில் வைத்து இத்தனையையும் கேட்டுக்கொண்டிருந்தான். புதிய ஆட்சி, அவன் ஒற்றாடலுக்கு

முற்றுப்புள்ளி வைக்கமுடியவில்லை, ஆனால் அவன் வழிமுறைகளை மாற்றவேண்டிய கட்டாயம் ஏற்பட்டது. தொலைபேசி அதன் முனையிலிருந்து நழுவியிருந்தால் எளிதாகக் கண்டுபிடித்துவிடக்கூடியவர் நம்பூதிரி. ஆகவே ஒவ்வொரு நாள் காலையிலும், அய்யன் தன் கைப்பேசியைத் தானே அழைத்து, அதைப் புதிய இயக்குநரின் மேஜைக்குள் வைத்துவிடுவான். பிறகு ஒரு லேண்ட்லைனிலிருந்து கேட்பான். ஆசார்யா மகிழ்ச்சியோடு வெளியேறியபோது பாதி எழுந்து நின்றான்.

கடற்பாறைகளில் ஆசார்யா காலை நீட்டி உட்கார்ந்தார். சீகல் பறவைகள் தாழ்ந்து பறப்பதை அவர் நோக்கினார். அவை இரையுண்ணும் காக்கைகளால் துரத்தப்பட்டுக் கொண்டிருந்தன. தூரத்து சரக்குக் கப்பலின் மெதுவான பயணத்தைப் பார்த்தார். பாறைகளில் ஒரு தனித்த இலை வீழ்வதைப் பார்த்தார். இரண்டுமணி நேரத்துக்கு மேல் இப்படியே அமர்ந்திருந்தார். அப்போது அய்யன் மணியின் குரலைக் கேட்டார்.

"கொஞ்சம் காப்பி சாப்பிடறீங்களா சார்?"

ஆசார்யா திரும்பாமலே தலையசைத்தார். கொஞ்ச நேரத்தில், ஒரு பியூன் கடற்பகுதிக்கு வந்த வளைவுப்பாதையில் ஒரு தட்டில் ஒரு கப் காப்பி, பழம், மூன்று பிஸ்கட் பாக்கெட்டுகளை வைத்து எடுத்துவந்தான்.

இது கொஞ்ச நாளில் பழக்கமான விஷயமாகிவிட்டது. ஆசார்யா கடற்பாறைகளின்மீது உட்கார்ந்திருப்பார்—தனியாகவோ, சுற்றிலும் கிளர்ச்சிகொண்ட மாணவர்கள், விஞ்ஞானிகள் குழுவுடனோ. அல்லது புல்வெளிகளில் சுற்றிக்கொண்டிருப்பார். இல்லையெனில், ஒரு மரத்தினடியில் புத்தகத்துடன் படுத்திருப்பார். ஒரு பியூன் அவரிடம் ஒரு தட்டுடன் நடந்துவருவான்.

ஆசார்யா தனியாக உட்கார்ந்திருக்கும் நாட்களில், அய்யன் அவரிடம் சென்று பேசுவான். ஒன்றாகவே வாழ்ந்து நாட்களைக் கழித்த நண்பர்களின் பேச்சுபோல அவர்கள் பேச்சு அமைந்திருக்கும். பிரபஞ்சம் என்பது இவ்வளவு அளவுள்ளதாகத் தான் இருக்கும் என்றோ, கற்பனைக்கெட்டாத ஒரு தொலைவிலுள்ள கிரகத்தில் நீர் இருக்கிறது அல்லது இல்லை என்றோ, அல்லது கிடைத்த ஒரு விலங்கின் எலும்பிலிருந்து அது பறக்கமுடியும் என்றோ எப்படி விஞ்ஞானிகளால் திட்டவட்டமாகச் சொல்லமுடிகிறது என்பதுபோன்ற கேள்விகளை அய்யன் எழுப்புவான். "இப்படித்

தாம்பா அது" என்று ஆசார்யா வழக்கமாக ஆரம்பிப்பார். சில சமயங்களில், அறிவியலின் சார்பாக அவர் பேசுவார். "கிடைத்த குறைந்த தகவல்களிலிருந்து நேர்த்தியான யூகங்களைச் செய்யத்தான் இயலும்" என்பார். சில சமயங்களில் அய்யனுடன் சேர்ந்து, அறிவியல் தான் செய்ய இயலுவதாகச் சொல்லும் விஷயங்களை நினைத்துச் சிரிப்பார்.

ஒருநாள், பகலில், ஆசார்யா ஒரு மரத்தின் கீழிருந்து அங்கு சென்றுகொண்டிருந்த சிவப்பெறும்புகளின் வரிசையை ஆராய்ந்து கொண்டிருந்தபோது, அய்யன் வந்து "எத்தனை பரிமாணங்கள் இருக்கின்றன சார்" என்று கேட்டான்.

எறும்புகளிலிருந்து கண்களை எடுக்காமலே ஆசார்யா "நான்கு" என்றார்.

"மேல்—கீழ், வலம்—இடம், முன்—பின்" என்றான் அய்யன். பிறகு?

"நீளம், அகலம், உயரம் கொண்ட ஒரு பிரபஞ்சத்தில், இந்த எறும்புகள் நகர்ந்து செல்வது போலக் காலம் நகர்ந்து செல்வதாக நினைத்துக்கொள். அதுதான் அடுத்த பரிமாணம்."

அய்யன் அதைக் கற்பனை செய்து பார்க்க முயன்றான். முடியாமல் வேண்டா வெறுப்பாக ஒப்புக்கொண்டான். "ஓகே, நான்கு. ஆனால் பத்துப் பரிமாணங்கள் இருப்பதாக ஏன் சொல்கிறார்கள்?"

"எனக்குத் தெரியாது அய்யன். ஒருவேளை முன்னால் எனக்குத் தெரிந்திருக்கலாம். இப்போது எனக்குத் தெரியவில்லை."

"சிலபேர் அதைப்பற்றியே இருபது வருடங்களாக ஆராய்ச்சி செய்கிறார்கள் சார்."

"மிகவும் சரிதான்."

"அதுதான் அவர்கள் வேலையா? பத்துப் பரிமாணங்கள் இருக்கின்றன என்று நிரூபிப்பது?"

"ஆமாம். அதுதான் அவர்கள் வேலை."

ஒரு பியூன் அப்போது காப்பியுடன் வந்தான். அய்யனைப் பார்த்து, "நீ இங்கியா இருக்கே? இயக்குநர் உன்னத் தேடிக்கிட்டிருக்கார்."

பிறகு இயக்குநர் என்ற வார்த்தையை இன்னொருவரைக் குறிக்கப் பயன்படுத்தியதற்காக பயந்துபோன ஒரு சிறுவனைப்போல அவன் நாக்கைக் கடித்துக்கொண்டான், ஆசார்யாவை மன்னிப்புக் கேட்பதுபோலப் பார்த்தான்.

ஆசார்யா, "என்ன பிஸ்கட் இன்னிக்கு இல்லையா" என்று மட்டும்தான் கேட்டார்.

நம்பூதிரி தனது உள்வட்டத்துடன் வெள்ளைசோபாக்களில் அமர்ந்திருந்தார். அவர் முகத்தைப் பார்க்கும்போதே ஏதோ பிரச்சினை என்று தெரிந்துவிட்டது.

"இன்றைய சிந்தனையை எழுதுவது யார்?"

"எந்தச் சிந்தனை சார்" என்றான் அய்யன்.

"கரும்பலகையில் தினசரி ஒரு மேற்கோள் இருக்கிறதே, அது. யார் அதை எழுதுவது?"

"அதுவா, சிலசமயம் நான்தான் எழுதுகிறேன் சார்."

"ஒவ்வொரு நாளும் இல்லையா?"

"பெரும்பாலும் சார்."

"இன்னிக்கு எழுதினியா?"

"ஆமாம் சார்."

"இன்னிக்கு நீ எழுதினது, 'ஹாலோகாஸ்டைவிடப் பெரிய குற்றம் தீண்டாமை. நாஜிக்கள் அதற்கான விலையைக் கொடுத்துவிட்டார்கள். ஆனால் பிராமணர்களோ பிறரை வதைப்பதற்கான பலனை இன்னும் அனுபவித்துக்கொண்டிருக்கிறார்கள்.' சரிதானே அய்யன்?"

"ஆமாம் சார்."

"கரும்பலகையில் இதை ஆல்பர்ட் ஐன்ஸ்டீன் சொன்னார் என்றிருக்கிறது."

"ஆமாம் சார், அதுதான் அந்தச் சீட்டில் எழுதியிருந்தது."

"எந்தச் சீட்டு?"

“எனக்கு எழுதவேண்டிய விஷயம் நிர்வாகத்திலிருந்து தினமும் ஒரு சீட்டில் வருகிறது சார்.”

“நிர்வாகத்தில் யார் இதை அனுப்புவது?”

“எனக்குத் தெரியாது சார். ஒரு பியூன் வந்து மேஜையில் வைத்துவிட்டுப் போகிறான்.”

“யார் அந்தப் பியூன்? அவன் பெயர் என்ன?”

“அவன் பெயர் தெரியாது சார்.”

நம்பூதிரி கைகளை மடித்து, கால்களைச் சப்பணமாக்கிக்கொண்டார். ஒரு வாரம் முன்னால், அன்றைய சிந்தனை, “பிராமணர்கள் சொல்வதுபோல ஆன்மாக்கள் மறுபிறப்பு எடுத்தால், ஜனத்தொகைப் பெருக்கம் எப்படி உண்டாகும்? மறுபிறப்பு என்பது மிகப்பெரிய முட்டாள்தனமான கணிதக் கருத்து” என்றிருந்தது. ஐசக் நியூட்டன் அதைச்சொன்னதாக இருந்தது.

“அந்தச் சீட்டில் அதுதான் இருந்தது சார்.”

“அய்யன், எவ்வளவு நாளாக நீ இந்த தினசரிச் சிந்தனையை எழுதிக்கொண்டு வருகிறாய்?”

“சில வருஷங்களாக, சார்.”

“யார் உன்னை எழுதச் சொன்னது?”

“நிர்வாகம் சார்.”

“குறிப்பாக அதில் யார்?”

“எனக்கு ஞாபகமில்லை சார்.”

“இந்த உளறலை நிறுத்து” கோபமாக எழுந்துகொண்டே பேராசிரியர் ஜால் சொன்னார். மற்றவர்கள் அவரை அமைதியாக இருக்குமாறு கேட்டுக்கொண்டார்கள். ஜால் பெருமூச்சுகள் விட்டுக்கொண்டு உட்கார்ந்தார். அவர் கண்ணாடி மூக்கின்மீது நடுங்கிக்கொண்டிருந்தது.

அய்யனிடம் அன்பாக, “உனக்கு பேராசிரியர் ஜால் தெரியும். அல்லவா?” என்றார் நம்பூதிரி. “உனக்கு பிபிசி மாஸ்டர் மைண்ட் என்றால் என்ன என்று தெரியுமா?”

"ஆமாம் சார். நான் மாஸ்டர் மைண்ட் பார்ப்பதுண்டு. என் மனைவி என்னோடு அதற்குச் சண்டைபோடுவாள். அவள் பார்க்க விரும்பிய...."

"ஜால் ஒரு முறை மாஸ்டர் மைண்டை வென்றிருக்கிறார். அவருடைய சிறப்பு ஆய்வுக்களமே ஐன்ஸ்டீன்தான். ஐன்ஸ்டீன் எழுதிய ஒவ்வொரு வார்த்தையும், பேசிய ஒவ்வொரு சொல்லும் அவருக்குத் தெரியும். ஐன்ஸ்டீன் பிராமணர்களைப் பற்றி எதுவும் சொன்னதேயில்லை. ஐசக் நியூட்டனுக்கோ, பிராமணன் என்றால் என்ன என்று தெரிந்திருக்க நியாயமே இல்லை."

"அது ரொம்ப அதிர்ச்சியாயிருக்குது சார்."

"அப்படியா, ஏன்?"

"ஆமாம் சார். அப்ப யாரோ எனக்கு தப்பான மேற்கோள்களைத் தந்துகிட்டிருக்காங்க."

"உனக்கு பிராமணன்னா பிடிக்காதா?"

"சார், எனக்கு யார் தப்பான மேற்கோள் குடுத்ததுன்னு நான் போய்த் தேடப்போறேன்."

"வாயை மூடு" என்று கூச்சலிட்டார் நம்பூதிரி. அது பிறருக்கு அதிர்ச்சியைத் தந்தது.

அவர்கள் ஒருபோதும் அவர் கோபப்பட்டுப் பார்த்ததே யில்லை. அய்யனுக்கு இந்தக் காட்சி பிடித்திருந்தது. அவன் மிகவும் நேசமாக நம்பூதிரியைப் பார்த்தான்.

"நிறுத்து, நிறுத்து, இந்த மாதிரி முட்டாள்தனத்தை நிறுத்து" என்றார் நம்பூதிரி. "இந்தக் குப்பையை நிறுத்து. உன்னால் கற்பனைகூடச் செய்ய முடியாத புத்திக்கூர்மை எண்ணைக் கொண்டவர்களோடு நீ பேசிக் கொண்டிருக்கிறாய்,"

"என் புத்திக்கூர்மை எண் (ஐக்யூ) 148 சார். உங்களுடையது என்ன?"

அமைதி அறையை நிரப்பியது. நம்பூதிரி வேண்டுமென்றே தரையைப் பார்த்துக் கொண்டிருந்தார். ஒரு முட்டாள் புறா ஜன்னல் கண்ணாடியின்மீது மோதியது. தன் திசையை மாற்றிக்கொள்வதற்கு முன்னால் இன்னொருமுறையும் மோதிக்கொண்டது.

எங்கோ தூரத்தில் ஒரு தொலைபேசி மணியடித்தது.

"எனக்குப் பதினெட்டு வயதானபோது நான் மென்சாவில் தேர்ந்தெடுக்கப்பட்டேன்."

"அங்கேயும் 15 சதவீதம் தலித்துகளுக்கு இட ஒதுக்கீடு இருந் ததா?" என்று கேட்டார் நம்பூதிரி. வானியலாளர்கள் சிரித்தார்கள். நம்பூதிரி சில எட்டுகள் நடந்து அய்யனுக்கு ஓரடி தள்ளி நின்றார். "நீ இனிமேல் கரும்பலகையைத் தொடவே கூடாது. புரிகிறதா?" என்றார்.

"சரி சார்."

"அப்புறம், உன் தலைவருக்குக் காப்பி கொண்டுபோய்க் கொடுக்கச் சொல்லி பியூன்களுக்கு நீ சொல்லியிருக்கிறாயாமே?"

"பழங்கள், சாப்பாடுகூடத்தான் சார்."

"அப்படியா, அப்படியா. உனக்கு அந்த வேலைதானே தெரியும். இல்லையா? நாம் அவரவர்க்குத் தெரிந்த வேலைகளைப் பார்க்க வேண்டும் அய்யன். என்ன சொன்னாய்? நாங்கள் பிரபஞ்சத்தை அளப்பவர்கள். நீ காப்பி கொண்டுவருபவன். எல்லாருடைய நன்மைக்காகவும் அவரவர் வேலையைச் செய்வோம். எதற்காக நிற்கிறாய் நீ? போய் உடனே எங்களுக்குக் காப்பி கொண்டு வா அய்யன், இப்போதே."

அய்யன் தன் மேஜைக்குச் சென்றான். சில்வர் டிக்டாஃபோனை மேல் இழுப்பறையிலிருந்து எடுத்தான். லேண்ட்லைன்களில் ஒன்றினைத் தேர்ந்தெடுத்து ஸ்பீக்கரை வைத்தான்.

"ஐ க்யூ 148ஆம்" நம்பூதிரியின் குரல் சொல்லிக்கொண்டிருந்தது. "தலித்துகளுக்கு இவ்வளவு ஐக்யூ இருந்தால் அவர்கள் இட ஒதுக்கீட்டுக்குக் கெஞ்சுவார்களா?"

"அவன் பேசிய விதத்தைப் பார்த்தாயா?" என்றார் ஜால். "என்னால் நம்பவே முடியவில்லை. கக்கூஸ் கழுவ வேண்டியவனை வெள்ளைக்காலர் வேலையில் வைத்தால் இப்படித்தான் நடக்கும்."

"அவன் மென்சாவில் இருந்தான்" நம்பூதிரி சொன்னார். சிரிப்பலை ஒன்று எழுந்தது. "ஏதோ அவன் மகன் ஒரு விசித்திரம் என்பதால் தானும் அப்படி என்று நினைத்துக் கொண்டான்."

"அவன் மகனைப் பற்றிக்கூட ஏதோ தப்பான விஷயம் இருக்கிறது" என்றார் ஒருவர். "நான் ஒருபோதும் ஒரு தலித் மேதையைப் பார்த்ததே இல்லை. அதுவே விபரீதமாக இருக்கிறது, தெரிகிறதா ?"

வானியலாளர்கள் இப்படியே பேசிக்கொண்டு போனார்கள். புத்திக்கூர்மை ஜாதியைச் சேர்ந்தது, இனத்தைச் சேர்ந்தது என்றார்கள். தலித்துகள், ஆப்பிரிக்கர்கள், கிழக்கு ஐரோப்பியர்கள், பெண்கள் ஆகியோருக்கு புத்திக்கூர்மையே கிடையாது என்றார்கள்.

மரபணுக்களால் உடல்வடிவம் போன்றவை தீர்மானிக்கப்படுகின்றன என்றால், புத்திக் கூர்மை சம்பந்தமான விஷயங்களும் அப்படித்தான். பெண்களைப் பாருங்கள். விஞ்ஞானத்தில் அவர்களால் ஒன்றும் செய்யவே முடிவதில்லை. எல்லாருக்குமே அது தெரியும். அவர்களின் மூளை சிறியதாக இருக்கிறது. ஆனால் நமது அரசியல் உலகம்தான் இப்போது மிகமோசமாகச் 'சரியாகப்' போய்விட்டது, இதுமாதிரி விஷயங்களையெல்லாம் பேசவே முடிவதில்லை.

கல்வியில் இடஒதுக்கீட்டினால் ஏற்படும் பலவீனத்தைப் பற்றிப் பேசினார்கள். தலித்துகளின் அபாயமான அரசியல் எழுச்சி பற்றிப் பேசினார்கள். உரையாடலில் திடீரென ஒரு இடைவெளி. அய்யன் ஸ்பீக்கரில் கேட்கும் விதமாக உரக்கவைத்ததை நிறுத்திவிட முற்பட்டான். அவர்கள் எழுந்து வெளியே வரப்போகிறார்கள் என்று நினைத்தான். திடீரென நம்பூதிரி அம்பேத்கரைப் பற்றி ஒரு கருத்துரை சொன்னார். அது அய்யனைக்கூட திடுக்கிட வைத்தது. தலித்துகளின் விடுதலையாளரைப் பற்றி நம்பூதிரி கேவலமாகப் பேசிய விஷயம், அய்யன் கையிலிருந்த டிக்டாஃபோனை ஒரு பெரிய ஆயுதமாகவே மாற்றிவிட்டது. அதைவைத்து நிறுவனத்தை மட்டுமல்ல, முழு நாட்டையே எரித்துவிடலாம்.

அய்யன் தனக்குள் ஏற்பட்ட கொந்தளிப்பைக் கட்டுப்படுத்திக் கொண்டு தாழ்வாரத்தில் சென்றான். இடப்புறம் திருப்பத்தில் இருந்த சிறிய உணவு அறைக்குச் சென்றான். ஒரு பியூன் பாத்திரம் கழுவுமிடத்தில் தட்டுகளைக் கழுவிக்கொண்டிருந்தான். இன்னும் இரண்டுபேர் காப்பி போட்டுக்கொண்டிருந்தார்கள். அய்யன் பதிவுக் கருவியை சமையலறை மேடைமீது வைத்தான். பதிவுசெய்ததை உரக்க வைத்தான். பியூன்களுக்கு அந்தக் குரல்கள் முதலில் பிடிபடவில்லை. பிறகு அவர்கள் முகம் வெளிச்சமாகியது. தாங்கள் செய்து கொண்டிருந்ததை நிறுத்திவிட்டுக் கேட்டார்கள்.

அந்தக்குரல்கள் பேசிக்கொண்டிருந்தபோது, சில கடினமான இடங்களை அய்யன் மராட்டியில் மொழிபெயர்த்துச் சொன்னான்.

"மரபணுக்கள் என்பவை பெற்றோரிடமிருந்து குழந்தைகளுக்குச் செல்பவை" என்றான் அய்யன். "நீ கருப்பாக இருக்கிறாய் என்றால் அதற்குக் காரணம் உன் பெற்றோர் கருப்பாக இருந்ததுதான். அவர்கள் என்ன சொல்கிறார்கள், உன் பெற்றோர் ஊமையாக இருந்தார்கள். அதனால் நீயும் ஊமையாக இருக்கிறாய் என்கிறார்கள். பிராமணர்கள் புத்திக்கூர்மையோடு இருப்பதற்குக் காரணம் அவர்கள் பெற்றோர்கள் புத்திக்கூர்மையுடன் இருந்ததுதானாம். அப்புறம், என்னைப் பற்றிச் சொல்கிறார்கள், நான் கழிப்பறை கழுவுவதற்கு மட்டுமே லாயக்கானவனாம், ஏனென்றால் நான் தலித்."

இந்தப் பதிவு ஓடி முடிந்ததும், அவன் டிக்டாஃபோனைத் தன் சட்டைப்பையில் வைத்துக் கொண்டான். "அவர்களுக்குக் காப்பி வேண்டுமாம். உடனே, இப்போதே."

பியூன்களில் ஒருவன் காப்பியை கூஜாவில் ஊற்றினான். இன்னொரு பியூனையும் அய்யனையும் அந்தக் கணத்தின் நட்போடு பார்த்தான். கூஜாவின் மூடியைத் திறந்து அதில் துப்பினான்.

மாலையில், ஆசார்யா புல்வெளியில் ஏதோ ஓரிடத்தில் தூங்கிவிழுந்துகொண்டிருந்த போது, அய்யன் அவர் பக்கத்தில் முழந்தாளிட்டு உட்கார்ந்து, "சார், உங்களுக்குக் கொஞ்சம் அலுவலக இடம் வேண்டுமா" என்று கேட்டான்.

ஆசார்யா கண்களைத் திறந்து குழப்பத்தோடு பார்த்தார்.

"உங்களுக்கு அலுவலகம் ஒன்று வேண்டுமா சார்", என்றான் மீண்டும்.

ஆசார்யா அவனைப் பின்தொடர்ந்தார். அவர்கள் அடித்தளத்திற்குச் சென்றார்கள். வெற்று வெள்ளைச் சுவர்களும், பூமிக்கு அடியிலுள்ள எந்திரங்களின் உறுமலும், ஆசார்யாவுக்கு முந்திய இரவுநேரக் காதலனுபவ ஞாபகங்களைக் கொண்டு வந்தன. எப்படியோ இங்கே மட்டும் எப்போதும் இரவாகவே இருந்தது. இரவு போலவே உணர்ந்தார் அவர். அவர் மனதிற்குள் அபர்ணாவின் முகம், அவள் எப்போதும் அவரை நோக்குவதுபோலவே காட்சியளித்தது. அவள் உட்காருகின்ற முறை, சோகத்தோடு புகைபிடித்தது,

ஒவ்வொரு பெண்ணுக்கும் நிர்வாணமாக இருக்கும் சமயத்தில் வருகின்ற, அவளிடம் காணப்பட்ட இறுமாப்பு, ஆகியவை. ஒரு வேளை அவள் தனக்கான காத்திருப்பில், தன் எலுமிச்சை மணத்தோடு நடையின் அந்தக் கோடியிலிருந்து திடீரென்று வந்து விடுவாளோ என்ற பயத்துடன்கூடிய எதிர்பார்ப்பு அவர் அடிவயிற்றில் நிரம்பியது.

ஆஸ்ட்ரோபயலாஜி என்ற பலகை இன்னும் அங்கிருந்தது. ஆனால் ஆய்வகத்தின் கதவு பூட்டியிருந்தது. அய்யன் அதன் சாவியைச் சட்டைப் பையிலிருந்து எடுத்தான்.

"எப்படி உனக்குச் சாவி கிடைத்தது?" என்றார் ஆசார்யா, மெதுவான குரலில். இன்னும் அவள் ஆய்வகத்திலேயே இருக்கிறாள் என்றும், இந்தக் கருப்பு மனிதன், தன் காதலுக்குத் தோழன் என்றும் அவர் நினைத்து, ஒரு மாயஉலகில் இருந்தார்.

"சாவி கண்டுபிடிப்பதா கஷ்டம் சார்?" என்றான் அய்யன். கதவைத்திறந்து விளக்குகளைப் போட்டான்.

"உனக்கு இதனால் தொல்லை வரப்போகிறது" என்றார் ஆசார்யா.

"ஆமாம்" என்றான் அய்யன்.

"எதற்காக இதைச் செய்கிறாய் அய்யன்? ஜனா ஒரு அற்பமான மனிதர். நடைமுறை உலகம் சார்ந்தவர் அவர்."

"நானும் அப்படித்தான்" என்றான் அவன்.

அந்தப் பெண்ணின் ஞாபகத்தை ஆய்வகத்தில் தேடினார் அவர். ஆனால் இங்கே எந்த உயிரும் இல்லை. காற்றுக்கு மணமில்லை. முக்கிய மேஜைமீதிருந்த உபகரணங்கள் அவற்றின் போர்வைகளால் மூடப்பட்டிருந்தன. நாற்காலிகள் என்றென்றைக்குமாகக் காத்திருந்தன. அதே மர ஸ்டூல் மீது தொலைபேசியும் இருந்தது. அவருடைய ஞாபகத்தில் இருந்ததுபோலவே ஒவ்வொன்றும் அதனதன் இடத்தில், பிணங்களின் கைவிடப்பட்ட அறைகள்போல.

அய்யன் கணினியைத் திறந்தான், குளிர்சாதனக்கருவி வேலைசெய்கிறதா என்று பார்த்தான். "இண்டர்நெட் வேலைசெய்கிறது" என்றான். தொலைபேசியைக் காதில் வைத்துப் பார்த்தான். "இன்னும் வேலைசெய்கிறது. உங்களுக்கு ஏதாவது தேவையென்றால்

உடனே கூப்பிடக்கூடிய எண் ஒன்றைத் தருகிறேன்" என்றான். போய் விட்டான்.

ஆசார்யா ஒரு முழங்காலைப் பிடித்துக்கொண்டு தரையில் உட்கார்ந்தார். சுவரில் சாய்ந்துகொண்டு, கால்களை நீட்டினார். ஆய்வகத்தின் தனிமையில், அபர்ணாவின் முகம் தோன்றி இதையும் அதையும் பேசுவதைக் கேட்டார். ஒருகாலத்தில் தன் வீட்டுக்கருகே இரயில்வே வாராவதி மேலே கண்ட பையன், பிறகு பெண்ணாக மாறி ஒரு இலேசான பையுடன் ஓடிப்போவதைக் கண்டார். அந்தப் பையைப்போல இலேசான ஒரு காதலை அவர் நினைவில் இருத்தியிருந்தார். அந்தப் பெண்ணின் வாழ்க்கை எப்படி மாறிவிட்டது என்று ஆச்சரியப்பட்டார். அவள் ஒருவேளை தன் ஆடவனுடன் இன்னும் சந்தோஷமாக வாழ்ந்துகொண்டிருக்கலாம். தான் ஓடிவந்த கதையைத் தன் பேரன் பேத்திகளுக்கு மனத்தடுமாற்றத்தினால் விளையும் மிகைப்படுத் தல்களுடன் சொல்லிக்கொண்டிருக்கலாம். அவள் விரும்பினால், அவனும் அந்தப் பொய்களை ஆமோதிக்கவே செய்வான்.

நிறுவனத்தில், நிர்வாகம் என்னும் சொல்லுக்குக் கடவுளின் மாயத்தன்மை இருந்தது என்பது உண்மைதான். ஆனால் உண்மையிலேயே இரண்டாவது தளத்தில், நிர்வாகம் என்ற பலகை கொண்ட ஒரு பகுதி இருந்தது ஒரு சிலருக்கே தெரிந்திருக்கலாம். அந்த மாயாஜாலத் துறை, முழுதும் மரத்தடுப்புகளால் ஆகியிருந்தது. அங்கே சாதாரண மக்கள் கணினிகள் முன்னால் உட்கார்ந்து நிதானமாக அவற்றின் திரைகளைநோக்கி, உயர் தளங்களில் உண்மையின் தேடலுக்காக நடக்கும் ஆய்வுகளை நிலைநிறுத்திக் கொண்டிருந்தார்கள். அறையின் ஒரு மூலையில் மரச்சதுரத் தடுப்புகள் இன்னும் அதிகமாக இருந்து சிக்கலாக மாறின. மரச்சதுரங்களும் சிறியவையாகி எண்ணிக்கையில் அதிகமாயின. இதுதான் அக்கவுண்ட்ஸ் துறை. இதை எண்ணியவுடனே அவனுக்கு இங்குள்ள பெண்களின் அழகற்ற தோற்றம் நினைவுக்குவரும். மற்றப்படி, இங்கிருந்த பெரும்பான்மை மலையாளிகள் அவனுக்கு நண்பர்களாக இருந்தார்கள்.

மரத்தடுப்புகளுக்கு இடையில் ஓடிய குறுகலான பாதையின் ஒரு கோடியில் உண்ணியைப் பார்த்தான். அவன் ஒரு பெரிய பிரிண்டரின் அடிப்பகுதியை உதைத்துக் கொண்டிருந்தான்.

மிகப்பெரிய மனிதர், ஏழைகளின் இருப்பிடத்துக்கு வருகிறார் என்றான் அவன், அய்யனைப் பார்த்தவாறு. மறுபடியும் பிரிண்டரை உதைத்தான். ஏதாவது ஒருநாள், வேலைசெய்யக்கூடிய பிரிண்டரை யாராவது கண்டுபிடிப்பார்கள் என்றான். உள்ளே நிறையத்தாள்கள் ஜாம் ஆகிக் கிடக்கின்றன.

அய்யனும் பிரிண்டரைச் சிலமுறை உதைத்தான்.

"விடு அதை" என்றான் உண்ணி. "உன் இளம் மேதை எப்படி இருக்கிறான்?"

"நன்றாகத்தான் இருக்கிறான். இப்போது வாழ்க்கையில் உள்ளாடை என்ற ஒன்று தேவைதானா என்று கேட்கிறான்."

"ரொம்ப விசித்திரம்தான். என்னுடைய பையனும் அதைத்தான் கேட்டான். வா, என் மேஜைக்குப் போகலாம்."

"ரொம்ப அவசரம்ப்பா" என்றான் அய்யன். "உங்க மலையாளத் தலைவர் ஏதோ ஒண்ணை அவசரமா வேணுமின்னார்."

"யார்? நம்பூதிரியா? அவருக்கு என்ன வேணும்?"

"ஆர்யபட்டா டியுடோரியல்ஸுக்குப் பணம் செலுத்தின ஃபைல்களின் காப்பிகள் சிலது வேணும் என்றார். அது என்னான்னு உனக்குத் தெரியுமா?"

உண்ணி தலையசைத்தான். ஒரு திறந்திருந்த ஸ்டீல் அலமாரிக்குச் சென்றான். அதில் ஃபைல்கள் அடைந்திருந்தன. அதைத் தேடிக் கொண்டிருந்தபோதே, "ஆதி டெஸ்டுக்காகக் கஷ்டப்பட்டுப் படிக்கிறானா" என்றான்.

அய்யன் தன் பொறுமையின்மையை மறைத்துக்கொண்டான். ஆனால் இந்த விஷயத்தை வேகமாக, பிறருக்குத் தெரியாமல் முடிக்க விரும்பினான்.

அறையின் குறுக்கில் யாரிடமோ உண்ணி ஆர்யபட்டா ஃபைல் எங்கிருக்கிறது என்று கத்திக்கொண்டிருந்தான். அது அய்யனை அயரவைத்தது. எவர் முகங்களிலேனும் சந்தேகம் தோன்றுகிறதா என்று கவனித்துப் பார்த்தான். அது பெட்டிகேஷ் அலமாரியில் இருக்கிறது என்றது ஒரு பெண்ணின் குரல்.

"உண்ணி, எல்லாம் ஒரே களேபரமாயிருக்கு" என்று சொல்லிக் கொண்டே அடுத்த அலமாரிக்குச் சென்றான்.

ஒரு ஸ்டூல் மீது நின்று ஃபைல்களின் முதுகுகளைத் தன் சுட்டுவிரலால் தட்டிக்கொண்டே அவன் கேட்டான், "சொல்லு அய்யன். எப்படி ஆதி திடீர்னு இவ்வளவு பிரமாதமா படிப்பில மாறினான்? எங்களுக்குத் தெரியாத ஏதோ ஒரு விஷயத்தை சாப்பிடறதுக்குத் தர்றியா?"

"கொஞ்சம் விசித்திரமாகப் பொறந்தவன் அவன்" என்றான் அய்யன்.

"இதோ இருக்கு" என்றான் உண்ணி. ஒரு மெலிந்த கோப்பினை எடுத்தான். ஒரு குழப்பமான பார்வையுடன் அதில் கண்களை ஓட்டினான். பிறகு தன் நண்பனிடம் கொடுத்தான். "இந்த ஆர்யபட்டா டியுடோரியல்ஸ் என்கிறது என்னன்னு எனக்கே தெரியாது" என்றான் உண்ணி.

"கடவுளுக்குத்தான் அது என்னன்னு தெரியும்" என்றான் அய்யன், அந்தக் கோப்பில் தனக்கு ஏதும் ஆர்வம் இல்லாததுபோல் காட்டிக்கொண்டே. ஆனால் அவன் கைகள் நடுங்கின.

"நிறுவனத்திற்குச் சொந்தமான தனிக்கம்பெனி அது" என்றான் உண்ணி. "இந்த நிறுவனம் எதுக்கு ஒரு டியுடோரியல் வைத்திருக்கிறது? அது எங்க இருக்குது? இந்த டியூடோரியல் என்ன செய்யறது? எனக்கு ஒண்ணும் தெரியாது. நகரத்தில எங்கியும் ஆர்யபட்டா டியுடோரியல்ஸ் என்று போர்டு வைத்த ஒரு இடம்கூட நான் காணவில்லை. அங்கே போற ஒரு பையனையும் எனக்குத் தெரியாது. அது ரொம்ப விசித்திரமாயிருக்கு, தெரியுமா?"

அய்யன் ஃபைலைப் புரட்டினான். அவன் இதயம் வேகமாக அடித்துக்கொண்டது. தளர்வாக இருப்பதைப்போல, இன்னும்கேட்டால், இந்த வேலையில் சலிப்புற்றதுபோலக் காட்டிக்கொள்ள முயன்றான். மூன்று பில்களை நகலச்சு செய்து கொண்டு அதைத் திரும்பக் கொடுத்தான்.

உண்ணி மறுபடியும் கோப்பினைத் திரும்பப் படித்துப் பார்த்தான். கடந்த இருபது வருடங்களில் ஆர்யபட்டா டியுடோரியல்ஸ் சில அச்சகத்தாருக்குப் பணம் கொடுத்திருக்கிறது. அவ்வளவுதான். அது

நம்மிடம் பணம் வாங்குகிறது. சில அச்சகங்களுக்குத் தருகிறது. அது ஒன்றும் சம்பாதிக்கவில்லை.

"இந்த ஆட்கள் என்ன செய்கிறார்கள் என்று கடவுளுக்குத்தான் தெரியும்" என்றான் அய்யன். "அது எனக்குப் புரிவதேயில்லை. உன்னை அப்புறம் காண்டீனில் பார்க்கிறேன். என்ன?"

அய்யன் தன் மேஜைக்குச் சென்றான். கடைசியாக வந்த கூரியர் தபால்கள், ஃபேக்ஸ்கள் ஆகியவற்றை எடுத்துக்கொண்டு உள்கதவைத் திறந்துகொண்டு சென்றான். வழக்கம்போலவே ஜன்னல் அருகிலிருந்த சோபாவில் வானியலாளர்கள் உட்கார்ந்துகொண்டிருந்தார்கள். சிலபேர் வெறுப்போடு அவனைப் பார்த்தார்கள். தூரத்துமூலையிலிருந்த நம்பூதிரியின் வெற்று மேஜைக்கு அவன் சென்றபோது எல்லாக் கண்களும் அவனை நோக்கின. சாதாரணமாக, அவர்கள் அவன் இருப்பைக் கண்டுகொள்வதே இல்லை. ஆனால் சென்றமுறை நடந்த மோதலுக்குப் பிறகு அது மாறிவிட்டது. நம்பூதிரியின் மேஜைமீது பேக்ஸ்களையும் கூரியர்தபால்களையும் அடுக்கி வைப்பதுபோலப் பாசாங்கு செய்தான். அவன் இடதுகை, மேஜையின் மேற்புறத்திற்கும், இழுப்பறைக்கும் இடையிலுள்ள சிறிய இடைவெளிக்குச் சென்றது. அங்குதான் அவன் வழக்கமாகத் தன் கைப்பேசியை வைப்பது வழக்கம். அதைத் தன் சட்டைப்பையில் போட்டுக்கொண்டு வெளியேறினான்.

மூன்றாவது தளத்தின் தாழ்வாரத்தில் சென்றபோது, அக்கவுண்ட்ஸ் துறையில் அவன் நகலச்சு எடுத்த மூன்று பில்களையும் நோக்கினான். முதல் பில்லிலிருந்த எண்ணுக்கு டயல்செய்தான். ஒரு பெண்ணின் குரல் கேட்டது. "நான் ஆர்யபட்டா டியுடோரியலிலிருந்து பேசறேன். எப்ப நம்ம கன்சைன்மெண்ட் கிடைக்கும்?" என்றான். அந்தப் பெண்ணின் குரல், "ஆர்யபட்டா டியுடோரியல்னா சொன்னீங்க?" என்றது. "ஆமாம்."

"கொஞ்சம் இருங்க."

ஓர் ஆணின் குரல் இப்போது கேட்டது. "யார் பேசறது?"

"மூர்த்தி..." என்றான் அய்யன்.

"எந்த வேலையைக் கேக்கறீங்க?"

"ஒண்ணுதானே இருந்தது?"

“ஆனா சேம்பிள் பேப்பரைத்தான் ஒருமாசம் முன்னாலேயே அனுப்பிட்டோமே...” என்றான் அந்த மனிதன் கவலையுடன்.

அய்யன் அந்தத் தொடர்பைத் துண்டித்துவிட்டு, இரண்டாவது எண்ணுக்கு ஃபோன் செய்தான். பிறகு மூன்றாவது எண்ணுக்கு. அந்த அச்சகத்தார்களும் அவர்கள் வேலையை ஒருமாதத்திற்கு முன்பே அனுப்பிவிட்டதாகக் கூறினார்கள். இப்படி நடக்கலாம் என்று அய்யன் பயந்து கொண்டிருந்தான். ரொம்பவும் காலதாமதம் ஆகிவிட்டது.

நிறுவனத்தின் ஜாயின்ட் என்டிரன்ஸ் டெஸ்ட் வினாத்தாள் என்பது ஒரு அரிய மாணிக்கம் போல. அது எழுத்துச் சங்கேதங்களால் பாதுகாக்கப்படவில்லை. அல்லது மாறக்கூடிய விசுவாசத்தினாலும் காப்பாற்றப்படவில்லை. பாரம்பரியத்தினால்தான் அது காப்பாற்றப் பட்டுவந்தது. அதை ஆண்டுக்கொருமுறை தயாரிப்பது மிக இரகசிய மானதொரு செயல்முறை. வெகுசிலருக்குத்தான் அதைப்பற்றித் தெரியும். அந்த வெகுசிலரில் அய்யன் இருப்பதற்கில்லை. ஆனால் சுவர்களை நோக்கிக் கேட்டுக் கொண்டு, கிடைத்த தகவல்களை ஒன்றிணைத்துக்கொண்டு பல ஆண்டுகளாக அதன் அடிப் படைக்கூறுகளை அவன் தெரிந்துகொண்டிருந்தான்.

ஒவ்வொரு ஆண்டும், இயக்குநரும் ஐந்து பேராசிரியர்களும் இரகசியமாக மூன்று வாரங்கள் சந்தித்து நுழைவுத்தேர்வின் வினாத்தாள்களை உருவாக்கினார்கள். அவர்கள் கணினியைப் பயன்படுத்துவதில்லை. ஒரே ஒரு நோட்டுப்புத்தகத்தில் கையினாலேயே கேள்விகளை எழுதினார்கள். மூன்று வெவ்வேறு வினாத்தாள்களை உருவாக்கி, வெவ்வேறு அச்சகத்தினரிடம் அதைக் கொடுத்தார்கள். ஒவ்வொரு ஆண்டும், ஜெட் குழுவிலிருந்த பேராசிரியர் ஒருவர் நேராக அந்த அச்சகத்திற்கு, ஆர்யபட்டா டியுடோரியலின் பிரதிநிதிபோலச் செல்வார். எனவே அச்சகத்தாருக்குக் கூடத் தாங்கள் எதை அச்சிடுகிறோம் என்பது தெரியாது. நகரத்திலிருந்து ஆயிரக்கணக்கான டியுடோரியல்களில் ஏதோ ஒன்றிற்கான குறிப்புகளை அச்சிட்டுத் தருவதாக அவர்கள் நினைத்திருக்கலாம். நுழைவுத் தேர்வுக்குச் சில நாட்கள் முன்னர், இயக்குநர் அந்த மூன்று வினாத்தாள்களில் ஒன்றைத் தேர்ந்தெடுப்பார்.

அய்யன், அச்சகத்தாரிடமிருந்து மூன்று வினாத்தாள்களும் அனுப்பப்பட்டுவிட்டன என்பதைத் தெரிந்துகொண்டான். அது உறுதி. தேர்வுக்கு இன்னும் எட்டுவாரங்கள் இருந்தன. அதற்குள்

அந்த வினாத்தாள்கள் எங்கே வைக்கப்பட்டிருக்கும் என்பதைக் கண்டுபிடித்துவிடலாம் என்று நினைத்தான். பத்தாயிரம் மாணவர்களுக்கு மூன்று வினாத்தாள்களின் வடிவங்கள் என்றால் முப்பதாயிரம் வினாத்தாள்கள், மூன்று பெரிய பெட்டிகள். மூன்று பெரிய பெட்டிகள் யார்கண்ணிலும் படாமல் போக வாய்ப்பில்லை. பல்வேறு தளங்களுக்கும் சென்று மர்மமாகப் பூட்டியிருந்த பல்வேறு அறைகளையும் ஆராய்ந்தான். மூன்று அறைகளைக் கண்டுபிடித்தான். அவற்றிற்கு சீல் வைக்கப்படவில்லை. வெறுமனே பூட்டியிருந்தன. சாவிகள் அவனுக்கொரு பிரச்சினையே அல்ல. ஆனால் அந்த அறைகளைத் தேடிப் பலனொன்றும் கிடைக்க வில்லை. தன் நண்பர்களான பியூன்களின் வழியாக, ஏதாவது ஒரு சுமையைத் தூக்கிவருவதற்காக அவர்கள் அச்சகத்திற்கு அனுப்பப் பட்டார்களா, அல்லது யாராவது ஒரு பேராசிரியர், பெரிய பெட்டிகளைக் கொண்டுவந்தாரா என்றெல்லாம் உசாவினான். ஆனால் அவர்களால் அவனுக்கு உதவமுடியவில்லை.

இரண்டு வாரங்கள், வினாத்தாள்களுக்காக நிறுவனத்திலிருந்த எல்லா அறைகளையும் அநேகமாக அவன் அலசிஆராய்ந்துவிட்டான். அக்கவுண்ட்ஸ் துறையில் ஒரு பாதுகாப்பு லாக்கர் இருந்தது. ஆனால் அதில் ஒரு பெட்டிகூட அடங்காது. ஒரு பெரிய சுமை, மூன்று பெட்டிகள் அளவு பொருட்கள் அடங்கியது, எப்படி கண்காணாமல் மறைக்கப்பட முடியும் என்று அவனுக்குக் குழப்பமாக இருந்தது. நாட்கள் செல்லச் செல்ல ஒருவர் மட்டுமே தனக்கு உதவி செய்யமுடியும் என்பதைப் புரிந்துகொண்டான்.

அடித்தளத்தின் ஈவிரக்கமற்ற இரவுநேரத்தில் அரவிந்த் ஆசார்யா தனது சொந்த நிழல்மீதே ஆசைகொண்டார். ஒற்றைப் பரிமாணப் பிசாசாகத் தான் இருப்பதன் மகிழ்ச்சியினால் அந்த வெளிமுழுவதும் நடந்து திரிந்தார். முக்கிய மேஜைமீதிருந்த பல்வேறு மேஜைவிளக்குகளைப் பல்வேறு கோணங்களில் அமைத்துத் தன் உருவத்தைச் சுவர்களிலும் தரையிலும் வெவ்வேறு விகிதாசார அளவுகளில் பார்த்து மகிழ்ந்தார். பெரும்பாலான நேரங்களில் தன் நிழல்களைவிட்டு அவர் கண்களை எடுப்பதேயில்லை, ஏனென்றால், அவற்றிற்கும் தன்னுடைய ஞாபகங்களே இருந்தன, தன்னுடைய கொள்கைகளே இருந்தன, ஏன் தன்னுடைய ஒரேமனைவியே அவற்றிற்கு இருந்தாள். யதார்த்தம் என்பது கண்ணின் புலனறிவினால் உண்டாக்கப்படுவது என்பதால், அந்த நிழல்கள் எங்களுக்கும் யதார்த்த இருப்பு அளித்தால் என்ன

என்று கூட அவரைக்கேட்டன. அதை அவற்றிற்கு அளித்து விட்டார். எனவே தன்னைத் தன் நிழல் உருக்கள் வாயிலாகப் பெருக்கிக்கொண்டார். தன்னைப்போலவே இருக்கின்ற, தன்னைப் புரிந்துகொண்ட, இன்னும் தன்னை நேசிக்கின்ற சில மனிதர்கள் அங்கே தன்னைச் சுற்றியிருக்கிறார்கள் என்ற அமைதியில் அவர் உட்கார்ந்திருந்தார்.

ஒரு விடுதலையின் மகிழ்ச்சிக்கான முன்ஈடுபாட்டில் அவர் இருந்தார். அந்த மகிழ்ச்சிக்குப் பெயர் இல்லை. ஆனால் அதேசமயம் ஒரு பருவவயதுப் பையனின் காதலினால் அவர் தொல்லைப்பட்டார். அபர்ணா மீது அவர் வைத்திருந்த காதலைவிட இது மிகவும் தொல்லைப்படுத்துவதாக இருந்தது. ஏனென்றால், அது ஐந்து நாட்கள் முன்பு அவரைவிட்டுச் சென்றுவிட்ட அவர் மனைவிக்குச் சமர்ப்பிக்கப்பட்டதாக இருந்தது அது.

“அவர் பைத்தியமாக இருந்தாலும், அப்படித் தோற்றமளிக்காமல் இருக்க இதுவரை அவரால் இயன்றதைச் செய்துவந்ததால் அவரோடு வாழ முடிந்தது” என்று லாவண்யா சொன்னாள். ஆனால் இப்போது எதுவுமில்லாமலே அவர் பெருமகிழ்ச்சி அடைந்ததை அவளால் பொறுத்துக்கொள்ள முடியவில்லை. ஒவ்வொரு பொருளும் அவரிடம் ஏதோ கேள்வி கேட்டதைப்போல அவற்றிடம் அவர் பேசிக்கொண்டிருந்தார். அவருடைய இடையறாத மகிழ்ச்சி அவருக்கு அவள் தேவையில்லை என்றாக்கிவிட்டது என்றாள். அவரால் அவள் சங்கடமடைந்ததுதான் உண்மையா என்று அவர் கேட்டார். அவள் அவருடைய கையைப்பிடித்துக்கொண்டு, உங்களால ஒரு பொம்பிளை ஏன் சங்கடம் அடையவேண்டும்? நீங்க ரொம்ப அழகா இருக்கறேள். எனனாலதான் உங்களைக் கையாளமுடியல்ல. நீங்க ரொம்ப சந்தோஷமா இருக்கறேள்னு தெரிஞ்சாலும் ஏதோ எனக்கு உறுத்தறது என்றாள். பிறகு அவள் வேலைக்காரிகளுக்குத் தெளிவான அறிவுறுத்தல்களைக் கொடுத்தாள். அவளுடைய பொருள்களை ஒரு சூட்கேஸில் அடைத்துக்கொண்டாள். அவளுடைய முடிவற்ற குடும்பத்தாரோடு சென்னையில் வாழ்வதற்குப் புறப்பட்டுச் சென்றுவிட்டாள்.

ஆகவே ஆசார்யா தனது முழுநேரத்தையும் அடித்தளத்திலேயே கழிக்கத் தொடங்கினார். பாதைவழிகளின் வழிபாட்டு உருவம் என்பதிலிருந்து அவர் பூமிக்கடியிலுள்ளதோர் சிறப்பு என உருமாற்றமடைந்தார். நிறுவனத்தைச் சேர்ந்த அறிஞர்கள் மட்டுமல்ல அவரைத் தேடிவந்தவர்கள், வேறுபிற நிறுவனங்களிலிருந்தும்

பலர் அவரைத்தேடி வரலானார்கள். தரையில் உட்கார்ந்தோ, நாற்காலி மேஜைகளில் அமர்ந்தோ, அவர்கள் இயற்பியலின் தத்துவ எதிர்காலத்தைப் பற்றி, இடையறாது இறங்கிக்கொண்டிருக்கும் அந்நிய உயிரிகள், பிரபஞ்சத்தில் உயிரினம் ஏன் இருக்கிறது என்ற கேள்விக்கு விரைவில் விடைகாணப்பட்டுவிடும் என்ற ஸ்டீபன் ஹாகிங்கினுடைய கருத்து, இன்னும் பிற எண்ணற்ற விஷயங்களைப் பற்றிப் பேசினார்கள்.

ஒரு நாள் மாலை, இந்த அடித்தள உலகில், நாற்பதுக்கும் மேற்பட்ட விஞ்ஞானிகளும் மாணவர்களும் கூடியிருந்த நேரத்தில், ஒரு புதிய மனிதன் பயத்தோடு உள்ளே நுழைந்தான்.

"நான் நிறுவனக்காப்புத் துறையிலிருந்து வருகிறேன்" என்றான் அவன், ஆசார்யாவிடம். பிறரையும் பார்த்தவாறே. "நிறுவனத்தில் நீங்கள் சட்டத்துக்குப் புறம்பான முறையில் தங்கியிருப்பதைப் பற்றி ஒரு முடிவு காணப்பட்டுள்ளது. நீங்கள் இந்த வளாகத்திலிருந்து உடனடியாக வெளியேற வேண்டும். அடித்தளத்தை உங்கள் அலுவலகமாகப் பயன்படுத்துவதை நிறுத்தவேண்டும் என்று கேட்டுக்கொள்ளப்படுகிறீர்கள்."

"இங்கேதான் எனக்குப் பிடித்திருக்கிறது" என்றார் ஆசார்யா.

"இது நிர்வாகத்திலிருந்து வரும் உத்தரவு சார்."

பார்வையாளர்களில் இருந்த ஒரு மூத்த விஞ்ஞானி, அந்தத் தகவலாளரை நியாயமாக நடந்துகொள்ளும்படி கேட்டுக் கொண்டார்.

தகவலாளர், செயலற்றவிதமாக, "சார், நிறுவனம் எனக்குச் சொந்தமில்லை. நான் உயர் மட்டத்தில் எடுக்கப்பட்ட ஒரு முடிவைத் தெரிவிக்க வந்திருக்கிறேன், அவ்வளவுதான்" என்றார்.

அந்தக் கூட்டம் அமைதியாகவும் சோர்வுகொண்டதாகவும் மாறியது. எல்லோரும் கொஞ்சம்கொஞ்சமாகச் சென்றனர். சிலர் ஆசார்யாவிடம் இதற்கு வழிகாணலாம் என்று உறுதிகூறினர். மற்றவர்கள் மகிழ்ச்சியின்றி அவரிடம் கைகுலுக்கினர். கடைசியாக ஒரு ஒல்லியான பையன் தன் தோள்பையுடன் எழுந்தபோது, "தம்பி, எனக்குக் கொஞ்சம் உடைகள், நிறைய சாகலேட்டுகள், அப்புறம் நிறைய வாழைப்பழம், கொண்டுவா" என்று ஆணையிட்டார் ஆசார்யா.

அன்று மாலைக்குப் பிறகு பன்னிரண்டு நாட்கள் ஆசார்யா அடித்தளத்தைவிட்டு நகரவில்லை. ஆய்வகத்தைவிட்டுக் கொஞ்ச நேரம் நடப்பதற்காகச் சென்றாலும்கூட, யாராவது அதைப் பூட்டிவிடுவார்கள், அவரை நிறுவனத்திலிருந்து தூக்கி எறிந்துவிடு வார்கள் என்று நினைத்தார். இப்போது பார்வையாளர்கள் அவரைப்பார்க்க அதிக எண்ணிக்கையில் வரலானார்கள். உணவு, உடை, சோப்பு ஆகியவற்றைக் கொண்டு வந்தார்கள். நம்பூதிரிக்கு அவருடைய முடிவை மாற்றக்கோரி பணிவான தொலைபேசி அழைப்புகள் வந்தன. ஆனால் அவர் விட்டுத்தருவதாக இல்லை. ஆசார்யா நிறுவனத்தை விட்டும் அவருடைய பணிநீக்கம் முறைப்படுத்தப்பட்டு பேராசிரியர்கள் குடியிருப்பிலிருந்தும் அகன்றதும், தன்மீதான மோசமான எண்ணம் மாறிவிடும் என்ற நினைப்பு அவருக்கு.

ஆசார்யா, அவருடைய பங்குக்கு, அசையமறுத்தார். அவரை வெளியேற்றச் சொல்லி உத்தரவிடப்பட்ட பாதுகாப்புக்காவலர்கள், வந்து அவர் அருகில் நின்றனர். அவரைத் தொடுகின்ற தைரியம் அவர்களுக்கு இல்லை. அவர் அவர்களுக்கு வாழைப்பழங்களைத் தருவார், இன்னும் கொஞ்சம் வாங்கிவரச் சொல்வார். பிறகு ஏதோ மாற்றம் நடந்தது. அவர்கள் அவருக்கு உடந்தையானார்கள். அதுதான் அய்யன் மணியின் விருப்பமும்கூட. ஆசார்யா நிறுவன வளாகத்திற்குள் விரைவாக நடைபயின்று வந்தார். ஓரிரவு, அவர் தன் நடையிலிருந்து திரும்பியதும், முக்கிய மேஜைக்கு அருகில் ஓர் உருவம் உட்கார்ந்திருப்பதைக் கண்டார். அவருடைய முதல் எதிர்வினை, ஒருவேளை தன் நிழல்களில் ஒன்று விடுதலை பெற்று அமர்ந்திருக்கிறதோ என்பதுதான். ஆனால் விரைவிலேயே அது அய்யன் என்பதைத் தெரிந்துகொண்டார். "உங்களை பயப்படுத்தி விட்டேனா சார்" என்று கேட்டான்.

"இல்லை அய்யன். நீ என்னை பயமுறுத்தவில்லை. நீதான் என்னை கவனித்துக் கொள்பவன் என்று கேள்விப்படுகிறேன். உண்மைதானா அது?"

"அது என் கடமை சார்."

"இவ்வளவு காலதாமதமாக என்ன செய்கிறாய் இங்கே?"

"உங்களிடம் பேசவந்தேன் சார்."

"வா, தரையில் உட்கார்ந்து பேசுவோம்" என்றார் ஆசார்யா.

சுவரில் அவர்கள் சாய்ந்துகொண்டு காலை நீட்டினார்கள். ஒற்றை விளக்கின் வெளிச்சத்தில் ஒருவரை ஒருவர் அவர்களால் பார்க்கமுடிந்தது. ஆசார்யா, தன் விளக்குகள் எல்லாவற்றையும் ஒருசேர அணைத்துவிடுவதில்லை, அவருக்குத் தன் நிழல்களை அழிப்பது பிடிக்கவில்லை.

"உங்கள் மனைவி உங்களைவிட்டுப் போய்விட்டார்கள் என்று கேள்விப்பட்டேன் சார்."

"ஆமாம். போய்விட்டாள். எல்லாரும் அவளிடம் நான் பைத்தியம் ஆகிவிட்டேன் என்றார்கள். மற்றவர்களுக்குத் தெரியக்கூடாது என்று அவள் நினைத்தாள்."

"அவர்கள் வருவார்கள் சார். குறிப்பிட்ட வயதான மனைவிகள், ஓரிடத்திலிருந்து வெளியேற்றப்பட்ட சிறுவியாபாரிகள் போல. நேரத்தில் திரும்பி வந்துவிடுவார்கள்."

"நான் அப்படி நினைக்கவில்லை."

"நிச்சயமாக சார். நீங்கள் போய் அவர்களை அழைத்துவரவேண்டும். ஆனால் நீங்கள் இப்போது இயல்பாக இருப்பதுபோல, முன்னால் செய்தீர்களே அப்படி இருக்க வேண்டும். ஒரு மனிதன் தன் விருப்பப்படியும் வாழ்ந்துகொண்டு, மனைவியையும் வைத்திருக்க முடியாது. கொஞ்சம் உங்களைக் கட்டுப்படுத்திக் கொள்ளவேண்டும் சார். உங்கள் எதிர்காலத்தைப் பற்றி நினைத்துப்பாருங்கள்."

"எனக்கு எதிர்காலம் இல்லையே அய்யன்."

"இருக்கிறது சார். நான் அதனுடன்தான் வந்திருக்கிறேன்" என்றான் அய்யன். பிறகு அசட்டையாக, "ஜெட் வினாத்தாள்கள் எங்கே சார் வைக்கப்பட்டிருக்கும்?"

"உனக்கு எதற்கு அது?"

"மற்றதெல்லாம் எனக்குத் தெரியும். ஆர்யபட்டா டியுடோரியல்ஸ் பற்றித் தெரியும். அந்த மூன்று அச்சகத்தார் பெயர்கள் தெரியும்."

"சாத்தியமேயில்லை. உனக்கு அச்சகக்காரர்கள் தெரியுமா?"

"தெரியுமே. மாக்னா, லானா, ஸ்கேப்."

ஆசார்யா சிந்தனையுடன் ஒரு வாழைப்பழத்தை உரித்தார். "ஜெட் வினாத்தாளைத் திருட எண்ணமா?"

"ஆமாம் சார்" என்றான் அய்யன்.

"உன் மகன் மேதை இல்லை என்பதனால்..."

"மேதைதான் சார், ஆனால் ஜெட் அவனுக்கு மிகவும் கடினம்."

"அப்படியானால் ஃபெயில் ஆகட்டுமே." வேகமாகக் கடித்து வாழைப்பழத்தைத் தின்றார்.

"அது நல்ல ஐடியா இல்லை சார்."

"ஆனால் அய்யன், என்னால உனக்கு உதவிபுரிய முடியாது."

அய்யன் தனது டிக்டாஃபோனை எடுத்து, அபர்ணா சாம்பிளரை ஏன் மாசுபடுத்தினாள் என்று சொல்லவந்தபோது ஆசார்யாவுக்கும் அவளுக்கும் நடந்த உரையாடலை ஓடவிட்டான்.

"ஏன் அபர்ணா?" என்று ஆசார்யாவின் சோகமான குரல் கேட்டது.

"வேறென்ன என்னிடம் எதிர்பார்த்தீர்கள் அரவிந்த்?" என்று அபர்ணாவின் குரல் பதில்சொல்லியது. "விடுமுறையிலிருந்து உங்கள் பெண்டாட்டி வரும்வரை என்னோடு படுத்திருப்பீர்கள், பிறகு என்னை வாழ்க்கையிலிருந்து வெளியேறிவிடு என்பீர்கள்."

அந்த உரையாடல் வேதனையளிக்கும் இடைவெளிகளோடு நகர்ந்தது. ஆசார்யா அதை இறுதியாகப் பிரிதலின் வலிமிக்க மொழி என உணர்ந்தார். அதற்குப் பிறகு அபர்ணாவின் குரல், மிகத் தெளிவாக, ஒரு நாள் விடியற்காலையில், எவ்விதம் காதல், வஞ்சினம் ஆகியவற்றின் துடிப்பில் தான் சாம்பிளரை மாசுபடுத்தினாள் எனக் கூறியது.

ஐந்து நிமிடத்திற்கும்மேலாகத் தான் பாதி சாப்பிட்ட வாழைப்பழத்தைக் கையில் வைத்துக்கொண்டிருக்கிறோம் என்ற உணர்வு ஆசார்யாவுக்குச் சற்றும் எழவில்லை. அய்யன் டிக்டாஃபோனைத் தன் கால்சட்டைப் பாக்கெட்டில் போட்டுக்கொண்ட போது, ஆசார்யா மென்மையாக, "எப்படி இது உனக்குக் கிடைத்தது" என்றார்.

"நான் ஒட்டுக்கேட்பது வழக்கம்" என்றான்.

ஆசார்யா சிரிக்கத் தொடங்கினார். "நீ ஏதோ ஒருவிதமாக வேசித்தனம்செய்பவன் என்று எனக்குத் தெரியும்" என்றார். "நீ ஏன் இதை விசாரணைக்குழுவிடம் காட்டவில்லை?"

"நமக்குள் அப்போது எந்தவித பேரமும் இல்லை."

"இப்போது இருக்கிறதா என்ன?"

"உங்க எதிர்காலத்தைப் பற்றிப் பேசுவோம் சார். உங்களுக்குப் பழைய வேலை திரும்பக் கிடைத்தால் எவ்வளவு நல்லது? பலூன்களை மறுபடியும் மேலே செலுத்திப் பிற பரிசோதனைகளையும் செய்யவேண்டும் என்ற ஆசை இல்லையா? எனக்கு அதையெல்லாம் எப்படிச் செய்வது என்று தெரியும்."

"எப்படி?"

"அதை என்னிடம் விட்டுவிடுங்கள். எனக்கு என்ன செய்யவேண்டும் என்று தெரியும். ஆனா நீங்க எனக்கு உதவி செய்யணும். எனக்குக் கேள்வித்தாள்கள் வேணும். எனக்கு உதவி செய்யறீங்களா?"

ஒரு வார்த்தையும் பேசாமல் ஆசார்யா மீதி வாழைப்பழத்தைத் தின்றார். பிறகு சொன்னார்: "மூணு வினாத்தாள்கள் இருக்கு."

"தெரியும். எங்க இருக்கு அதெல்லாம்?"

"அதுவும் இந்தச் சமயம், கேள்விங்க ரொம்பக் கஷ்டம்." ஆசார்யா ச்சுக்கொட்டிக் கொண்டே சொன்னார்.

"வினாத்தாள் எல்லாம் எங்க இருக்கு?"

"வேல ஆரம்பிச்சப்பவே நாங்க வினாத்தாளையெல்லாம் பிரிண்டர்ஸ்கிட்ட அனுப்பிட்டோம். அந்த மூணில எது கடைசியா தேர்வு மையத்துக்குப் போவணும்னு ஜனா ஏற்கெனவே முடிவு செய்திருப்பான்."

"வினாத்தாள் எல்லாம் எங்க இருக்கு?"

"உன்னால அதை அடையமுடியாது அய்யன்."

"முடியும். எங்க இருக்குன்னு மட்டும் சொல்லுங்க."

ஆசார்யா ஒரு வெற்றிச்சுக்கொட்டலுடன், "இங்க இல்லப்பா அது. நிறுவனத்தில் வினாத்தாள்களை வைக்கறதில்லை. அதெல்லாம் BARCயிலே ஒரு சீல் வைக்கப்பட்ட, பாதுகாப்பான அறையில இருக்கு. அங்க போக உன்னால முடியாது."

பாபா அணுமின் ஆராய்ச்சி நிலையம் (BARC) ஒரு கோட்டை. ஒரு எழுத்தனின் செயல் முறைகளுக்கு அப்பாற்பட்டது. அய்யனுக்கு அது தெரியும்.

"என்ன செய்யலாம் இப்ப?" என்று கேட்டான்.

"நீ எதுக்கு வினாத்தாளப் பாக்கணும்? எல்லாம் இங்க இருக்கு" என்று ஆசார்யா தன் தலையைச் சுட்டிக்காட்டிக் கூறினார்.

"எல்லாக் கேள்வியும் உங்களுக்கு ஞாபகம் இருக்கா?"

"பெரும்பாலும்."

அய்யன் குதித்தெழுந்து மக்கிய மேஜையின் இழுப்பறைகளைத் தேடினான். ஒரு கொத்து வெள்ளைத் தாள்களையும் ஒரு பேனாவையும் தேடிப்பிடித்து எடுத்தான். ஆசார்யா முன்னால் அவற்றை வைத்தான். "எழுதுங்க சார்" என்றான்.

"சொல்லு அய்யன், உன் மகன் ஒரு மேதையா?"

"அப்படித்தான் சார்."

"நிஜமாவா?" ஆசார்யா, வேடிக்கையாகச் சொன்னார். "அந்த விஞ்ஞானப் போட்டியிலே அவன் வெற்றி பெற்றானா? உண்மையிலேயே அவனுக்கு முதல் ஆயிரம் பகா எண்களை ஞாபகத்திலிருந்து தெரியுமா? ஜனங்க நெனைக்கறமாதிரி அவன் ஒரு பெரிய ஆளா?"

"உங்க எதிர்காலத்துக்கு அது தேவையில்ல சார்" என்றான் அய்யன். அது ஆசார்யாவைச் சிரிக்கவைத்தது.

ஆசார்யா முக்கிய மேஜையின் அருகிலே உட்கார்ந்து ஏறத்தாழ மூன்று வினாத்தாள்களிலிருந்தும் இருநூறுக்கும் மேற்பட்ட வினாக்களை எழுதினார், சமயங்களில் அவரே அந்தக் கேள்விகளின் அற்புதத்தன்மையை வியந்து பாராட்டிக் கொண்டார். முடித்தபிறகு தாள்களை அய்யனிடம் கொடுத்தார்.

"விடைகளையும் எழுதிடுங்க சார்" என்றான் அய்யன்.

ஆசார்யா சிரித்தார். "சரி செய்யறேன். ஆனா ரொம்ப முக்கியமான விஷயம் உனக்குத் தெரியணும். நூறு கேள்விகளுக்குச் சரியான விடைகள் நாப்பது வந்தாலே ரொம்ப ரொம்ப அதிகமான மார்க்கு. அதனால உன் பையன் நாப்பதுக்கு மேலே எழுதக்கூடாது. அதுக்கு மேல போனா சந்தேகம் வரும்."

தேர்வு அன்று, ஓஜா தன் மகனை நன்றாக எண்ணெய் தடவி, கையளவு தேங்காய் நாரினால் தேய்த்துக் குளிப்பாட்டினாள். ஒருவாரம் முன்னால் வாங்கிய புதுத்துணிகளை உடுத்தினாள். முழுக்கால்சட்டை என்று அவள் அதற்குப் பெயர் சொன்னாள். ஒரு முழுநீளக்கை கொண்ட சட்டை. அனுமதிச்சீட்டை எடுத்து அய்யனிடம் கொடுத்ததுபோலவே பையன் கையையும் பிடித்துக் கொடுத்தாள். வாசற்படியில் தன் பையனைத் தழுவிக்கொண்டு முத்தமிட்டு, அழத்தொடங்கினாள். பையன் தன் தந்தையை எரிச்சலோடு பார்த்தான். ஆனால் அவள் கடைசியாக விடையளித்து, கதவை மூடியபோது அவனுக்கு வயிற்றில் ஒரு இருளின் வலி ஏற்பட்டது. அவள் உள்ளிருந்து அழுவது அவனுக்குக் கேட்டது. அப்படி அவள் அழுவது, அதுவும் சரியான காரணமில்லாமல், அவனுக்குப் பிடிப்பதில்லை.

"அம்மா நம்மோடு வந்தால் என்ன?" என்று கேட்டான் பையன்.

"அவளுக்கு நிறைய வேலை இருக்கிறது" என்றான் அய்யன்.

மங்கலான தாழ்வாரத்தின் வழியே அவர்கள் போகத் தொடங்கினார்கள். கதவருகில் நின்ற ஜனங்கள் பார்த்தார்கள். சிலபேர் சிரித்தார்கள். சிலர் தங்கள் வாழ்த்துகளைச் சொன்னார்கள். பாதி வழி தாழ்வாரத்தில் நடந்தபோது தங்களை ஒரு சிறு குழுவினர் ஆண்கள், பெண்கள், சிறுவர்கள் எல்லோரும் பின்தொடர்ந்து வருவதை அய்யன் கவனித்தான். கீழே இறங்கி சாள்களின் உடைந்த பாதைவழியில் சென்றபோது இந்தக் கூட்டம் பெருகியது. சாலையை அவர்கள் அடைந்தபோது, மௌனமாக அண்டை அயல் வீட்டார் நூறு பேராவது அவர்களோடு வந்திருந்தார்கள். பஸ்கள், கார்கள் இவற்றின் ஜன்னல்களிலிருந்து மக்கள் இந்தக்கூட்டம் எதற்கு என்று பார்க்க முயற்சி செய்தார்கள்.

ஒருவர் கடந்துசென்ற ஒரு டாக்சியை நிறுத்தினார்.

"நாம் பணத்தைச் சேமிக்கவேண்டாமா" என்று கேட்டான் பையன்.

"இன்றைக்கு இல்லை..." என்றான் அய்யன்.

7
கலகம்

அவர்கள் மூவரும் ஒரு நிழற்படமாக மாறிவிட்டதுபோல, வெற்றுப்பார்வை பார்த்தவாறு, அருகருகே நின்றார்கள். தன் வாழ்நாளிலேயே மிகச் சிறந்த சட்டையினை அய்யன் அணிந்திருந்தான். அவன் கால்களில் காலணிகள் இல்லை, ஏனென்றால் அசட்டையாக இருப்பதுபோலக் காட்சியளிக்க நினைத்தான். வினாப்போட்டியின் போது அணிந்திருந்த சேலையையே ஓஜா அணிந்திருந்தாள். நேர்த்தியாகத் தோற்றமளிக்கவேண்டியதன் காரணமற்ற தேவைகளுக்காகவும் கணவனின் கட்டாயத்திற்காகவும் மீண்டும் அவள் பகட்டைத் தவிர்த்திருந்தாள். ஆதி இருவருக்கும் இடையில் இருந்தான். மறுபடியும் நீண்ட கால்சட்டையை அணிய வேண்டிவந்ததே என்ற கவலை அவனுக்கு. சமையலறை மேடைக்கு அருகில் நின்று கதவைப் பார்த்தவாறு நின்றனர். காற்றில் சலசலப்பு மிகுதியாகி வந்தது. ஒரு கூட்டம் நெருங்கிவந்தவாறு இருந்தது. ஓஜா தன்வீட்டைக் கலக்கத்துடன் பார்த்தாள். பரண்அறையிலிருந்து தொங்கும் நீண்ட ஒட்டடை இழையைக் கண்டாள்.

"சுத்தம் செய்ய நேரம் இருக்குமா?" என்றாள் அவள்.

"உனக்கென்ன பைத்தியமா?" என்றான் அய்யன்.

"குறைந்தபட்சம் பாலாவது கொதிக்கட்டுமே" என்றாள் அவள், தன் சேலையின் மடிப்புகளை நீவிவிட்டவாறே. அய்யன் அவள் கூறுவதைப் புரிந்துகொள்ள முயற்சி செய்தான்.

"எதற்குப் பால் காயவைக்கிறாய்?" என்றான்.

"எனக்குத் தெரியாது" என்றாள். "என்ன செய்யறதுன்னு எனக்குத் தெரியாட்டி நான் பாலைக் காய்ச்சுவேன்."

வெளியே, தாழ்வாரத்தில், இறுக்கிப்பிடித்த சட்டையும் ஜீன்ஸும் அணிந்த ஒரு பெண், தன் தோளில் காமிராவைச் சுமந்துவந்த ஒரு மிகப்பெரிய உருவமுடைய ஆளுடன் வந்தாள். அவர்கள் பின்னால் ஒரு கும்பல். கும்பல் மிகப்பெரியதாக இருந்ததால், ஓரத்தில் நின்ற மனிதர்களும் சிறுவர்களும் வெளுத்த சுவர்களில் நசுக்கப்பட்டார்கள். சிலர் திறந்திருந்த வீடுகளுக்குள் சத்தத்துடன் விழுந்தார்கள்.

அந்தப் பெண்ணுக்குக் காவலாக ஒரு டஜன்பேராவது வந்தார்கள். தாழ்வாரத்தில் மூடியிருந்த ஒரே கதவைத் தட்டினார்கள். கதவைச் சற்றே திறந்து எப்படிச் சூழ்நிலை இருக்கிறதென்று அய்யன் பார்த்தான். ஆனால் கதவின்மீது விழுந்த விசை அதிகமாக இருந்ததால் திறந்துவிட்டுவிட்டான். அலையலையான மகிழ்ச்சிகொண்ட அண்டைவீட்டாரால் காமிராமேனும் நிருபரும் உள்ளே தள்ளிச் செல்லப்பட்டனர்.

"எல்லாரும் வேண்டாம்" என்று அந்தப் பெண் கத்தினாள். "எங்கே அய்யன் மணி?" என்று கேட்டாள்.

அய்யன் மக்களை வெளியே தள்ளத் தொடங்கினான். "ரொம்ப பைத்தியக்காரத்தனமாயிருக்கிறது. அவங்களை அவங்க வேலை செய்ய விடுங்க."

வெளியே தள்ளப்பட்ட ஒரு சிறிய மனிதன், "நீ ஏற்கெனவே எங்கள மறந்துட்டே மணி" என்று கோபமாகச் சொன்னான். "பெரிய ஆளாயிட்ட இல்ல?"

வேடிக்கையாக அவனைத் தட்டி, "சரிப்பா, அப்படீன்னா, நான் வெளியே வந்திடறேன். நீ உள்ள வா, சரிதானா" என்றான் அய்யன்.

எல்லாரையும் வெளியேற்றிக் கதவைச்சாத்த ஐந்து நிமிடங்கள் ஆயிற்று. இந்த திடீர் அமைதியில் அந்தப் பெண் ஓஜாவைப்

பார்த்துச் சிரித்தாள். நிழற்படக்காரன், சுற்றுமுற்றும் பார்த்துக் கடைசியில் அலமாரிக்கும் குளிர் சாதனப் பெட்டிக்கும் இடையில் தன்னைத் திணித்துக்கொண்டான். ஹெட்ஃபோன் அணிந்திருந்தான். திடீரென ஒரு விளக்கைப் போட்டான். எல்லோரையும் ஒருகணம் அந்த ஒளி குருடாக்கியது.

"எல்லாம் தயாரா?" என்று அந்த நிருபர் குடும்பத்தைக் கேட்டாள்.

அவர்கள் தலையசைத்தார்கள்.

"இந்தியில் மட்டுமே பதில்சொல்லுங்கள். ரொம்ப அதிகமாக ஆங்கில வார்த்தைகளையோ மராட்டி வார்த்தைகளையோ கலக்கவேண்டாம்" என்றாள்.

காமிராவிடம் திரும்பினாள். அவள் முகமே மாறியது. திடீரென எச்சரிக்கையாகவும், சாதுரியமாகவும், உணர்ச்சிகரமாகவும் அவள் முகம் தோற்றம் கொண்டது. காமிராவைப் பார்த்து, "உலகத்தின் மிகக் கடினமான தேர்வுகளில் ஒன்றை பாஸ் செய்திருக்கின்ற விசித்திரப் பையன் ஆதித்யா மணியின் மிகஎளிமையான ஓரறை வீட்டில் நாம் இருக்கிறோம். கோட்பாடுகள் மற்றும் ஆய்வு நிறுவனத்தில் சேருவதற்கு அவன் ஒரு நேர்முகத்தேர்வு தொலைவில்தான் இருக்கிறான்."

"நிறுத்து" என்றான் நிழற்படக்காரன். வெளியே அதிகக் கூச்சல். கதவைத்திறந்து "அவன் அமைதியாக இருங்கள்" என்று கத்தினான்.

கூட்டம் ஒருகணம் அமைதியாயிற்று. பிறகு தாங்கள் வழிகாட்டி அழைத்துவந்த ஒரு புது ஆள் எப்படித் தங்களையே அதட்டமுடியும் என்று முணுமுணுப்புகள் அதிகரித்தன. ஆனால் கொஞ்சநேரத்தில் அமைதியாயிற்று.

அந்த நிருபர் முன்பு சொன்னதையே மறுபடியும் கூறினாள். ஆதியின் பக்கத்தில் முழந்தாளிட்டு உட்கார்ந்தாள்.

"உனக்கு எப்படியிருக்கு?" என்றாள் அவனிடம்.

"எனக்குப் பசிக்குது" என்றான் அவன்.

அன்பாகப் புன்னகைபூத்து அவனிடம் கேட்டாள், "எப்படி இதை உன்னால் செய்ய முடிந்தது ஆதித்யா? இந்தச் சின்ன வயதில். எப்படி இந்தத் தேர்வை எழுதினாய்?"

"எனக்கு எல்லா விடையும் தெரியுமே" என்றான் அவன். தன் தகப்பனைப் பார்த்துச் சிரித்தான்.

"ஆமாம், தெரியும்" என்றாள் அவள்.

"உன் எதிர்காலத் திட்டம் என்ன?"

"எனக்குத் தெரியவில்லை."

இப்படிச் சில கேள்விகள் ஆதியைக் கேட்டபிறகு, அந்தப் பெண் அய்யனிடம் திரும்பினாள். "சார், இது உங்களுக்கு ஒரு சிறப்பான நாள்" என்றாள்.

"மெய்தான்" என்றான் அய்யன். "என்னால் நம்பமுடிய வில்லை."

"அவன் எதிர்காலத்தைப் பற்றி உங்கள் திட்டம் என்ன?"

"இன்னும் முடிவுசெய்யவில்லை. இப்போதே சொல்ல முடியாது."

"அவன் ஒரு மேதை என்று எப்போது அறிந்துகொண் டீர்கள்?"

"அவன் கொஞ்சம் வித்தியாசமானவன். வித்தியாசமாகச் சிந்திக்கிறான்."

"கல்லூரிக்கு அவன் அரைக்கால்சட்டை அணிவானா? முழுக்கால்சட்டையா?" என்றாள்.

"அதை நாங்கள் முடிவு செய்யவில்லை" என்றான் சிரிப்பின்றி. "இன்னும் அவன் உள்ளே நுழையவில்லை. ஒரு நேர்முகத் தேர்வு பாக்கியிருக்கிறது."

அந்தப் பெண் ஓஜாவைப் பார்த்து, "நீங்கள் ஒரு பெருமைமிக்க தாய்" என்றாள்.

ஓஜா வெட்கப்பட்டுச் சிரித்தாள், தன் கணவனைப் பார்த்தாள். கொஞ்சம் மௌனத்திற்குப் பிறகு, அவள் மைக் அருகில் வந்து, "என் மகன் சாதாரண இயல்புடன் இருக்கவேண்டுமென்றுதான் நான் நினைக்கிறேன்" என்றாள். பிறகு மௌனமாகிவிட்டாள்.

பிறகு காமிராமேனைப் பார்த்து, "உங்களுக்குத் தேநீர் வேண்டுமா" என்று கேட்டாள். அவன் பதற்றத்துடன் விலகினான்.

அந்தப் பெண், இன்னும் அதிகத் தகவல்களைக் குடும்பத்தாரிட மிருந்து பெற முயற்சி செய்தாள். திருப்தியடைந்தபின், காமிராமேனுக்கு 'வேலைமுடிந்துவிட்டது' என்று சைகை காட்டினாள். செவ்வாய்க்கிழமை, அமைச்சர் வாமனுடைய அலுவலகத்தில் தான் ஒரு பத்திரிகையாளர் கூட்டம் நடத்தப்போவதாக அய்யன் அறிவித்தான். "நான் முக்கிய அறிவிப்பு ஒன்றை வெளியிடப்போகிறேன். அதை நீங்கள் தவறவிட வேண்டாம்" என்றான். அது அவள் ஆர்வத்தைத் தூண்டியது, ஆனால் அதற்குமேல் அவனிடமிருந்து எதுவும் தகவலைப் பெற முடியவில்லை.

அந்தப் பெண் வெளியேறினாள். மீண்டும் படம் எடுத்தவாறே காமிராமேனும் பின்தொடர்ந்தான். இன்னும் அதிகமாகச் சேர்ந்திருந்த கூட்டம், அவளைக் கூச்சலிட்டும் சில விசில்களுடனும் பாராட்டியது. அசட்டுச் சிரிப்புடன் ஆடவர்கள் அவளைச் சூழ்ந்துகொண்டார்கள். அதில் ஒருவனை நோக்கி மைக்கை நீட்டினாள். அவன் திடீரென தீவிரமானான். அவனிடம் "இந்தப் பையனின் சாதனை பற்றி நீங்கள் என்ன சொல்கிறீர்கள்" என்று கேட்டாள்.

"எங்கள் எல்லாரையும் பெருமைப்பட வைத்திருக்கிறான் அவன்" என்றான் அவன், கூட்டத்தின் தள்ளுமுள்ளுக்கேற்ப அசைந்தவாறே.

திடீரென அந்தப் பெண் சத்தமிட்டுத்திட்டியவாறே குதித்தாள். எவனோ அவளைக் கிள்ளிவிட்டான்.

அய்யன் மணி மைக்குகள் நிரம்பிய ஒரு மேஜைக்குப் பின்னால் அமர்ந்திருந்தான். வாமன் அவன் பக்கத்தில் இருந்தார். அமைச்சர் அலுவலகத்தின் கருத்தரங்க அறை பத்திரிகையாளர்களால் நிரம்பியிருந்தது. நிழற்படக்காரர்கள் முழந்தாளிட்டு முன்னால் மேஜையருகில் நின்றார்கள். பின்னாலிருந்த காமிராமேன்கள் குறுக்கேயிருந்த நிருபர்களிடம் சத்தமிட்டார்கள். "உட்காருங்க உட்காருங்க" என்று அவர்கள் கத்தினார்கள். வாட்டமுற்ற ஒரு பெண் தலையை அசைத்துக்கொண்டே இருந்த ஒரு மனிதனிடம், "பத்திரிகைகளுக்கும், தொலைக்காட்சிக்கும் தனித்தனியாகக் கூட்டம் நடத்த வேண்டும். இந்தக் காமிராக்காரர்கள் விலங்குகள். அவர்கள் பத்திரிகையாளர்களே அல்ல" என்றாள்.

அய்யன் தனக்குள் பயத்தின் துணுக்கு ஏதேனும் தென்படுகிறதா என்று தேடிப் பார்த்தான். நிச்சயமாக இல்லை. அவன் செய்ததை அவனாலேயே நம்பமுடியவில்லை. ஆதி ஒவ்வொரு பத்திரிகையிலும் ஒவ்வொரு சேனலிலும் தென்பட்டான். அதேபோல சகோதரி சேஸ்டிடியும். அவள் பையனின் அசாதாரண மனஆற்றல் பற்றிச் சொல்லியவாறே இருந்தாள். வினாப்போட்டியில் பங்கேற்ற பெற்றோர்கள் தாங்கள் பார்த்ததை மகிழ்ச்சிகரமான தவறுகளுடன் சொல்லிக்கொண்டிருந்தார்கள். நாடு முழுவதுமே, ஒரு எழுத்தரின் மகன், ஒரு தெருக்கூட்டுபவனின் பேரன், ஒரு தலித் மேதையின் மயக்கத்திலிருப்பதுபோலத் தோன்றியது. "ஒடுக்கப்பட்ட பல நூற்றாண்டுகளுக்குப் பிறகு, காலத்தின் சுரங்கவழியின் முனையில், என் மகன் கடைசியாக ஒரு வாய்ப்பின் இறுதிக்கு வந்து சேர்ந்திருக்கிறான்" என்று அய்யன் கூறியதாகப் பத்திரிகைகள் பிரசுரித்தன.

வாமன் கையைத்தட்டி, கவனிக்குமாறு கூறினார். அறை அமைதியாயிற்று. ஒரு வார்த்தையும் இன்றி, மேதையின் தந்தையிடம் வாமன் மைக்கை நீட்டினார்.

"நானும் பேசுவேன்" என்றார் வாமன், கூட்டத்திடம். "அது ஏன் என்பதை இவர் பேசிய பிறகு உணர்ந்துகொள்வீர்கள்" என்றார்.

அய்யன் மூச்சுவாங்கினான். குழப்பமடைந்த முகத்தோடு தொலைக்காட்சி முன்னால் அமர்ந்திருக்கும் ஓஜாவின் படிமம் அவன் மனத்தில் காட்சியளித்தது.

அய்யன் இந்தியில் பேசினான். "ஆதி இங்கே இருப்பது தேவையில்லை என்பதால் அவனை அழைத்துவரவில்லை. என் பையன், கணிதத்தில் முதுகலைப் படிப்பிற்கு கோட்பாடுகள் மற்றும் ஆய்வு நிறுவனத்திற்கு விண்ணப்பித்திருக்கிறான். அவன் கூட்டுநுழைவுத் தேர்வினை எழுதி பாஸ் செய்திருக்கிறான். நேர்முகத் தேர்வு மட்டுமே உள்ளது. அவன் நேர்முகத் தேர்வில் கலந்துகொள்ளப்போவதில்லை என்பதை இங்கே உங்கள்முன் அறிவிக்கிறேன். அவன் நிறுவனத்தில் சேரப்போவதில்லை."

கொஞ்சம் சலசலப்பு எழுந்து உடனே அடங்கிப்போயிற்று.

"காரணங்கள் இருக்கின்றன" என்றான் அய்யன். ஒன்று, அவன் மிக புத்திசாலியாக இருந்தாலும், முதலில், மற்றப் பையன்களைப் போலப் பள்ளிப்படிப்பை முடிக்க வேண்டுமென

நான் எதிர்பார்க்கிறேன். அவனை நுழைவுத் தேர்வு எழுத அனுமதி அளித்ததே தவறு. இன்னொரு காரணம் என்னவென்றால்...." என்று அவன் கூறிய போது அமைச்சர் அவன் முதுகைத் தட்டிக்கொடுத்தார்.

"நிறுவனத்தில் நான் பதினைந்து ஆண்டுகளாக எழுத்தனாகப் பணிபுரிந்து வந்திருக்கிறேன்" என்றான் அவன். ஒரு ஆபீஸ்பாயாக வேலையில் சேர்ந்து கொஞ்சம் கொஞ்சமாக முன்னேறினேன். நான் ஒரு மிகப்பெரிய அறிஞரிடம், அரவிந்த் ஆசார்யாவிடம் பணிபுரிந்தேன். அவரை இப்போது அவமானப்படுத்தி விரட்டியிருக் கிறார்கள் என்பது உங்களுக்குத் தெரியும். அவருடைய வாழ்க்கை பாழாகிவிட்டது. ஏறத்தாழ அவருக்குப் பைத்தியம் பிடித்துவிட்டது என்றே சொல்லலாம். அங்கே என்ன நடந்தது என்று உங்களுக்கு யாருக்கும் தெரியாது. எனக்குத் தெரியும். என்னிடம் ஒரு சிடி பதிவு இருக்கிறது. அது அங்கே என்ன நடந்தது என்பதைச் சரிவரத் தெரியப்படுத்தும். நான் ஒரு எழுத்தன்தான், அதனால் என்னை யாரும் கருத்தில் வைக்கவேண்டியவனாக நோக்கியதே இல்லை. அதனால்தான் நான் இதை முன்னரே கூறவில்லை. என்னிடம் இன்னொரு பதிவு இருக்கிறது. அது இதைவிட அதிர்ச்சி தரக்கூடியது. நீங்கள் அதைக் கேட்டபிறகு என் மகன் ஏன் அந்த நிறுவனத்தின் ஒரு பகுதியாக விரும்பவில்லை என்பதைப் புரிந்துகொள்வீர்கள். அது பீதியுண்டாக்குகின்ற ஓர் இடம்."

ரேடியோ வானியலாளர்கள் எல்லோரும் சோர்வுற்றநிலையில் தாழ்ந்த டீபாய் அருகே ஒன்றாக நெருங்கிக் கிடந்தார்கள். நம்பூதிரியின் மேஜை அருகே இருந்த தட்டைத் திரைத் தொலைக்காட்சியை முறைத்துப்பார்த்துக் கொண்டிருந்தார்கள். யாரோ ஒருவர் செய்திச் சேனல்களைச் சொடுக்கிக் கொண்டிருந்தார். அவர்கள் அபர்ணாவுக்கும் ஆசார்யாவுக்கும் இடையில் நிகழ்ந்த வேதனையூட்டும் உரையாடலை இப்போது ஒளிபரப்பவில்லை. இப்போது எல்லாச் செய்திச் சேனல்களும் அந்த அறை யிலிருந்தவர்களின் குரல்களை ஒலிபரப்பிக்கொண்டிருந்தன. தலித்துகளின், பெண்களின் அறிவுக்குறைபாடு பற்றி அவர்களுடைய மேட்டிமைத்தனமான பார்வைகள் ஒலிபரப்பில் வந்தன. தலித்துகள், இப்போதெல்லாம் திடீரென அதிகமாகிவிட்ட பெண் நிருபர்கள், நிகழ்ச்சிநடத்துவோர் போன்றோர் இந்திய அறிவியல் நிறுவனத்தை நடத்துகின்றவர்களைப்பற்றிக் குற்றம்சாட்டுகின்ற வகையில் பேசினார்கள். சென்ற ஒருமணிநேரமாக நம்பூதிரி மௌனமாகி விட்டார். அவர் மேஜையிலிருந்த தொலைபேசிகள்

இடைவிடாமல் அடித்தன. தன் கைப்பேசியை எப்போதோ அவர் அணைத்து விட்டார்.

இப்போது இந்த மனிதர்கள் இரண்டுவிதக் கேடுகளில் மாட்டியிருந்தார்கள். அபர்ணா ஒலிப்பதிவு ஆசார்யாவைப் பழியிலிருந்து விலக்கிவிட்டது. எனவே அவர் உடனே திரும்பிப் பொறுப்பேற்பது பெரும்பாலும் நிகழவிருந்தது. நம்பூதிரி மட்டும் அந்த ஒலிப்பதிவின் நம்பகத்தன்மையைக் கேள்விக்குட்படுத்தலாம் என்று இப்போதைய அமைதிக்கு முன்னால் சொல்லியிருந்தாலும் எவருக்கும் அது அபர்ணாவின் குரல் என்பதில் ஐயமில்லை.

இன்னொரு பயம், மரணத்தின் பயம். தலித்துகள் அவமானப் படுத்தப்பட்ட போது நகரங்களே எரிந்தன. சிலமணி நேரத்தில் இந்த நிறுவனமும் தாக்கப்படலாம். வாயிலில் பாதுகாப்புக்காக போலீஸ் வேன்கள் நின்றன. ஆனால் அது வானியலாளர்களை மேலும் அச்சத்துக்குள்ளாக்கியது. கண்டனத்தின் முதல் அலை ஏற்கெனவே புறப்பட்டுவிட்டது. பியூன்கள் எல்லாரும் வேலைநிறுத்தத்தில் ஈடுபட்டுவிட்டார்கள். அவர்கள் வேலையை நிறுத்திவிட்டு முக்கியப் புல்வெளியின் அருகில் கூடியிருந்தார்கள். அதற்கு முன் அவர்கள் எல்லாக் குழாய்களையும் திறந்துவிட்டுவிட்டார்கள், கழிப்பறைகளை உடைந்த சாமான்களால் நிரப்பிவிட்டுப் போய்விட்டார்கள்.

அமைதிகுலைந்த மௌனத்தில் நிறுவன ஆட்சி உட்கார்ந்திருந்தது. ஜால், உதிரித் தாள்களையும், ஓர் உறையையும், செய்தித்தாளையும் வைத்துக்கொண்டு கூச்சலிட்டார். அவருடைய பதற்றம் காரண மற்றதாகப் பட்டது.

"எங்கே போயிருந்தீர்கள்?" என்று யாரோ கேட்டார். "உங்களுக்கு என்ன நடந்தது என்று தெரியுமா?"

உங்களைவிட எனக்கு இன்னும் அதிகமாகத் தெரியும் என்றார் ஜால். திடீரெனத் தொலைக்காட்சியில் தலித்துகள் பாரம்பரியரீதியாகக் குறைபாடுள்ளவர்கள் என்று விவரித்த அவருடைய குரல் கேட்டபோது சட்டென்று நிறுத்தினார். கையில் வைத்திருந்த பொருள்களை எல்லாம் டீபாயின்மீது வைத்துவிட்டுக் கைகளைத் தேய்த்தார். "உங்களால் நம்பவே முடியாது, இதை உங்களால் நம்பவே முடியாது" என்றார்.

"என்ன நடந்தது?" என்றார் நம்பூதிரி. அவர் முகத்தில் நம்பிக்கையின் ஒரு மங்கிய கீற்று புலப்பட்டது.

"எழுந்து உட்கார் நண்பனே, நாம் போருக்குப் போகிறோம். இந்தச் சில நாட்களாக, நான் அய்யனையும் அவன் மகனையும் பற்றி விசாரித்தவாறு இருந்தேன். நான் கண்டது மிக மிக விசித்திர மானது. இதோ ஆதியின் விடைத்தாள். நம்பவே முடியாது. அவன் முப்பத்தொன்பது வாங்கியிருக்கிறான்."

விடைத்தாள் கைமாறிமாறிச் சென்றது. ஜாலின் உற்சாகம் இப்போது அறையிலிருந்த எல்லாரையும் தொற்றிக்கொண்டது.

"அதாவது அவன் முதல்மதிப்பெண் வாங்கிய ஐந்துபேரில் ஒருத்தனாக இருக்கிறான். பதினொரு வயது நிரம்பிய பையன் முதல் ஐந்து பேரில். நான் கொஞ்சம் விளக்கமாகச் சொல்கிறேன்" என்றார் ஜால். அவருடைய மூக்கின்மீது கண்ணாடி துடித்தது. முதலிலிருந்து ஆரம்பிக்கலாம். "ஒரு ஸ்விஸ்நாட்டு அமைப்பு நடத்திய விஞ்ஞானப் போட்டியில் தன் பையன் வெற்றி பெற்றான் என்று அய்யன் காட்டினானே அந்த நாள் ஞாபகம் இருக்கிறதா? நான் ஸ்விஸ்நாட்டுத் தூதரகத்தைப் பார்த்தேன். அவர்கள் அப்படி ஒரு போட்டியை நடத்தவே இல்லை என்று தெரிவித் தார்கள். என்றைக்கும் நடத்தவில்லை. நான் அந்த நிருபரைப் பார்த்தேன். அவன் பெயர் மனோகர் தம்பி. அய்யன்தான் அந்தச் செய்தியை அவனுக்குத் தந்ததாகக் கூறினான். சில செய்தித்தாள்கள் இப்படிப்பட்டசெய்திகளைப் பணம் வாங்கிக் கொண்டு வெளியிடுகின்றன."

நம்பூதிரி தரையில் நடக்கலானார்.

"கேட்டுக் கொண்டிருக்கிறாயா, ஜனா?" என்றார் ஜால்.

"மேலே சொல்லு", என்றார் ஜனா, புரிந்துகொள்ளத் தொடங்கி.

"பிறகு விசித்திரமான ஒரு விஷயத்தைப் பார்த்தேன்" என்றார் ஜால். பிறகு தொலைக்காட்சித் திரையைப் பார்த்தார். ஒரு விளம்பரம் சென்றுகொண்டிருந்தது. எனவே ரிமோட்டை எடுத்து, சேனல்களை மாற்றிக்கொண்டே வந்தார். ஆதியினுடைய முகம் தோன்றிய ஒரு சேனலில் வந்து நின்றார்.

"பார், பார், ஜாக்கிரதையாகப் பார். அவன் தன் காதுக்கருவியை இடக்காதில் அணிந்திருக்கிறான்." பிறகு தி டைம்ஸ் பத்திரிகையில் வந்த பையனின் படத்தைக் காட்டினார். "இது, அவன் முதல் ஆயிரம் பகா எண்களை ஒப்புவித்ததைப் பற்றிய கட்டுரையோடு வந்த படம். அவனுடைய காதுக்கருவி வலக்காதில் இருக்கிறது.

இந்தக் கட்டுரை அவன் வலக்காதில் செவிடு என்று தெளிவாகவே சொல்கிறது. ஆனால் இந்தப் பையனின் பிம்பத்தை வேறு எதில் பார்த்தாலும், அவன் காதுக்கருவியை இடக்காதிலேயே மாட்டிக் கொண்டிருக்கிறான்."

"இதற்கு அர்த்தம் என்ன" என்று நம்பூதிரி கேட்டார்.

"யோசி, ஜனா, யோசி. எப்படிப் பதினொரு வயதுப்பையன் முதல் ஆயிரம் பகா எண்களைச் சொல்லமுடியும்?"

"நான் இதை நம்பவில்லை" என்றார் நம்பூதிரி, மெதுவாக உட்கார்ந்து கொண்டே.

"அப்படியானால் வினாடிவினா நிகழ்ச்சி பற்றி என்ன சொல்கிறீர்கள்? நூற்றுக்கணக்கான பேர் பையனைப் பார்த்தார்களே."

"ஒருவேளை அவன் தந்தை வினாத்தாளைத் திருடியிருக்கலாம். இங்கே எப்படி ஜெட் வினாத்தாளை அடித்தானோ அப்படி?"

"அவன் ஜெட் வினாத்தாளைத் திருடினான் அப்படித்தானே?" என்றார் நம்பூதிரி மென்மையாக.

"அது முடியாத விஷயம்" என்றார் ஒரு வானியலாளர். அதற்கு ஆதரவான முணுமுணுப்புகள் எழுந்தன.

"கொஞ்சம் கேளுங்கள், கேளுங்கள்" என்று ஜால் பொறுமையின்றிச் சொன்னார். "நமது அச்சாளர்களைக் கூப்பிட்டு ஆர்யபட்டா டியுடோரியல்ஸிலிருந்து சமீபகாலத்தில் ஏதாவது விசாரிப்புகள் வந்ததா என்ற கேட்டேன். இரண்டுபேர் தெரியாது என்றார்கள். ஆனால் ஒருவர், மிகத் தெளிவாக எட்டுவாரத்திற்குள் யாரோ ஒருவர் எப்போது சரக்கு ஒப்படைக்கப்படும் என்று விசாரித்ததாகச் சொன்னார். அவன் எப்படி ஜெட் வினாத்தாளைத் திருடினான் என்று எனக்குத் தெரியாது, ஆனால் திருடினான் என்பது நிச்சயம். ஒரு பதினொருவயதுப் பையன் முப்பத்தொன்பது மதிப்பெண் வாங்க முடியாது. நாமெல்லாம் மேதைகளைப் பார்த்திருக்கிறோம், பழகியிருக்கிறோம். என்ன முடியும் என்பது தெரியும். எல்லாவற்றையும் சேர்த்துப்பார் ஜனா. அய்யன் மணி ஒரு திருடன். அவன் மேதைப் பையன் ஒரு போலி."

ஜால் பிறகு சிந்தனையில் ஆழ்ந்தார். ச்சுக்கொட்டினார்.

“என்ன அது?” என்றார் நம்பூதிரி.

“ஆனால் அந்த வேசிமகன், மென்சாவில் நுழைந்திருக்கிறான்.”

கதவு திறந்தது. அய்யன் மணி சில ஃபேக்ஸ் கடிதங்களோடு நுழைந்தபோது அவனைப் பிணங்கள்போல நோக்கினார்கள் வானியலாளர்கள். நம்பூதிரியின் மேஜைக்குச் சென்று அவற்றை அவன் வரிசையாக வைத்தான். கதவுக்குத் திரும்பிச் சென்றபோது நம்பூதிரியைப் பார்த்து, “சாரி சார், இன்றைக்கு லேட்டாகிவிட்டது. ஒரு செய்திக்கருத்தரங்கிற்குச் செல்லவேண்டியிருந்தது” என்றான்.

“எங்களுக்கு அது தெரியும்” என்றார்.

“உங்களுக்குக் காப்பி கொண்டுவர நினைக்கிறேன் சார். ஆனால் பியூன்கள் இன்றைக்கு இல்லை சார்.”

“அதுவும் எங்களுக்குத் தெரியும்.”

அய்யன் அறையைவிட்டுச் செல்ல இருந்தபோது, நம்பூதிரி அவனைப்பார்த்து, “உன் மகன் வலக்காதில் செவிடா, இடக்காதில் செவிடா” என்று கேட்டார்.

வானியலாளர்கள் மூச்சைப்பிடித்துக்கொண்டார்கள். அய்யனின் முகத்தில் பயத்தை எதிர்பார்த்தார்கள். ஆனால் அவன் சிரித்தான்.

“இரண்டு காதிலுமே செவிடு சார்” என்றான். “ஆனால் ஆதி ஒரு காதில் மட்டும்தான் கருவியை அணிய விரும்புகிறான்.”

நம்பூதிரி இடுப்பில் கைகளை வைத்தவாறு தரையை நோக்கினார். “அப்படியா? அய்யன், ஜெட் வினாத்தாளை நீ எப்படித் திருடினாய்?”

“நீங்கள் எதைப் பற்றிப் பேசுகிறீர்கள் என்று எனக்குப் புரியவில்லை சார்.”

“அவன் எந்த விஞ்ஞானப் போட்டியிலும் வெல்லவில்லை என்று எங்களுக்குத் தெரியும். அவனால் முதல் ஆயிரம் பகா எண்களைச் சொல்லமுடியாது என்பதும் தெரியும். அவன் ஒரு மேதை அல்ல என்பதும் தெரியும். நீ ஒத்துழைத்தால் ஜெயிலுக்குப் போகாமல் தப்பிக்கலாம்.”

"நான் உங்களுக்குச் சொல்ல மறந்துவிட்டேன், சார்" என்றான் அய்யன், ஜன்னலைப் பார்த்தவாறு. "இங்கே இருப்பது உங்களுக்குப் பாதுகாப்பல்ல. என்ன வேண்டுமானாலும் நடக்கலாம். வீட்டுக்குப் போய்விடுங்கள்."

"நாங்கள் பார்த்துக்கொள்வோம், அய்யன்."

"வாயிலில் என்ன நடக்கிறது என்று தெரியுமா சார்? நீங்க பார்த்தால் நல்லது."

நம்பூதிரி எதிர்ப்பாகவே கண்ணின் புருவங்களை உயர்த்தினார். ஆனால் மெதுவாக, தணிவின்றி, அது ஆர்வமாக மாறியது. ஜன்னலுக்குப் போய்ப் பார்த்தார். வாயிலில் ஒரு கும்பல் உலோகக் கழிகள், தடிகள், பேனர்கள் ஆகியவற்றோடு நின்றுகொண்டிருந்தது. அவர்கள் ஏதோ ஒரு சமிக்ஞைக்குக் காத்திருப்பதுபோல் அமைதியாகக் காத்திருந்தார்கள்.

நம்பூதிரி சோபாவுக்குத் திரும்பிவந்து, "நாங்கள் இதைப் பார்த்துக்கொள்வோம் அய்யன், நீ ஏன் உன்னைப்பற்றிச் சிந்திக்கக்கூடாது?" என்றார்.

"நான் எப்போதுமே என்னைப்பற்றிச் சிந்தித்தே வந்திருக்கிறேன் சார்."

"ஒரு பேரம் பேசுவோம் அய்யன். நீ இந்தப் பதிவுகளையெல்லாம் நீயாகவே ஏமாற்றிச் செய்தாய் என்று சொல்லிவிடு. நாங்கள் உன்மீது எந்தக் குற்றச்சாட்டையும் வைக்க மாட்டோம்."

"என்ன குற்றச்சாட்டு சார்?"

"கேள் அய்யன். யாராவது ஒரு அறிவியல் பட்டதாரி ஒரு நிமிடம் உன் மகனை விசாரித்தாலும்போதும், அவன் ஒரு மேதை அல்ல என்று தெரிந்துவிடும். நான் வெளிப்படையாகவே முதல் ஆயிரம் பகா எண்களைச் சொல்லச் சொல்லிச் சவால் விடுவேன். மேலும் ஸ்விஸ் தூதரகமும் தாங்கள் எந்த ஒரு போட்டியையும் நடத்தவில்லை என்று இன்று மாலை அறிவிப்புத் தரப்போகிறது. உனது நிருபர் தம்பி, உன் மகனைப் பற்றி வெளியிட்ட கட்டுரைக்குப் பணம் வாங்கியதாக எழுத்துமூலம் தருவதாக ஒப்புக்கொண்டுவிட்டான். விளையாட்டு முடிந்து விட்டது அய்யன். ஆனால் நீ ஒரு ஒப்புக்கொடுத்தலை மேற்கொண்டால், நாங்கள் உனக்கு உதவ முடியும்."

அய்யன் அறையைவிட்டுச் சென்றான். ரேடியோ வானியலாளர்கள் ஒருவரை ஒருவர் பார்த்துக்கொண்டனர். அவர்கள் இறுக்கமாக இருந்தார்கள், ஆனால் ஏதோ ஒரு நம்பிக்கையின் கீற்று தென்படுவதுபோல இருந்தது. அய்யன் அறையைவிட்டு ஓடிய முறை அவர்களுக்கு ஆறுதலாக இருந்தது. ஆனால் அவன் திரும்பிவந்தான்.

"அமைச்சர் உங்களோடு பேச விரும்புகிறார்" என்றான் நம்பூதிரியிடம். கையில் கைப்பேசியைக் கொடுத்தான்.

நம்பூதிரி காதில் அதை வைத்து, "உங்களோடு பேசுவதில் மிகுந்த மகிழ்ச்சி ஐயா" என்றார். பிறகு அவர் பேசுவதைக் கேட்டார். கடைசியாகச் சொன்னார், "சாரி, இதை என்னால் ஒப்புக்கொள்ளமுடியாது அமைச்சர் அவர்களே" என்றார். கைப்பேசியை அய்யனிடம் கொடுத்தார். "முடிவுசெய்ய உனக்கு இன்னும் ஐந்து நிமிடம் அவகாசம் தருகிறேன்" என்றார். அய்யன் சிரித்துக்கொண்டே, தன் தலையை அந்தரங்கமானதோர் களிப்பில் ஆட்டிக்கொண்டே அறையைவிட்டு வெளியேறினான்.

அச்செய்கை, வானியலாளர்களை நிலைகுலைய வைத்தது.

"நமக்குத் தெரியாதது ஏதோ அவனுக்குத் தெரிந்திருக்கிறது" என்றார் ஜால். "அமைச்சர் என்ன சொன்னார் ஜனா?"

நம்பூதிரி மூக்கைத் தேய்த்துக்கொண்டே, "நாம் ஆதியைப் பற்றிக் கண்டுபிடித்ததை வெளியில் கொண்டுபோகாமலிருந்தால் அவர் நமக்குப் பாதுகாப்பை அளிக்கிறார்."

"பாதுகாப்பு?" என்றார் ஜால், பயத்துடன். "பாதுகாப்பு என்றால் என்ன அர்த்தம்?"

"கவலைப்படாதே" என்றார் நம்பூதிரி. "எனக்கு இந்த விளையாட்டை எப்படி ஆடுவது என்று தெரியும்."

கைப்பேசியை எடுத்து ஏதோ ஒரு எண்ணை டயல் செய்ய இருந்த சமயம். ஏதோ ஒரு சத்தம் கேட்டது. பெரிய சதுர ஜன்னலின் கண்ணாடி வெடிப்புவிட்டது. வானியலாளர்கள் தரையில் விழுந்து குப்புறக் கிடந்தார்கள். இன்னொரு சத்தம் கேட்டது. இந்தச்சமயம், அது உடைந்தது. கீழேயுள்ள கும்பலின் குரலை நன்றாக அவர்களால் கேட்கமுடிந்தது. மேலும் ஐந்து கற்கள் அறைக்குள் வந்து விழுந்தன. வேறு பிற ஜன்னல்கள்

உடைவதையும், பொருட்கள் அடித்து நொறுக்கப்படுவதையும் அவர்களால் நன்றாகக் கேட்கமுடிந்தது. பெண்களின் கிறீச்சிடலும் கேட்டது. அசையாமல் தரையில் படுத்துக் கிடந்தார்கள். பிறகு கலகம் அருகில் நெருங்கி வருவதை உணர்ந்தார்கள். பொருட்கள் வெடித்தன. ஆட்கள் கூச்சலிட்டுக்கொண்டிருந்தார்கள். வானியலாளர் கள் நெருங்கி ஊர்ந்தார்கள், மரணத்தின் சத்தம் பெருகி வரவரக் கதவையே முறைத்துப் பார்த்தார்கள்.

கதவு கடைசியாகத் திறந்துகொண்டது. ஏறத்தாழ இரண்டு டஜன் பேர்கள் உள்ளே இரும்புக்கழிகளுடன் ஓடிவந்தார்கள். அறையில் இருந்தவற்றை எல்லாம் அடித்து நொறுக்கினார்கள். பிறகு தடியால் வானியலாளர்களைத் தாக்கினார்கள். வாழ்க்கையில் இதுவரை கத்தாத அளவு இப்போது மரணபயத்தில் கத்தித் தீர்த்தார்கள்.

அடிப்பவர்களில் ஒருவன் கத்தினான். “தலையில் கூடாது.” அந்தத் தாக்குதலைக் கூர்மையாக, அறிவுநோக்கோடு பார்த்து, சற்றே ஏமாற்றமடைந்தான். “நிறுத்து” என்றான். குண்டர்கள் நிறுத்தினார்கள். ஆட்கள் முனகுவதும் புலம்புவதும் கேட்டது. தாக்குவோர் தலைவன், பிறகு அவன் கழியை நம்பூதிரியின் முட்டிக்குக்கீழே வைத்தான். “இப்படித்தான் அடிக்க வேண்டும்” என்று தன் ஆட்களிடம் சொன்னான்.

நிறுவனத்தை ஒழுங்கிற்குள் கொண்டுவர மூன்றுமணி நேரத்திற்குமேல் ஆயிற்று. போலீஸ், சந்தோஷமான கலகக்காரர்களைப் பிடித்துக்கொண்டு போயிற்று. அவர்கள் காமிராக்களைப் பார்த்து மகிழ்ச்சியாகக் கைகளை ஆட்டினார்கள். வாகனப்பாதையில் ஒரு கார் எரிந்தது. மற்றக்கார்களின் கண்ணாடிகள் நொறுக்கப் பட்டிருந்தன. முக்கிய பிளாக்கிலிருந்து ஜன்னல்கள் ஊசலாடின. அதிர்ந்துபோயிருந்த உள்ளிருந்தோரைப் போலீஸ் ஒற்றை வரிசையில் பாதுகாப்பாக நடத்தி அழைத்துச் சென்றது.

நகரத்தின் மத்தியிலும் எழுச்சிகள் இருந்தன. ஆனால் அவற்றில் வன்முறை குறைவாக இருந்தது. மாலையில், பம்பாய் மருத்துவமனைக்கு வெளியே, கும்பல்கள் நம்பூதிரி என்று எழுதப்பட்ட கொடும்பாவியைத் தூக்கிவந்தனர். அதைச் செருப்பால் அடித்துக் கடைசியாகக் கொளுத்தினர். நாட்டின் பிறபகுதிகளிலும் ஆங்காங்கு வன்முறைகள் நடந்ததாகச் செய்திகள் வந்தன. ஆனால் இரண்டு நாட்களுக்குப் பிறகு கலகங்கள் மறைந்தன.

லாவண்யா ஆசார்யா, அந்த அறையை ஒரு மனைவியின் சர்வாதிகாரத்துடன் பார்வையிட்டாள். கடந்த இரண்டு வாரங்களாகத் தன் கணவரின் அலுவலகம் சீரமைக்கப்படுவதை மேற்பார்வை பார்த்துக்கொண்டிருந்தாள். நல்ல கட்டமைப்பைக் கொண்ட சுவர்கள் மிகவும் காலியாக இருந்தன. ஆனால் அவர் சட்டமிட்ட கார்ல் சாகனின் போஸ்டரைத் தவிர எவ்வித அலங் காரத்தையும் மறுத்துவிட்டார்.

"எல்லாவற்றையும் உடைத்தவர்கள் இதைமட்டும் விட்டு விட்டார்களா?" என்றாள், கார்ல் சாகனின கவர்ச்சிகரமான முகத்தைப் பார்த்துக்கொண்டே. "அரவிந்த், ஒரே ஒரு சித்திரத்தை மட்டுமாவது வைக்கட்டுமா? நீங்கள்தானே என்னை கெஞ்சி வரவழைத்தீர்கள்?"

புதிய ஜன்னலின் வழியாகக் கடலைப் பார்த்துக்கொண்டே "எனக்குச் சுவர்கள் வெறுமனே இருந்தால்தான் பிடிக்கும்" என்று பிடிவாதமாகச் சொன்னார்.

வெளியிலே போகும்போது பாதி நின்றுகொண்டிருந்த எழுத்தனிடம், தமிழிலே சொன்னாள், "அய்யன், அவரப் பாத்துக்கப்பா."

"எப்பவுமே பாத்துக்குவேன்" என்றான் அய்யன், தன் மார்பை விரல்களால் தொட்டு வணங்கிக்கொண்டே.

அன்று மாலை, அய்யன் மணியும் ஆதியும் ஒரு இளஞ் சிவப்புநிற கான்கிரீட் பெஞ்ச்சின்மீது உட்கார்ந்திருந்தார்கள். வோர்லி கடல்முகத்தில் இருந்த, ரோட்டரி கிளப்பின் மறைந்த ஒரு உறுப்பினருக்கு அர்ப்பணிக்கப்பட்ட பல பெஞ்சுகளில் அது ஒன்று. கையிலிருந்த காகிதக்கூம்பின்அடியில் வேர்க்கடலை மறைந்திருக்கிறதா என்று ஆதி தேடிக்கொண்டிருந்தான். அய்யன் நடப்பவர்களை ஆராய்ந்துநோக்கினான். நல்ல ஷூக்களில் இருந்த இளம் பெண்கள் தங்கள் அம்மாக்களைப் போல ஆகிவிடுவோம் என்ற விதியிலிருந்து தப்பிச் செல்வதுபோல வேகமாக நடந்தார்கள். பெருமிதமான மார்புகள் குலுங்கின, மிருதுவான தொடைகள் நடுங்கின. புதிதாகத் திருமண உறுதி செய்யப்பட்ட பெண்கள், காலை எட்டிப்போட்டுத் தங்கள் சதைகளைக் குறைத்துவிடு வதற்காக நடந்தார்கள். தங்கள் முதலிரவன்று கே—ஒய்—ஜெல்லியை வைத்திருந்த எவனோ ஒரு புதியவனுக்கு மணப்படுக்கையின் மகரந்தத்தின்மீது விட்டுக்கொடுப்பதற்குமுன் சதையைக்

குறைத்துவிடவேண்டும் அவர்கள். கிழவர்கள், பிற கிழவர்களோடு தாங்கள் இளைஞர்களாக இருந்து பாழாக்கிவிட்ட தேசத்தைப் பற்றிப் பேசிக் கொண்டு சென்றார்கள். அவர்களின் மனைவிகள் மூட்டுவலியைப் பற்றியும் அங்கே இல்லாத பிற பெண்களைப் பற்றியும் பேசியவாறே பின்தொடர்ந்தார்கள். பிறகு கடைசியாக காலில் வீட்டுச் செருப்போடு வேகமாக நடந்தவாறே ஓஜா மணி வந்தாள்.

ஆதி சிரிக்கத் தொடங்கினான். அவனால் இந்த விதமாகத் தன் அம்மாவைக் காணமுடியாது. அய்யனும் சிரித்தான். அவள் அவர்களை வெறுப்பாகப் பார்த்து விட்டு, சாலையின் அந்தக் கோடியை நோக்கி நடந்தாள்.

ஆதி தனக்குத் தானே ஏதோ முணுமுணுத்துக்கொண்டு, தன்னைக் கடந்து செல்லும் பையன்களின் பலவண்ண ஒளிவீசும் ஷூக்களைப் பார்த்துக்கொண்டிருந்தான்.

"ஆதி" என்றான் அவன் தந்தை. "என் கையில் என்ன இருக்கிறது பார்."

பையன் பார்த்தான். அவன் தந்தையின் கையில் ஒரு ஸ்பூன் இருந்தது.

"தங்கள் மனத்தினாலேயே சிலபேரால் ஒரு ஸ்பூனை மடக்கமுடியும், தெரியுமா?"

"நிஜமாகவா?" என்றான் ஆதி.

"நீ உன் மனத்தினால் ஒரு ஸ்பூனை மடக்க விரும்புகிறாயா ஆதி?"

"ஆமாம்" என்றான் பையன்.

"ஓகே, அப்படியானால், நான் சொல்வதை கவனமாகக் கேள் என்றான் அய்யன். ஆனால் இதுதான் கடைசிமுறை. இந்த மாதிரி ஒன்றைச் செய்கின்ற கடைசி கடைசியான சந்தர்ப்பம். ஓகே?"

அவர்கள் ஒரு கணம் ஒருவரை ஒருவர் பார்த்துக்கொண்டார்கள். பிறகு எப்படிச் சிரித்தார்கள்!

ooo